சேரமன்னர் வரலாறு

ஔவை. சு. துரைசாமிப்பிள்ளை

நியூ செஞ்சுரி புக் ஹவுஸ் (பி) லிட்.,
41-பி, சிட்கோ இண்டஸ்டிரியல் எஸ்டேட்,
அம்பத்தூர், சென்னை- 600 050.
☎ : 044 - 26251968, 26258410, 48601884

Language: Tamil
CHERAMANNAR VARALAARU
Author: **Howai. Duraisamipillai**
N.C.B.H. First Edition: July, 2015
Second Edition: July, 2019
Third Edition: December, 2021
Copyright:Publisher
No. of pages: viii + 260 = 268
Publisher :
New Century Book House Pvt. Ltd.,
41-B, SIDCO Industrial Estate,
Ambattur, Chennai - 600 050.
Tamilnadu State, India.
email: info@ncbh.in
Online: www.ncbhpublisher.in

ISBN. 978-81-2342-968-7
Code No. A 3271

₹ 240/-

Branches

Ambattur (H.O.) 044 - 26359906 **Spenzer Plaza (Chennai)** 044-28490027 **Trichy** 0431-2700885 **Pudukkottai** 04322- 227773 **Thanjavur** 04362-231371 **Tirunelveli** 0462-4210990, 2323990 **Madurai** 0452 2344106, 4374106 **Dindigul** 0451-2432172 **Coimbatore** 0422-2380554 **Erode** 0424-2256667 **Salem** 0427-2450817 **Hosur** 04344-245726 **Krishnagiri** 04343-234387 **Ooty** 0423 2441743 **Vellore** 0416-2234495 **Villupuram** 04146-227800 **Pondicherry** 0413-2280101 **Nagercoil** 04652-234990

சேரமன்னர் வரலாறு
ஆசிரியர்: ஔவை. சு. துரைசாமிப்பிள்ளை
என்.சி.பி.எச்.முதற் பதிப்பு: ஜூலை, 2015
இரண்டாம் பதிப்பு: ஜூலை, 2019
மூன்றாம் பதிப்பு: டிசம்பர், 2021

அச்சிட்டோர்: **பாவை பிரிண்டர்ஸ் (பி) லிட்.,**
16 (142), ஜானி ஜான் கான் சாலை, இராயப்பேட்டை, சென்னை - 14
☎: 044-28482441

All rights reserved. No part of this book may be reprinted or reproduced or utilised in any form or by any electronic, mechanical, or other means, now known or hereafter invented, including photocopying and recording, or in any information storage or retrieval system, without permission in writing from the publishers.

முதற் பதிப்பின் முன்னுரை

நம் தமிழ்நாட்டின் வரலாறு தொல்காப்பியர் காலத்துக்கு முன்பிருந்தே இயன்று வருவது என்பது உலகறிந்த செய்தி. எனினும், அக்கால நிகழ்ச்சிகளை வரன்முறையாக அறிதற்கேற்ற நூல்களும் வேறு குறிப்புகளும் போதிய அளவில் கிடையாமையின், சங்க இலக்கியங்கள் எனப்படும் தொகை நூல்களின் பாட்டுக்கள் தோன்றிய காலத்திலிருந்து நாம் அறிந்துகொள்ளுதல் ஓரளவு இயலுகின்றது. அக்காலத்தைப் பொதுவாகச் 'சங்க காலம்' என்பது பெருவழக்கமாய் உள்ளது. அதனால், தமிழ்நாட்டு வரலாறு, சங்க காலம், களப்பிரர் காலம், பல்லவர் காலம், இடைக்காலம், பாண்டிய சோழர் காலம், விசய நகர வேந்தர் காலம், முகமதிய ஐரோப்பியர் காலம், மக்களாட்சிக் காலம் என வகுத்துக் காணப்படுகிறது. ஆனால், இம்முறையில் வைத்துத் தமிழ்நாட்டு வரலாறு இன்னும் எவராலும் எழுதப்படவும் இல்லை, அதற்குரிய முயற்சியும் இன்றுகாறும் உருவாகவுமில்லை. தமிழ் மக்கட்கு அறிவியல் வாழ்வில் உண்டான வீழ்ச்சிக்கு இதைவிட வேறு சான்று வேண்டுமோ?

இனி, சங்க காலம் என்பது தமிழ்நாட்டின் சேர, சோழ, பாண்டியர் என்ற மூவேந்தரும் வாழ்ந்த காலமாகும். இக்காலத்தைக் காலஞ்சென்ற திரு வி.கனகசபைப்பிள்ளை முதல் பலர் ஆராய்ந்து எழுதியுள்ளனர். களப்பிரர் காலம் இதுகாறும் எவராலும் தெளிவாக விளக்கப்படவில்லை. பல்லவர் காலம் திரு. துப்ரயில் முதல் திரு. பி.டி. சீனிவாச ஐயங்காரையுள்ளிட்ட பலரால் ஆராயப்பட்டுள்ளது. இடைக்காலப் பாண்டிய சோழர்கள் வரலாற்றைத் திரு. நீலகண்ட சாத்திரியார் ஒருவாறு ஆராய்ந்து எழுதினாராக. அவரது ஆராய்ச்சிக்கு எட்டாத பலவுண்மைகளைக் கண்டு தெளிவுபடுத்தித் திரு தி.வை.சதாசிவப் பண்டாரத்தார் அவர்கள் நல்லதொரு வரலாற்று நூலை எழுதியுதவியிருக்கின்றார்கள். விசய நகர வேந்தர். அவர்க்குப் பின் வந்த நாயக்க மன்னர் ஆகியோரின் வரலாறுகளை டாக்டர் திரு. கிருஷ்ணசாமி ஐயங்காரையுள்ளிட்ட அறிஞர் ஆராய்ந்துள்ளனர்.

தமிழ்நாட்டின் வரலாறு காண முயன்றோருள் பெரும்பாலோர் பல்லவ, சோழ, பாண்டி நாட்டு வரலாறுகளையே கவனங் கொண்டு மேலைப் பகுதியாகிய சேர நாட்டு அரசர்கள்

வரலாற்றைக் காண இவ்வாறு முயலவில்லை. இதற்குக் காரணம் இத்துறையில் முயன்றோர் பலரும் சேர நாடு இன்று கேரள நாடாக மாறிவிட்டது கண்டு மயங்கினமையேயாகும். திரு.கே.ஜி. சேஷையர் முதலிய அறிஞர் சிலரே அத்துறையில் கருத்தைச் செலுத்தினர்.

சங்க காலச் சேரர் இலக்கியங்களை யான் ஆராயத் தலைப்பட்டபோது, சேர நாட்டைப் பற்றிய குறிப்புகளைத் தேடித் தொகுக்கும் கடமை உண்டாயிற்று. அக்கால, மேனாட்டறிஞரான வில்லியம் லோகன் எழுதியனவும், நம் நாட்டவரான திரு. நாகமையர், திரு. கே.பி. பதுமநாபமேனன், திரு. கே.ஜி. சேஷையர், திரு. சி. கோபாலன் நாயர் முதலியோர் எழுதியுள்ள நூல்களும், திருவாங்கூர், கொச்சி, குடகு, தென்கன்னடம் ஆகிய பகுதிகளைப் பற்றிய அரசியல் வெளியீடுகளும் பெருந்துணை செய்தன. பழையங்காடி, உடுப்பி, ஹொன்னாவர், கோழிக்கோடு, கண்ணனூர், பெல்காம் முதலிய பேரூர்களில் வாழ்ந்து வரும் நண்பர் பலர் தெரிவித்த குறிப்புகளும் எனக்கு மிக்க ஊக்கம் தந்தன. அதனால், சேரர் வரலாற்றைக் காண்பதற்கெழுந்த வேட்கை உறுதிப்படுவதாயிற்று. சேர நாடு கேரள நாடாயின. பின், சேர மக்கள் வாழ்ந்த ஊர்களும் அவர்களிடையே நிலவிய ஒழுக்க நெறிகளும் மறைந்து ஒடுங்கினவாயினும், பழங்கால இலக்கியக் கண்கொண்டு நேரில் சென்று காண்போர்க்குப் புலனாகாமற் போகவில்லை.

அவற்றை அவ்வப்போது நேரிற்சென்று கண்டும், ஆங்காங்குள்ள அறிஞர்களோடு அளவளாவியும் ஆராய்ந்தபோது, அவற்றின் துணை கொண்டு பண்டை நாளைச் சேரமன்னர் வரலாற்றைக் கோவைப்பட வைத்துக் காண்பதற்கு வாய்ப்பு உண்டாயிற்று. இந்த என் முயற்சிக்குத் துணை புரிந்தவர், கோவையில் ஓய்வு பெற்றிருக்கும் உழவியற்கல்லூரிப் பேராசிரியர் திரு. வேங்கடகிருஷ்ணப்பிள்ளையவர்கள், 1940-41இல் வடவார்க்காட்டு மாவட்டத்தில் கல்வியதிகாரியாய் இருந்த திரு. வீ.கே. இராமன்மேனன் அவர்களுமாவர். தொடக்கத்தில் என்னை இவ்வாராய்ச்சியில் ஈடுபடுமாறு தூண்டிச் சேர நாடு வரலாற்றாசிரியர் சிலருடைய நட்பையும் உண்டுபண்ணுவித்து ஊக்கியவர், என் கெழுதகை நண்பர், அண்ணாமலைப் பல்கலைக்கழக வரலாற்றுச் சிறப்புடைய ஆசிரியராயிருந்து காலஞ்சென்ற திரு எஸ்.கே. கோவிந்தசாமிப் பிள்ளையவர்கள். அவர்கள் இந்நூல் வெளிவரும் இந்நாளில் இல்லாமை என் நெஞ்சை மிகவும் வருத்துகின்றது!

கையெழுத்து வடிவில் இருந்த காலத்து இவ்வரலாற்றைக் கண்டு மிக்க மகிழ்ச்சியுடன் ஊக்கம் கொள்வித்த என் பெரு நண்பர்களான திரு.தி.வை. சதாசிவப் பண்டாரத்தார். திரு. வித்துவான் க.வெள்ளைவாரணம் ஆகிய இருவர் நன்றியை என்றும் மறவேன். இதனை ஆர்வத்தோடு படித்து மதிப்புரைகள் வழங்கிய என் இனிய நண்பர்களான டாக்டர் திரு.எம்.எஸ்.வயிரணப்பிள்ளை அவர்களையும், டாக்டர் திரு. மா. இராசமாணிக்கனார் அவர்களையும் நன்றியுணரும் என் நெஞ்சம் ஒருபோதும் மறவாது.

ஞாலம் நின்புகழேமிக வேண்டும்தென்
னால வாயில் உறையும்எம் ஆதியே!

மதுரை — ஔவை.துரைசாமிப்பிள்ளை
30.04.57

பேராசிரியர், **டாக்டர் மா. இராசமாணிக்கனார்,**
எம்.ஏ., எல்.டி., எம்.ஓ.எல்.,பி.எச்.டி.
தமிழ்த்துறைத் தலைவர், தியாகராசர் கல்லூரி, மதுரை

ஒருநாட்டு வரலாற்றைத் துணிவதற்கு அந்நாட்டு இலக்கியம், புதைபொருள், நாணயம், கல்வெட்டு, அயல் நாட்டார் கூற்றுகள், நாட்டிலுள்ள பிற அடையாளங்கள் முதலியன தேவையாகும். நம் தமிழகத்தில் சங்ககால வரலாற்றை அறியத் தமிழிலக்கியமும் அயல்நாட்டார் கூற்றுகளுமே சான்றாய் அமைகின்றன. பிற சான்றுகள் மிகுதியாகக் கிடைக்க வழியில்லை. இந்நிலையில் சங்ககாலச் சோழர் வரலாறும், பாண்டியர் வரலாறும் பேராசிரியர் நீலகண்ட சாத்திரியாராலும், சேரரது வரலாறு ஏறத்தாழ 20 ஆண்டுகளுக்கு முன்பு உயர் திரு.கே.ஜி.சேஷய்யர் அவர்களாலும் ஆங்கிலத்தில் எழுதப்பெற்றன. ஆயினும், தமிழ்ப்புலவர்களும் தமிழார்வம் கொண்ட பொதுமக்களும் படிக்கத்தகும் முறையில் உயர்திரு ந.மு. வேங்கடசாமி நாட்டார், உயர்திரு. தி.வை. சதாசிவப் பண்டாரத்தார் முதலியவர்களால் எழுதப் பெற்றுள்ளன. சங்க காலச் சேரர் வரலாறு இதுகாறும் தமிழில் வெளிவரவில்லை.

சங்க நூல்களை மட்டும் படித்துச் சேரர் வரலாற்றை எழுதுவது சிறப்பன்று. சேரநாடு முழுமையும் இலக்கிய அறிவோடு சுற்றி, வரலாற்று உணர்வோடு பண்டை இடங்களைக் கண்டறிந்து வரலாறு எழுதுவதே சிறப்புடையது. இச்சீரிய முறையில் பேராசிரியர் ஔவை. சு. துரைசாமிப்பிள்ளையவர்கள். சேர நாடு முழுமையும் சுற்றித் தொண்டி, வஞ்சி முதலிய வரலாற்றுப் புகழ் படைத்த இடங்களைக் கண்டறிந்தும்; மலைகள், ஆறுகள் முதலியவற்றின் பண்டைப் பெயர்கள் இன்னவை, இக்காலப் பெயர்கள் இன்னவை என்பவற்றை ஆராய்ந்து அறிந்தும் இந்நூல் எழுதியிருத்தல் மிகவும் போற்றத்தக்க செயலாகும். இதுவரையில் இருள் படர்ந்திருந்த சங்ககாலச் சேரர் வரலாறு இவ்வரலாற்று நூலால் தெளிவடையும் என்று கூறுதல் பொருந்தும். இவ்வாசிரியர் ஆழ்ந்து அகன்ற புலமையும் வரலாற்றுத் தெளிவும் ஆராய்ச்சி வன்மையும் உடைய வராதலின், இம்முத்திறப் பண்புகளும் இந்நூலை அணி செய்கின்றன. ஆசிரியரது இந்நன்முயற்சியைத் தமிழறிஞர் பாராட்டுவர் என்பது உறுதி.

மா. இராசமாணிக்கம்
10.4.57.

பொருளடக்கம்

1. சேர நாடு — 1
2. சேர நாட்டின் தொன்மை — 19
3. சேரர்கள் — 34
4. பெருஞ்சோற்றுதியன் சேரலாதன் — 49
5. இமயவரம்பன் நெடுஞ்சேரலாதன் — 61
6. பல்யானைச் செல்கெழு குட்டுவன் — 80
7. களங்காய்க்கண்ணி நார்முடிச்சேரல் — 94
8. கடல் பிறக்கோட்டிய செங்குட்டுவன் — 116
9. ஆடுகோட்பாட்டுச் சேரலாதன் — 128
10. செல்வக் கடுங்கோ வாழியாதன் — 138
11. தகடூர் எறிந்த பெருஞ்சேரல் இரும்பொறை — 161
12. குடக்கோ இளஞ்சேரல் இரும்பொறை — 177
13. சேரமான் பாலைபாடிய பெருங்கடுங்கோ — 195
14. யானைக்கண் சேய் மாந்தரஞ்சேரல் இரும்பொறை — 204
15. சேரமான் மாந்தரஞ்சேரல் இரும்பொறை — 215
16. சேரமான் வஞ்சன் — 219
17. சேரமான் மாவண்கோ — 222
18. சேரமான் குட்டுவன் கோதை — 225
19. சேரமான் கணைக்கால் இரும்பொறை — 235

முடிப்புரை — 240

இந்நூலின் ஆக்கத்துக்குத் துணை செய்த நூல்கள் — 258

1. சேர நாடு

நீலத் திரைக்கட லோரத்தி லேநின்று
நித்தம் தவஞ்செய் குமரியெல்லை - வட
மாலவன் குன்றம் இவற்றிடை யேபுகழ்
மண்டிக் கிடக்கும் தமிழ்நாடு.

- பாரதியார்

பண்டைநாளைத் தமிழகம் 'வடவேங்கடம் தென்குமரி ஆயிடைத் தமிழ் கூறும் நல்லுலகம்' என்று தொல்காப்பியத்துக்குப் பாயிரம் தந்த பனம்பாரனார் என்பவராற் சிறப்பித்துக் கூறப்படுவது வடவேங்கட மலைத்தொடர் வடக்கே வடபெண்ணையாற்றங்கரை வழியில் தொடர்ந்து தமிழகத்துக்கு வடவெல்லையாய் நிற்பது. தென்குமரியென்பது தென்கோடியிலுள்ள குமரிமலையாகிய தென்னெல்லை. கிழக்கிலும் மேற்கிலும் கடலாதலால், அவை குறிக்கப்படவில்லை.

பண்டை நாளில் இத்தமிழகம் சேர சோழ பாண்டியரென்ற மூவேந்தருக்கு உரியதாய், முறையே சேர நாடு, சோழ நாடு, பாண்டிய நாடு என மூன்று பெரும்பிரிவுற்று விளங்கிற்று. பண்டைத் தமிழாசிரியன்மாரும் 'பொதுமை சுட்டிய மூவருலகம்'[1] என்றும் 'வண்புகழ் மூவர்' 'தண்பொழில் வரைப்பு'[2] என்றும் கூறியுள்ளனர். வடக்கே வேங்கடம் முதல் தெற்கே புதுக்கோட்டைக்கு அண்மையிலோடும் வெள்ளாறு வரையிற் சோழநாடும், வெள்ளாற்றுக்கும் தென்குமரிக்கும் இடைப்பகுதி பாண்டி நாடும், மேலைக்கடலுக்கும் மேலை மலைத் தொடருக்கும் இடையிலுள்ள

சங்காகாலத் தமிழ்நாடு

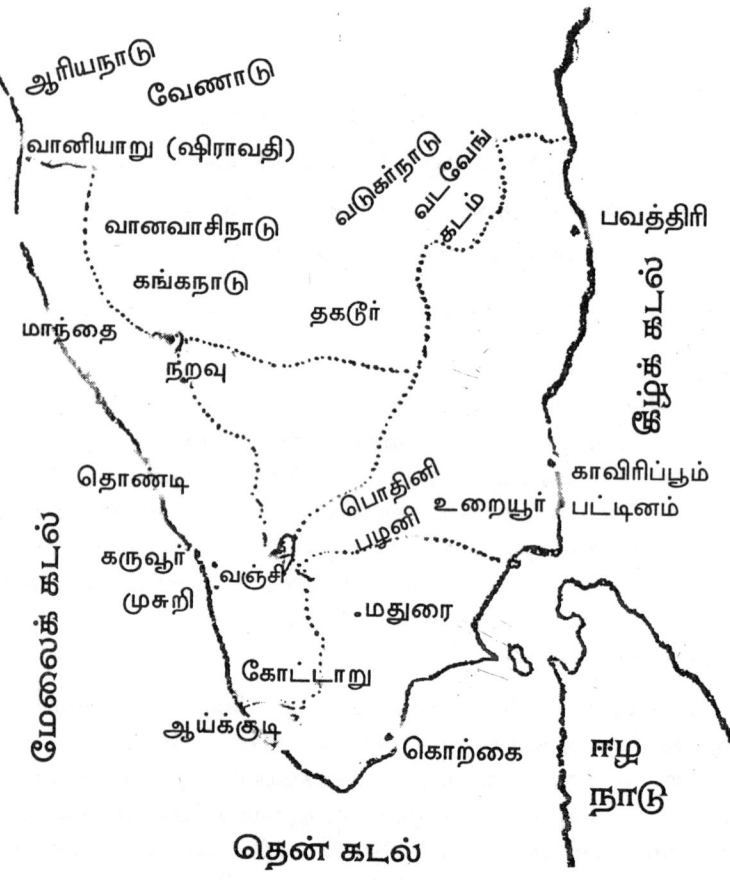

நிலப்பகுதி சேர நாடுமாகும். ஆயினும், ஏனைச் சோழ பாண்டி நாடுகளைப் போலாது, தனது மொழியும் பண்பாடும் தொன்மை வரலாறும் இழந்து முற்றிலும் வேறுநாடாகக் காட்சியளிக்கும் வகையில், சேர நாடு தமிழ் நலம் குன்றிவிட்டமையின், அதன் பண்டைய எல்லை நன்கு ஆராய்ந்தல்லது வரையறுத்துக் கூற முடியாத நிலையில் உள்ளது.

இங்கே பண்டை நாள் என வழங்குவது கடைச் சங்க காலமாகும். அக்காலத்தே சேர நாடு செந்தமிழ் நலம் சிறந்து தமிழ் கூறும் நல்லுலகமாய் விளங்கிற்று. சங்ககால நூல்களை நன்கு பயின்றாலன்றிச் சேர நாட்டின் பண்டை நாள் நிலையினை அறிவது அரிது; அது பற்றியே சோழர்களைப் பற்றியும் பாண்டியர்களைப் பற்றியும் வரலாற்று நூல்கள் உண்டானதுபோலச் சேர நாட்டுக்கு வரலாறொன்றும் தோன்றவில்லை. சேர நாடு பிற்காலத்தே கேரள நாடென வழங்கத் தலைப்பட்டது. அதன்பின் கேரளோற்பத்தி, கேரள மகாத்துமியம் என்ற வரலாற்றுப் போலிகள் உண்டாயின. சேர நாடென்பது கேரள நாடாதற்கு முந்திய நிலையாதலால், அதன் தொன்மை நிலை அறிதற்குச் சேர மன்னர்களையும் சேர நாட்டு மக்களையும் பற்றிக் கூறும் சங்க இலக்கியங்கள் சான்றாகின்றன.

இச்சங்க இலக்கியங்கள் பலவும் தொகை நூல்களாதலால், இவற்றில் சேர நாட்டின் வடக்கும் தெற்குமாகிய எல்லைகள் இவையென வரையறுத்தறிதற்குரிய குறிப்புகள் விளக்கமாக இல்லை. ஆயினும், தென்கன்னடம் சில்லாவிலுள்ள குதிரை மலையும், ஏழில்மலையும், குடகு நாட்டிலுள்ள நறவுக் கல்பெட்டா மலையும், நீலகிரியிலுள்ள உம்பற்காடும், மலையாளம் சில்லாவிலுள்ள வயநாட்டு (Wynad)ப் பாயல் மலையும், கோட்டயம் தாலுக்காவிலுள்ள தொண்டியும், கொச்சி நாட்டிலுள்ள கருவூர்ப்பட்டினமும், திருவஞ்சைக் களமும், கொடுங்கோளூரும், திருவாங்கூர்ப் பகுதியிலுள்ள திருவதங்கோடும், பெரியாறும், பிறவும் சேரர்க்குரியவாகக் கூறப்படுகின்றன. மேலை மலைத் தொடரின் தென்கோடியில் நிற்கும் பொதியிலும் தென்குமரியும் பாண்டியர்க்குரியவாகக் குறிக்கப்படுகின்றன.

கி.பி. இரண்டாம் நூற்றாண்டில் மேலைக்கடற்கரைப் பகுதிக்கு வந்து சென்ற யவன அறிஞரான தாலமி என்பவரது குறிப்பால், அப்போது சேர நாட்டுக்கு வடக்கில் வானவாறும் (Honawar) தென்பது தெளிவாகும். அந்த அறிஞர்கள் குறிக்கும்

தொண்டி, முசிறி முதலியன சேரர்களைப் பாடிய சங்க இலக்கியங்களிலும் காணப்படுவன. இவ்வாறே வடகன்னட நாட்டில் வழங்கும் செய்திகளால் பண்டை நாளைச் சேர நாடு கோகரணத்துக்கு வடக்கேயும் பரந்திருந்தமை தெளிவாய்த் தெரிகிறது. கி.பி. ஏழாம் நூற்றாண்டில் வாழ்ந்த திருஞானசம்பந்தர் திருக்கோகரணத்தைப் பாடிய திருப்பதிகத்தால்[3] அஃது அவர் காலத்தே தமிழ்நலம் பெற்று விளங்கிய குறிப்பு விளங்குகிறது. வடகன்னட நாட்டு ஹோனவார்ப் பகுதியில் ஹோனவாருக்குத் தெற்கே 25 கல் தொலைவில் இருக்கும் பாட்கல் (Bhatkal) என்னும் ஊரில் இருக்கும் கோயில்களில் இரண்டு தமிழ்க் கல்வெட்டுக்கள் உள்ளன[4]. இக்குறிப்புகளால் சேர நாட்டின் வடவெல்லை வடகன்னடத்துக் கோகரணம் வரையில் பரவி இருந்ததென்ற கொள்கை மேற்கொள்ளத் தக்கதாகின்றது.

பிற்காலத்தே சேர நாட்டுக்கு எல்லை பலவகையாகக் கூறப்படுவதாயிற்று. வடக்கிற் பழநாட்டுக்கும், கிழக்கிற் செங்கோட்டுக்கும், மேற்கிற் கோழிக்கோட்டுக்கும், தெற்கிற் கடற்கோடிக்கும் இடையிற்கிடந்த சேரநாடு எண்பது காதம் பரப்புடையதென்பது ஒருவகை. எண்பது காவதப் பரப்புடைய சேர நாட்டுக்கு வடக்கில் பழனியும், கிழக்கில் தென்காசியும், மேற்கில் கோழிக்கோடும், தெற்கிற் கடற்கோடியும் எல்லையென்பது மற்றொரு வகை,[5] வடக்கிற் பழனியும், கிழக்கிற் பேரூரும், தெற்கிலும் மேற்கிலும் கடலும் எல்லையாகக் கொண்டு குறுக்கும் நெடுக்கும் எண்பது காதப் பரப்புடையது. சேரநாடு எனக் கூறுவது வேறொரு வகை.[6] பழனிக்குப் பண்டை நாளைப் பெயர் பொதினி[7] என்பது ஆவிநன்குடி என்பதுமொன்று[8] எனவே, பழனியை எல்லையாகக் கூறும் கூற்றிரண்டும் பிற்காலத்தன என்பது தானே விளங்கும். மலையாளம் சில்லாவில் குறும்பர் நாடு தாலுக்காவைச் சேர்ந்த ஒரு பகுதிக்குப் பழநாடு என்ற பெயர் உண்டு. அதன் வடவெல்லை வடகரையென்றும், அதனருகே வந்து கடலிற் கலக்கும் ஆறு சேரவாறு என்றும் பெயர் பெறும். வடகரையென்னும் ஊர் படகரா (Badakara) என்றும், அந்த ஆறு தோன்றும் இடத்தருகேயுள்ள ஊர் சேரபுரம் என்றும் இப்போது வழங்குகின்றன. இதனால், ஒரு காலத்திற் சேர நாடு வடக்கிற் பழநாட்டோடு நின்றமை தெரிகிறது. இதற்கு வடக்கில் கோகரணத்தையும் பின்பு ஹோனவாற்றையும் எல்லையாகக் கொண்டு கொண்கான நாடு விளங்கிற்று.

இங்கே கண்ட பழநாடு பிற்காலத்தே ஓர் அரச குடும்பத்தினர் ஆட்சியிலிருந்து அவர்கள் பின்னர்க் கிழக்கில் மைசூர் நாட்டை அடைந்து, அங்கே அஸ்ஸான் சில்லாவில் மஞ்சரபாது தாலுக்காவைச் சேர்ந்த அயிகூர் என்னுமிடத்தே இருந்து, இறுதியில் மைசூர் வேந்தர்க்கு அடங்கியொடுங்கினர்.[9] இந்தப் பழநாட்டு வேந்தர்களின் தோற்றவொடுக்கங்கள் பண்டை நாளைச் சேர நாட்டைக் காண்டற்குத் துணையாகாமையால், அவற்றை இம்மட்டில் நிறுத்தி மேலே செல்வோம்.

இனி, 'செந்தமிழ் சேர்ந்த பன்னிரு நிலம்'[10] என வரும் தொல்காப்பிய நூற்பாவொன்றுக்கு உரை கண்ட தொல்லாசிரியர்கள். அப்பன்னிரண்டையும், பொங்கர் நாடு, ஒளி நாடு, தென்பாண்டி நாடு, குட்டநாடு, கற்கா நாடு, பன்றி நாடு, அருவா நாடு, அருவா வடதலை, சீதநாடு, பூமி நாடு, மலாடு என்று குறிக்கின்றனர். பிற்காலத்தறிஞர் பொங்கர் நாடு, ஒளிநாடு என்ற இரண்டையும் விலக்கி, வேணாடு, புனனாடு என்ற இரண்டையும் பெய்து கூறுவர். இவற்றுள் தென்பாண்டி, குட்டம், குடம் என்பன நன்கு தெரிகின்றன. தொண்டை நாட்டின் தென்பகுதியின் கடல் சார்ந்த நிலம் அருவா நாடெனக் கல்வெட்டுக்களால் குறிக்கப்படுவதால், அருவா நாடும் அருவா வடதலையும் தொண்டை நாட்டைக் குறிக்கின்றமை பெறப்படும். கற்கா நாடென்பது இந்நாளைக் கன்னட நாட்டைக் குறிக்கிறதென்பது பழங்கன்னட நூல் வழக்கால் இனிது தெரிகிறது. திண்டுக்கல்லுக்கு மேற்கிலுள்ள குன்றுகட்குப் பன்றி மலையென்று பெயர் வழங்குவதால், அப்பகுதியைப் பன்றி நாடெனக் கொள்ளலாம். இப்போது தேனி, சின்னமனூர், கம்பம், கூடலூர் என்ற ஊர்களிருக்கும் நாட்டிற்குச் சிலர் பூழி நாடெனப் பெயர் கூறுவராயினும், அங்குள்ள கல்வெட்டுக்கள் அப்பகுதியை அளநாடு எனக் குறிக்கின்றன.[11] இனி மலபார் சில்லாவில் பொன்னானித் தாலுக்காவின் தென்பகுதி இன்றும் பூழிநாடு எனப்படுகிறது.[12] மலாடென்பது திருக்கோயிலூர்த் தாலுக்காவின் மேலைப் பகுதியென்பது கல்வெட்டுக்களால் தெரிகிறது. காவிரி பாயும் நீர் நாடு சீதநாடு எனப்பட்டதெனக் கொள்ளினும் பொங்கர்நாடு, ஒளிநாடு என்பன இவையென்பது தெரியவில்லை. ஆனால், பொங்கர் நாட்டைத் தெய்வச் சிலையார் வையையாற்றின் தென்கிழக்கிலுள்ள பகுதி என்பர். வேணாடென்பது மேனாட்டு யவனர் குறிப்புகளால் கொல்லத்துக்கும் அதங்கோட்டுக்கும் இடையிலுள்ள பகுதி யென்பதை அறிகின்றோம். புனனாடென்பதைப்

புன்னாடெனக் கொள்ளின், அது, கொங்கு நாட்டின் வடக்கிலுள்ள நாட்டைக் குறிப்பதாகும். அப்பகுதி புன்னாடென்றே அங்குள்ள கன்னட மொழி நூல்களில் குறிக்கப் பெறுகிறது.[13]

இவ்வகையில் தமிழ் மக்களும் தமிழ் நூல்களும் மேனாட்டு அறிஞர்களும் கூறுவனவற்றைக் கொண்டு நோக்கின், மேலைக் கடற்கரைப் பகுதி, தென்பாண்டி நாடு, வேணாடு, குட்டநாடு, குடநாடு, பூமிநாடு, கற்காநாடு என்ற ஆறு நாடுகளாய் விளங்கி இருந்ததாம். கற்காநாடு கொண்கானநாடெனவும் வழங்குதலால், இவற்றை வடக்கிலிருந்து முறையே கொண்கானநாடு, குடநாடு, குட்டநாடு, வேணாடு, தென்பாண்டிநாடு, (குட்டநாட்டைச் சேர்ந்திருப்பதாகக் கூறப்படும்) பூழி நாடு என்ற ஆறுமாகக் கோடல் வேண்டும்.

இனி, இப்பகுதிகளைத் தனித்தனியே எல்லை கண்டுதெளியு முன், இந்நாட்டில் வழங்கும் நூல்களைக் காண்பது முறை. கொண்கானநாடு கன்னட மொழி வழங்கும் நிலமாகவும், வேணாடும் குட்டநாடும் குடநாடும் மலையாள மொழி வழங்கும் நிலமாகவும் மாறிவிட்டன. தென்பாண்டி நாட்டுப்பகுதி பல்லாண்டுகளாக மலையாள வேந்தர் அரசியற்கீழ் அகப்பட்டொழிந்தது. கன்னட மொழிந்த ஏனைப்பகுதி முற்றும் இப்போது கேரள நாடு என்ற ஒரு பெயர் தாங்கி நிலவுகிறது. இப்பகுதியின் தொன்மை கூறுவனவாகக் 'கேரளோற்பத்தி, கேரளமான்மியம்' என்னும் இரு நூல்கள் உள்ளன. இவற்றின் அடிப்படையே இக்கேரளப் பகுதி. தமிழ் கூறும் நல்லுலகத்தின் கூறு என்பதை மறந்து நிற்கிறது. கேரளரென்பது சேரலர் என்ற தமிழ் மொழியின் சிதைவென்பதை அறியாது, தனித் தோற்றமென்னும் மயக்கத்தில் இவை முளைத்து உருவாகி இருக்கின்றது.

கேரளோற்பத்தி, கேரள மான்மியம் என்னும் இவ்விரு நூல்களும் கேரள நாட்டை நான்காக வகுத்துத் துளுநாடு. கூபகநாடு, கேரள நாடு, மூஷிகநாடு என்று கூறுகின்றனர். கோகரணம் முதல் பெரும்புழையாறு வரையில் உள்ளது துளுநாடு. பெரும் புழையாறு என்பது ஏழில் மலைப்பகுதியில் ஓடும் பழையனூர் ஆறாக இருக்கலாம் என்பர். பெரும்புழையாறு முதல் புதுப்பட்டினம் வரையில் உள்ளது கூபகநாடு என்றும், புதுப்பட்டினத்திலிருந்து கன்னெற்றி வரையில் உள்ளது. கேரள நாடென்றும், கன்னெற்றிக்கும் தென்குமரிக்கும் இடையில்

சேரநாட்டு
உட்பிரிவுகள்
வேணாடு
ஆரியநாடு
வானியாறு (ஷிராவதி)
வானவாசி நாடு
துளுநாடு
கங்க நாடு
வடுகர் நாடு
தகடூர்
வடவேங்கடம்
கொங்குநாடு
நறவு
சோழ நாடு
கீழ்க் கடல்
தொண்டி
பொன்வானியாறு
வஞ்சி
பாண்டிய நாடு
கோட்டாறு
கொல்லம்
வேணாடு
ஈழநாடு
மேலைக் கடல்
தென் கடல்

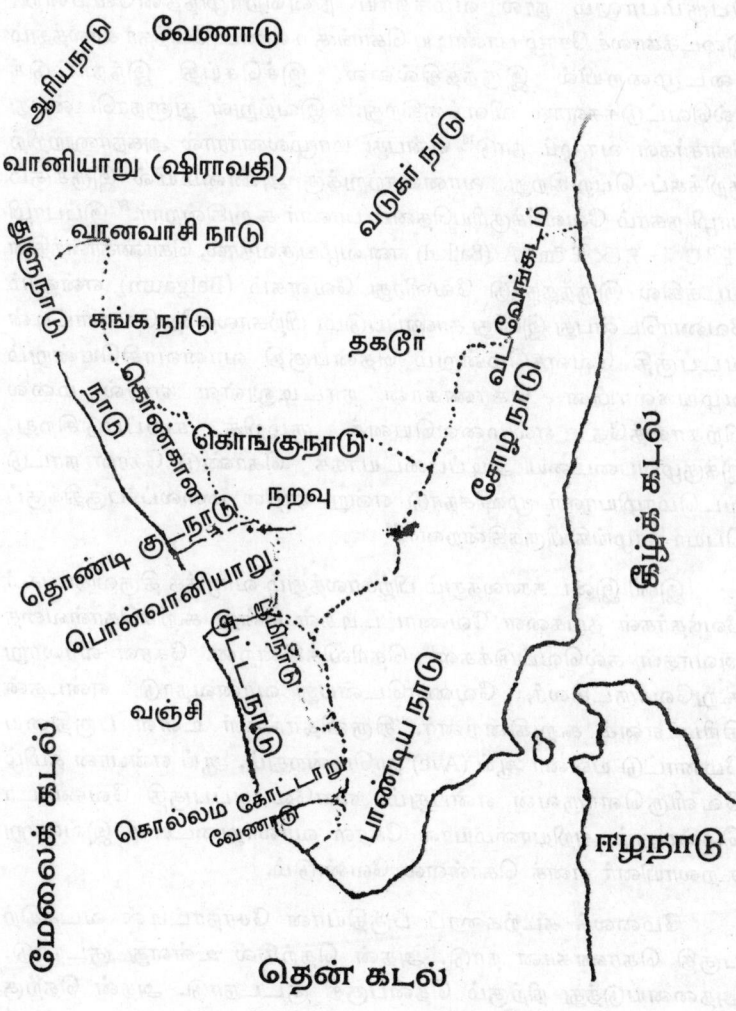

கிடப்பது மூஷிக நாடென்றும் கூறப்படுகின்றன. மூஷிக நாடு கூசல நாடெனவும் வழங்கப்படும். கன்னெற்றி என்பது தென் கொல்லமாமென இராபர்ட்டு சூவெல்[14] கூறுகின்றார். இவைகள் பெரும்பாலும் நூல் வழக்காய் நின்றொழிந்தனவேயன்றி, இடைக்காலச் சோழ பாண்டிய கொங்கு கன்னட வேந்தர் காலத்தும் நடைமுறையில் இருந்ததில்லை. இச்செய்தி இந்நாட்டுக் கல்வெட்டுக்களால் விளங்குகிறது.[15] இவற்றுள் துளுநாடென்பது கோசர்கள் வாழும் நாடு[16] என்பது மாமூலனாரால் அகநானூற்றிற் குறிக்கப் பெறுகிறது. வானவாற்றுக்கு அண்மையில் இருக்கும் பாழி நகரம் வேளிர்க்குரியதெனப் பரணர் கூறுகின்றார்.[17] இப்பாழி | P° C ¨ ÷£ õx £ õm PÀ (Batkal) என வழங்குவதால், கொண்கானத்தின் வடக்கில் இருந்தநாடு வேளிரது வேளகம் (Belgaum) என்னும் வேணாடென்பது இனிது காணப்படும். பிற்காலத்தே வேணாட்டின் வடபகுதி வேளகமென்றும் தென்பகுதி வானவாசியென்றும் வழங்கலாயின. கொண்கான நாட்டிலுள்ள ஏழில் மலை பிற்காலத்தே எலிமலையெனக் குழறிக் கூறப்படுகிறது. இக்குழறுபடையை அடிப்படையாகக் கொண்டு கேரள நாட்டு வடமொழியாளர் மூஷிகநாடு என்று ஏழில் மலைப் பகுதிக்குப் பெயர் வழங்கியிருக்கின்றனர்.[18]

இனி இடைக்காலத்தும் பிற்காலத்தும் வாழ்ந்த திருவிதாங்கூர் வேந்தர்கள் தங்களை வேணாட்டடிகள் என்று கூறிக்கொள்வதை அவர்கள் கல்வெட்டுக்கள்[19] தெரிவிக்கின்றன. கேரள வரலாறு கூறுவோருட்சிலர், வேணாடென்பது வானவநாடு[20] என்பதன் திரிபு எனக் கூறுகின்றனர். திருவிதாங்கூர் உள்ள பகுதியை மேனாட்டு யவனர் ஆய் (Ave) நாடென்றதும், ஆய் என்பான் தமிழ் வேளிருளொருவன் என்பதும், எனவே, அப்பகுதி வேணாடா மென்பதும் அறியாமையால் கேரள வரலாறுடையார் இவ்வாறு கூறலாயினர் எனக் கொள்ளல் வேண்டும்.

மேலைக் கடற்கரைப் பகுதியான சேரநாட்டின் வடக்கிற் பகுதி கொண்கான நாடு. அதன் தெற்கில் உள்ளது குடநாடு. அதனையடுத்து நிற்கும் தென்பகுதி குட்டநாடு. அதன் தெற்கு வேணாடு என்பது முன்னர்க் காணப்பட்டது. சேரநாட்டு வடகரைக்கும் கோகரணத்துக்கும் இடை நின்ற நாடு கொண்கான நாடு. இது துளு நாடென்றும் வழங்கியதுண்டு. பொன் வானியாற்றுக்கும் வடகரைச் சேரவாற்றுக்கும் இடையிலுள்ளது குடநாடு பொன்வானி. இந்நாளில் பொன்னானியென வழங்குகிறது. கொல்லத்துக்கும்

பொன் வானிக்கும் இடையிலுள்ளதாகிய நாடு குட்டநாடாகும். இதனையே சுருங்க நோக்குங்கால் திருவாங்கூர் நாட்டுக் கோட்டயம் பகுதிக்கும் வடக்கில் மலையாளம் சில்லாவைச் சேர்ந்த கோட்டயம் பகுதிக்கும் இடையே இரண்டையும் தன்னுள் அகப்படுத்தி நிற்கும் நிலப்பகுதி சேரநாடென்பது இனிது விளங்கும். திருவிதாங்கூர் நாட்டுக் கோட்டயம் பகுதியிலுள்ள அம்பலப்புழை, கருநாகப்பள்ளி, செங்கணான் சேரி, மூவாத்துப் புழை என்ற தாலுக்காக்கள் அடங்கிய பகுதி அந்நாட்டவரால் குட்டநாடென்று வழங்கப்படுகிறது. மலையாளச் சில்லாவிலுள்ள பொன்னானித் தாலுக்காவின் தென்பகுதிக்குக் குட்டநாடெனப் பெயர் கூறப்படுகிறது. இதனால் குட்டநாட்டின் பரப்புத் தெளிவாகத் தோன்றுகிறது. பொன்னானித் தாலுக்காவுக்கு வடக்கிலுள்ள ஏர்நாடு தாலுக்கா அந்நாட்டவரால் இராம நாடென்று குறிக்கப்படுகிறது. இதன் பழம்பெயர் ஓமையநாடு என்பது[21] இடைக்காலச் சோழ வேந்தர்களின் கல்வெட்டுக்கள்[22] இதனை இராம குடநாடு என்று குறிக்கின்றன. இந்நாட்டுக்கும் இதற்கு வடக்கிலுள்ள குறும்பர் நாடு தாலுக்காவுக்கும் கிழக்கிலுள்ள குடகு நாட்டவர், தம்மைக்குடவர் என்றும் தம்முடைய நாட்டைக் குடநாடென்றும்[23] கூறுகின்றனர். இவ்வாற்றால் குடநாட்டின் பரப்பும் முன்னே கண்ட குடநாட்டின் வடக்கில் நிற்கும் ஏழிற்குன்றம் கொண்கான நாட்டது என்றும், அது நன்னன் என்ற வேந்தனுக்குரியதென்றும்[24] அந்நன்னனை நன்னன் உதியன்[25] என்றும் சங்கச் சான்றோர் கூறுதலால், கொண்கான நாடு சேரர்க்குரிய குடநாட்டதென்பது தெளியப்படும்.

இவ்வாறே தெற்கில் கொல்லத்துக்கும், வடக்கில் கோகரணத்துக்கும் இடையில் குட்டம் குடம் என இருபெரும் பகுதியாகத் தோன்றும் சேரநாட்டுக்குத் தெற்கில் வேணாடும் வடக்கில் கொண்கான நாடும் எல்லைகளாய் விளங்கின. இந்தச் சேர நாட்டை ஏனைத் தமிழ் நாட்டினின்றும் பிரித்து வைப்பது மேற்கு மலைத்தொடர்[26] வானமலை என்பது இதன் ஒரு பகுதி ஆனை மலைத் தொடர் என மருவி வழங்குகிறது. வஞ்சிக்களம் அஞ்சைக்களமெனவும் வஞ்சனாடு, அஞ்சனாடு எனவும் மருவுவது மலை நாட்டிற் பெருவழக்கு.

தெற்கிற் பொதியின் மலையிலிருந்து வடக்கு நோக்கிச் செல்லும் இம்மலைத் தொடர், பம்பாய் மாகாணத்துத் தபதி நதிக்கரை வரையில் தொடர்ந்து நிற்கிறது. இதன் நீளம் 1000 கல்.

வடகன்னடம் சில்லாவில் இரு சிறு பிளவுகளும், இடையில் மலையாளம் சில்லாவில் ஒரு பெரும்பிளவும், திருவிதாங்கூர்ப் பகுதியில் ஒரு சிறு பிளவும் இம்மலைத் தொடரில் உள்ளன. இவற்றுள் மலையாளம் சில்லாவிலுள்ள பிளவுபோல ஏனைய பிளவுகள் இடைக்காலத்தில் மக்கட்போக்குவரவுக்குப் பெருந்துணை செய்யவில்லை. இப்பெரும்பிளவைப் பாலைக் காட்டுக் கணவாய் என்பது வழக்கம். இப்பிளவின் வடபகுதி வடமலைத் தொடரெனவும், தென்பகுதி தென்மலைத் தொடரெனவும் வழங்கும் இப்பிளவின் இடையகலம் இருபது கல். சென்னையிலிருந்து கோயம்புத்தூர் வழியாக மேலைக் கடற்கரைக்குச் செல்லும் இருப்புப்பாதையும் பெருவழியும் (ஏடிஞ்ட கீணிச்ஞ்) இப்பிளவினூடே செல்கின்றன. இப்பிளவில் பாரதப்புழை என்ற பெயர் தாங்கி வரும் ஆறு மேற்கே ஓடி, பொன்வானி யாற்றோடு கலந்து, மேலைக்கடலிற்சென்று சேர்கிறது. அப்பிளவின் கீழை வாயிலாகப் பாலைக்காடு நிற்கிறது.

இப்பிரிவின் வடமலைத் தொடர்களிற் காணப்படும் ஏழில் மலையும் குதிரை மலையும், தென்மலைப் பகுதியில் பொதியமும் நாஞ்சில் மலையும் அயிரை மலையும் நேரிமலையும் பிறவும் புலவர் பாடும் புகழ்பெற்றன.

சேர நாட்டின் வடபகுதியான குடநாட்டு மலைகளுள் ஏழில் மலை 855 அடி உயரமுள்ளது. இது நிற்கும் பகுதி கொண்கான மென்பது முன்பே கூறப்பட்டது. இதுவே கொங்கணமென்றும், இங்கே வாழும் கொண்கானிகள் கொங்கணிகள் என்றும் வழங்கப்படுவது நாளடைவில் உண்டான சிதைவு. பண்டை நாளைத் தமிழ் மக்கள் மேற்கொண்டிருந்த இசைக் கருவிகளுள் ஏழில் என்பது ஒன்று அதுபோலும் தோற்றத்தை இம்மலையும் கொண்டிருந்தமையின், பண்டையோர் இதனை ஏழில் மலை என்றனர். இவ்வாறே குதிரை முகம் போலக் காட்சியளிக்கும் மலைமுடியைக் குதிரைமலையென்று வழங்கினர்[27]. இவ்வேழில் மலைக்குக் கிழக்கில் தோன்றும் குன்றுகளில் ஒன்று நீலகிரி எனப்படுகிறது. சேரன் செங்குட்டுவன் வடநாடு சென்றபோது தங்கினது இவ்விடத்தேயாம். இதற்கு இங்குள்ள செங்கோட்டூர் இனிய சான்று பகருகிறது. அக்காலை, அவன் பால் கொங்கணக் கூத்தரும் கொடுங்கருநாடரும் வந்து தமது கூத்தால் அவனை மகிழ்வித்துப் பரிசில் பெற்று அன்புற்றனரென்று, இளங்கோவடிகள் இயம்புகின்றனர்[28]. மேலை நாட்டினின்று வாஸ்கோடகாமா,

சேர கொங்கு நாட்டு
மலைகளும் ஆறுகளும்

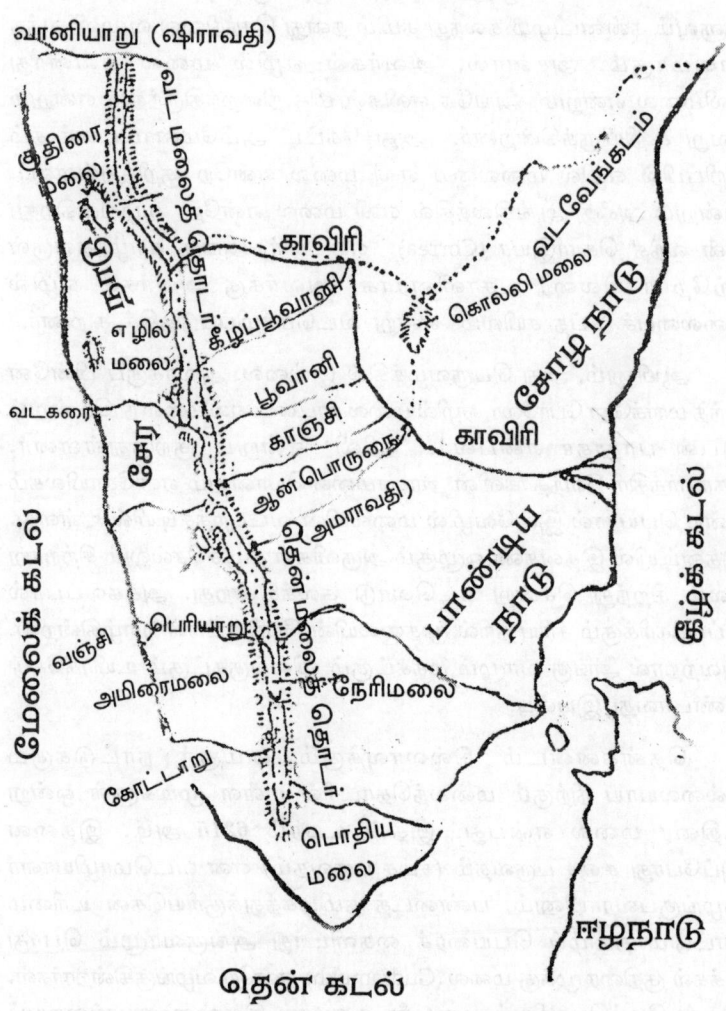

வந்தபோது, அவன் துணைவர் மேனாட்டுக்கடல் வணிகர்க்கு முதற்கண் இப்பகுதியிற் காட்சி தருவது இவ்வேழில் நெடுவரையே என்று கூறினர்[29].

மேனாட்டவர் முதற்கண் அப்பகுதிக்கு வந்தபோது, அங்கே துளுவும் கன்னடமும் கலந்து தமிழ் தனது செந்நிலை வழுவி வந்த காலமாகும். அதனால், அவர்கள் ஏழில் மலை என்னாது எலிமலை என்றும், அங்கே எலிகள் மிக நிறைந்திருந்தன என்றும் தவறு கூறியிருக்கின்றனர். அது கேட்ட அம்மேனாட்டவர் தம் குறிப்பில் ஏழில் மலையை எலி மலை என்றே குறித்துள்ளனர். இன்றும் அஃது ஆங்கிலத்தில் எலி மலை என்றே வழங்குகிறது. பின் வந்த கொரீஇயா (Correa) என்பவர், அங்கு வாழ்ந்தவருள் கற்றோர் சிலரை உசாவினராக, அவர்க்கு அவர்கள் ஏழில் மலையைச் 'சப்த சயிலம்' என்று வடமொழிப்படுத்திக் கூறினர்.

ஆயினும், அது பெருவழக்கில் இல்லை. அவர்க்குப் பின்னே வந்த மார்க்கோ போலோ, ஏழில் மலை நாட்டை எலிமலை நாடென்றும் இபன் பாதூதா என்பவர், 'ஹிலி' என்றும் குறித்துள்ளனர். கேரளாத்திரி வேந்தர்களின் அரண்மனையொன்றும் ஏளிகோயிலகம் என்ற பெயரால் இவ்வேழில் மலையின் வடபுறத்தடியில் உள்ளது. இதனடியில் இதன்கண் ஒழுகும் அருவிகள் கூடிச்செல்லும் சிற்றாறு நலம் சிறந்து சென்று கடலொடு கலக்கின்றது. அக்கலப்பால் உப்புக்கரிக்கும் கரிய நீரில் முதலையின் பேரினங்கள் வாழ்கின்றன. அவற்றால் அங்கு வாழும் மக்கட்கும் விலங்குகட்கும் உயிர்க்கேடு உண்டாவது இயல்பு.

தென்கன்னடம் சில்லாவுக்கும் மைசூர் நாட்டுக்கும் எல்லையாய் நிற்கும் மலைத்தொடரில் உள்ள முடிகளுள் ஒன்று குதிரை மலை என்பது. இதன் உயரம் 6215 அடி. இதனை இப்போது சஞ்ச பருவதம் (சம்ச பருவதம்) என வடமொழியாளர் வழங்குபவராயினும், பண்டைத் தமிழகத்துக்குரியதென உரிமை காட்டும் தமிழ்ப் பெயரைக் கைவிடாது அங்குவாழும் பொது மக்கள் குதிரை மூக்கு மலை (Gudramukh) என்றே வழங்குகின்றார்கள். இதன் மேற்பொழியும் மழைநீர் ஒருபால் கிருஷ்ணையாற்றையும் ஒருபால் காவிரியாற்றையும் அடைகிறது. கடலிலிருந்து காண்போர்க்கு இது குதிரை முகம் போலக் காட்சியளித்தலால் இப்பெயர் பெறுவதாயிற்று.[30]

தென்னம்பொருப்பு எனப்படும் தென்மலைத் தொடர். 200 கல் நீளமுள்ளது. இது கொங்கு நாட்டிற்கும் பாண்டி நாட்டிற்கும் மேலெல்லையாய் நிற்கிறது. இதன்கட் காணப்படும் முடிபுகளுள் திருவிதாங்கூர் நாட்டுக் கோட்டயம் பகுதியில் நேரிமலையும் அயிரைமலையும் பேரியாற்றின் கரையில் நிற்கின்றன. கொச்சி நாட்டையடுத்து வடகீழ்ப்பகுதியில் நிற்கும் நெல்லியாம்பதி மலைகளுள் பாதகிரி என்பது ஒன்று. இதனை 'மிதியாமலா' என்றும் 'மியான்முடி' என்றும் கூறுவர். இதன் உயரம் 5200 அடி. இதன் அடியிலுள்ள நாட்டவர், குறுமுனிவர் பொதிய மலைக்கு வந்தபோது அவருடைய செருப்படியழுந்தியதனால் இம்முடி செருப்புப் போலாயிற்றென்றும், இது சித்தர் வாழிடமாதலால் யாரும் இதன்மேல் கால் வைத்து ஏறக்கூடாதென்பது பற்றி மிதியாமலையென இதற்குப் பெயரெய்திற்றென்றும் உரைக்கின்றனர். செருப்பென்பதன் பொதுமை நீக்கி மலையைச் சிறப்பாக வுணர்த்தல் வேண்டிய சங்கச் சான்றோர், 'மிதியல் செருப்பு' என்றும், அது பூழி நாட்டுக்குரியதென்பது தோன்ற 'மிதியல் செருப்பின் பூழியர்'[31] என்றும் இசைத்துள்ளனர். இதன் உண்மை வரலாறு இது.

இம்மேற்கு மலைத் தொடரில் தோன்றி இழிந்தோடும் ஆறுகள் பல. அவற்றுள், தமிழ்ச்சான்றோர் பரவும் புகழமைந்த பேராறுகளுள் காவிரியும், வையையும், தண்ணான் பொருநையும், பேரியாறும் சிறப்புடையனவாம். அவற்றுள் காவிரியாறு சேரரது குடநாட்டில் தோன்றித் தன்னைப்போலத் தோன்றிவரும் ஏனைச் சிற்றாறுகளோடு கூடிக் கொங்குநாடு கடந்து சோழ நாட்டிற் பரந்து பாய்ந்து கடலிற்கலக்கும் சிறப்புடையது. இதனால் சோழ நாடே பெரும்பயன் எய்துவது பற்றி, இது சோழர்க்குரியதாய் நிலவுகிறது. சோழ நாட்டுச் சோழ வேந்தரைப் பாடும் சான்றோர் காவிரிக்குச் சொன்மாலை சூட்டிச் சிறப்பிக்கின்றனர். பாண்டியரது பாண்டி நாட்டு வையை யாறும் தென்மலையாளப் பொருப்பிலே தோன்றிப் பாண்டிய நாட்டிற் படர்ந்து பயன்பட்டுக் கடலிற் கலந்துவிடுகிறது. பாண்டி வேந்தரைப் பரவும் பாவலர் பலரும் இவ்வையை யாற்றை வான்புகழ் வயங்கப் பாடியுள்ளனர். தண்ணான் பொருநை. பொதியிலுக் கண்மையில் தோன்றித் தென்பாண்டி நாட்டிற் சிறந்து பரவித் தென்கடலிற்சென்று சேர்கிறது.

செந்தமிழ் நாட்டிற் சிறப்புடைய ஆறுகட்குத் தோற்றுவாயாய் விளங்குவது மலை நாடாயினும், அந்நாட்டிலே தோன்றி அந்நாட்டிலேயே படர்ந்தோடி அந்நாட்டு மேலைக் கடலிற் கலக்கும் பெருமையாற் பிறங்குவது பேரியாறாகும். இது பற்றியே சிலப்பதிகாரம் பாடிய சேரரிளங்கோ. சோழ நாட்டுப் புகார்க் காண்டத்தில் காவிரியாற்றையும், மதுரைக் காண்டத்தில் வையையாற்றையும் பாடி, சேரர்க்குரிய வஞ்சிக் காண்டத்தில் பேரியாற்றைப் பெரிதும் புகழ்ந்து பாடியிருக்கின்றனர்.

ஏனைக் காவிரியையும் வையையையும் போலப் பேரியாற்றைப் பற்றித் தமிழ் மாணவர் நன்கறியும் வாய்ப்பு இலராதலால், அவர் பொருட்டு அதன் தோற்றவொடுக்கத்தைக் கூறுதும்: மேலைமலைத் தொடரின் தென்மலைப் பகுதியில் சிவகிரிக் காட்டின் இடையே ஏரியொன்றுள்ளது. அதன்கண் வழிந்தோடுவது பேரியாறு. இங்ஙனம் தோன்றும் பேரியாறு வடக்கு நோக்கி 10 கல் அளவு சென்று, முல்லையாற்றோடு கூடிக்கொண்டு மேற்சென்று, இரண்டு பெருமுடிகட்கிடையே அவற்றின் அடியைக் குடைந்து செல்லுகிறது. அவ்விடத்தே சென்னையரசியலார் 1200 அடி நீளமும் 160 அடி உயரமுமுள்ள அணையொன்று கட்டி நீரைத் தேக்கி அதன் பெருக்கின் பெரும்பகுதியை வையையாற்றிற் கலக்கும் சிற்றாறொன்றில் திருப்பிவிட்டனர். அவ்வணையின் கீழ்ச் செல்லும் பேரியாறு, மலைப் பிளவுகள் வழியாய் மேலைக் கடற்கரைப் பக்கம் இறங்கத் தலைப்பட்டுச் சிறிது சென்றதும் அங்கே வந்து சேரும் பெருந்துறை யாற்றோடு கூடுகிறது. பின்பு அவ்விடத்தினின்றும் இறங்கி வருகையில் சிறுதாணி எனப்படும் சிற்றாறு வந்து சேருகிறது. சிறிது தூரம் சென்றதும், முதற்கண் குடவாறு வந்து கூடப்பெற்றுச் சிறிது சென்றதும், கொடை வள்ளலான குமணனுக்குரிய முதிரமலையில் தோன்றிவரும் முதிரப் புழையாற்றை வரவேற்றுத் தழீஇக்கொண்டு வடமேற்கு மூலையாகச் சென்று கோகரணிப்பாறை என்னுமிடத்தே நூறடியாழத்திற் குதித்து, எட்டுக்கல் தொலையில் வீழ்ந்து கிடக்கும் பெரும்பாறையின் அடியிலுள்ள முழைஞ்சினுட் புகுந்து மறைந்து, நெடிது சென்று தலை காட்டுகிறது. நீர் மிகப் பெருகி வருங்காலத்தில் அப்பாறைமேல் வழிந்தோடுவது பேரியாற்றுக்கு இயல்பு. இவ்வண்ணம் வெளிப்பட்டுவரும் பேரியாறு வரவர வாயகன்று ஆழம் சிறந்து காட்டு மரங்களைச் சுமந்து செல்லும் பெருக்குடையதாகி, நேரிமங்கலத் தருகில் தேவியாற்றொடும்

அதற்குப் பின் எட்டுக்கல் தொலைவில் இடியாறெனப்படும் இடைமலை யாற்றோடும் கூடி 1200 அடி அகலமுடையதாய் இயங்குகிறது. அவ்வளவில் பல சிற்றாறுகள் வந்து சேர்கின்றன. அங்கிருந்து பல குன்றுகட்கிடையே வளைந்தும் நெளிந்தும் செல்லும் இப்பேரியாறு ஆலப்புழையை நெருங்கியதும் இருகிளையாய்ப் பிரிகிறது ஒரு கிளை. ஆலப்புழையின் வடமேற்கிற் சென்று அங்குள்ள காயலில் விழுகிறது. மற்றொன்று, தெற்கில் வந்து, பல கிளைகளாய்ப் பிரிந்து, வீரப்புழைக் காயலிலும் திருப்பொருநைத்துறைக் காயலிலும் வீழ்ந்து விடுகிறது. வீரப்புழை வீரப்பொலியெனவும், திருப்பொருநைத்துறை திருப்புனித்துறா எனவும் சிதைந்து வழங்குகின்றன. இதன் நீளம் 142 கல் என்று கணக்கிட்டுள்ளனர்[32].

கடலளவுக்கு 2800 அடி உயரத்தில் மலை முகட்டில் தோன்றி 60 கல் அளவு மலையிடையே நெளிந்து வளைந்து தவழ்ந்து தாவித் துள்ளிப் பரந்து வரும் பேரியாறு, தன்மேல் அடர்ந்து படர்ந்து செறிந்து தழைத்து நிற்கும் பசுங்கானம் போர்த்துத் திருமால் போல் இனிய காட்சி நல்கும் மேற்குமலைக் குவட்டில் திருமால் மார்பிற்கிடந்து மிளிரும் முத்து மாலை போல இனிய காட்சி நல்குகிறது. அதன் இரு கரையிலும் கோங்கமும் வேங்கையும் கொன்றையும் நாகமும் திலகமும் சந்தனமுமாகிய மரங்கள் வானளாவ ஓங்கி நிற்கின்றன. அவற்றின் பூக்களும் பசுந்தழைகளும் ஆற்றில் உதிர்ந்து அதன் நீரைப் புறத்தே தோன்றாதபடி மறைத்து விடுகின்றன. இவ்வியல்பை இளங்கோவடிகள்,

கோங்கம் வேங்கை தூங்கிணர்க் கொன்றை
நாகம் திலகம் நறுங்கா ழாரம்
உதிர்பூம் பரப்பி னொழுகுபுன லொளித்து
மதுகரம் ஞிமிறொடு வண்டினம்பாட
நெடியோன் மார்பி லாரம் போன்று
பெருமலை விலங்கிய பேரியாறு[33]

என எடுத்தோதுகின்றார்.

இம்மேலை மலைத்தொடரிற் பாலைக்காட்டுக் கணவாயின் வடக்கிலுள்ள வடமலைத் தொடரான வானமாமலைத் தொடரிலும், தெற்கில் ஆனை மலை முதலாகவுள்ள தென்மலைத் தொடராகிய தென்னம்பொருப்பிலும் ஆறுகள் பல உண்டாகின்றன. அவற்றுள்,

வானமலைத் தொடர் 800 கல்நீளமுடையது. அதன்கண் தோன்றும் சிறப்புடைய ஆறுகளை வானியென்றும், தென் பொருப்பில் தோன்றும் சிறப்புடைய ஆறுகளைப் பொருநை யென்றும் பண்டைத் தமிழ்ச் சான்றோர் வழங்கியிருக்கின்றனர். தென்கன்னடம் சில்லாவுக்கும் வட கன்னடம் சில்லாவுக்கும் எல்லையாய்க் கிழக்கு மேற்காக ஓடிக் கடலில் கலக்கும் ஆறு வானியாறு எனப்படும். இப்போது அது கன்னடரால் ஹோனவாறு என்றும் ஷிராவதி என்றும் சிதைக்கப் பெற்றுள்ளது. ஹோனவாறு இன்று ஷிராவதியாறு கடலொடு கலக்கும் இடத்து நகரத்துக்குப் பெயரளவாய் நின்று விட்டது. ஆறு மாத்திரம் சேரவாறென நின்று பின்பு ஷிராவதியாகிவிட்டது. இவ்வடமலைத் தொடரின் தென்னிறுதியில் தோன்றும் ஆறு, பாலைக்காட்டுக் கணவாயில் பாரதப் புழையுடன் கலந்து ஓடி, மேலைக் கடலில் பொன்வானி நகர்க்கண்மையில் கடலொடு கலக்கின்றது. இப்பொன்வானி இப்போது பொன்னானி எனச் சிதைந்து வழங்குகிறது. வடமலைத் தொடரில் தோன்றிக் கிழக்கில் மைசூர் நாட்டில் ஓடிக் காவிரியொடு கலக்கும் ஆறு கீழ்ப் பூவானி என்றும், உதகமண்டலத்தில் தோன்றிக் கோயம்புத்தூர் சில்லாவில் ஓடிக் காவிரியொடு கலக்கும் ஆறு பூவானி என்றும் பண்டைச் சான்றோரால் வழங்கப் பெற்றன. இப்போது அவை கெப்பானி (ஓச்ஞுஞுச்ணடி) என்றும் பவானி என்றும் மருவி நிலவுகின்றன. கோயம்புத்தூர் சில்லாவில் கோபிசெட்டி பாளையந் தாலுக்காவில் இப்பூவானியாற்றின் கரையில் பூவானி என்று பெயர் தாங்கிய ஊரொன்றிருப்பதும், அப்பகுதியை இடைக்காலக் கல்வெட்டுக்கள்[34] பூவானி நாடெனக் குறிப்பதும் இம்முடிபுக்குச் சான்று பகர்கின்றன.

இவ்வானமலைத் தொடரில் தோன்றும் ஆறுகள் பலவும் வானி என்று பெயர் பெறுவதை நோக்கின் இம்மலைத் தொடர் வானமலை என்ற பெயர் கொண்டு ஒரு காலத்தே நிலவியிருந்த தென்பது நன்கு தெளிவாகிறது. இம்மலையின் வடபகுதியில் வானியாற்றின் கிழக்கில் உள்ள நாட்டுக்கு வானவாசி என்று பெயர் கூறப்படுகிறது. அங்குள்ள அசோகன் கல்வெட்டுக்கள்[35] அதனை வானிவாசி என்கின்றன. வாசி என்பது பாசி என்னும் தமிழ்ச் சொல்லின் சிதைவு. பாசி, கிழக்கு என்னும் பொருளது.[36] ஆகவே, வானவாசி வானமலைக்குக் கிழக்கிலுள்ளது என்றும், வானியாறு, வானமலையில் தோற்றமுடைய ஆறு என்னும் பொருள்படுமாறு காணலாம். இவ்வானமலையின் தென்பகுதி

பாயல் நாடெனவழங்குமாயினும், பொதுவாக மேற்கில் கொண்கானத்துக்கும் கிழக்கில் வானவாசிக்கும் இடை நிற்கும் மலை நாடு. வானமலை நாடென வழங்கினமை தேற்றம்.

தென்பொருப்பு மலைப்பகுதியில் தோன்றும் பேரியாற்றின் கிளையைப் பொருநை என்றும், அது கடலொடு கலக்கும் இடத்துள்ள ஊர்க்குத் திருப்பொருநைத்துறை என்றும், கிழக்கில் கோயம்புத்தூர் சில்லாவில் தாராபுரம் வழியாக ஓடிக் காவிரியொடு கலக்கும் ஆற்றுக்கு ஆண் பொருநையென்றும், திருநெல்வேலி வழியாக ஓடிக் கடலொடு கலக்கும் ஆற்றுக்குத் தண்ணான் பொருநை என்றும் பண்டையோர் பெயரிட்டுள்ளனர். அவற்றுள் திருப்பொருநைத்துறை திருப்புனித் துறாவானாற் போல, ஆன் பொருநை ஆம்பிராவதி என்றும், தண்ணான் பொருநை தாம்பிரபரணி என்றும் இப்போது மருவினவாயினும், இப்பெயரளவே நோக்கின் பண்டைச் சேர நாட்டின் வடபகுதி வானவாசி நாடு வரையில் பரந்திருந்தமை இனிது தெளியப்படும்.

அடிக்குறிப்புகள்

1. புறம். 357
2. தொல் செய். 78
3. திருஞான; 337:2
4. Bombay Gazet. Kanara. Part, II. PP.266-71
5. பெருந்தொகை, 2091
6. W.L. Mala, P.255
7. அகம் 61
8. முருகு. 176
9. L. Rice; Mysore, Vol. ii. P. 361 and Vol. i. p. 419
10. தொல். சொல். தெய்வ. 395
11. M. Ep. A.R. No.428, 1907
12. Malabar. Manual Vol. i. pp.647, 666
13. Heritage of Karnataka, p.10
14. Archaeoligical Survey of South India, Vol. ii.p. 196
15. T.A.S. Vol. ii. p. 106
16. அகம் - 15
17. அகம் 258

18. மூஷிக நாட்டு வரலாற்றின் 'மூஷிக வம்சம்' என்ற நூல் (T.A.S. Vol. ii. p. 87 - 113) கூறுகிறது.
19. A.R. No. 39-41 of (1936 - 7.3 K.P.P. Menon's History of Kerala, Vol. ii.p.5
20. K.P.P. Menon's History of Kerala, Vol. ii.p.5
21. T.A.S. Vol. iii. p. 19 - 9
22. M.Ep.A.R.No. 523 of 1930
23. Imp Gezet of India: Mysore and Coorg. p. 273
24. நற் 391
25. அகம் 258
26. மேற்கு மலைத்தொடர் என்பது மேனாட்டவர் குறித்த வெஸ்டர்ன் காட்ஸ் (Western Ghats) என்ற பெயரின் மொழி பெயர்ப்பு; வடவர் இதனை சஹ்யாத்திரி என மொழி பெயர்த்து வழங்குவர்.
27. Imp. Gezet of Madras. Vol. u.pp.395-6
28. சிலப் 26:106
29. W.Logan's Malabar, P.7.,
30. Imp. Gazet, Mysore & Coorg, pp.223 and 109
31. பதிற். 21
32. Nagam Iyer's Travancore Manual, Vol,I.pp. 17-8
33. சிலப். 25:17-22
34. S.I.I. Vol. VII. No.19, 30
35. L Rice, Mysore, Vol. I. P. 191
36. புறம் 229

2. சேரநாட்டின் தொன்மை

சேர நாட்டின் தொன்மை நிலையை உணர்வதற்குப் பண்டைநாளைச் சங்கத் தொகை நூல்கள் ஓரளவு துணை செய்கின்றன. இந்நூல்கள் பலவும் சான்றோர் பலர் அவ்வப்போது பாடிய பாட்டுக்களின் தொகையாதலால், இவற்றால் சேர வேந்தர்களையும் சேரநாட்டுக் குறுநிலத் தலைவர்களையும் முறைப்படுத்திக் காண்பதற்குப் போதிய வாயில் இல்லை. இவற்றைப் பாடிய சான்றோரும் சேரநாட்டின் இயற்கை நிலையினையும் மக்கள் வாழ்க்கை முறையினையும் வரலாற்று முறையில் வைத்துக் கூறினாரில்லை. ஆயினும், இந்நூல்களால் சேரநாட்டு மலைகளிற் சிலவும், யாறுகளிற் சிலவும் ஊர்களிற் சிலவும் தெரிகின்றன. இந்நூல்களிலும் பதிற்றுப்பத்தும் புறநானூறும் சேர வேந்தர்களையும் சேர நாட்டையும் சில பல பாட்டுக்களில் சிறந்தெடுத்துக் கூறுகின்றன. ஏனையவை, ஆங்காங்குச் சிற்சில குறிப்புகளையே வழங்குகின்றன.

இச்சங்கத் தொகை நூல்களை அடுத்து, பின்னர்த் தோன்றிய சிலப்பதிகாரமும் மணிமேகலையும் சேர நாட்டைப் பற்றிச் சிறிது விரியக் கூறுகின்றன. இவ்விரண்டன் ஆசிரியர்களும் சேர நாட்டவராதலால் அவர் கூறுவன நமது ஆராய்ச்சிக்குத் துணையாகின்றன. ஆயினும், இவை கிறித்துவத்துக்குப் பிற்பட்ட காலத்தன. கிறித்துப் பிறப்பதற்கு முன்னைய காலத்தேயே நம் தென் தமிழ்நாடு சிறந்து விளங்கியதாகலின், அக்காலத்து நிலையை விளக்குவதற்கு இந்த இரு நூல்களும் நிரம்புவன வாகா. ஆகவே, கிறித்துவுக்கு முற்பட்ட காலத்து வரலாற்றுக் குறிப்புகள் கிடைப்பின், அவற்றை ஆராய வேண்டுவது கடனாகிறது.

கிறித்துவுக்கு முன் தோன்றிய நூல்கள் தொல்காப்பியமும் சங்கத் தொகை நூல்களிற் காணப்படும் பாட்டுக்களுட் சிலவுமேயாம். தொல்காப்பிய நூலின் நோக்கம் வரலாறு கூறுவதன்று. ஆயினும், அதன் பொருளிலக்கணப் பகுதி தமிழ் கூறும் நல்லுலகத்து மக்களுடைய வாழ்க்கைக் கூறுகளைத் தொகுத்தும் வகுத்தும் விரித்தும் கூறுவது. அந்நிலையில் அது சேர மன்னருடைய அடையாளப்பூ. அவர்க்குச் செந்தமிழ் நாட்டின்பாலுள்ள உரிமை முதலியவற்றைக் குறிப்பதோடு நின்றுவிடுகிறது.

இந்நூற்றொகுதிகளைக் காண்போமாயின். சங்க காலத்தில், ஏனைச் சோழ பாண்டி நாடுகளை விடச் சேரநாடு வடவாரியர் கூட்டுறவை மிகுதியாகப் பெற்றிருப்பது தெரிகிறது. அதனால், சேரர்களைப் பற்றிய குறிப்புகள் வடநூல்களில் இருக்கு வேதமும் தைத்திரீயமும் வியாசபாரதமும் சேரர்களைச் சேரர் என்றே குறிக்கின்றன[1]. மேலும், இருக்கு வேதத்தின்கண் 'ப்ரஜா:திஸ்ரோ அத்யாயம் அயூஹ்'[2] என்பதற்குப் பொருளுரைக்கும் தைத்திரீய ஆரண்யகம். 'யாவைத்தா இமாஹ் ப்ரஜா:திஸ்ரோ அத்யாயம் ஆயம்தானி இமானி வாயாம்ஸி வங்கவாகதா:சேரபாதா:'[3] என்று உரைத்தது. இதற்கு உரை கூறிய சாயனாசாரியர். வாயாம்ஸி என்றது பறவைகளென்றும், வங்கவாகதாட்: என்றது மரஞ்செடிகளென்றும், சேரபாதா: என்றது பாம்புகளென்றும் உரைத்தார். ஆனந்த தீர்த்தரென்பார் இம்மூன்றும் முறையே பிசாசர், இராக்கதர், அசுரர் என்ற மூவரையும் குறிக்குமென்றார். கீத்து (Keith) என்னும் மேனாட்டறிஞர் வங்கவாகதா: சேரபாதா: என்பன வங்கர் களையும் மாகதர்களையும் சேரர்களையும் குறிக்குமென்றார். இவற்றை, ஆராய்ந்து கண்ட ஆராய்ச்சியாளர், கீத்தென்பார் கூறுவதே இடத்துக்கும் இயைபுக்கும் பொருத்தமாகவுளது என்று எடுத்துரைக்கின்றனர்[4]. இராமாயணத்தில்[5] சீதையைத் தேடிச் சென்ற வானர வீரர்களுக்கு வழிதுறைகளை வகுத்துரைத்த சுக்கிரீவன், தென்னாட்டு இயல்பு கூறுங்கால், சோழ, சேர, பாண்டியர் மூவரும் வந்திருந்ததாக வியாசர்[6] கூறுகின்றார். இவ்வாற்றால் வேத காலத்திலும் இதிகாச காலத்திலும் வடநாட்டு வடவருக்குத் தென்னாட்டுச் சேர சோழ பாண்டியர் தெரிந்திருந்தனர் என்பது தெளிவாய் விளங்குகிறது.

இப்போது, சேர நாட்டின்கண் அதன் தொன்மை கூறும் வகையில் வரலாற்று நூல்கள் இரண்டு நிலவுகின்றன. அவை

கேரளமான்மியம், கேரளோற்பத்தி என்பனவாம். அவற்றுள் மான்மியம் வடமொழியிலும் கேரளோற்பத்தி மலையாள மொழியிலும் உள்ளன. அவை நாட்டு வரலாறாகக் கூறப்படுவது பற்றி ஈண்டு ஆராயும் தகுதி பெறுகின்றன. இவற்றுள் கேரளோற்பத்தியை எழுதியவர் துஞ்சத்து இராமானுசன் எனப்படுகின்றார்.

வேந்தர் குலத்தை வேரறுத்துவந்த பரசுராமன் புதிதாக நாடொன்று படைக்க விரும்பித் தன் தவவன்மையாற் கடலிலிருந்து மலையாள நாட்டை வெளிப்படுத்தி, அதன்கண் பிராமணர்களை வாழச் செய்தான்.[7] அவர்கட்குச் சில காலத்துக்குப் பின் நாகர்களால் பெருந்துன்பமுண்டாயிற்று. அதனால், அவர் அனைவரும் அந்நாட்டினின்றும் போய்விட்டனர். பின்னர்ப் பரசுராமன் வடக்கில் உள்ள ஆரியநாட்டின் அறுபத்து நான்கு ஊர்களில் வாழ்ந்த பிராமணர்களைக் கொணர்ந்து குடியேற்றினான். நாகர்களின் இடுக்கண் நீங்க நாகவழிபாடும் நாகர்கட்குக் கோயில்களும் ஏற்படுத்தினான். அச்செயல்களால் நாகர் துன்பம் குறைந்தது. அதனையறிந்த பழைய பிராமணர்கள் தங்களைப் பழந்துளு வரென்றும் துளுபிராமணர்களென்றும் கூறிக்கொண்டு திரும்பி வந்தனர். பரசுராமன் அவர்கட்கு நாகர் இடுக்கண் பற்றறத் தொலையும் பொருட்டு மந்திரங்கள் கற்பித்துக் கோயில்களிற் பணிபுரியுமாறு ஏற்பாடு செய்தான். மருமக்கள் தாயமுறையை முதற்கண் ஏற்படுத்தியவனும் பரசுராமனே.

சில காலத்துக்குப் பின் அந்தப் பிராமணர்கட்கிடையே மனப்புழுக்கமும் பூசலுமுண்டாக, நான்கு பேரூரில் வாழ்ந்த பிராமணர்களை வருவித்து ஊர்க்கொருவராக நால்வரைத் தேர்ந்து அவர்களை அரசியலை நடத்துமாறு பரசுராமன் ஏற்படுத்திச் சென்றான். நால்வருள் ஒருவன் தலைவனாதல் வேண்டுமெனவும், அவனும் மூன்று ஆண்டுக்குமேல் தலைமை தாங்குதல் கூடாதெனவும் அவர்கள் தங்களுக்குள் வகைமை செய்து கொண்டார்கள். அரசியலுக்கு ஆறிலொன்று கடமையாக வரையறுக்கப்பட்டது.

காலம் செல்லச் செல்ல, வேலியே பயிரைமேயத் தலைப்பட்ட தென்றாற்போல், இத்தலைவர்கள் மக்கட்கு இன்னல் விளைக்கலுற்றார்கள். இக்கொடுமை நீங்க வேண்டி அந்தப் பிராமணர்கள் தங்கட்கு அரசியல் தலைவனாகிறவன் தங்கள் நாட்டவனாக இருத்தல் கூடாதென்று துணிந்தார்கள். கேயபுரம்

என்னும் இடத்திலிருந்து ஒருவனைத் தேர்ந்து கேயபெருமாள் என்று சிறப்புப் பெயர் நல்கித் தங்கட்குப் பன்னிரண்டாண்டு வேந்தனாக இருக்குமாறு ஏற்பாடு செய்தார்கள். அவனுக்கு முடி சூட்டும்போது சேரமான் பெருமாள் என்று பெயர் கூறப்படும். கேயபெருமாட்குப்பின் சோழன் பெருமாளும் அதற்குப் பின் பாண்டி நாட்டுக் குலசேகரனான பாண்டிப் பெருமாளும் ஆட்சி செய்தனர்.

கேயபெருமாள் கொடுங்கோளூரிலிருந்து பன்னிரண்டாண்டு ஆட்சி செய்தான். தலையூரில் கோட்டை யொன்றையும் அவன் கட்டினான். பின் வந்த சோழப் பெருமாள் பத்தாண்டும் இருதிங்களும் இருந்துவிட்டுப் பழையபடியே சோழநாடு சென்று சேர்ந்தான். அவன் சோழக்கரையில் கோட்டை யொன்றைக் கட்டினான். பாண்டிப் பெருமாள் பரம்பா என்னுமிடத்தே முடிசூட்டிக் கொண்டு ஒன்பதாண்டு அரசு புரிந்துவிட்டுப் பாண்டி நாடு சென்றான். அதற்குப்பின் சோழப் பெருமாள் ஒருவன் வந்து பன்னிரண்டாண்டும் பாண்டிப் பெருமாள் ஒருவன் பன்னிரண்டாண்டும் ஆட்சி செய்துவிட்டு நீங்கினர். இதற்கிடையே கலியுகம் பிறந்து பல ஆண்டுகள் கழிந்தன. கலியின் கொடுமை எழுவது கண்ட கேரளநாட்டு வேதியர்கள் 'பூருவ தேசத்துப் பாணப் பெருமாள்' என்ற ஒருவனைக் கொணர்ந்து கேரள நாட்டுக்கு வேந்தனாக் கினார்கள். அவ்வேந்தன் புத்த சமயத்தை மேற்கொண்டான். புத்தர்கட்கும் வைதிக வேதியர்கட்கும் சமயச் சொற்போர் நடந்தது. முடிவில் புத்தர் தோற்றனர். வேந்தன் வைதீக சமயத்தை மேற்கொண்டு புத்தர்களை நாட்டினின்று வெருட்டிவிட்டான். எனினும், நான்கு ஆண்டுகட்குப்பின் அவன் மெக்காவுக்குச் சென்றொழிந்தான்.

பின்பு துளுவன் பெருமாள் என்றொருவன் வடநாட்டினின்றும் போந்து கேரளநாட்டு அரசை மேற்கொண்டான். தனது ஆட்சிக்குட்பட்ட நாட்டுக்கும் துளுநாடு என்று பெயரிட்டான். அத்துளுவன் ஆறாண்டு ஆட்சி செய்துவிட்டு இறந்தான். அவனையடுத்து இந்திர பெருமாள் என்பவன் வேந்தனாகிக் கொடுங்கோளூரிலிருந்து பன்னீராண்டு ஆட்சி புரிந்துவிட்டுப் பூருவதேசம் போய்ச் சேர்ந்தான். அதற்குப்பின் ஆரியபுரத்து ஆரியபெருமாள் என்பவன் வேந்தனானான். அவன் கேரள நாட்டை ஐந்து ஆண்டுகளே ஆட்சி செய்தான். அவன் தான் கேரள நாட்டைத் துளுவராஜ்யம், கூபகராஜ்யம், கேரளராஜ்யம்,

மூஷிகராஜ்யம் என நான்காக வகுத்த முதலரசன். அவனுக்குப் பின் கந்தன் பெருமாள் என்பவன் 'பூருவதேசத்தி'லிருந்து வந்து, நான்கு ஆண்டுகள் ஆட்சி செய்தான். கைநெற்றியென்னுமிடத்தே அவன் ஒரு கோட்டையைக் கட்டினான். கோட்டிப் பெருமாள் ஓராண்டும், மாடப்பெருமாள் பதினோராண்டும், அவன் தம்பி ஏழிப் பெருமாள் பன்னீராண்டும் ஆட்சி செய்தனர். பின்பு கொம்பன் பெருமாள் தோன்றித் தான் இருந்த மூன்றரையாண்டும் நெய்த்தரா ஆற்றங்கரையில் ஒரு குடிலில் இருந்தொழிந்தான். விஜயன் பெருமாள் விஜயன் கொல்லம் என்ற கோட்டையை அமைத்துப் பன்னீராண்டு ஆட்சி செய்தான். அவனுக்குப் பின் வந்த வல்லபபெருமாள் சிவலிங்கமொன்று கண்டு நெய்த்தரா ஆற்றங்கரையில் அதற்கொரு கோயிலும் கோட்டையும் கட்டிப் பதினோராண்டிருந்தான். அரிச்சந்திர பெருமாள், பரளி மலையில் ஒரு கோட்டையமைத்து, அங்கேதான் தனித்திருந்து, ஒருவரும், அறியா வகையில் மறைந்துபோனான். அவனையடுத்து வந்த மல்லன் பெருமாள் பன்னிரண்டாண்டு ஆட்சி செய்தான்.

இப்பெருமாட்குப் பின் வந்த பெருமாள். பாண்டிப் பெருமாளான குலசேகரப் பெருமாள் எனப்படுபவன். இவன் காலத்தே வெளிநாட்டிலிருந்து ஆசிரியர் இருவரைக் கொணர்ந்து, திருக்கண்ணபுரம் என்னுமிடத்தே கல்லூரியொன்று நிறுவி, வேதியர்கட்குக் கல்வி வழங்கினன். இவன் பதினெட்டியாண்டு அரசு புரிந்திருந்து திருவஞ்சைக் களத்தினின்றும் உடலோடே துறக்கம் புகுந்தான்.

இந்நிகழ்ச்சிக்குப் பின் கேரளநாடு அரசர்களின்றிக் குடியரசாய் நெடுங்காலம் இருந்து வந்தது. ஊராட்சியையும் நாடாட்சியையும் 'பருடையார்மூல பருடையார்' என்னும் மக்கட்கூட்டத்தார் ஆட்சி செய்து வந்தனர். ஒருகால் இவர்களிடையே கருத்து வேறுபாடு உண்டாகவே. ஆனை குண்டி கிருஷ்ணராயரை வேண்டித் தமக்கோர் அரசனை நல்குமாறு கேட்டுக் கொண்டனர். இவர் ஒரு 'க்ஷத்திரியனை'ச் சேரமான் பெருமாளாய் ஆட்சி செய்யுமாறு அனுப்பினார். அவன் பன்னிரண்டாண்டு இனிய ஆட்சி செய்ததனால் மேலும் இருமுறை அவனே சேரமான் பெருமாளாய் ஆட்சி நடத்தும் அனுமதி பெற்றான். அந்நாளில் கிருஷ்ணராயர் மலையாள நாட்டின்மேற் போர் தொடுக்கலுற்றார். அதனையறிந்த சேரமான் அவரோடு பொருது முதற்கண் தோல்வியெய்தினும், மறுமுறை வெற்றி பெற்றான். பின்பு சங்கராசாரியார் தோன்றிக்

கேரளநாட்டு வரலாற்றையெழுதியதோடு பிராமணர்களுக்கு ஒழுக்க நெறிகள் பல ஏற்படுத்தி நல்வழிப்படுத்தினார். முடிவில் இச்சேரமானும் மெக்காவுக்குப் போனான் என்று கேரளோற்பத்தி கூறுகிறது.

இக்காலத்தே கேரள நாட்டின்புறத்தில் பாண்டி நாடும் கொங்குநாடும் துளு நாடும் வயநாடும் புன்னாடும் இருந்தன. இச்சேரமான் கேரளத்தைப் பதினெட்டுச் சிறு நாடுகளாக வகுத்து ஆட்சி செய்தான். மெக்காவுக்குப் போன போது கோழிக்கோட்டு வேந்தனான சாமொரின்பால் தன் உடைவாளைத் தந்துவிட்டுப் போனானென்றும், அங்கே (மெக்காவில்) அவன் இறத்தற்கு முன் அராபியர் தலைவனொருவனை மலையாள நாட்டுக்கு அனுப்பினானென்றும், அவன் வந்து மலையாள நாட்டில் இஸ்லாம் சமயத்தைப் பரப்பினானென்றும் கேரளோற்பத்தி கிளந்துரைக்கின்றது.

மெக்கா நாட்டில் கடல் வாணிகம் செய்து பெருஞ்செல்வம் ஈட்டிய ஒருவன் கோழிக்கோட்டில் தங்கினான் என்றும், பின்பு புண்டரகோன் என்பான் காலத்தில் வெளிநாட்டிலிருந்து கோயமானொருவன் போந்து சாமொரினுக்குப் பெருந்துணை செய்தானென்றும் அவன் பெயரால் அக்கோழிக்கோடு கோயிக்கோடு என்று பெயரெய்துவதாயிற்றென்றும் அதே நூல் கூறுகிறது.

இந்த நாட்டுக்குக் கேரளம் என்ற பெயர் வந்ததற்குக் காரணம் கூறப்புகுந்த இந்தக் கேரளோற்பத்தி. மலையாள நாட்டு வேதியர்கள் ஒருகால் சோழ மண்டலம் சென்று தங்கட்கொரு வேந்தன் வேண்டுமென ஒருவனை வேந்தனாகக் கொணர்ந்தன ரென்றும், அவனுக்குக் கேரளன் என்று பெயரென்றும், அவன் தனது ஆட்சியைச் செவ்வே நடத்திவிட்டுச் சென்றதனால் அவனது நினைவுக்குறியாக மலையாள நாடு கேரள நாடு என்று பெயரெய்திற்றென்றும் புனைந்து கூறுகிறது. கேரள மான்மியம் என்னும் வடமொழி நூலும் கேரளோற்பத்தி கூறியதையே சிறிது வகுத்தும் விரித்தும் உரைக்கின்றதேயன்றிப் புதுவதாக ஒன்றும் கூறவில்லை. இதன் இடையிடையே வேதியர்கட்கு உள்ள சிறப்பும் நாட்டு வாழ்க்கையில் அவர்கட்கிருந்த உரிமையும் செல்வாக்கும் நன்குவிரித்துக் கூறப்படுகின்றன. இவற்றை யெல்லாம் நன்கு ஆராய்ந்த மேனாட்டு ஆங்கிலேயர் வில்லியம்

லோகன் (William Logan) என்பவர். உண்மைக்கு மாறாகப் பொய் நிறைந்த கதை செறிந்த இந்நூல்களை இந்நாட்டு வேதியர்கள் தங்கள் நலமே பெரிதும் பாதுகாக்கப்பட்டு நிலை பெறும் பொருட்டு வெறிதே புனைந்துரையாக அமைத்துக்கொண்ட புளுகு மூட்டையென மனம் வெதும்பிக் கூறியிருக்கின்றார்[8]. வடநாட்டு அசோக மன்னனுடைய கல்வெட்டுக்களும் சோள பளய சத்திய புத்திர கேரள புத்திர தம்பபானி என்று குறிக்கின்றன. இதனால் கி.மு. மூன்றாம் நூற்றாண்டிலேயே சேர நாடு கேரள நாடென வடவரால் வழங்கப் பெற்றதென்பது விளங்குகிறது.

அக்காலத்தில் மேலை நாட்டிலிருந்து கிரேக்கர்களும் யவனர்களும் பிறரும் மேலைக் கடலில் கலஞ்செலுத்தி வரலாயினர். எகிப்து நாட்டு வேந்தர் கீழ் வாழ்ந்த போனீசியர்களே முதற்கண் அரபிக் கடலில் கலஞ்செலுத்தி நாடுகாணும் நாட்டங் கொண்டனர். அவருடைய முயற்சி முற்றும் வாணிகம் செய்து பொருளீட்டுவதிலே கழிந்தமையின் அவர்களது குறிப்புக்கள் கிடைப்பது அரிதாய்விட்டது. கி.மு. ஐந்து, ஆறாம் நூற்றாண்டில் கிரேக்கர் முற்போந்து கடலகலம் காண முயன்றனர். அவர்கள் தொடக்கத்தில் மத்தியதரைக் கடலையும் கருங்கடலையும் அகலங் கண்டார்கள். அந்நாளில் அலெக்ஸாந்தர் விடுத்த கிரேக்கர் வட இந்தியாவின் மேலைப் பகுதியான சிந்துநதி நாட்டைக் கண்டுகொண்டு திரும்பினர். அவர்கட்குத் தலைவனான நியார்க்கஸ் (Nearchus) தரை வழியாகச் சிந்து நதிக்கும், யூப்ரடீஸ் டைகரீஸ் ஆற்றுக்கும் இடையிலுள்ள நிலப்பகுதியில் வழி கண்டான். அது முதல் நமது இந்திய நாட்டின் செல்வ நிலை கிரேக்கர் உள்ளத்தில் மதிப்புண்டு பண்ணிற்று. அலெக்ஸாந்தருக்குப்பின் செல்யூகஸ் நீகேட்டர் விடுத்த மெகஸ்தனிஸ் என்பார் கங்கை நாட்டுப் பாடலிபுரத்தில் (Palibothra) சந்திர குப்த வேந்தன்பால் தங்கித் தாம் அந்நாளிற் கேள்வியுற்ற செய்திகளைக் குறித்து வைத்தார். அக்குறிப்பினுள் தென் தமிழ்நாட்டு வேந்தர்களான சேர சோழ பாண்டியர்களைப் பற்றிய குறிப்புக்கள் உள்ளன. அவற்றுள் சேர்மா (Charmae) என்பது சேரமான்களையும், நறா (Narae) என்பது சேர நாட்டு வட பகுதியான குடநாட்டு நறவூரையும் குறிப்பனவாம்.[9]

பின்னர், எகிப்து நாட்டையாண்ட தாலமிகள் செங்கடல் வழியாக இந்திய நாட்டுக்கு வழி கண்டனர். அவர்கட்குப் பின் யவனர் தோன்றி நம் இந்திய நாட்டோடு வாணிகம் செய்யக்

தலைப்பட்டனர். அவர்களில் இப்பாலஸ் (ஏடிணீணீச்டூதண்) என்னும் கிரேக்கன் நம் நாட்டில் அடிக்கும் தென்மேற்குப் பருவக் காற்று நிலையையும் வடகிழக்குப் பருவக்காற்று நிலையையும் கண்டு உரைத்தான். அதன்பின் யவன வாணிகம் பெரிதும் வளம்பெற அவர்களிடையே நடைபெறுவதாயிற்று. அப்பருவக் காற்றுக்களையும் அவர்கள் இப்பாலஸ் என்றே வழங்கினர். யவனர்கட்குப் பல்லாண்டு முன்பிருந்தே அரபிக்கடலில் அரபியரும் இந்தியரும் கலஞ்செலுத்தி வாணிகம் செய்து வந்தனராதலால், அவர்கள் இப்பருவக் காற்றை அறியாதிருந்தனரென நினைத்தற்குச் சிறிதும் இடமில்லை. கி.மு. ஆறாம் நூற்றாண்டில் (கி.மு. 556 - 539) ஆட்சி புரிந்த சால்டிய வேந்தன் நபோனிதாஸ் காலத்திலே இந்தியரது கடல் வாணிகம் சிறந்து விளங்கிற்று. சிலர் கி.மு. ஏழாம் நூற்றாண்டிலேயே இந்திய நாட்டு மேலைக் கடற்கரைக்கும் மேனாட்டுக்கும் இடையே பெரு வாணிகம் நடைபெற்றது என்று கூறுகின்றனர்.[10] இக்கடற் காற்றின் இயல்பறிந்து பண்டைத் தமிழ் மக்கள் கடலிற் கலஞ்செலுத்திச் சிறந்த செயலைப் புறப்பாட்டு[11] எடுத்துக் கூறுவது ஈண்டு நினைவு கூரத்தக்கது.

இக்காலத்தே மேனாட்டுக்குத் தென்தமிழ் நாட்டினின்று தூதொன்று சென்று யவன வேந்தரான அகஸ்டஸ் என்பாரது தொடர்பு பெற்று ஸ்பெயின் நாட்டுக்குச் சென்றது. இத்தூது தென்பாண்டி நாட்டு வேந்தனொருவன் விடுத்ததென்பர். வடநாட்டுப் போரஸ் என்னும் வேந்தன் விடுத்தது என்பாரும் உளராயினும், அவர் கூற்று வலியுடையதாக இல்லை.

இவ்வாறு மேலை நாட்டவர்க்கும் தென்தமிழ் நாட்டவர்க்கும் இடையே வாணிகம் மிகுதிப்பட்டதனால், யவன நாட்டினின்று தமிழ் நாட்டுக்கு வரும் மரக்கல மாக்கட்கென யவன நாட்டில் நூல்கள் எழுந்தன. அவற்றுள் எரித்திரையன் கடற்செலவு (Peripuls of Erythraean Sea) என்னும் பெயரிய இரு நூல்கள் உண்டாயின. ஒன்று, ஆசிய நாட்டுக் கடற் செலவையும் மற்றொன்று ஆப்பிரிக்கா நாட்டுக் கடற்செலவையும் கூறுவன[12]. இது கி.மு. முதல் நூற்றாண்டில் தோன்றியதென்பது அறிஞர் கொள்கை. இக்காலத்துக்கு முன்பே, தென்தமிழ் நாட்டவர் சிலர் ஐரோப்பாவைச் சுற்றிச் சென்று வடகடலில் ஜெர்மனி நாட்டருகில் உடைகலப் பட்டொழிந்தனரென்றொரு செய்தி அவருடைய நூல்களிற் காணப்படுகிறது என அறிஞர் உரைக்கின்றனர்[13]. கி.பி. முதல்

நூற்றாண்டில் பிளினி (Pliny) என்பார். மேலைக் கடற்செலவு பற்றிய நூலொன்றை எழுதியுள்ளார். அதன்கண் இக்கடற் செலவு சார்பான செய்திகள் பல விரிவாக உரைக்கப்பட்டுள்ளன.

கி.மு. முதல் நூற்றாண்டின் தொடக்கத்தில் வாழ்ந்த பெட்ரோனியஸ் (Petronius) என்பவர், அந்நாளை யவனச் செல்வ மகளிரின் பெருமித வாழ்வைக் கண்டித்து நூலொன்றை எழுதியிருக்கிறார். அதன்கண் நம் தமிழ்நாட்டிலிருந்து யவனர்கள் கொண்டு சென்ற மெல்லிய ஆடையை உடுக்கு மாற்றால் யவன மகளிர் தங்கள் மேனி முற்றும் புறத்தே தெரியுமாறு காட்டிப் பொலிவிழக்கின்றனரென்றும், அவ்வாடைகள் காற்றாலாகியவை. முகிலாலாகியவை. ஆவியாலாகியவை என்றும் குறித்திருக்கின்றார். 'புகைமுகந் தன்ன மாசில் தூவுடை' என்றும் 'ஆவியந் துகில்' என்றும் வரும் சங்க நூல் கூற்றுக்கள் அவர் கூறுவனவற்றை வற்புறுத்துகின்றன.

'எகிப்து நாட்டு ஓசிலிஸ் (Ocelis) துறையினின்றும் புறப்படும் கலம் தென்மேற்குப் பருவக் காற்றைத் துணைக் கொண்டு நாற்பது நாட்களில் முசிறித் துறையை அடையும் அத்துறையில் கடற்கொள்ளைக் கூட்டத்தினர் உளர். அவர்கள் நித்திரியாஸ் (Nitrias) என்ற இடத்தில் உறைபவர். முசிறித் துறை வணிகப் பொருள் மிகுதியாகவுடையதன்று; கலம் நிற்கும் இடத்துக்கும் முசிறித் துறைக்கும் நெடுந்தூரம் இருக்கிறது. ஏற்றற்குரிய பொருள்களைச் சிறுசிறு படகுகளில் கொணர வேண்டும். இப்பகுதிக்குரிய வேந்தன் கேளாபோத்திராஸ் (Caelobothras). இம்முசிறித் துறையிலும் நியா சிண்டி (Neacyndi) நாட்டிலுள்ள பாரேஸ் (Barace) துறை சிறந்து விளங்குகிறது. அதற்குரிய வேந்தனான பாண்டியோன் (Pandion) உள்நாட்டில் மதுரையென்னும் நகர்க்கண் (Modora) இருக்கின்றான். பாரேஸ்துறைக்குக் கோட்டநாராவிலிருந்து மிளகுப் பொதிகள் வருகின்றன,' என இவ்வாறு பிளினி என்பார் எழுதியுள்ளார்[14].

பிளினியினுடைய குறிப்புக்களால் கி.பி. முதல் நூற்றாண்டில் சேர நாடு தென்கொல்லம் வரையிற் பரந்திருந்தமையும் அதன் தென்பகுதி தென்பாண்டி நாடென்பதும் தெளிவாய் விளங்குகின்றன. இவ்வகையில் பெரிப்புளூஸ் நூலாசிரியர் கூறுவனவும் ஒத்திருக்கின்றன. ஆயினும், முசிறித் துறை செல்வத்தாற் சிறப்புடைய மாநகரம் என்றும், வடநாடுகளிலிருந்தும் எகிப்து நாட்டிலிருந்தும் எப்போதும் கலங்கள் இத்துறைக்கு வருவதும்

போவதுமாக உள்ளன என்றும் பெரிப்புளூஸ் நூலாசிரியர் கூறுகின்றார். அவர் கூற்று, 'சேரலர், சுள்ளியம் பேரியாற்று வெண்ணுரை கலங்க, யவனர் தந்த வினைமாண் நன்கலம், பொன்னொடு வந்து கறியொடு பெயரும்'[15] என்ற சங்கநூற் கூற்றால் வலியுறுகிறது.

கி.பி. 126-61இல் வாழ்ந்த தாலமி (Ptolemy) என்பார் எழுதியுள்ள குறிப்பில் சேரவேந்தர் கேரள போத்திராஸ் (Carelabothras) என்றும், அவர்களது தலைநகர் கரவ்ரா (Karoura) என்றும் குறிக்கப்படுவது காண்கிறோம்[16].

கி.பி. 226 அளவில் எழுதப்பட்டதெனப்படும் பியூதிங்கர் தொகை நூல் (Peutingar Tables), முசிறியில் யவனர் இருக்கை யொன்று இருந்ததெனவும் அங்கே அகஸ்டசுக்குக் கோயிலொன்று இருந்ததாக அதனை யவனப்படை இரண்டு இருந்து காத்து வந்தனவெனவும் கூறுகிறது;[17] ஆனால் முசிறி நகரைக் குறிக்கும் சங்கப் பாட்டுக்கள் இச்செய்தி குறித்து ஒன்றும் கூறவில்லை. இவற்றை நோக்குவோர், முசிறியில் யவனர் அகஸ்டசுக்குக் கோயிலெடுத்த காலம் சங்கத் தொகை நூல்கள் தோன்றிய காலத்துக்குப் பின்புதான் என்பதைத் தெளிவாகக் காண்பர். ஆகவே, சங்கத்தொகை நூல்கள் பலவும் கி.பி. மூன்றாம் நூற்றாண்டிற்கும் முற்பட்டன என்பது தேற்றமாம்.

இச்சங்க இலக்கியங்கள் யாவும் சேர நாட்டைச் சேர நாடென்றும், அந்நாட்டு வேந்தர்களைச் சேரர் என்றும் சேரலரென்றும் தெளியக் கூறுகின்றன. பிற்காலத்துத் தமிழ் நூல்களும் அந்நெறியில் வழுவியது இல்லை. வடநாட்டு வட மொழி நூல்களுள் வேதங்களும் இதிகாசங்களும் சேரர்களைச் சேரரென்றே குறிப்பதை முன்பே கண்டோம். செல்யூகஸ் நிகேடர் காலத்து மெகஸ்தனிஸ் என்பார் கங்கைக்கரைப் பாடலிபுரத்தி லிருந்து எழுதிய குறிப்பும் சேரர்களைச் சேரமான்கள் என்றே குறித்துள்ளது. ஆனால், அசோக மன்னனுடைய கல்வெட்டுக்கள் சேரலர்களைக் கேரள புத்திரர் என்று கூறுகின்றன. ஆயினும், அத்தொடர் சேரலபுத்திரர் என்று படிக்குமாறும் அமைந்திருக்கிறது. மற்று, அவற்றைப் படித்த அறிஞர் பலரும் கேரள புத்திரரென்றே படித்து வந்திருக்கின்றனர். பிற்கால வடநூற் பயிற்சியால் அசோகன் கல்வெட்டுக்களைப் படித்தோர் கேரள புத்திரர் என்று கருதிவிட்டிருக்கலாம். இடைக்காலச் சோழ வேந்தர் கல்வெட்டுக்கள் சேரவேந்தர்களைக் கேரளர் என்று கூறுவதால்[18] அசோகன் கல்வெட்டுக்களைக் கேரள

புத்திரரென அவர்கள் படித்தற்கு இடமுண்டாயிற்றெனவும் கருதலாம். இடைக்காலக் கல்வெட்டுக்களை நோக்குமிடத்துக் கேரளரென்ற வழக்கு கி. பி. எட்டாம் நூற்றாண்டு முன்பே தோன்றியிருப்பது தெரிகிறது[19]. ஆனால், கி.பி. ஏழாம் நூற்றாண்டினரான திருஞானசம்பந்தர் முதலியோர் திருப்பதிகங்களுள் சேரர், சேரலர் என்ற பெயர்கள் காணப்படுகின்றனவேயன்றிக் கேரளம் என்ற சொல் வழக்கு காணப்படவில்லை. இதனை ஆராயுங்கால் கி.பி. எட்டாம் நூற்றாண்டிலே தான் உண்டாயிற்றென்பது விளங்குகிறது.

சேரலர் என்பது கேரளர் என மாறி வழங்கும் முறை வடநாட்டில் நெடுங்காலத்துக்கு முன்பே தோன்றிவிட்டது. அசோகன் கல்வெட்டிற் காணப்படுவது கேரளமென்பதேயாயின், இரண்டாயிரமாண்டுகட்கு முன்பே வடவர் சேரலர் என்னும் தமிழ்ச் சொல்லைக் கேரளரெனத் திரித்துக் கொண்டனரென்பதை அறியலாம். ஆனால், மேனாட்டுக் கிரேக்க யவனர்கள் கி.பி. மூன்றாம் நூற்றாண்டு வரையிலும் சேரர்களைச் சேரரென்றும் சேரமான்களென்றுமே வழங்கி வந்திருக்கின்றார்கள்.

வேதகாலத்துக்குப்பின் வந்த வடமொழியாளர் தாங்கள் புதியவாகக் காணும் நாடு நகரங்களின் பெயரையும், ஆறுகள் ஊர்கள் முதலியவற்றின் பெயரையும், மக்களினத்தின் பெயரையும், தாங்கள் கலந்து வழங்கும் வகையில் மூன்று நெறிகளை மேற்கொண்டனர். முதலாவது, தாம் எதிர்ப்படும் பெயர்களைத் தம்முடைய மொழியில் மொழிபெயர்த்துக் கொள்வது. பாண்டி நாட்டுக் கூடல் வாயிலைக் கபாடபுரமென வான்மீகியார் மொழி பெயர்த்துரைப்பதையும், பின் வந்தோர் அந்நெறியே பின்பற்றி நாடு நகரங்களின் பெயர்களையும் ஆறு குளங்களின் பெயர்களையும் மொழி பெயர்த்துக் கொண்டிருப்பதையும் தமிழுலகம் நன்கறிந்திருக்கிறது. தமிழகத்து மேலை மலைத் தொடரைத் சஹ்யாத்திரி என்பதும், தொண்டை நாட்டுப் பாலியாற்றை க்ஷீரநதி என்பதும், நடுநாட்டு முதுகுன்றத்தை விருத்தாசலமென்பதும், மதுரைத் திருவாலவாய் அங்கயற்கண்ணியை மீனாக்ஷி என்பதும் போதிய சான்றுகளாகும். மற்றொன்று, எதிர்ப்படும் பிறமொழிச் சொற்களைத் தங்கள் மொழி நடைக்கேற்பத் திரித்துக் கொள்வது. இதற்குத் தென்றமிழ் நாட்டு முத்துக்களை முக்தம் என்பதும், பவளத்தைப் பிரவாளமென்பதும், சோழனைச் சோட னென்பதும் ஏற்ற சான்றுகளாகும். வேறொன்று, தம்மொழி நடைக்கு ஒத்தவற்றை ஒரு திரிபுமின்றி ஏற்றுக்

கொள்வது. அம்முறையில் மணி, நீர் என்பவற்றை வடமொழியில் ஏற்றுக்கொண்டுள்ளனர். பண்டைநாளைத் தொல்காப்பியரும், மொழி நடைக்கேற்ற எழுத்தால் பிறமொழிச் சொற்களை ஏற்றல் வேண்டும்; வேறுபடுத்துவது நேர்மையன்று என்பதற்காகவே, 'வடசொற் கிளவி வடவெழுத் தொரீ, எழுத்தொடு புணர்ந்த சொல்லா கும்மே'[20] என்று தமிழ்மக்கட்கு வழி வகுத்துரைத்தார். இந்தச் சீரிய முறையை வடவர்க்கு வடமொழியாசிரியர் வகுத்துரைக்கவில்லை போலும்! நேர்மை திறம்பாத நெறி மேற்கொண்ட மேனாட்டு மொழியாளர்களும் கட்டுமரம் (Kattamaram), மிளகுத் தண்ணீர் (Molak tanni), இஞ்சி (Ginger), அரிசி (Rice), தோகை (Tugi), தோக்கு (Tead) முதலியவற்றைத் தங்கள் மொழி நடைக்கேற்பத் திரித்து மேற்கொண்டனர். இவ்வாற்றால் வடவர் கூட்டுறவு பெற்ற சேர நாட்டவர் தம்மைக் கேரளரென்றும், தங்கள் நாட்டைக் கேரளநாடென்றும் வடவர் வழங்கியவாறே[21] வழங்குவாராயினர். இன்றும், தென்னாட்டவருள், தமிழரொழியப் பிறரனைவரும் தங்களை வடவரிட்ட பெயராலே வழங்குவதும் குறிக்கத்தக்கது.

இனி, சேரநாட்டுச் சேரலர் தம்மைக் கேரளரென வழங்கத் தலைப்பட்ட காலம் தமிழ்மொழி சிதைந்து மலையாளமாய் மாறிய காலம்; சேர நாடென்றும் குடமலை நாடென்றும் வழங்கிய காலம். அந்நாட்டில் செந்தமிழ் மொழி சிதையாது நிலவிய காலம். இடைக்காலத்தில் சேர நாட்டுப் பகுதிகளில் தோன்றிய தமிழ்க் கல்வெட்டுக்களை நோக்கின், அப்பகுதியிலுள்ள மக்களும் ஊர்களும் தூய செந்தமிழ்ப் பெயர் தாங்கியிருப்பதைக் காணலாம். பரோலா என்னுமிடத்துக் கல்வெட்டு[22] அவ்வூரைப் புலவேர் வாயில் எனவும், திருவன்னூரிலுள்ள கல்வெட்டு[23] அவ்வூரைத் திரு முன்னூரெனவும், இரு ஞாலக் குடாவிலுள்ள கல்வெட்டு[24] அதனை இருஞாலக்கூடல் எனவும், கடலுண்டி என்னுமிடத்துக் கல்வெட்டு[25] அவ்வூரைத் திருமண்ணூரெனவும் வழங்குவது போதிய சான்றாம். மேலைக்கடற்கரை நாட்டு வட கன்னடம் சில்லாவிலுள்ள பாட்கல் (Batkal) என்னுமிடத்துக் கல்வெட்டு அதனைப் பாழிக்கல் என்பதும், ஜோகு (Joag) என்னுமிடத்துப் பிற்காலக் கல்வெட்டு, அதனைத் தோகக்கா என்பதும் நோக்கத்தக்கன.

சேர நாடு, செந்தமிழ் மொழி வழங்கும் திருநாடாய் விளங்கிய காலத்து வேந்தர்களே நாம் காணலுறும் சேர மன்னர்கள்.

கேரளோற்பத்தி கேரளமான்மியம் என்ற இரண்டு நூல்களிலும் மிகவும் பிற்பட்ட காலத்தவரான விசயநகர வேந்தர்களைப் பற்றியும் கூறுவதனால், இவை காலத்தால் மிகமிகப் பிற்பட்டவை யென்பது சொல்லாமலே விளங்கும். இவற்றைக் கொண்டு பண்டைநாளைச் சேர நாட்டைக் காண்பதற்கு வழியில்லை. இவற்றுள், சங்க காலத்துக்கும் விசய நகர வேந்தர் காலத்துக்கும் இடைப்பட்ட காலத்து நிகழ்ச்சிகளுட் சில இவை கூறும் வரலாற்றுள் மறைந்திருக்கலாம்.

தொன்மையுடைய பொருளே பெருமையுடையதென்றொரு கொள்கை இடைக்காலத்தே அறிஞர் சிலருடைய கருத்தில் உண்டாயிற்று. அதனால், பல நூல்களைப் பல ஆயிரக்கணக்கான ஆண்டுகட்கு முற்பட்டவை என்று கூறும் செயல் தோன்றிற்று. அவ்வாறே சிலர் எழுதியும் வைத்தனர். உண்மையிலேயே தொன்மையும் பெருமையுமுடைய நூல்களைக் கண்டு சிலர் மனம் பொறாது, அவற்றின் தொன்மையைக் குறைத்தால் பெருமை குறையுமென்று மனப்பால் குடித்துத் தவறும் குழறுபடியும் நிறைந்த கருத்துக்களால் தாம் வேண்டியவாறு எழுதலாயினர். தன் பெயர் நிலைபெறுவது விழைந்து தயனாதேவி கோயிலைத் தீயிட்டுக்கொளுத்திய யவனன் போலப் பழமையான சில தமிழ் நூல்களைக் காலத்தால் பிற்பட்டன என்று கூறிவிடின் அவை பெருமை குன்றிவிடும் என்று தம்முடைய செல்வாக்கையும் பதவியையும் துணையாகக் கொண்டு ஆராய்ச்சியென்ற பெயரால் சொல் வலையிட்டுத் திரையிட முயன்றோரும் முயல்வோரும் உண்டு. இவ்வாறன்றி காய்தல் உவத்தல் இன்றி, நடுவு நிலை திறம்பாது. பண்டை நாளை நிலையினைக் காண்பது இப்போது மிக இன்றியமையாததாகிறது.

மேலும், இடைக்காலத்தில் இருந்து ஆராய்ச்சி நிகழ்த்தி யோரினும் இக்காலத்து ஆராய்ச்சியாளருக்குக் கருவிகள் விரிவாகக் கிடைத்துள்ளன. நிலவுலகத்தில், ஆங்காங்கு வாழும் மக்களுடைய தொன்மையும் வரலாறும் வழக்காறும் அறிந்து கொள்ளத்தக்க வகையில் நூல்கள் வந்துள்ளன. இலக்கிய நூல்கட்குத் துணையாகப் பல்லாயிரக்கணக்கில் கல்வெட்டுக்களும் செப்பேடுகளும் அவற்றைப் பற்றிய ஆராய்ச்சியுரைகளும் பெருகக் கிடைத்திருக் கின்றன. ஒரு காலத்தில் உண்மையெனக் காணப்பட்டவொன்று பிறிதொரு காலத்தில் தவறுபடுவதும், தவறெனக் கருதியதொன்று உண்மையாவதும், ஒரு காலத்தில் எல்லையென வரம்பிட்ட

வொன்று பிறிதொரு காலத்தில் மாறுவதும், புது வரம்பொன்று காணப்படுவதும் ஆராய்ச்சி நெறியில் இயற்கையாய்விட்டன. அதனால், ஆராய்ச்சியாளர் உண்மையைக் கடைப்பிடித்துக் கிடைக்கும் கருவிகளைக் கொண்டு அச்சம் இன்றித் தமது ஆராய்ச்சியை நிகழ்த்தத் தலைப்பட்டுவிட்டனர். விஞ்ஞான நெறியிலேயே வரம்பறுக்கப்பட்ட உண்மைகள் பல போலியாய் ஒழிகின்றன. எனின், வரலாற்றாராய்ச்சிக்கு வேறு கூறுவது மிகையன்றோ!

இந்நெறியே நின்று நோக்கும்போது, மேனாட்டு யவனர்களும் வடநாட்டு வடநூல்களும் கூறுவனவற்றால் சேரரது தொன்மை வேதகாலத்தையே விளக்கியிருந்தமை தெளிவாயிற்று. சங்க இலக்கியங்களுள் சேரர்கள் சார்பாக நிற்கும் பாட்டுக்களிற் காணப்படும் ஊர்களும் நிகழ்ச்சிகளும் கிரேக்க யவனர் குறிப்புகளிலும் ஒப்பக் காணப்பெறுகின்றன. அக்குறிப்புகளின் காலம் கி. பி. முதலிரண்டு நூற்றாண்டில் நிலை பெறுகிறது. அவற்றுட் சில சங்க இலக்கியங்களில் காணப்படாத குறிப்புகளை உணர்த்துமாற்றால், காலத்தால் சங்க விலக்கியங்கட்குப் பிற்படுகின்றன. படவே, சங்க இலக்கியங்கள் கி.பி. இரண்டாம் நூற்றாண்டிற்குப் பிற்பட்டன அல்லவென்பது உறுதியாகிறது. K.G. சேஷையர் முதலியோர் சேர வேந்தர்களைக் கி.பி. மூன்றாம் நூற்றாண்டு முடிய இருந்தனரென்று கூறுகின்றனர். அவர்கள் சங்க இலக்கியங்களைத் துணை கொண்டனராயினும், அவர்கள் கூறுவன வேறு வகையால் நிறுவப்படாமையால், சங்க இலக்கியங்களின் கீழெல்லை கி. பி. முதல் நூற்றாண்டென்று கொண்டொழிவதே தக்கது.

அடிக்குறிப்புகள்

1. P.T.S. Iyengar's History of the Tamils, pp.29, 328
2. R.V. VII 101:14
3. Tit. Arany. ii i.i.
4. P.T.S. Iyengar's History of the Tamils, pp.29, 328
5. R.C. Dutt's Ramayana.
6. வியா. பாரதம் ii. 34:1271: iii 51;1988; v. 22:696
7. பரசுராமன் நாடுபெற்ற இச்செய்தியைச் சேக்கிழாரும், மலை நாட்டைக் கூறுமிடத்து. 'பரசு பெறு மாதவ முனிவன் பரசுராமன் பெறு நாடு' (விறன்மிண்டர். 1) என்று குறிப்பது ஈண்டு நினைவுகூரத்தக்கது. இன்னும்

அந்நாட்டவர் சங்கல்பம் கூறுமிடத்து, 'பரசுராமக்ஷேத்ரே' என்று சொல்வது வழக்கமாகவுள்ளது.

8. W. Logan's Malabar Manual, p.246
9. W. woodburn Hyde's Ancient Greek Mariners, p.206
10. T.V.C. Manual (Nagam Iyer), Vol.i.p.238.
11. புறம் 66.
12. Woodburn Hyde's Ancient Greek Mariners, pp.215-32. 209-14.
13. W. Logan's Malabar, p.252.
14. W. Logan's Malabar, p.253.
15. அகம் 149.
16. Logan's Malabar,p.254.
17. Ibid. p.253 Mc'rindle's Translation of the Periplus of Erythraean Sea, pp.53-6.
18. Inscription of Sri. Vira Rajendra (Rajakesarivarman) S.I.I. Vol.iii.No.20.
19. Velvikudi gtant, Ep. Indi. Vol. xvii, No.16.
20. தொல், சொல் எச்ச. 5.
21. காத்தியாயனர், பதஞ்சலி முதலியோர் கேரளரென வழங்கியுள்ளனர்.
22. S.I.I. Vol. No. 708.
23. Ibid. No. 784.
24. M.Ep. A.R.No. *358 ணிஞ் 1927*.
25. S.I.I. Vol. No. 782

3. சேரர்கள்

சேர நாட்டில் வாழ்ந்த மக்கள் சேர நாட்டுச் செந்தமிழ் மக்களாவர். பாண்டி நாட்டிலும் சோழ நாட்டிலும் வாழ்ந்த மக்களைத் தமிழர் என்பது மரபாதலின், அம்மரபின்படியே சேர நாட்டவர் செந்தமிழ் மக்களாகின்றனர். பாண்டி நாட்டுத் தமிழர்க்குப் பாண்டியரும், சோழ நாட்டுத் தமிழர்க்குச் சோழரும் வேந்தராயினது போலச் சேரநாட்டுத் தமிழ்மக்கட்குச் சேரர் வேந்தராவர். இந்நாட்டுக் கிழக்கெல்லையாகச் சுவர்போலத் தொடர்ந்து நிற்கும் மலை மேலைமலைத் தொடர். இது தெற்கே பொதியமலை முதல் வடக்கே தபதியாற்றங்கரை வரையில் நிற்கிறது. இந் நெடுமலைத் தொடர், வடவர்களால் சஹ்யாத்திரி என்று பெயர் கூறப்படுகிறது. சஹ்யம் - தொடர்பு, அத்திரி - மலை இத்தொடரைக் குடவரையெனவும் சேர நாட்டவரைக் குடவரெனவும் பொதுவாகக் கூறுவது தமிழ் நாட்டார் வழக்கம். முதல் இராசராசனுடைய கல்வெட்டுக்கள் சேர நாட்டைக் குடமலைநாடு[1] எனக் கூறுவது காணலாம். சேக்கிழாரடிகள் 'மாவீற்றிருந்த பெருஞ்சிறப்பின் மன்னும் தொன்மை மலைநாடு' என்றும், சேர மன்னர்களைப் 'பாவீற்றிருந்த பல்புகழார்'[2] என்றும் பாராட்டிக் கூறுவர்.

இச்சேர மன்னர் மலைநாட்டில் வாழ்ந்தமையின் மலைகளிலும் மலைச்சரிவுகளிலும் மண்டியிருந்த பெருங்காடுகளில் வேட்டம் புரிவதையே தொடக்கத்தில் மேற்கொண்டிருந்தனர். அதனால் இவர்களுடைய கொடியில் வில்லே பொறிக்கப்பட்டிருந்தது. கடற்கரைப் பகுதியில் பனைமரங்கள் காடு போலச் செறிந்திருந்தன. அதனால், இவர்கள் தமக்கு அடையாள மாலையாகப் பனந்தோட்டால் மாலைதொடுத்து அணிந்து கொண்டனர். இன்றும் சேர நாட்டு வடபகுதி கடற்கரையில் பனைகள் மல்கியிருப்பது கண்கூடு.

சேரர் பேரூர்கள்

பாலையூர்
வாய்
காயல்
குணவாயில்
(மதிலகம்)
சாலக்குடியாறு
முரிஞியூர்
கருவூர்
கொடுங் கோளூர்
வஞ்சி
சுள்ளி பேரியாறு
முசிறி
பேரியாற்றுக்
காயல்
பொருநை
(ஏர்ணாகுளம்)
பொருநைத்துறை
(திருப்பனித்துரு)
(கொச்சி)

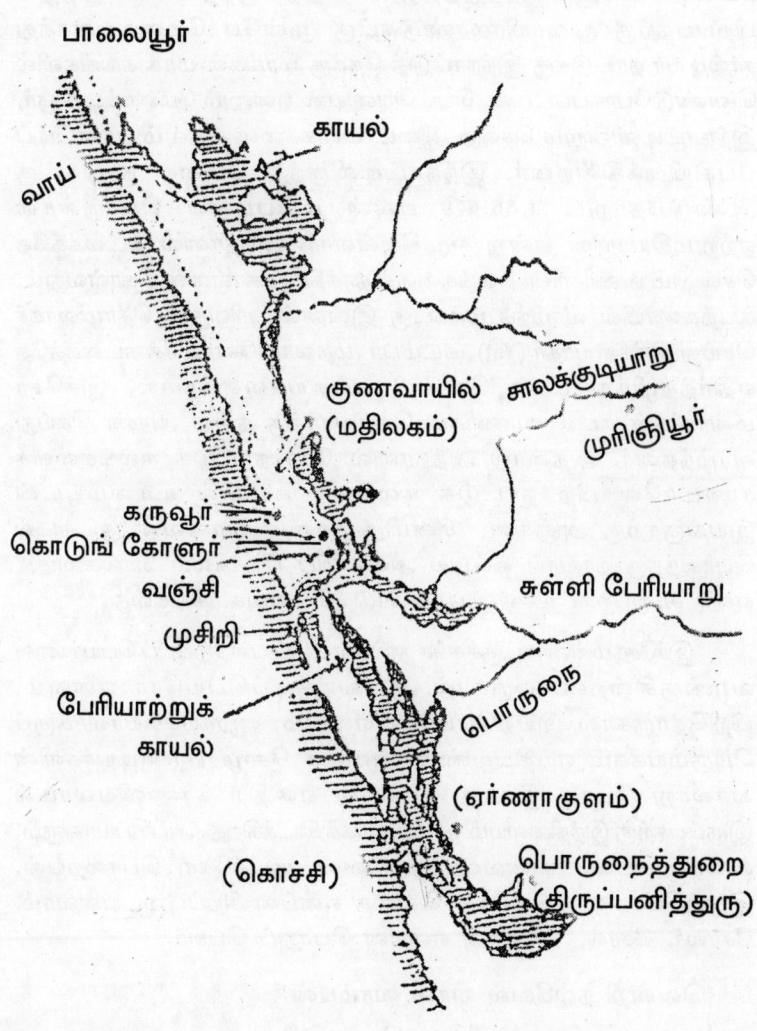

தொல்காப்பியனாரும் இச்சேரரது பனந்தோட்டுமாலையை இவர்கட்குச் சிறப்பாக எடுத்தோதுவார்.[3]

இச்சேரநாடு மேலைக் கடலைச் சார்ந்து கிடத்தலின் சேரர்கள் கடலிற் கலஞ்செலுத்துததிலும் சிறந்திருந்தனர். கிறித்துப் பிறப்பதற்கு மூவாயிரமாண்டுகட்கு முன்பே மேலையுலகத்து சால்டியா நாட்டுக்கு இந்நாட்டுத் தேக்கு மரங்கள் மரக் கலங்களில் கொண்டுபோகப்பட்டன. பெட்ரோனியஸ் என்னும் மேனாட்டறிஞர், இந்நாட்டினின்றும் சென்ற ஆடை வகைகளை மிகவும் பாராட்டிப் பேசியிருக்கின்றனர். இந்நாட்டிலிருந்து மேலை நாடுகட்கு ஆண்டுதோறும் 4,86,679 பவுன் மதிப்புள்ள பொருள்கள் ஏற்றுமதியாயின என்று எழுதியுள்ளார். அந்நாளில் கடலகத்தே செல்லும் வணிகரின் கலங்களைத் தாக்கிக் கொள்ளை கொள்வதும், கடற்கரையில் வாழ்ந்த மக்கட்கு இன்னல் புரிவதும் தொழிலாகச் செய்து திரிந்த யாதர் (Yat), கடம்பர் முதலாயினோரைக் கடலகத்தே எதிர்த்தழித்து மிக்க வென்றி எய்திய வகையால், இச்சேர மன்னர்கள் கடல் வாணிகம் செய்வார்க்கு நல்ல அரண் செய்து வாழ்ந்தனர். அதனால் அந்நாளில் சேர நாட்டுக் கலங்களைக் கண்டாலே பிற நாட்டுக் கலங்கள் கடலில் உரிமையுடன் இயங்குதற்கு அஞ்சின. ‘சினமிகு தானை வானவன் குடகடல் பொலந்தரு நாவாய் ஓட்டிய அவ்வழிப் பிறர்கலம் செல்கலாது’[4] எனச் சான்றோர் உரைப்பது ஈண்டு நினைவுகூரத்தகுவது.

இச்சேர மன்னர்கட்குச் சங்க நூல்கள் மிகப் பல சிறப்புப் பெயர்களை வழங்குகின்றன. ஒருகால் அவை குடிப்பெயரோ எனவும், பிறிதொருகால் இயற்பெயரோ எனவும், ஆராய்ச்சியாளர்க்குப் பெருமயக்கம் எய்தியதுண்டு. ஏனைச் சோழ பாண்டியர்களின் வரலாறு போல இவரது வரலாறு எளிதிற் காணவியலாமல் இருப்பதற்கு இந்நிலையும் ஓர் ஏதுவாகக் கிடக்கிறது. அப்பெயர்களும், வானவரம்பன், வானவன், குட்டுவன், குடக்கோ, பொறையன், இரும்பொறை, கடுங்கோ, கோதை என்பன சிறப்புடையனவாம். சேரலர், சேரல், சேரமான் என்பன பொதுப் பெயர்.

‘வென்றி நல்வேல் வான வரம்பன்’[5]
‘வான வரம்பனை நீயோ பெரும!’[6]
‘தேனிமிர் நறுந்தார் வானவன்’[7]
‘பெரும்படைக் குதிரை நற்போர் வானவன்’[8]

'வெல்போர் வானவன் கொல்லிக் குடவரை'[9]
'வசையில் வெம்போர் வானவன்'[10]
'சினமிகு தானை வானவன்'[11]
'மாண்வினை நெடுந்தேர் வானவன்'[12]
'வில்கெழு தடக்கை வெல்போர் வானவன்'[13]

என வருவன வானவன், வானவரம்பன் என்ற பெயர்கள் பண்டை நாளைச் சான்றோர்களால் பெரிதும் விதந்து கூறப்படுவதை எடுத்துக் காட்டுகின்றன.

இந்த வானவன் என்ற பெயர் பொருளாக ஆராய்ச்சி செய்த அறிஞர்கள் 'இவரை வானவர் என்ற பெயரால் பண்டை நூல்களும் நிகண்டுகளும் குறிக்கின்றன. இதனால் இவ்வமிசம் தெய்வ சம்பந்தம் பெற்றதென்பது மட்டில் தெளிவாகும்'[14] என்பர். வானவரென்ற பெயர் சீன நாட்டவர்க்கு இன்றும் வழங்கி வருவதால் சேரர், ஆதியில் சீன தேசத்திலிருந்து வந்தவர் எனத் திரு கனகசபைப் பிள்ளையவர்கள் கூறுகின்றார்கள். வானவரம்பன் என்பது வானவர் அன்பன் என்ற இருசொற்களாலாகியதொரு தொடரென்றும், அது திரிந்து வானவரம்பன் என வழங்குவதாயிற் றென்றும், இது. 'தேவானாம்பிரியா' என அசோக மன்னனுக்கு வழங்கும் சிறப்புப் போல்வதென்றும் சிலர் கருதுகின்றனர். வானம் என்பது கடலுக்கொரு பெயரென்றும், அதனால் வானவரம்பன் என்றது கடலை எல்லையாக உடையவன் என்று பொருள்படும் என்றும் வேறு சிலர் கூறுவர். மற்றும் சிலர் வானமும் நிலமும் தொடுமிடத்தை எல்லையாகவுடையவன் வானவரம்பன் என்பர். பிற்கால மலையாள நாட்டு அறிஞர்கள் வானவரம்பன் என்பதைப் பாணவன்மன் எனத் திரித்துக்கொள்வர். இங்கே கூறிய பொருள்களும் 'தேவானாம்பிரியா' என்ற தொடர் 'தடித்த முட்டாள்' என்னும் பொருள் படத் துறவிகளை வைதுரைக்கும் வைதிக மொழி[15] யாகலின், வசை மொழியைச் சேரர் தமக்குச் சிறப்புப் பெயராகக் கொண்டனரென்பது பொருந்தாது என்பர் கே.ஜி.சேஷையர் அவர்கள். ஏனையவற்றின் பொருந்தாமையை ஈண்டு விரிக்க வேண்டுவதில்லை.

சேரநாட்டுக்கு வடபகுதியில் ஏழில் மலையைத் தன் கண் கொண்டிருந்த நாட்டைக் கொண்கானநாடு என்று தமிழ் மக்கள் வழங்கினர். ஏழில் மலையைச் சொல்லத் தெரியாத பிறமக்கள் அதனை எலிமலை என்று வழங்கினதும், இன்றும் அவ்வாறே

வழங்குவதும், எனவே, அவர்கள் அந்த நாட்டை எலி நாடு என்ற பொருளில் 'மூஷிகநாடு' என்று கொண்டதும் முன்பே கூறப்பட்டன. அதற்கு வடக்கிலுள்ள நாட்டுக்கு வானவாசி நாடு என்பது பெயர். மேலைக் கடற்கரை நாடுகளை முறைப்படுத்துரைத்த வியாச பாரதம். 'திராவிட கேரளா; ப்ராச்யா மூஷிகா வானவாசிகா;'[16] என்று கூறுவது போதிய சான்றாகும். ஏழில் மலையைச் சூழ்ந்த நாட்டுக்கு மூஷிக நாடென்று பெயர் வழங்கினமை 'மூஷிகவம்ஸம்' என்ற நூலால்[17] தெரிகிறது. இதனால், மூஷிகநாடெனப்படும் கொண்கான நாட்டுக்கு வடக்கில் வானவாசி நாடு இருப்பது தெளிய விளங்குகிறது. வானவாசி என்பது கல்வெட்டுக்களில்[18] வானிவாசி என்று குறிக்கப்படுகிறது. படவே, சேரநாட்டின் வடக்கில் அதனையடுத்து எல்லையாய் இருந்தது வானிவாசி நாடாயிற்று.

வானிவாசி நாட்டைக் கி.மு. ஆறாம் நூற்றாண்டுக்கு முன்பிருந்தே ஆட்சி புரிந்தவர் கடம்பர் எனப்படுபவர். அவர்களது வானிவாசி நாட்டில் இப்போதுள்ள கோவா (Goa)ப் பகுதியும் அடங்கியிருந்தது. அப்பகுதியில் கடம்பர்களுடைய கல்வெட்டுக்கள் இப்போதும் காணப்படுகின்றன. அந்நாட்டில் வானியாறு என்றோர் ஆறும் ஓடுகிறது. அது கிழக்கில் நிற்கும் மலை முகட்டில் தோன்றி, மேற்கே ஓடிச் சில கால்களாய்ப் பிரிந்து, மேலைக்கடலில் சென்று சேர்கிறது. இப்போது வட கன்னடம் சில்லாவில் மேலைக் கடற்கரையிலுள்ள ஹோனவார்[19] (Honawar) என்னும் மூதூர் அந்த ஆற்றின் ஒருகிளை கடலொடு கடக்குமிடத்தே இருக்கிறது. அந்தக் கிளையும் ஹோனவாறென்ற பெயர் கொண்டு நிலவுகிறது. அதனுடைய பழம்பெயர் வானவாறெ‌ன அங்கே வாழும் முகமதிய முதுவர் கூறுகின்றனர். மலை முகட்டில் தோன்றிக் கடலொடு கலக்குங்காறும் அதன் பெயர் வானியாறேதான்; இப்போது அந்த ஆறு கடல் சேர்ந்த பகுதியில் பல கிளைகளாய்ப் பிரியுங்காறும் ஷிராவதி என்ற பெயர் கொண்டிருக்கிறது. ஜோகென்னும் ஊரருகே[20] இந்த ஷிராவதி 850 அடி உயரத்திலிருந்து வீழ்ந்து மேலைக்கடல் நோக்கி ஓடுகிறது. தோற்றமுதல் முடிவுவரை வானியாறாய் இருந்தது இடையில் சேரலாறு என்ற பெயர்பெற்று, பின்னர் அது திரிந்து ஷிராவதியாய்விட்டது. திருவையாறு திருவாடியென்றாகித் திருவாதியானது காண்போர், சேரவாறு ஷிராவதியானது கண்டு வியப்பெய்தினர்.

தெற்கே பொன்வானி போல வடக்கில் இந்த வானியாறு இருப்பதை நோக்கின் பண்டை நாளில் சேரநாட்டுக்கு வடவெல்லையாய் இந்த வானியாறு விளங்கிற்றென்பது இனிது விளங்கும். இதற்கு வடக்கில் வேளகமும் வடகிழக்கில் வானவாசி நாடும் இருந்தன. இதனை ஆண்ட கடம்பர்கள் சேர நாட்டிற் குறும்பு செய்தொழுகினமை சங்க இலக்கியங்களால் தெரிகிறது. ஒரு கால் அவர்கள் சேரர்க்குரிய கொண்கான நாட்டுட்புகுந்து குறும்பு செய்து அப்பகுதியைத் தமது வானவாசி நாட்டோடு சேர்த்துக்கொள்ள முயன்றார்கள். நாடோறும் அவர்களது குறும்பு பெருகக் கண்ட சேரவேந்தர் பெரும் படையுடன் சென்று கடம்பர்களைத் தாக்கி வென்று வானியாற்றின் வடக்கிற் சென்றொடுங்குமாறு செய்தனர். இவ்வகையால் கடம்பர்கள் மீளமீளப் போர் தொடுக்காவண்ணம், சேரர், கடம்பரொடு ஒன்று கூடி வானவாற்றை வரம்பு செய்து கொண்டனர். வானியாறு சேரருக்கு உரியதானமையின், அதுவே பின்பு சேரவாறாயிற்று; அச்சேரவாறு இப்போது ஷிராவதியென மருவிவிட்டது. சேரமான் வானமாமலைத் தொடர்க்கு உரிமையும் அதனைத் தன் நாட்டுக்கு எல்லையுமாகக் கொண்டமையின் வானவன் என்றும், வான வரம்பன் என்றும் சிறப்புப் பெயர் பெற்றான். சங்கத் தொகை நூல் பாடிய ஆசிரியர்கள் காலத்துக்குப் பல்லாண்டுகட்கு முன்னர் இது நிகழ்ந்து மருவினமையால், வானவன் என்றும் வான வரம்பன் என்றும் சேர மன்னர்களைத் தாம் பாடிய பாட்டுக்களில் அவர்கள் சிறப்பித்துப் பாடினார்கள்.

சேர நாட்டையாண்ட மன்னர்கள் தங்கள் நாட்டைக் குட்டநாடென்றும் குடநாடென்றும் பிரித்து ஒரு காலத்தே ஆட்சி நடத்தினார்கள். வட பகுதியில் குட நாட்டின் பகுதியாய் வானவாசி நாட்டையடுத்திருந்த கொண்கான நாட்டைச் சேரர் குடிக்குரிய நன்னன் மரபினர் ஆட்சி புரிந்தனர். கொண்கான நாட்டின் கிழக்கில் உள்ள புன்னாடும் அந்நன்னன் மரபினர் ஆட்சியிலேயே இருந்தது. புன்னாட்டின் தெற்கில் குட நாட்டுக்குக் கிழக்கில் இருந்த நாடு சேரர் குடியில் தோன்றிய வேளிர் தலைவரான அதியமான்கள் ஆட்சியில் இருந்தது; அதற்குப் பின்னர்த் தகடூர் நாடெனப்பெயர் வழங்கலாயிற்று.

தெற்கே கோட்டாற்றுக்கரை கொல்லம் என்ற பகுதியை எல்லையாகக் கொண்ட குட்டநாட்டில் குட்டுவரும், குட நாட்டில் குடக்கோக்களும் இருந்து சேரவரசைச் சிறப்பித்தனர். குட்டநாட்டுக்கு வஞ்சி நகரும், குடநாட்டுக்குத் தொண்டியும் சிறந்த தலை

நகரங்களாகும். ஒரு குடியில் தோன்றிய இருவருள் முன்னவன் குட்டநாட்டிலும் பின்னவன் குடநாட்டிலும் இருந்து அரசியற்றுவர். குட்டநாட்டு வேந்தன் குட்டுவர் தலைவனாகவும், குடநாட்டு வேந்தன் குடவர் கோவாகவும் விளங்குவர்.

சில பல ஆண்டுகட்குப்பின்னர் அரசிளஞ்சிறுவர்கட்கு ஆட்சி நல்குதல் வேண்டிக் குட்டநாட்டின் வடபகுதியையும் குடநாட்டின் தென்பகுதியையும் ஒன்றாய் இணைத்துப் பொறை நாடெனத் தொகுத்துத் தொண்டியை அதற்குத் தலைநகராக்கினர். இவ்வாறே கொச்சி நாட்டின் வடகீழ்ப்பகுதி பூழிநாடு எனப் பிரிந்து இயலுவதாயிற்று. இந்நாடுகளில் இருந்து ஆட்சி புரிவோருள் முன்னோன் எவனோ அவனே முடி சூடும் உரிமையுடைய சேரமானாவன். பிற்காலத்தே பொறைநாட்டின் கிழக்கில் கொங்கு நாட்டையடுத்த பகுதியைக் கடுங்கோ நாடெனப் பிரித்து ஆட்சி செய்தனர். அவ்வேந்தர் கடுங்கோ எனப்பட்டனர். இவ்வாற்றால் சேர நாடு பண்டை நாளில் குட்டநாடு, பொறைநாடு, குடநாடு, கடுங்கோ நாடு எனப் பிரிந்திருந்தமை பெறப்படுகிறது. வேந்தரும் அது பற்றியே, 'பல் குட்டுவர் வெல்கோவே'[21] 'தெறலருந்தானைப் பொறையன்'[22] 'குடக்கோ நெடுஞ்சேரலாதன் பாலைபாடிய பெருங்கடுங்கோ' என்று பெயர் கூறப்படுவாராயினர். இவ்வாறு வேறு வேறாகக் கூறப்படினும், சேரமான் ஒருவனே ஒருகால் சேரல் என்றும், வானவன் என்றும் குட்டுவன் என்றும், இரும்பொறையென்றும் கூறப்படுவன். இதனால் இவர் அனைவரும் சேரர் குடிக்குரியோர் என்பது துணிபாம். 'குடபுலங் காவலர் மருமான், ஒன்னார் வடபுல இமயத்து வாங்குவிற் பொறித்த, எழுவுறழ் திணிதோள் இயல் தேர்க்குட்டுவன்'[24] என்றாற்போல வருவன பல உண்டு. இவற்றைக் கொண்டு இவர்கள் வேறுவேறு குடியினரென மயங்கி விடுதலாகாது. அது பின்னர் வரும் வரலாற்றால் இனிது விளங்கும்.

பண்டை நாளைத் தமிழ் வேந்தர் அரசெய்திய முறை ஒரு தனிச்சிறப்பு முறையாகும். ஒரு வேந்தனுக்கு மூன்று புதல்வர்களெனின் அவர்கள் ஒருவர் பின்னொருவராக முடிசூடிக்கொள்வர். முன்னவன் முடிவேந்தனாக ஏனையிருவரும் நாட்டின் இரு வேறு பகுதிகளில் சிற்றரசராய் முடி வேந்தர்க்குத் துணைபுரிவர். இம்மூவரும் முடிசூடியிருந்த பின்பே இவர் மக்களுள் மூத்தவன் எவனோ அவன் முடி வேந்தனாவன். இம்முறை இடைக்காலச் சோழவேந்தரிடத்தும் இருந்திருக்கிறது. முதற்பராந்தகனுக்கு

இராசாதித்தன், கண்ட ராதித்தன், அரிஞ்சயன், உத்தமசீலி என மக்கள் நால்வர் உண்டு. அவர்களுள் இராசாதித்தன், பராந்தகன் இருக்கும்போதே இறந்தான். அதனால் பராந்தகனுக்குப்பின் கண்டராதித்தன் சோழவேந்தனாய் முடி சூடிக்கொண்டான். அவனுக்குப்பின் அரிஞ்சயன் முடிவேந்தனானான். அவனுக்கு முன்பே உத்தமசீலி மறைந்து போனான். கண்டராதித்தனுக்கு உத்தம சோழனென்றொரு மகனும், அரிஞ்சயனுக்குச் சுந்தரசோழ னென்றொரு மகனும் இருந்தனர். அவ்விருவருள் சுந்தரசோழன் மூத்தவனாதலால், முதலில் அவனும், அதற்குப்பின் உத்தம சோழனும் முடிவேந்தராயினர். உத்தம சோழனுக்குப்பின் அவன் மக்களுள் மூத்தவனான ஆதித்தகரிகாலன் தந்தையிருக்கும் போதே இறந்தமையின், இளையோனான முதல் இராசராசன் சோழர் முடிவேந்தனாய்த் திகழ்ந்தான். இதே முறைதான் பண்டை நாளைத் தமிழ் வேந்தர் அரசுரிமை முறையாய் இருந்தது. ஆகவே, தந்தைக்குப்பின் அவனுடைய மூத்த மகன், அவனுக்குப்பின் அவனுடைய மூத்த மகன் என வரும் அரசியல் தாயமுறை (Primogeniture) தமிழ்நாட்டுக்குரியதன்று என அறியலாம்.

இவ்வாறே சேர மன்னரும் உதியஞ்சேரலாதன் என்பானுக்கு இமயவரம்பன் நெடுஞ்சேரலாதன், பல்யானைச் செல் கெழு குட்டுவன் என மக்கள் இருவருண்டு. இமயவரம்பன் சேரமானாய் முடி சூடியிருந்த பின், அவன் தம்பி பல்யானைச் செல்கெழு குட்டுவன் சேரமானாய் முடிசூடிக்கொண்டான். அவற்குப் பின் இமயவரம்பன் மக்களுள் மூத்தவனான களங்காய்க் கண்ணி நார்முடிச் சேரலும், அவன்பின் செங்குட்டுவனும், அவற்குப்பின் ஆடு கோட்பாட்டுச் சேரலாதனும் சேர நாட்டு முடிவேந்தராய் விளங்கினர்.

பின்னர், அரசர் குடியிற்பிறந்த அரசிளஞ்சிறுவர்கட்கு அரசாளும் திறம் நல்கவேண்டி நாட்டைச் சிறுசிறு நாடுகளாக வகுத்தாளும் முறையுண்டாயிற்று; அதன் பயனாக ஏனை நாடுகளைப் போலச் சேர நாடும் சிறுசிறு நாடுகளாகப் பிரிய வேண்டி வந்தது. இதுபற்றியே ஒரு நாழிகைத் தொலைக்குள் ஒன்பது நாடுகளைக் கடந்தாக வேண்டும் என்ற கருத்துடைய பழமொழியொன்று இன்றும் மலையாள நாட்டில் வழங்குகிறது. இடைக்காலத்தில் சேரநாடு பதினெட்டுச்சிறு நாடுகளாய்ப் பிரிந்திருந்தமைக்கும் இதுவே காரணம்.

சோழநாட்டுக்கு உறையூரும் பாண்டி நாட்டுக்கு மதுரையும் போலச் சேரநாட்டுக்கு வஞ்சி மாநகர் தலைநகரமாகும். பாண்டி

நாட்டுக்குக் கொற்கையும் சோழ நாட்டுக்குக் காவிரிப்பூம் பட்டினமும் போலச் சேர நாட்டுக்கு முசிறியும் தொண்டியும் கடற்கரை நகரங்களாய் விளங்கின. காவிரி கடலொடு கலக்குமிடத்தே காவிரிப்பூம்பட்டினமும், தண்ணான் பொருநை கடலொடு கூடுமிடத்தே கொற்கையும் போலப் பேரியாற்றின் கிளையாகிய சுள்ளியாறு கடலொடு கூடுமிடத்தே முசிறி நகர் இருந்தது. இதனை மேனாட்டு யவனர்களான பெரிப்புளூஸ் ஆசிரியரும் பிளினியென்பாரும் தங்கள் குறிப்பில் குறித்திருக்கின்றனர். இந்நகரின் பகுதியாய் இதற்குக் கிழக்கில் இருந்தது. வஞ்சி நகர். வஞ்சிக்கு வடமேற்கிலும் முசிறிக்கு நேர் வடக்கிலும் ஏழு எட்டுக்கல் தொலையில் கருவூர் நகரம் இருந்தது.

தொண்டி நகர் குடநாட்டில் கடற்கரையில் இருந்ததொரு நகரம் குட்டநாட்டுக்கு வஞ்சி போலக் குடநாட்டுக்குத் தொண்டி சிறந்துநின்றது. குடநாடு பொறை நாடென்றும் குடநாடென்றும் பிரிந்த போது தொண்டி பொறை நாட்டில் அடங்கிற்று. இப்போது அது சிற்றூராய்க் குறும் பொறைநாடு தாலுக்காவில் உள்ளது. குடநாட்டுக்கு நறவூர் என்றோர் ஊர் தலைநகராய் விளங்கிற்று; இப்போது அது குடகு நாட்டில் நறவுக்கல் பெட்டாவில் உள்ளது.

தொண்டி நகர், கடற்கரையில் இருந்தமையின், யவனர்கட்கு அதுநன்கு தெரிந்திருந்தது. அதுமிக்க சிறப்புடையவூர் என்று பெரிப்புளூஸ் என்னும் நூல் கூறுகிறது.[24] சங்கத்தொகை நூற்பாட்டுக்களும் இதனைப் பல்வகையாலும் பாராட்டிக் கூறுகின்றன. இவன் வேறாக மாந்தை, மரந்தை என நகரங்கள் சில கூறப்படுகின்றன. அவற்றின் நலங்கள் வருமிடங்களில் ஆங்காங்கே விளக்கப்படும்.

திருவாங்கூர் நாட்டு எட்டுமானூர், அம்பலப் புழை, செங்கணாசேரி, கோட்டயம் என்ற பகுதிகளும், கொச்சி நாட்டுப் பகுதியும், பொன்னானித் தாலுக்காவின் குட்ட நாட்டுப் பகுதியும் ஒன்று சேர்ந்த பகுதி குட்டநாடு என இப்போதும் வழங்குகிறது. இதன் வடக்கில் பொறைநாடும், கிழக்கிற் பூழிநாடு கொங்கு நாடுகளும், தெற்கில் தென்பாண்டி நாடும், மேற்கில் கடலும் எல்லைகள். இந்த நாட்டில், பேரியாறும், அதன் கிளைகளான பொருநை சுள்ளியென்ற ஆறுகளும், பொன் வானியாறும், வேறு பல சிற்றூர்களும் பாய்தலால், இந்நாடு நல்ல நீர் நில வளஞ் சிறந்தது. இது தெற்கிலுள்ள நாஞ்சினாடு போல மிக்க நெல்

விளையும் நீர்மையுடையது. திருவாங்கூர் அரசுக்குட்பட்ட குட்டநாட்டுப் பகுதி மட்டில் இருநூறாயிரம் ஏக்கர் நிலம் நெல் பயிரிடத்தக்க வகையில் அமைந்துள்ளது என்பர்.[25] அண்மையில் நிற்கும் மலை முடிகளிற் பெய்யும் மழை நீர் இழிந்து விரைந்தோடி வந்து கடலில் மண்டுங்கால் கடற்கரையுடைந்து குட்டங்கள் (காயல் என இக்காலத்து வழங்கும் கானற் பொய்கைகள்) பல பல்கியிருப்பது பற்றி இந்நாடு குட்ட நாடெனப் பண்டை நாளைச் சான்றோர்களால் வழங்கப்பட்ட தென்னலாம். இங்குள்ள குட்டங்களில் பல ஆழ்ந்தகன்று சிறுசிறு மரக்கலங்களும் நாவாய் களும் இனிது இயங்குவதற்கேற்ப அமைந்துள்ளன. இங்கே வாழ்ந்த மக்கட்கு வேண்டும் உணவுப் பொருள்களும், மலைபடு பொருள்களும், காடுபடு பொருள்களும், கடல்படு பொருள்களும் பெருகக் கிடைத்தமையால், அவர்கள் கடற்கப்பாலுள்ள நாட்டவரோடு பெருவாணிகம் செய்து சிறந்தனர். அதனால், மேனாட்டு யவனரும், கீழைநாட்டுச் சீனரும், பிறரும் இந்நாட்டில் போக்கு வரவு புரிந்தனர். அரேபியா ஆப்பிரிக்கா என்ற நாட்டுக் கடற்கரையில் குட்ட நாட்டுத் தமிழ் மக்கள் சிலர் குடியேறி யிருந்தனரென்று மேனாட்டவருடைய பழஞ்சுவடிகள் கூறுகின்றன. இவ்வாறு பெருங்கடல் கடந்து சென்று அரிய வாணிகம் செய்த பெருந் துணிவுடைய மக்கள் தென்கடற்கரை நாட்டுத் தென் தமிழரல்லது வடவாரியரல்லர் எனக் கென்னடி (Mr. Kennady) என்பார் கூறியிருப்பது ஈண்டு அறிஞர்கள் நினைவு கூரத்தக்கதோர் உண்மை.

இக்குட்ட நாட்டுக்குத் தலைநகரம், சேரநாட்டுக்குப் பொதுவாகத் தலைநகரமெனக் குறிக்கப்பெற்ற வஞ்சி மாநகரமாகும். கடற்கரையையொட்டித் தொடர்ந்து விளங்கும் காயற்குட்டத்தின் கீழ்க்கரையில் இந்நகரம் இருந்திருக்கிறது. இக்குட்டம் கொச்சி, கொடுங்கோளூர், சேர்த்துவாய் என்ற மூன்றிடங்களில் கடலொடு கலந்துகொள்ளுகிறது. கொடுங்கோளூ ரென்பது வஞ்சி நகர்க்கு இடைக் காலத்து உண்டாகி வழங்கிய பெயர். மலை நாட்டுக் கொடுங்கோளூர்[26] என்று கல்வெட்டுக்கள் கூறுவது காண்க. அதன் ஒரு பகுதியான வஞ்சிக்களம், அஞ்சைக்களம்[27] என்றும் வஞ்சிக்குளம்[28] என்றும் வழங்குவதாயிற்று. இதனால் வஞ்சிநகர் கடற்கரைத் துறைமுகமாகவும் விளங்கியது காணலாம். வஞ்சி முற்றத்தேயிருக்கும் காயல் கடலொடு கூடும் கூடல் வாயின் தென்கரையில் முசிறியும், வடகரையில் ஆறு ஏழு கல் தொலைவில்

கருவூரும் இருந்தன. கருவூர் இப்போது கருவூர்ப்பட்டினமென வழங்குகிறது. இவற்றின் இடையே காயலின் கீழ்ப்பகுதியில் பேரியாற்றின் கிளைகளுள் ஒன்றான சுள்ளியாறு வந்து கலக்கின்றது. தென் மேற்கில் முசிறி நகரும் வடமேற்கில் கருவூரும் தன் கண் அடங்க, இடையிற் கிடந்த காயற்குட்டத்தை நாவாய்க்குளமாக (Harbour)க் கொண்டு வஞ்சி மாநகர் விரிந்த பண்புடன் விளங்கினமை இதனால் இனிது பெறப்படும். இதுபற்றியே சான்றோர், ஏனை உறையூர் மதுரை என்ற நகர்களோடு ஒப்ப வைத்து இவ்வஞ்சி நகரைச் சிறப்பித்து, 'சேரலர்...... வளங்கெழு முசிறி'[29] எனவும், 'பொலந்தார்க் குட்டுவன் முழங்குகடல் முழவின் முசிறி'[30] எனவும் பாடியுள்ளனர். மேலைநாட்டு யவனருடைய கலங்கள் நேரே வருங்கால் முதற்கண் முசிறித் துறைக்கு வரும் என்றும், அத்துறையில் கலங்கள் கடலில் மிக்க தொலைவில் நிற்குமென்றும், பொருள்கள் சிறுசிறு நாவாய் வழியாக ஏற்றுமதி இறக்குமதி செய்யப்படுமென்றும் பிளினி என்பார் கூறுகின்றார்.[31]

ஒருபால் பெருமலையும் ஒருபால் பெருங்கடலும் நிற்க. இடையில் பெருங்காடு படர்ந்து கொடுவிலங்கும் கடுவரற் காட்டாறுகளும் மிக்குள்ள நாட்டைச் சீர் செய்து மக்கள் குடியிருந்து வாழ்வதற்கு ஏற்பச் செம்மைப்படுத்திய பண்டைச் சேரநாட்டு மக்களுடைய தொன்மை வரலாறு எண்ண முடியாத சிறப்பினதாகும். காடு கொன்று நாடாக்கி விளை பொருளும் கடல் வாணிகமும் பெருகுவித்தற்கண் அம்மக்கள் கழித்த யாண்டுகள் எண்ணிறந்த பலவாம். நாட்டு மக்களது நல்வாழ்வுக்கென அரசு காவலும் செங்கோன்மையும் வேண்டப்படுதலின், அத்துறையில் நெடுங்காலவளவில் அம்மக்கள் பெரும் பணி செய்திருத்தல் வேண்டும்.

நம் நாட்டில் பழமையான நூல்கள் எல்லாவற்றினும் மிகப்பழமை வாய்ந்தவை எனப்படும் நூல்களில் இந்நாட்டுச் சேரமன்னர் குறிக்கப்பெறுவதால், இவர்களது முதல் தோற்றம் வரலாற்றெல்லைக்கு அப்பாற்பட்டதென்பது சொல்லாமலே விளங்கும். சோழநாடு சோழவளநாடு என்றும், பாண்டிநாடு பாண்டி வளநாடென்றும் வழங்கியதுண்டு; அவற்றைப் போலவே, சேரநாடு சேரவளநாடு என்று தொடக்கத்தில் வழங்கிப் பின்பு சேரலர் நாடு என மருவிற்று; சேரரும் சேரலர் என்றும் சேரல் என்றும் கூறப்படுவாராயினர். கடல் சேர்ந்த நிலத்தைச்

சேரநாட்டு
உட்பிரிவுகள்
ஆரியநாடு
வேணாடு
வானியாறு (ஷிராவதி)
வடுகர் நாடு
வானவாசி நாடு
துளுநாடு
கங்க நாடு
தகடூர்
வடவேங்கடம்
கொங்குநாடு
சோழ நாடு
நறவு
குடநாடு
பொன்வானியாறு
தொண்டி
கீழ்க் கடல்
குட்டநாடு
வஞ்சி
கோட்டாறு
பாண்டிய நாடு
கொல்லம்
வேணாடு
ஈழநாடு
மேலைக் கடல்
தென் கடல்

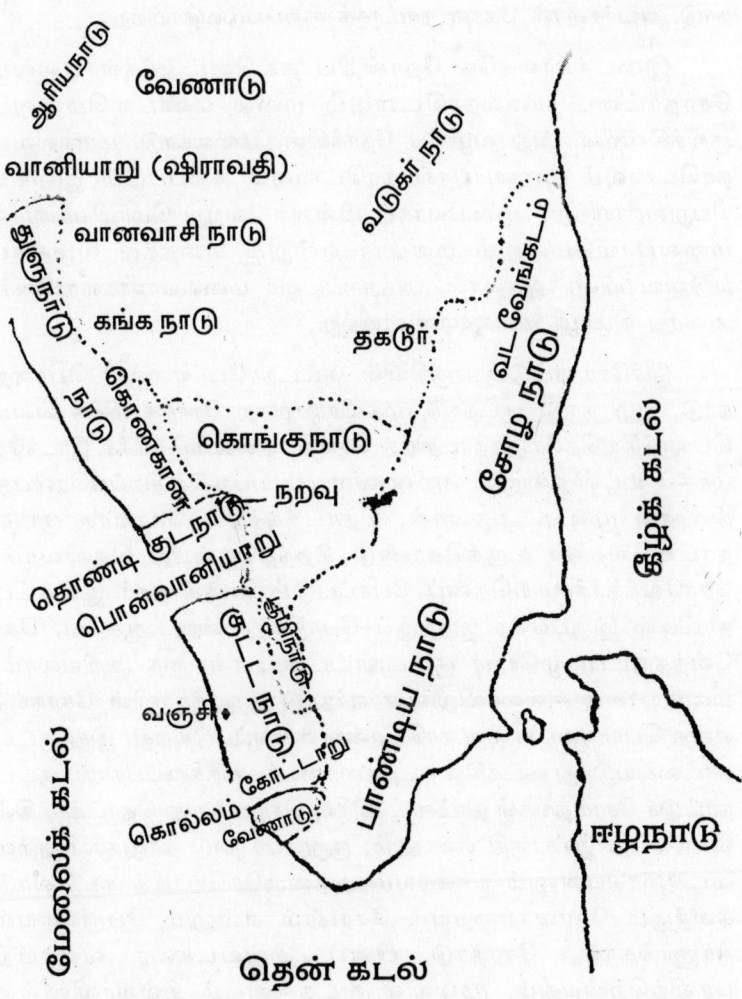

சேர்ப்பதென்றும், அந்நிலத்துத் தலைவர்களைச் சேர்ப்பரென்றும் கூறுவது தமிழ் நூல் வழக்கு. அவ்வழியே நோக்கின், சேரநாடும் தொடக்கத்தில் சேர்ப்பு நாடென விளங்கிய பின் சேர நாடெனத் திரிந்துவிட்டது. சேர்ப்பர் சேரராயினர்;[32] சேரலர் என்ற பழம்பெயர் பிற நாட்டு மக்களால் கேரளரெனக் கூறப்பட்டது; அதனால் சேரலர் நாடு அவர்களால் கேரள நாடாகக் கூறப்படுவதாயிற்று.

இடைக்காலத்தே தோன்றிய கல்வெட்டுக்கள் பலவும் சேரநாட்டை மலைநாடெனவும் மலை மண்டலமெனவும் குறிக்கின்றன. அது வழியே நோக்கின், மலைநாடு, மாலைவள நாடெனவும் மலைப்பால் நாடெனவும் கூறப்படும் இயைபு பெறுவதாயிற்று. அப்பெயர்கள் பின்னர் வேற்று மொழியாளரால் மலையாளமென்றும் மலபார் என்றும் சிதைத்து வழங்கப் படுவவாயின. ஆதலால், அந்நாட்டவர் மலையாளிகளாயினர்; அவரது மொழி மலையாளமாயிற்று.[33]

இச்சேரநாட்டுப் பகுதியில் குட்டநாடே ஏனைப் பொறை நாடு. பூழி நாடு, குடநாடு முதலியவற்றை நோக்க மிக்க வளம் பொருந்தியதென்பது நாடறிந்த செய்தி. நிலவளம் மிக்க இடத்தே மக்கள் உடல் வளமும் அறிவு வளமும் பெருகிச் சிறப்பரென்பது நிலநூன் முடிபு. அதனால், தொடக்கத்தில் சேரவரசு குட்ட நாட்டிலேதான் உருக்கொண்டு சிறந்ததென்பது தெளிவாம். சேரவேந்தர்க்குரியதெனப் பேசப்படும் வஞ்சி நகர் இக்குட்ட நாட்டில் இருப்பதே இதற்குப் போதிய சான்று. ஆகவே, சேர வேந்தருட்பழையோர் குட்டநாட்டவர் என்பதை அறியலாம். மலையாளம் சில்லாவிலுள்ள ஏர்நாடு தாலுக்காவில் சேரநாடு என்ற பெயருடைய சிறு நாடொன்று காணப்படுகிறது. இது குட்ட நாட்டையடுத்து வடக்கில் கடற்கரையைச் சார்ந்திருப்பதால், குட்ட நாட்டுச் சேரர் தங்கள் நாட்டை விரிவு செய்தபோது தொடக்கத்தில் கொண்டது இப்பகுதி என்பதும், குறும்பர் நாடு தாலுகாவிலுள்ள வடகரையென்னும் நகரையும் அதனருகேயோடிக் கடலொடு கலக்கும் சேரவாற்றையும் சேரபுரம் என்னும் பேரூரையும் காணுங்கால், சேரநாடு பின்பு இவ்வடகரை வரையிற் பரவிற்றென்பதும், முடிவில் வடகன்னடம் சில்லாவிலுள்ள வானியாறும் சேரவாறும் முடிவாகப் பரந்து நின்றது, அப்பகுதி வரையில் என்பதும் உய்த்துணரப்படும். இத்துணைப் பரப்புக்கும் தோற்றுவாய் குட்டநாடு என்பது நினைவுகூரத்தக்கது.

இவ்வாறு சேரநாடு படிப்படியாகப் பரந்து பெருகியது. காட்டும் குறிப்புகள் ஊர்ப்பெயராகவும் ஆறுகளின் பெயராகவும் மலைக் குன்றுகளின் பெயராகவுமே உள்ளன. வரலாறு கூறும் கருத்துடைய நூல்களும் பாட்டுக்களும் நமக்குக் கிடைக்காமையின், இப்பெயர்களை ஆராயவேண்டிய நிலைமை உண்டாகிறது. கிடைத்துள்ள சங்கத் தொகை நூற்பாட்டுக்களில் இலை மறைகாய் போலக் காணப்படும் சொற்குறிப்புகளும் ஓரளவு துணை செய்கின்றன. அவ்வகையில் சேரமன்னர் சிலர் பதிற்றுப் பத்திலும் புறநானூற்றிலும் பிறதொகை நூல்களிலும் காணப்படுகின்றனர். அவருள் உதியஞ்சேரல் என்பவனும் அவன் மக்கள் இயமவரம்பன் நெடுஞ்சேரலாதனும் பல் யானைச் செல்கெழுகுட்டுவனும் அவர் வழிவந்தோரும் முதற்கண் காணப்படுகின்றனர். அவர்களை முறையே காண்போம்.

அடிக்குறிப்புகள்

1. பிற்காலச் சோழர் சரித்திரம், ப. 108.
2. திருத்தொண்.கழறிற்.1.
3. தொல். பொருள். 60.
4. தொல். புறத். 5.
5. புறம், 126.
6. அகம், 45.
7. புறம், 2.
8 அகம், 881.
9. அகம், 309.
10. அகம், 213
11. அகம், 77, 143.
12. புறம், 126.
13. புறம், 39. அகம், 159.
14. M. Raghava Iyengar's சேரன் செங்குட்டுவன்.
15. Madras Discourses of Sri Sankaracharya. pp.147 163.
16. பாரதம்: பீஷ்ம பருவம் - ix 58.
17. T.A.S. Vol ii. P 87 - 113
18. Bom. Gazet. Kanara Part - ii, p. 77.
19. Ibid. p. 97.

20. Joag Falls is popularly known as Gersappa Falls. Gersappa is a village about 13 miles from the Falls., 'தோகைக்காவின் துளுநாடு' *(அகம் 15)* என்றவிடத்துக் காணப்படும் தோகைக்கா என்பதே இப்பகுதிக்குப் பெயராகித் தோக்கா என மருவிப் பின்பு 'ஜோக்' என்ற பெயருடன் இப்போது வழங்குகிறதென்பது அறிஞர்கள் காணவேண்டுவதொன்று.

21. *மதுரை, 105.*

22. *நற். 18,*

23. *சிறுபாண். 47.*

24. M'Crindle's Translations, p.53/

25. Travancore State Manual, Vol. iv pp. 699 - 700.

26. AR.No. 33 of 1906

27. *சுந். தேவா. 4.*

28. S.I.I. Vol. V. No. 528

29. *அகம் 149.*

30. *புறம் 343.*

31. Nagam Iyer, I.V.C. Manual, Vol. i. p 291.

32. சேர்ப்புத்தலை சேர்த்தலை எனவும், சேர்ப்பு வாய் சேர்த்து வாய் எனவும் வழங்குவது காண்க.

33. இதனை நினையாமையால் கால்டுவெல் முதலியோர் வேறு கூறுவர்.

4. பெருஞ்சோற்றுதியன் சேரலாதன்

குட்டநாடு வஞ்சி நகரைத் தலைநகராகக் கொண்டு சேர நாட்டையாண்ட வேந்தர்களுள் மிகவும் பழையோனாக இவ்வுதியன் சேரலாதன் காணப்படுகின்றான். இவனைப் புறநானூறு 'பெருஞ்சோற்றுதியன் சேரலாதன்' என்று குறிக்கின்றது. சேரலாதன் என்பதைப் பொதுவாகக் கொண்டு, பெருஞ்சேரலாதன், நெடுஞ்சேரலாதன் என்று பெயர் தாங்கியோர் பலர் உள்ளனர். அது நோக்க, சேரலாதன் என்பது சேர வேந்தர் குடிப்பெயரென்பது தெளியக் காணப்படும். சேரலாதன் என்பது சேரவேந்தனான ஆதன் என்று பொருள்படுகிறது. படவே, சேரலாதன் என்ற பெயருடையோர், சேரமான் ஆதன் என்பான் வழிவந்தவர் என்பது இனிது விளங்கும். இச்சேரமானும் உதியன் சேரலாதன் எனப்படுவதால், இவன் ஆதன் வழி வந்தவன் என்பது பெறப்படும். அந்த ஆதனைப் பற்றி இதுகாறும் ஒன்றும் தெரிந்திலது. ஆதன் அவினி என்றொரு சேரமான் ஐங்குறு நூற்றிற் காணப்படுகின்றான். அந்த அவினியும் ஆதன் வழி வந்தோனாகத் தெரியினும், அவ்வாதன் சேரமானாகிய ஆதன் அல்லன் என்பது அவன் சேரல்ஆதன் எனப்படாமையால் விளங்குகிறது.

இச்சேரலாதன் பெருஞ்சோற்றுதியன் எனப் புறநானூற்றைத் தொகுத்த சான்றோரால் குறிக்கப்படுவன். மாமூலனார் முதலிய சங்கச் சான்றோர் உதியஞ்சேரல் என்றும் உதியன் என்றும் வழங்குகின்றனர். இவன் காலத்தே குட்ட நாட்டுக்குத் தெற்கில் வேளிர் பலர் வாழ்ந்தனர். அவர் வாழ்ந்த நாடு வேணாடெனப்படும். மேனாட்டு யவனர் குறிப்புகள் கொல்லத்துக்குத் தென்பகுதியில் ஆய்வேள் வழியினர் ஆட்சி செய்தனரென்றே குறிக்கின்றனர்.

பிற்காலத்து வேள்விக்குடிச் செப்பேடும்[1] இந்நாட்டு வேளிரை ஆய்வேள் என்று குறிக்கின்றது. இப்பகுதியிலிருந்து இன்றும் அரசு புரிந்து வரும் திருவிதாங்கூர் வேந்தர்கள் தம்மை வேணாட்டடிகள் என்பதும் இக்கருத்தை வற்புறுத்தும். இக்கருத்தை அறியாமையால் சிலர்[2] வேணாடென்பது வானவனாடு என்பதன் திரிபாகக் கூறுகின்றனர்.

இவ்வுதியன் காலத்தில் வேணாட்டில் வெளியன் என்னும் வேளிர் தலைவன் வாழ்ந்துவந்தான். அவனுடைய மகள் வேண்மாள் என்பவளை உதியன் மணந்துகொண்டான். இத்திருமணத்தின் பயனாக உதியஞ்சேரலுக்கு மைந்தர் இருவர் தோன்றினர். முன்னவனுக்கு நெடுஞ்சேரலாதன் என்றும் பின்னவனுக்குக் குட்டுவன் என்றும் பெயரிட்டான். இருவரும் அரசர்க்கு வேண்டப்படும் கலை பலவும் இளமையிலேயே நன்கு பயின்று வந்தனர்.

முடி வேந்தர்க்கு மகட்கொடை வழங்கும் முறைமை தமிழகத்தே வேளிர்கள்பால் இருந்தமையின். அவ்வேளிர்களைத் தங்கள் நாட்டையடுத்துள்ள பகுதிகளில் இருந்து வருமாறு செய்வது பண்டை வேந்தர் மரபு. பாண்டி நாட்டையடுத்துள்ள பறம்பு நாட்டிலும், சோழ நாட்டையடுத்துள்ள கொல்லி நாட்டிலும், தொண்டை நாட்டையடுத்துள்ள மலையமான் நாட்டிலும், பிறவிடங்களிலும் வேளிர்கள் இருந்து வந்தமை சங்க இலக்கியம் பயில்வோர் நன்கறிந்தது. இவ்வாறே சேர மன்னர்கள் தெற்கில் ஒரு வேணாடு கொண்டதுபோல வடக்கில் வானவாசி நாட்டிடையே ஒரு வேணாட்டைக் கொண்டனர். அவ்வேணாடு இடைக்காலத்தே வேளகமாயிருந்து இப்போது பெல்காம் (Belgaum) என வழங்குகிறது.[3] மேலும் மகட்கொடை வழங்கும் வேளிர் தங்கள் நாட்டையடுத்திருந்தது, தமிழ் வேந்தர்க்கு ஒரு சிறந்த அரணாகவும் விளங்கிற்று. 'பெண்ணைக் கொடுத்தோமோ கண்ணைக் கொடுத்தோமோ' என்பது தமிழரிடையே நிலவும் பழமொழி. மகட்கொடை புரிந்த வேளிர், தம் மகளது வாழ்வு குறித்து அவர்களை மணந்து கொண்ட முடி வேந்தர்க்குத் தக்க பெருந்துணைவராய் இருந்தனர்.

மகட்கோள் முறையால் வேணாட்டவரோடும், வானவாசி நாட்டவரோடும் வரம்பறுத்துக் கொண்ட வகையால் வானவாசிகளோடு முரண் கெடுத்து இனிது அரசுமுறை நடத்தி

வந்த சேரவேந்தர்க்குத் தாம் வாழ்ந்த நாட்டிடம் 'சிறிது' என்ற உணர்வு தோன்றி அவர்கள் உள்ளத்தை அலைத்துக் கொண்டிருந்தது. உதியஞ்சேரல் காலத்தில் தென்பாண்டி நாட்டையாண்ட வேந்தர், செவ்விய அரசு புரியும் திறமிலராயிருந்தனர். வேணாட்டு வேளிர் தனக்குரியராய் இருந்தமையின், அவர் நாட்டுக்குத் தெற்கிலுள்ள தென்பாண்டி நாட்டைத் தன்னாட்டோடு சேர்த்துக்கொள்ள வேண்டுமென்ற வேட்கை சேரமானுக்கு உண்டாயிற்று. அதனை நிறைவேற்றிக்கோடற்குரிய செவ்வி தோன்றியதும் உதியஞ்சேரல் தென்குமரியைச் சூழ்ந்திருந்த தென் பாண்டி நாட்டை வென்று, தென்கோடியைத் தன்னாட்டுக்கு எல்லையாகக் கொண்டான். அந்நாட்டுக் கீழ்க் கடற்கரையும் சேரர்க்குரியதாயிற்று. இதனால் சான்றோர் இவனை, 'நாடு கண் அகற்றிய உதியஞ்சேரல்'[1] என்று பாராட்டினர். இச்செய்தியை நினைவிற்கொண்டே பின்பு ஒருகால் செல்வக்கடுங்கோ வாழியாதனைப் பாடப் புகுந்த கபிலர், 'இடஞ்சிறிதென்னும் ஊக்கம் துரப்ப, ஒடுங்காவுள்ளத் தோம்பா வீகைக் கடந்தடு தானைச் சேரலாதன்'[2] என்று பாடினர். இதனால் உதியனது புகழ் தமிழகம் முழுதும் பரவிற்று. பல இடங்களில் ஊர்கள் நிறுவப் பெற்றன. நாட்டில் செல்வப் பெருக்கும் நல்வாழ்வும் சிறந்தன. இச்சிறப்புப் பற்றி நாட்டில் உதியம் பேரூர், உதியஞ்சேரி என்ற பெயருடைய ஊர்கள் உண்டாயின. அவற்றுட் சில இன்றும் நின்று உதியஞ்சேரலின் உயர் புகழை நினைப்பித்துக் கொண்டிருக்கின்றன.

பண்டைத் தமிழ் வேந்தர் முத்தமிழையும் வளர்ப்பது தமது கடனாகக் கொண்டவர். அம்மூன்றும் இயல், இசை, கூத்து என்பன. கூத்து, கூத்தர்பாலும், இசை, பாணர் பொருநர் முதலியோர்பாலும், இயல் புலவர்பாலும் வளர்ந்தன. இவற்றால் நாட்டு மக்களுடைய உள்ளம், உரை, செயல் ஆகிய மூன்றும் பண்பட்டன. அதனால் கூத்தர்க்கு வேண்டுவன நல்கிக் கூத்தையும், பாணர்க்குக் கொடை வழங்கி இசையையும், புலவர்க்குப் பரிசில் கொடுத்து இயலையும் வளர்த்தனர். இதனை ஏனைச் சோழ பாண்டியர் செய்ததுபோலவே சேரமானாகிய உதியஞ்சேரலும் செய்தான்; ஆயினும், போர்த்துறையில் மிக்க ஈடுபாடுடையனாதலால், இசை வாணரை வரவேற்றுப் போர் மறவரிடையே இனிய குழலிசையை இசைக்குமாறு புதியதோர் ஏற்பாட்டினைச் செய்தான். மறவரது மறப்பண்பையும் இசை தனது நலத்தால் மாற்றிவிடும் என்பதுணர்ந்து, அதனால் மறம் வாடாத நிலையுண்டாதல் வேண்டி உதியன் இச்செயலைச்

செய்தான். இதனை அணுகிக் கண்ட இளங்கீரனார் என்னும் சான்றோர், 'உதியன் மண்டிய ஒலி தலை ஞாட்பின், இம்மென் பெருங்களத்தியவரூதும், ஆம்பலங் குழல்'[6] என எடுத்தோதுகின்றார்.

கொங்கு நாட்டுப் பகுதியில் குழுமூர் என்று ஓர் ஊர் இருந்தது; அதனை வேள்விக்குடிச் செப்பேடுகள் குழும்பூர் என்று குறிக்கின்றன.[7] களமூர் களம்பூர் எனவும், ஆமூர் ஆம்பூர் எனவும் திரிவதுபோல, குழுமூர் குழும்பூராயிற்று. ஒருகால் குழுமூர்ப் பகுதியில் கடும்போர் உடற்றி வென்றி எய்திய உதியஞ் சேரல் தன்னொடு போர்க்களம் புகுந்து பகைவரொடு போருடற்றித் துறக்கம் பெற்ற சான்றோர் பொருட்டுப் பெருஞ்சோற்று விழாவொன்றைச் செய்தான்.[8] இதனைப் 'பிண்டம் மேய பெருஞ்சோற்று நிலை'[9] என்று தொல்காப்பியர் கூறவதனால், இது தமிழ் மக்களிடையே தொன்று தொட்டு வரும் மரபு என்பது தெளியப்படும். பாரதப் போர் நிகழ்ந்த காலத்தே சேர நாட்டு வேந்தரும் அதன்கட் கலந்துகொண்டனர். அதற்கு வியாசரெழுதிய பாரதமே சான்று பகருகிறது. அப்போர் முடிவில் பாண்டவர் களையும் எஞ்சி நின்ற கௌரவர்களையும் ஒருங்கு கூட்டி அரும்போர் செய்து துறக்க மெய்தியோர்க்காகப் பெருஞ்சோற்று விழாச் செய்தல் வேண்டுமென அப்போர்க்குச் சென்றிருந்த சேர வேந்தன் வற்புறுத்திப் 'பெருஞ் சோற்று நிலை' ஒன்றை நடத்தினான். அவன் வழிவந்தோனாதலால், உதியஞ்சேரல் குழுமூர்க்கன் பெருஞ்சோற்று விழா நிகழ்த்தியதை வியந்து பாட வந்த முடிநாகனாரென்ற சான்றோர், முன்னோன் செயலை இவன் மேலேற்றி

'அலங்குளைப் புரவி யைவரொடு சினைஇ
நிலந்தலைக் கொண்ட பொலம்பூந் தும்பை
ஈரைம் பதின்மரும் பொருதுகளத் தொழியப்
பெருஞ்சோற்று மிகுபதம் வரையாது கொடுத்தோய்'[10]

என்று பாடினர். இந்த முடிநாகனார் சேரநாட்டு ஊர்களுள் ஒன்றான முரஞ்சியூர் என்னும் ஊரினர்; இப்போது அது கொச்சி வேந்தர் குடும்பக்கிளைகளான மூத்த தாய் வழி, இளைய தாய் வழி, முரிஞ்யூர்த் தாய் வழி, சாலியூர்த் தாய் வழி, பள்ளி விருத்தி தாய் வழி[11] எனப்படும் கிளைகளுள் முரிஞ்யூர்த் தாய் வழிக்குரியவூராய் இருப்பது கருதத்தக்கது. இவ்வூரினரான முடிநாகனார்க்கு வேந்தர்

குடி வரவு நன்கு தெரிந்திருந்ததற்கு வாய்ப்புண்மையால், அவர் இதனை நினைந்து நம் உதியனை இவ்வாறு சிறப்பித்துப் பாடினார்.

இப்பிண்டம் மேய பெருஞ்சோற்றுநிலை என்னும் புறத்துறையை மேற்கொண்டு புலவர் பாடும் புகழுண்டாகச் செய்தோர் இவ்வுதியஞ்சேரற்குப்பின் வந்தோருள் பிறர் எவரும் இல்லாமையால், பிற்காலச் சான்றோர் நம் உதியஞ் சேரலை, பெருஞ் சோற்றுதியன் சேரலாதன் என்று சிறப்பித்துக் கூறுவராயினர்.

இனி, புறநானூற்றுப் பழையவுரைகாரர், இப்பாட்டின் உரையில் 'பெருஞ்சோற்று மிகுபதம் வரையாது கொடுத்தோன்' இப்பெருஞ்சோற்றுதியற்கு முன்னோன் என்றும், முன்னோன் செய்கை இவ்வுதியஞ்சேரல்மேல் ஏற்றிக் கூறப்படுகிறதென்றும் கூறாமையால், இதனைக் கண்டோர், இச்சேரலாதன் பாரத காலத்தவனென்றும், பாரத வீரர்கட்குப் பெருஞ் சோறளித்தவன் இவனேயென்றும், இவனது இச்செயலைப் பாராட்டிப் பாடும் இம்முடி நாகனாரும் பாரத காலத்தவரென்றும் கருதியுரைப் பாராயினர். இச்சான்றோரது பெயர் தலைச்சங்கப் புலவர் நிரலுள் காணப்படுதலால், தலைச்சங்க காலம் பாரத காலத்தொடு ஒப்ப நோக்கும் தொன்மையுடையதென்பது பற்றி, பெருஞ் சோற்றுதியனைப் பாரதகாலத்தவனென்று துணிதற்கு ஏற்ற வாய்ப்பு உண்டாவதாயிற்று. இமயவரம்பன் தந்தையாகிய உதியஞ்சேரல் பாரத காலத்தவனாதற்கு இயைபின்மையால், பெருஞ்சோற்றுதியன் வேறு, இமயவரம்பன் தந்தையான உதியஞ்சேரல் வேறு என்றும், 'துறக்கம் எய்திய தொய்யா நல்லிசை, முதியர்ப் பேணிய உதியஞ்சேரல், பெருஞ்சோறு கொடுத்த ஞான்றை'[12] என மாமூலனார் கூறுவது பாரதப்போரில் நிகழ்ந்தது என்றும் திரு. மு. இராகவையங்கார் கூறுவர்.[13]

பாரதப் போரில் பெருஞ்சோறளித்த வரலாற்றையே பொய்யென மறுக்கக் கருதிய அறிஞர் வேறு கூறுவர்: 'கோதுமை உண்ணும் கூட்டத்தவரான பாண்டவ கௌரவர்கட்கு நெற் சோறுண்டு தென்னாட்டுப்பகுதிகள் ஒன்றில் வாழும் வேந்தனொருவன் சோறு கொடுத்தான் என்பது சிறிதும் ஒவ்வாவுரை. கௌரவர் இறந்தது குறித்துச் செய்த விழாவில் பேரெண்ணினரான மக்கட்கு இவ்வுதியன் பெருஞ்சோறளித்தான் என்று கொள்வதே பொருத்தமானது. இவ்விழா, பாரத வீரர்கட்குச் சிரார்த்தமாகவே பாரதக் கலையை

நடித்த நாடகத்தின் இறுதி விழாவாகவோ இருத்தல் வேண்டும். சேர நாடு நெடுஞ்காலமாகக் கதகளியென்னும் கூத்துக்குப் பெயர் போனது; பாட்டும் உரையுமின்றி அவிநயத்தால் உள்ளக் கருத்தையுணர்த்துவது இதன் இயல்பு; இத்தகைய கதகளி யொன்றின் இறுதிவிழாவாக இப்பெருஞ் சோறளிக்கப்பட்டதாம். இதுபோலும் கூத்துக்கள் தமிழ்நாட்டில் நடைபெறுவது வழக்கம். செயற்கருஞ்செயல் செய்த வீரர் வரலாறுகளை நடித்துக் காட்டும் இக்கூத்து வகை தமிழ் நாட்டின் தொன்மை வாக்காதலின் இவற்றைப் பட்டவர் குறியென்றும் கூறுவதுண்டு. இதனைக் கம்பசேவையென்றும் கம்பக்கூத்தென்றும், இக்கூத்தாடுபவரைக் கம்பஞ்சேய்மாக்கள் என்றும் கூறுவர். இக்கம்பசேவையிற் கலந்தாடும் உழவர்கட்கு, உடையோர் பெருஞ்சோறளித்துப் பெருமை செய்வர். பண்டைத் தமிழ் வேந்தர்களின் புகழ் வினை மாண்புகளை வாய்த்த விடத்து உவமமாகவும் பொருளாகவும் பாடிய நல்லிசைச் சான்றோருள், இளங்கீரனார் பாட்டும்[14] மாமூலனார் பாட்டும்[15] இச்சேரலாதனுடைய போர் வன்மையையும் கொடைச் சிறப்பையும் உணர்த்தி நிற்கின்றன. இத்தகைய செம்மல் பாரதப்போரில் குருக்ஷேத்திரத்தில் பாரத வீரர்கட்குச் சோறு போடும் பணியில் தலைமை தாங்கினானென்பது உண்மைக்குப் பொருத்தமாக இல்லை என்பது அவர்கள் உரை.[16] வேறு சிலர் இக்கருத்தேயுடையராயினும், உதியஞ்சேரலாதன் தன்னுடைய முன்னோருள் சிலர் பாரதப் போரில் இறந்தாராக, அவர்கட்குச் செய்த ஆண்டு விழாவில் இப்பெருஞ்சோற்றை நல்கியிருக்க வேண்டுமென[17] உரைக்கின்றார்.

பெருஞ்சோற்றுதியன் வரலாற்றை முடிக்குமுன் அவர்களுடைய உரைகளிற் காணப்படும் தவறுகளைக் களைந்தெறிதல் கடனாகின்றது. 'பெருஞ்சோறு' என்பதற்கு அவர்கள் நெற்சோறு என்று பொருள் கருதிக்கொண்டு, பாண்டவ கௌரவர்கள் கோதுமையுண்பவ ரென்றும், சேரமான் நெற்சோறு கொடுத்தானென்றும் உரைக்கின்றனர். பெருஞ்சோறென்பது நெற்சோறாகத்தான் இருக்க வேண்டு மென்பதன்று, வரகுச் சோறு, கம்பஞ்சோறு, தினைச் சோறு, கோதுமைச் சோறு என வழங்குவதுண்மையின், பெருஞ் சோறென்றது ஈண்டுப் பேருணவு என்னும் பொருளதாம் என அறிதல் வேண்டும்.

அவர்கள் கூறுமாறு பாண்டவ கௌரவர் செய்துகொண்ட போரைத் 'தென்னாட்டில் ஒரு மூலையில்' வாழும் ஒரு

தமிழ்வேந்தன் பாராட்டி, அப்போரில் இறந்தோர் பொருட்டுப் பெருஞ்சோற்று விழாவைத் தன்னாட்டில் செய்ததற்கு ஒரு தொடர்பும் இல்லை; அந்நாளில் வட வாரியர்க்கும் தென்தமிழர்க்கும் சிறந்த நட்புரிமை இருந்ததாக எண்ணுதற்கும் இடமில்லை; வடவாரியர் பிணங்கியதும் அவரைத் தென்னாட்டுத் தமிழர் 'அலறத்தாக்கி'[18] வென்றதுமே சங்க இலக்கியங்களிற் பேசப் படுகின்றன. 'பேரிசை மரபின் ஆரியர் வணக்கி'[19], 'ஆரிய வண்ணலை வீட்டி'[20], 'ஆரியவரசர் கடும்பகை மாக்களைக் கொன்று'[21] என்றெல்லாம் சங்க நூல்கள் கூறுவதைக் காண்கின்றோம். ஆகவே, அவர் பொருட்டுச் சேரலாதன் விழாச் செய்திருக்கலாமென அவர்கள் கூறுவது பொருந்தாதென்பது தெளிவாகிறது.

இனி, தென்னாட்டு ஊர்களில் பாரதம் படிப்பதும்[22] அது குறித்துத் தென்னாட்டுச் செல்வர்கள் பாரத விருத்தியென[23] நிவந்தங்கள் விடுவதும் இடைக்காலத்தும் பிற்காலத்தும் நடந்தன. சங்க காலத்தே இந்நிகழ்ச்சிகள் நடந்தன என்று கொள்வதற்குச் சங்க நூல் ஆதரவு சிறிதும் இல்லை.

இனி, சாக்கைக்கூத்து வகையில் அவிநயக்கூத்தின் விளைவாக நிலவும் கதாகளி என்னும் கூத்தின் இறுதி விழாவாக இப்பெருஞ்சோறளிக்கப்பட்டதென்ற கருத்து வரலாற்று நெறியை நோக்காது எழுந்ததாகும். சங்ககாலச் சேரவரசு மறைந்த பின், வடநாட்டார் அதனுட்புகுந்து அதனைக் கேரள நாடாக மாற்றிய போது, ஆங்காங்குத் தோன்றிய சிற்றரசர்களுள் கொட்டாரக்கரைச் சிற்றரசரொருவர் இக்கதாகளிக்கூத்தை முதற்கண் ஏற்படுத்தினார்.[24] இச்சிற்றரசர் பெருஞ் சோற்றுதியனுக்குப் பன்னூறாண்டு பிற்பட்டவர்; பிற்பட்ட காலத்துத் தோன்றிய ஒரு வகைக் கூத்தைப் பெருஞ்சோற்றுதியன் காலத்தில் நிகழ்ந்ததாக அவர்கள் கூறுவது வரலாற்று நெறிக்கு அறமாக இல்லை.

பிற்காலத்தில் தோன்றிய பாரதக் கூத்தின் அடியாகத் தோன்றியவை கம்பசேவை, கம்பக்கூத்து முதலியனவாதலால், இவற்றைக் காட்டிப் பண்டைப் பெருஞ்சோற்றுதியன் பெருஞ்சோறளித்த நிகழ்ச்சியை மறுப்பது பொருத்தமாக இல்லை.

இத்துணையும் கூறியதனால், பெருஞ்சோற்றுதியன் கொங்கு நாட்டில் தான் பெற்ற வெற்றி குறித்துச் செய்த விழாவில்

மேற்கொண்டு மகிழ்ந்தாற்றிய பெருஞ்சோற்று நிலை என்னும் புறத்துறைச் செயல், அவனுக்கே சிறப்பாய் அமைந்தமையின் அவன் பெருஞ்சோற்றுதியன் எனச் சிறப்பிக்கப் பெற்றான் என்பதும், அதனைப் பாராட்ட வந்த முடிநாகனார் ஒப்புமை பற்றிப் பாரதப் போரில் பெருஞ் சோறளித்த முன்னோன் ஒருவன் செயலை அவன் மேலேற்றிக் கூறினாரென்பதும் தெளியப்படும்.

பெருஞ்சோற்றுதியன் வேறு, இமயவரம்பன் தந்தையான உதியஞ்சேரல் வேறு என்றற்குக் காரணம், இமயவரம்பன் தந்தையை, 'மன்னிய பெரும்புகழ் மறுவில் வாய்மொழி, இன்னிசை முரசின் உதியஞ்சேரல்' என்று பதிற்றுப்பத்தின் இரண்டாம் பதிகம் கூறுகிறதேயன்றி, பெருஞ்சோற்றுதியன் சேரலாதன் என்று கூறாமையாகும். மாமூலனார் பாட்டு. 'துறக்கம் எய்திய தொய்யா நல்லிசை முதியர்ப் பேணிய உதியஞ்சேரல்'[25] பெருஞ்சோறு கொடுத்த திறத்தைக் குழுமூர்க்கண் நிகழ்ந்ததெனக் கிளந்துரைக்காமல், பொதுப்படக் கூறுவதனால், பாரதப் போரில் பெருஞ்சோறளித்த குறிப்பு மாமூலனார்க்கில்லையென்பது விளங்குகிறது.

'இடம் சிறிதென்னும் ஊக்கம் துரப்ப', தென்பாண்டிக் குமரிப் பகுதியையும் கொங்கு நாட்டுப் பகுதியையும் வென்று 'நாடு கண் அகற்றிய'[26] செயலால் பெரும்புகழ் பெற்ற குறிப்பை 'மன்னிய பெரும்புகழ்' என்று பதிகம் கூறிற்று. முடிநாகனாரும், 'நின்கடற் பிறந்த ஞாயிறு பெயர்த்தம் நின்... குடகடற் குறிக்கும் யாணர் வைப்பின் நன்னாட்டுப் பொருந' என்பதனால் நாடு கண்ணகற்றிய திறமே கூறினாராயிற்று. இவ்வாறே, போர்க்களத்தில் இயவரைக் கொண்டு ஆம்பலங்குழலை இயம்புமாறு செய்தான் உதியஞ்சேரல் என இளங்கீரனார் கூறிய குறிப்பே 'இன்னிசை முரசின் உதியஞ்சேரல்' என்ற பதிகக் கூற்றிலும் காணப்படுகிறது. இதனால், இமயவரம்பன் தந்தையான உதியஞ்சேரலே பெருஞ்சோற்றுதியன் சேரலாதன் என்பது காணப்படும்.

கொங்கு நாட்டிலும் தென்பாண்டி நாட்டிலும் உதியஞ்சேரல் செய்த போர்ச் செயல்களையும் அக்காலத்தே தனக்குத் தீங்கு செய்ய முயன்ற பகைவர் பின்பு புகலடைந்த போது அவர்கள் பகைத்துச் செய்தவற்றை நினையாது பொறை மேற்கொண்டொழுகியதும், தன்னை வெல்வது கருதிப் பகைவர் செய்த சூழ்ச்சிகளை முன்னறிந்து, அவை அவர்கட்குப் பயன்படாவாறு, தான் முன்னே

தகுவன சூழ்ந்து வெற்றி பெற்றதும், எதிர் நின்று பொருபவர் எத்துணை முயன்றும் கடைபோக நிற்க மாட்டாது கெடுமாறு மோதும் உதியனது வலியும், பொறுக்கலாகாத குற்றம் செய்தார் தமது குற்றமுணர்ந்து திருந்தியமையுமளவாகத் தெறும் தெறலும், தன்பால் அன்புடையார்க்குத் தண்ணியனாய்ச் செய்யும் அருளும் முடிநாகனார் நேரே கண்டன. நிலவுலகத்து வாழும் மக்கட்கு இறைவனாய்த் திகழும் வேந்தன், உலகத்தின் கூறுகளான நிலம் ஐந்தன் இயல்புகளையும் உடையனாதல் வேண்டும்; மக்கள் உடல் நிலைபெறுவதற்கு நிலமுதலிய ஐந்தும் ஆதாரமாவது போல, உயிர் வாழ்வுக்கு அரசனது ஐவகை இயல்பும் ஆதாரமாம் என்பது அரசியலின் அடிப்படை; இவ்வைந்தன் இயல்பும் உதியன் பால் காணப்பட்டமையின், 'வேந்தே, நீ பொறையும் சூழ்ச்சியும் வலியுமாகிய எல்லாம் உடையனாயிருக்கின்றாய்; நாட்டின் பரப்புச் சிறிது என்று கருதி மேலைக் கடற்கும் கீழைக்கடற்கும் இடைப்பட்ட நிலப்பகுதியை வென்றுகொண்டாய்; அதனால் நாளும் ஞாயிறு நின் கடலிலே தோன்றி நின் கடலிலே மறைகிறது; நாடு பரப்புவதிலே கருத்தைச் செலுத்தும் வேந்தன், பரப்பு மிகுதற்கேற்ப நாட்டின் வருவாயையும் நாடோறும் பெருகச் செய்தல் அரசியற்கு இன்றியமையாதென்ற கருத்தையும் நீ மறந்தவனல்லை என்பது நன்கு தெரிகிறது' என்று பாராட்டிக் கூறினார்.

தெற்கிலும் கிழக்கிலும் நாடு கண்ணகற்றியும் வருவாய் பெருக்கியும் உதியனது அரசியல் இயங்குவது காணும் வானவாசிகள், முன்னைச்சேரர் வரையறுத்த வரம்பு கடவாது அஞ்சியே ஒழுகினர்; வரம்பறுத்த வேந்தனது பார்வை வரம்பின் மேல் இருப்பது வானவாசிகட்குத் தெரிந்த வண்ணமிருக்குமாறு உதியன் காவல் செய்தொழுகியது கண்டு முடிநாகனார் பெருவியப்புக் கொண்டார்; 'வானவரம்பனை நீயோ பெரும!' என்று பாராட்டினார்.

மேலும் அவர், 'வானவரம்பரான பண்டையோர் போல இன்றும் நீ வானவரம்பனாய் விளங்குகின்றாய்; அதனால், பண்டு பாரதப்போரில் பெருஞ்சோற்றுநிலையென்னும் புறத்துறை முற்றிய நின் முன்னோரைப் போல இன்றும் அப்புறத்துறைச் செயலைச் செய்கின்றாய். இவ்வாறு சேரவரசு மேற்கொண்டு செய்தற்குரிய கடன்களைச் செவ்வனம் ஆற்றி விளங்குதலால்,

இனிக்கும் பால் இனிமை திரிந்து புளிக்குமாயினும், ஒளிதிகழும் பகற்போது ஒளி திரிந்து இருளுமாயினும், நெறி நிற்கும் நான்மறைகள் நெறி திரியுமாயினும், நின்பால் அன்புடைய நின் சுற்றத்தாரோடு அன்பு திரியாது. புகழ்மிகுந்து, அருங்கடன் இறுக்கும் அந்தணர் உறையும் வடவிமயமும் தென்பொதியிலும் போல நிலைபெறுவாயாக!' என்று வாழ்த்தினார்.

இதனால் மகிழ்ச்சி மிகுந்த உதியஞ்சேரல் முடி நாகனார்க்குப் பெருஞ்சிறப்புச் செய்தான். அவரும் ஏனைப்பரிசிலரும் பெருவளம் பெற்று இன்புற்றனர். முடிநாகனாரது முரஞ்சியூர் அவர்க்கே உரித்தாயிற்று. அதுவே இப்போது முரிஞியூர் என மருவி நிலவுவதுடன் அது கொச்சி வேந்தர் குடியின்கண் தொடர் புற்றிருப்பதும் குறிக்கொண்டு ஆராயத்தக்கதொன்று.

இறுதியாக ஒன்று கூறுதும்: இளங்கீரனார் என்னும் சான்றோர் ஒருகால் பெருஞ்சோற்றுதியனது போர்க் களத்துக்குச் சென்றார். அங்கே போர் முரசின் முழக்கத்தூடே ஆம்பலங்குழலை இயவர் இசைத்தனர். கன்னெஞ்சையும் நீராயுருக்கும் அக்குழலிசையால் போர் மறவரது நெஞ்சம் சிறிதும் பேதுறாது மறத்தீக் கொழுந்துவிட்டெரிவது கண்டார். இனிய இசைக்கு உருகாத அளவில் மறவர் நெஞ்சம் மாறியிருந்தமையின், அம்மாற்றக் குறிப்பினைத் தக்கோரைக் கேட்டு உணர்ந்தார்.

முன்பு ஒருகால் சேர வேந்தர் வானவாசி நாட்டவரோடு போர் செய்ய வேண்டியவராயினர். அவர்கள் சேரர்க்குரிய கொண்கானம் கடந்து குடநாட்டின் எல்லையிற்புகுந்து குறும்பு செய்து அலைத்தனர். அவர்களை வெருட்டுவது குறித்துச் சேரர் படை சென்று அவர்களைத் துரத்திற்று. கொண் கான நாட்டில் ஒருகால் அவர்கள் பாசறை அமைத்திருக்கையில் பகைவர் இன்னிசை இயவராய் வந்து குழலூதி மகிழ்வித்தனர். அக்குழலிசையில் சேரர் படைத் தலைவர் ஈடுபட்டு அருள்மேவிய உள்ளத்தராயினர். அதன் பயனாகச் சேரர்படை வானவாசிகட்குத் தோற்றோடுவதாயிற்று. அதனையறிந்திருந்தமையின், உதியஞ்சேரல் போர்க்களத்தின்கண் இயவரைக் கொண்டு இம்மென இசைக்கும் ஆம்பலங்குழலை இசைக்கச் செய்தான்.

இதனைக் கேட்டறிந்த இளங்கீரனார், ஒருகால் தலைமகன் ஒருவன் தன் இனிய காதலியைப் பொருள் கருதிப் பிரிந்து செல்வது பொருளாகப் பாட வேண்டியவரானார். அத்தலைவன் ஒரு

சுரத்திடையே சென்றுகொண்டிருக்கையில் தன் காதலியை நினைத்துக்கொண்டான். அவன் மனக்கண்ணில் காதலியின் திருமுகம் தோன்றியது. அவன் தன் பிரிவை உணர்த்தக் கேட்டதும் அவள் ஆற்றாமல் கண் கலுழ்ந்ததும், அதனை அவனுக்குத் தெரியாவாறு தன் கூந்தலால் அவள் மறைத்துக் கொண்டதும் அவளையறியாமலே மெல்லிய அழுகைக்குரல் அவள்பால் தோன்றியதும் நினைவுக்கு வந்தன. அவற்றை அச்சான்றோர் அழகிய பாட்டாக எழுதினார். எழுதுங்கால், அவளுடைய ஏங்கு குரலை எடுத்துக்காட்ட நினைந்த அவருக்கு, உதியன் செய்த போர்க்களத்தே இயவர் எழுப்பும் ஆம்பற் குழலிசை உயர்ந்த உவமையாகத் தோன்றிற்று. 'நெய்தல் உண் கண் பைதல்கூரப் பின்னிருங் கூந்தலின் மறையினள் பெரிதழிந்து, உதியன் மண்டிய ஒலிதலை ஞாட்பின், இம்மென் பெருங்களத்து இயவனரூதும், ஆம்பலங்குழலின் ஏங்கிக் கலங்கஞர் உறுவோள்'[27] என்று பாடினர். காதலியின் ஏக்கம் பொருள் மேற்சென்ற அக்காளையது உள்ளத்தை மாற்ற மாட்டாதொழிந்ததுபோல, இயவரது ஆம்பற்குழலிசை உதியனுடைய மறவருள்ளத்தை மாற்றமாட்டா தொழிந்தது என்பது குறிப்பு.

செங்குட்டுவன் வடநாடு சென்றபோது நீலகிரியில் தங்கியிருக்கையில் கொங்கணக் கூத்தரும் பிறரும் போந்து பாடிப் பரிசில் பெற்றதும்,[28] ஆடுகோட்பாட்டுச் சேரலாதன் வடநாட்டிற் போருட்டற்றச் சென்றபோது கொண் கான நாட்டு விறலியர் போந்து இசையும் கூத்தும் நல்கக் காக்கை பாடினியார் போந்து அவன் உள்ளத்தை வினைமேற் செலுத்தியதும்,[29] கி.பி. பதினாறாம் நூற்றாண்டில் மேலைக் கடற்கரைக்குப் போந்த போர்ச்சுகீசியர் கோவா நாட்டினின்றும் கன்னட நாட்டினின்றும் வரும் அழகிய ஆடல்மகளிர் கூட்டம் நயந்து அஞ்சு தீவுக்குப் போந்து தங்கியதும்[30] இக்கருத்துக்கு மிக்க ஆதரவு தருகின்றன. இவ்வியல்பு இன்றும் அப்பகுதியில் மறையாமல் இருந்து வருகிறது. வானவாற் (Honawar) றிலிருந்து தோகைக்கா (ஒணிச்ஞ்) என்ற ஊர்க்குச் செல்லும் வழியில் கொங்கணர் மனைகளில் தங்கின், இத்தகைய இசையின்பத்தை வழிச் செல்லும் நாம் பெறுகின்றோம்.

அடிக்குறிப்புகள்

1. Ep. Indi. Vol xvii. No. 16 p 303.
2. K.P.P. Menon's History of Kerala Vol ii.

3. இப்பகுதியிலுள்ள கல்வெட்டுக்கள், இதனை வேள் கிராமம் என்று கூறுகின்றன.
4. அகம். 65.
5. புறம். 8.
6. நற். 113.
7. Epi. Indi. Vol. xvii. p. 191.
8. அகம் 168; 235.
9. தொல். புறத். 8.
10. புறம். 2.
11. K.P.P. Menon's History of Kerala Vol. i. p. 480.
12. அகம் 235.
13. சேரவேந்தர் செய்யுட்கோவை. பக். ix.
14. நற். 113.
15. அகம். 65.
16. P.T.S. Ayengar's History of Tamils. P. 492-4
17. Chera Kings of Sangam Period by K.G. Sesha Iyer, p. 7.
18. அகம். 396.
19. பதிற். ii பதி
20. பதிற். V பதி
21. சிலப். கால்கோள், 211.
22. A.R.No. 540 of 1922.
23. Annual Report of Mad. Epigraphy for 1910, p.96,
24. K.P.P. Menon's history of Kerala, Vol. iv. p. 525,
25. அகம், 233.
26. நாடு கண் அகற்றுதலாவது, நாட்டின் பரப் பீடத்தை மிகுதிப்படுத்துவது.
27. நற். 113.
28. சிலப்.
29. பதிற். 51.
30. Bom, Gazet, Kanara, Part ii. p. 253.

5. இமயவரம்பன் நெடுஞ்சேரலாதன்

குடநாட்டில் மாந்தை என்பது அந்நாளில் தலைநகரமாய் விளங்கிற்று. குடக்கோக்கள் அதன்கண் இருந்து அரசு புரிந்தனர். மாந்தை நகர் இப்போது மாதை என்ற பெயருடன் கண்ணனூர்க்கு வடமேற்கில் 13 ½ கல் அளவில் தனது முதுமை தோற்றுவித்துக் கொண்டுள்ளது; பழையங்காடியென்னும் புகைவண்டி நிலையம் இதன் ஒரு பகுதி; இங்குள்ள பழங்கோயில் இதன் தொன்மையைக் காட்டுகிறது; இதுபற்றி நிலவும் பழைய மலையாளப் பாட்டொன்று, இதன்கண் பண்டைநாளில் கோட்டையும் அரண்களும் இருந்த குறிப்பைத் தெரிவிக்கிறது.[1] இந்நகரைப் பண்டைச் சான்றோர், 'நன்னகர்மாந்தை'[2] 'துறைகெழுமாந்தை', 'கடல்கெழுமாந்தை'[3] என்றெல்லாம் பாராட்டியுரைப்பர்.

பெருஞ்சோற்றுதியன், குட்டநாட்டு வஞ்சிநகர்க் கண் இருந்து ஆட்சி செய்கையில் நெடுஞ்சேரலாதன் மாந்தை நகர்க்கண் இருந்து நாடு காவல் புரிந்துவந்தான்; உதியன் இறந்தபின் தான் சேரமானாய் முடிசூட்டிக் கொண்டு மாந்தை நகரிலேயே தங்கினான்; தன் தம்பி பல்யானைச் செல்கெழு குட்டுவனை வஞ்சி நகர்க்கண்ணே இருந்து நாடு காவல் செய்து வருமாறு ஏற்பாடு செய்திருந்தான்.

நெடுஞ்சேரலாதன் இளமையில் முரஞ்சியூர் முடிநாகனார்பால் கல்வி பயின்றவன். அவரும் பிறருமாகிய சான்றோர் வேந்தர்களை வாழ்த்தும் போது 'பொதியமும் இமயமும் போல நிலைபெறுக!' என வாழ்த்துவது மரபாக இருந்தமை அவனுக்குத் தெரிந்திருந்தது. நெடுஞ்சேரலாதன் அதன் கருத்தையாராய்ந்தான். தென்பொதியத்து

வேளிர் சேர வேந்தர்க்கு மகட்கொடைபுரியும் முறைமையின ராதலால், அவரது பொதியத்துக்கும் சேரர்கட்கும் தொடர்புண்டென்பது இனிது விளங்கிற்று. பொதியம்போல வடவிமயமும் சேரவரசரோடு தொடர்புற வேண்டுமென்பது அச்சான்றோர் கருத்தா தலைக்கண்டான். சேரநாட்டின் தென்பகுதியை வென்று ஞாயிறு தன் கடலில் தோன்றித் தன் கடலிலே குளிக்கும் என்று சான்றோர் பரவும் பாராட்டினைத் தன் தந்தை உதியஞ்சேரல் பெற்றான்; அவற்கு முன்னோருள் ஒருவன் பாரதப்போரில் பெருஞ்சோற்று விழாவினைச் செய்துகாட்டிச் சிறப்புற்றான்; அவருள் வேறொருவன், குடநாட்டிற்குக் கிழக்கில் சுவர்போல வானளாவி நிற்கும் பாயல்மலையின் வடக்கில் விளங்கும் வானமலையைத் தனக்குரியதாக்கி வானவனென்ற சிறப்பும், வானியாற்றை வடக்கில் வரம்பறுத்து வானவரம்பனென்ற சிறப்பும் பெற்றான்; ஆகவே, சான்றோர் விழைந்தவண்ணம் தான் இமயத்தைத் தன் புகழ்க்கு எல்லையாக்குதல் வேண்டுமென்று நெடுஞ்சேரலாதன் நெஞ்சில் வேட்கை கொண்டான்.

நெடுஞ்சேரலாதன் முடி சூடிக்கொண்டபோது வேந்தர் எழுவர் முடிப்பொன்னாற் செய்த பொன்னாரமொன்று வழிவழியாக வரும் முறைமைப்படி அவன் மார்பிலும் அணியப் பெற்றது. அதன் கருத்தையுணர்த்த வந்த சான்றோர், 'தம்மவரல்லாத பிறவேந்தரை வென்றால் அவர் முடிப்பொன் கொண்டு கழல் செய்துகொள்வது தமிழரசர் மரபு;[4] 'ஒரு காலத்தே சேர நாடு எட்டுச் சிறு நாடுகளாகப் பிரிந்திருந்தது; மன்னர் எண்மரும் தனித்து நிற்பின் பகைவர் தம்மை வேறற்கு எளிதாமென எண்ணித் தம்மில் ஒன்றுபட்டு ஒருவர் முடி வேந்தராக ஏனையோர் அவர்க்குத் துணைவராய்ப் பிரிவின்றி ஒழுகுதல் வேண்டுமென்று உறுதிசெய்து கொண்டனர்' என்றும், 'அவ்வொற்றுமைக் குறிப்புத் தோன்ற ஏனை எழுவர் முடிப்பொன்னால் ஆரம் செய்து மார்பில் அணியாகப் பூண்டனர்' என்றும் எடுத்துரைத்தனர். இதைக் கருத்துட் கொண்டே எண்மரும் கூடியிருந்தது ஆராயும் அரசியற்குழு, எண் பேராயம் எனப்பட்டது. பின்பு நாளடைவில் எண்பேராயம் வேறு வகையில் இயலுவதாயிற்று. இவ்வாறே பாண்டி நாடு ஐம்பெரு நாடுகளாய்ப் பிரிந்திருந்தது, பின்பு ஐம்பெருந் தலைவரும் தம்மில் ஒருவராய் இயைந்ததனால் பாண்டியர் பஞ்சவர்[5] எனப்பட்டனர்; இக்குறிப்புத் தோன்றவே ஐம்பெருங் குழுவென்னும் அரசியலாராய்ச்சிக்குழு தமிழ் வேந்தர்

அரசியலில் இடம் பெறுவதாயிற்று. சேரரினும் பாண்டியர் பழையராதலின், அவரால் உளதாகிய ஐம்பெருங்குழு முன் வைத்தும் எண்பேராயம் பின் வைத்தும் சான்றோராற் குறிக்கப்படுகின்றன. சேர நாட்டு எண் பகுதிகளும் குட்டநாடு, பொறை நாடு, குட நாடு, கொண்கான நாடு, வான நாடு, பாயல் நாடு, கடுங்கோ நாடு[6], பூழி நாடு என்பன. பாண்டி நாட்டு ஐம்பகுதிகளும் மதுரை, மோகூர், கொற்கை, திருநெல்வேலி (பழைய கோட்டை[7]) கருவை என்றவூர்களைத் தலைமையாகக் கொண்டவை.

இவற்றையெல்லாம் கருத்தூன்றி நோக்கிய நெடுஞ்சேரலாத னுக்கு இமயம் சென்று அதனை எல்லையாக்கிக் கோடற்கெழுந்த எண்ணம் பேருக்கத்தால் உந்தப்படுவதாயிற்று. எண்பேராயத்தை ஒருங்குகூட்டித் தன் எண்ணத்தைத் தெரிவித்தான். எல்லோரும் அவன் கருத்தைப் பாராட்டினர்; ஏனைச் சோழ பாண்டியர்க்குத் திருமுகம் போக்கி அவர் கருத்தையறிய முயன்றான். அந்நாளில் சோழ பாண்டியர்கள் தமிழர் என்ற இனவொருமையால் கருத்தொருமித்து இமயத்தைத் தமிழ்க்கு வரம்பாகச் செய்யும் சேரமான் முயற்சியை வாழ்த்தித் தங்கள் நாட்டினின்றும் இரு பெரும்படைகளை விடுத்துத் துணை செய்தனர். இமயச் செலவுக்கெனச் சேரநாட்டிலும் பெரும்படை திரண்டது. யானை, குதிரை, தேர் என்ற படை வகைகளும், வில் வேல் வாள் முதலிய ஏந்தும் படை வகைகளும் அணியணியாய் இமயம் நோக்கிப் புறப்பட்டன. இவ்வாறெழுந்த சேரப் படையுடன் சோழப்படையும் பாண்டிப் படையும் கலந்து கீழ்க் கடலும் தென்கடலும் மேலைக்கடலும் ஒன்று கூடி இமயம் நோக்கியெழுந்தது போல நிரந்து செல்லலுற்றன.

அந்நாளில் கொண்கானத்துக்கும் வடவிமயத்துக்கும் இடையிற்கிடந்த நாடு ஆரியகம் என்ற பெயர் பெற்று விளங்கிற்று. அந்நாளிற்போந்த மலை நாட்டு யவனர் குறிப்புக்களும் அப்பகுதியை ஆரியகம் (Ariake) என்றே குறித்துள்ளன. ஆங்கு வாழ்ந்த சதகன்னரும் மோரியருமாகிய ஆரிய மன்னர் தமிழ்ப் படையின் வரவுகண்டு இறும்பூ தெய்தினர்; பலர் பணிந்து திறை தந்து நண்பராயினர். நெடுஞ்சேரலாதன் நினைத்தது நினைத்தவாறே நிறைவேறியதுபற்றி மனம் மகிழ்ந்து, இமயத்தில் தன் விற்பொறியைப் பொறித்து விட்டுத் திரும்பினான். ஆரிய நாட்டினர் கொடுத்த பொன்னும் பொருளும் பொற் பாவைகளும்

இமயச் செலவின் ஊதியமாகச் சேரநாடு வந்து சேர்ந்தன. சேரமான், இமயவரம்பன் நெடுஞ்சேரலாதன் என்ற நெடும் புகழால் சிறப்புற்றான்; தன்னொடு போந்த தானைத் தலைவர்கட்கும் துணைவர்கட்கும் பரிசிலர்கட்கும் தக்க வரிசைகளைச் செய்து மகிழ்வித்ததோடு சோழ பாண்டியப் படைத் தலைவர்க்கும் உரிய சிறப்புக்களைச் செய்து இன்புறுத்தினான்.

இமயவரம்பனான நெடுஞ்சேரலாதன் இமயத்துக்குச் சென்றிருந்த காலையில், நாட்டின் ஆட்சி முறையில் மக்கள் எய்திய நலந்தீங்குகளை நேரிற் கண்டறியும் கருத்தால், அவன் நாட்டின் பல பகுதிகட்கும் செல்ல வேண்டியவனானான். காடு கொன்று நாடாக்குதலும் குடி புறந்தருவோரும் பகடு புறந்தருவோருமாகிய நன்மக்கட்கு வேண்டும் நலங்களைப் புரிதலும் அந்நாளைய வேந்தன் பணியாதலின், அது பற்றி அவன் அடிக்கடி தெற்கிலும் கிழக்கிலுமுள்ள நாடுகட்குச் சென்று வந்தான். இஃது இவ்வாறிருக்க,

கொண்கான நாட்டுக் கடற்கரையில் தீவுகள் பல இருந்தன. அவற்றுள் கடம்பர் என்போர் வாழ்ந்துவந்தனர். அத்தீவுகளுள் கூபகத்தீவு என்பது ஏனைய பலவற்றினும் சிறிது பெரிது. அக்கடம்பர்கள் அதனைத் தலைமை இடமாகக் கொண்டு தெற்கிலுள்ள தீவுகள் பலவற்றிலும் பரவி வாழ்ந்து வந்தனர். இன்றைய வடகன்னடம் சில்லாவைச் சேர இருக்கும் கோவா என்னும் தீவு. அந்நாளில் கூபகத் தீபமென்ற பெயர் பெற்று நிலவியது;⁸ தெற்கில் தென் கன்னடம் சில்லாவைச் சேர்ந்திருக்கும் கடம்பத்தீவு (Kadmat Island) கடம்பர்கட்கு வாழிடமாய் இருந்தது. கடம்பர்கட்குரிய தலைவர்கள் கடம்பமரத்தைக் காவல் மரமாகப் பேணி வந்தமையின் அவர்கள் கடம்பர்கள் என வழங்கப்பட்டனர். கடலிற் கலஞ் செலுத்துவதும் மீன் பிடிப்பதும் அவர்கள் மேற்கொண்டிருந்த தொழில். கடம்ப வேந்தர் சிலருடைய செப்பேடுகளில் மீன்கள் பொறிக்கப்பட்டிருப்பதும், கோவாத் தீவில் பழங்கோவா என்ற பகுதியிற் காணப்படும் வீரக்கல்லொன்றில் கடற்படையொன்று நாவாயேறிப் போருட்டற்றும் ஓர் இனிய காட்சி பொறிக்கப்பட்டிருப்பதும்⁹ அவர்களுடைய பண்டை நாளைய தொழில் வகையை நன்கு தெரிவிக்கின்றன. சங்க காலத்தேய தோற்றமளிக்கும் இக்கடம்பர்கள், இடைக்காலத்தில் கொண்கானம், கருநாடகம், கலிங்கமென்ற இந்த நாடுகளில் அரசு நிலையிட்டு வாழ்ந்து, கி.பி. பதினான்காம் நூற்றாண்டின் இடையில்

பெருவிளக்கம் பெற்றுத் திகழ்ந்த விசய நகர வேந்தரது ஆட்சியில் மறைந்தொழிந்தார்கள்[10]. இவர்களுடைய கல்வெட்டுக்களும் செப்பேடுகளும் வடகன்னடம், தென்கன்னடம், குடகு, மைசூர், ஆந்திர நாடு என்ற பகுதிகளில் காணப்படுகின்றன.

கடம்பர்கள கடம்பமரத்தைக் காவல் மரமாக ஓம்பிக் கடலகத்தே வாழ்ந்தனரெனச் சங்க இலக்கியங்கள் குறித்துக் காட்டவும், இக்கடம்பர்களுடைய இடைக்காலச் செப்பேடுகளும் பிறவும் பௌராணிக முறையில் அவர்கட்குத் தொன்மை காட்டுகின்றன. பம்பாய் மாகாணத்தில் பெல்காம் பகுதியிற் கிடைத்துள்ள கி.பி. ஐந்தாம் நூற்றாண்டுச் செப்பேடொன்று, வேதியர் குலத்தில் அரிதிபுத்திரகோத்திரத்தில் பிறந்த இருடிகள் மூவருள் மானவியரென்பார் ஒருவரெனவும், அவர் 'வேதாத்தியயனமும் சாதுர்மாஸ்ய ஹோமங்களும் யாகங்களும்' செய்து வந்தாரெனவும், அவரது மனையில் கடம்பமரமொன்று வளர்ந்திருந்ததெனவும், அதனைப் பேணிப் புறந்தந்து வந்த சிறப்பால் அவர் வழிவந்தோர் கடம்பரெனப்படுவாராயின ரெனவும்[11] கூறுகிறது. ஒருகால் சிவபெருமான் திரிபுரமெரித்துப் போந்து தமது நெற்றி வியர்வையை வழித்து ஒரு கடம்பமரத்தின் அடியில் சிந்தினரென்றும், அத்துளிகளினின்று திரிலோசனக் கடம்பன் என்பான் தோன்றினனென்றும், அவன் வழி வந்தோர் கடம்பராயினரென்றும் சில கல்வெட்டுக்கள் செப்புகின்றன;[12] நந்தவேந்தருள் ஒருவன் மகப்பேறின்றிக் கயிலை மலையில் தவஞ்செய்தானெனவும், அப்போது வானவர்கள் அவன் கையில் கடம்பமலர்களைச் சொரிந்து வாழ்த்தினரெனவும், வானில் வானொலி தோன்றி அவற்கு மக்களிருவர் தோன்றுவரென்றதாக, அவ்வாறு தோன்றிய இருவர் வழிவந்தோர் கடம்பராயினரென்றும் வேறு சில விளம்புகின்றன.[13] களிறொன்று மாலை சூட்டிக் கரிகாலனைச் சோழனாக்கிற்றென்று பழமொழியென்னும் நூல் கூறுவது போலத் திரிலோசனக் கடம்பன் கடம்ப வேந்தனானா னென்றொரு வரலாறும் உரைக்கப்படுகிறது[14].

கடம்பர்கள் தொடக்கத்தில் கொண்கானத்திலும் வானவாசி யிலும், குடகு நாட்டிலும், கருநாடகப் பகுதியிலும், இறுதியில் ஆந்திர நாட்டிலும் இருந்து அரசு புரிந்திருக்கின்றார்கள். இவர்களது வரலாறு கண்டோர், இவர்களைக் கோவாக் கடம்பர், வனவாசிக் கடம்பர், பாயல் நாட்டுக் கடம்பர், கலிங்கக் கடம்பர் எனப் பலவகையாகப் பிரித்துக் கொண்டு கூறுகின்றனர். குடகு நாட்டு

வேந்தரைப் பாயல் நாட்டுக் கடம்பர் என்பர்; அக்குடகு நாட்டுக்குப் பண்டைப் பெயர் பாயல் நாடு என்பதாகும். ஏழில் மலைக்கும் கோகரணத்துக்கும் இடையில் மேலைக்கடற்கரைப் பகுதியாய் இருக்கும் கொண்கானத்தின் வடபகுதியைப் பங்கள நாடென்பவாகலின், அங்கு வாழ்ந்த பங்களவேந்தர் பங்களக் கடம்பர் எனப்படுவர்[15]. இக்கடம்பர்கள் மிக்க சிறப்புடன் வாழ்ந்த காலம் கி.பி. பதினொன்று பன்னிரெண்டாம் நூற்றாண்டுகள்; இவர்களது ஆட்சியும் இடைக்காலச் சோழவேந்தர் ஆட்சி போல மிக்க சிறப்பாகவே இருந்திருக்கிறது[16].

இக்கடம்பர்கள் தொடக்கத்தில் வடகன்னட நாட்டுக் கோவாத்தீவு முதல் தென்கன்னட நாட்டுக் கடம்பத்தீவு ஈறாகவுள்ள தீவுகளில் இருந்துகொண்டு, கடற்குறும்பு செய்வதும், கரையிலுள்ள நாட்டில் நுழைந்து அரம்பு செய்வதும் மேற்கொண்டிருந்தனர். இவரது குறும்பைப் பொறாத நாட்டு மக்கள் இமயவரன்பன்பால் முறையிட்டனர். அவன் தக்கதொரு கடற்படை கொண்டு கடம்பர் வாழ்ந்த தீவுக்குட்சென்று அவர்களைக் கடுமையாகத் தாக்கி வென்றான்; அவர்களது காவல் மரமான கடம்பையும் வெட்டி வீழ்த்தித் தங்கள் தமிழ் முறைப்படியே முரசு செய்துகொண்டு வந்தான். பணிந்தொடுங்கிய கடம்பர்கள் சேர நாட்டெல்லை யிலிருந்த தீவுகளினீங்கி வடபகுதியிலுள்ள தீவுகட்குச் சென்று ஒடுங்கினர். மேனாட்டு யவனர்கள் குறிக்கும் கடற்குறும்பர்கள் இக்கடம்பர்களே என்று நினைவு கூர்தல் வேண்டும்.

கடற்குறும்பு செய்த கடம்பரைவென்ற வெற்றியினைக் குறித்து இமயவரம்பன் தன் மாந்தை நகர்க் கண் சிறப்புடன் விழாக் கொண்டாடினான். சேரநாட்டிற் பல பகுதிகளினின்றும் வேந்தர்களும் தலைவர்களும் சான்றோர்களும் வந்து கூடி இருந்தனர். விழா விறுதியில் இமயவரம்பன் எழில் மிக்க யானையொன்றின் மேல் திருவுலாச் செய்தான். அக்காட்சியினை அங்கு வந்திருந்த சான்றோருள் ஒருவரான கண்ணனார் கண் குளிரக்கண்டார்; அவர் கருத்தில் முருகவேள் கடலகத்தே மாமரத்தைக் காவன்மரமாகக் கொண்டிருந்த சூரன் முதலியோரை வென்று விழாச் செய்த நிகழ்ச்சி தோன்றிற்று. அதன் பயனாக அவர் இமயவரம்பனை அழகிய பாட்டொன்றாற் சிறப்பித்தார்.

'மாக்கடல் நடுவில் இருக்கையமைத்துக் கொண்டு அதன்கண் மாமரமொன்றைக் காவன்மரமாகப் போற்றிவந்த அவுணர்கள்

தீமை செய்தது பற்றி அக்கடல் நடுவண் சென்று அவர்தம் அரண்களையழித்து, அம்மாமரத்தையும் தடிந்து, ஊர்களைத் தீக்கிரையாக்கி, வாகை சூடி வந்த முருகவேள், தான் பெற்ற வெற்றிக்குறியாகப் பிணிமுகம் என்னும் யானை மேல் இவர்ந்து உலாவந்தாற்போல, கடம்பரது அரணையழித்து அவர் பலராய் மொசிந்து காத்த கடம்ப மரத்தைத் தடிந்து, அதனாற் போர் முரசு செய்து போந்த சேரலாதனே! தென்குமரிக்கும் வடவிமயத்துக்கும் இடைநிலத்து வேந்தர் மறம் கெடக் கடந்து யானையூர்ந்து சிறக்கும் நின் செல்வச் சிறப்பைக் கண்டு யாங்கள் பெருமகிழ்வு எய்துகின்றோம்![17] நீ வென்ற கடம்பர் எளியவரல்லர்; தம்மை நேர் நின்று எதிர்க்கும் வயவர் தோற்று வீழ வாட்போர் செய்து அவரது நாட்டைக் கவர்ந்து கொள்ளும் ஆற்றல் மிகவுடையர்; அத்தகைய ஆற்றலமைந்த தானையொடு வந்தெதிர்ந்த அவர்களைக் கெடுத்து வழியழித்து அவரது கடம்பினையும் வேரோடு தொலைத்து வீழ்த்திய நின் வீறுபாட்டினைக் கேட்ட ஏனைத் திசைகளில் வாழும் வேந்தர்கள், அடல் மிக்க அரியேறு உலவுவது தெரிந்த பிற விலங்குகள் அஞ்சி அலமருவது போல இரவும் பகலும் கண்ணுறக்கமின்றிக் கலங்கஞர் எய்தியிருக்கின்றனர். இதனை நேரிற்கண்டு வியப்பு மிகுந்த என் சுற்றத்தார், காடு பல கடந்து தம்மை வருத்தும் வறுமைத் துயரையும் நினையாது என்னொடு போந்து நீ தந்த சோறும் கள்ளும் நல்லுடையும் பெற்று இத்திருவோலக்கத்தைச் சூழ்ந்திருக்கின்றனர்; இது காண்டற்கு மிக்க இன்பமாக இருக்கிறது'[18] என்று பாடினார்.

இவ்வாறு திருவுலாப்போந்து வீற்றிருந்த வேந்தனைச் சூழவிருக்கும் சான்றோரும் அரசியற் சுற்றத்தாரும் கேட்டு இன்புறுமாறு கண்ணனார் பாடிய பாட்டு வேந்தனுக்குப் பேருவகையளித்தது. இப்பாட்டின்கண் சேரலாதனுடைய படை மறவரது மனைவாழ்க்கையை உள்ளுறையால் உவகை மிக்க கண்ணனார் கூறியது அவரது புலமை நலத்தை உயர்த்திக் காட்டிற்று. களிற்றினம் மதஞ்சிறந்து மறலுங்கால் அவற்றின் மதநீரை மொய்க்கும் வண்டினங்களை உடன் வரும் கன்றீன்ற பிடியானைகள் பசுங்குளவித் தழைகொண்டு ஓப்புகின்றன என்றது. களிற்றினம் படை மறவரையும், மொய்க்கும் வண்டினம் இரவலர் சுற்றத்தையும், கன்றீன்ற பிடிகள் புதல்வரொடு பொலியும் மறமகளிரையும், குளவித் தழைகொண்டு ஓப்புவது வேண்டுவன நல்கி இரவலரை ஓம்புவதையும் காட்டி, இது நாட்டவரது வாழ்க்கை நலத்தை வேந்தன் நன்கறியச் செய்து உவகை

பெருகுவித்தது. சேரலாதன், அவரது புலமை நலத்தை வியந்து அவரைத் தன் திருவோலக்கத்து நல்லிசைப் புலமைச் சான்றோராக மேற்கொண்டு சிறப்பித்தான். கண்ணனார் மாந்தை நகர்க்கண் இருந்து வரலானார்.

இக்கண்ணனார் சேர நாட்டுச் சான்றோருள் ஒருவர். இவரது ஊர் குமட்டூர் என்பது. இப்போது மலையாளம் சில்லாவில் ஏர்நாடெனப்படும் தாலுக்காவின் ஒரு பகுதி ஓமையநாடு (T.A.S. VOL. III.PP.198.9) அது இடைக் காலத்தே இராமகுடநாடு என வழங்கிற்று. அதன் கண் உள்ள ஊர்களுள் ஒன்று இக்குமட்டூர். இஃது உமட்டூர் எனவும் வழங்கும். உமட்டுதல் குமுட்டுதல் என்றும், குமுட்டுதல் உமட்டுதல் என்றும் மாறி வழங்குவது போல, உமட்டூர் குமட்டூர் என்றும், குமட்டூர் உமட்டூர் என்றும் வழங்குவது தமிழ் மரபுக்கு மாறன்று. ஏனைச் சங்க நூல்கள் உமட்டூர் என்று குறிப்பது கல்வெட்டிலும், பதிற்றுப்பத்து ஏட்டிலும் குமட்டூர் என்று குறிக்கப்படுகிறது. ஓமையநாடு பிராமியெழுத்துக் கல்வெட்டுக்களில் யோமி நாடெனக் குறிக்கப்படுகிறது[19].

இமயவரம்பன் கண்ணனாரது புலமை நலங் கண்டு தனது திருவோலக்கத்தில் இருந்து வருமாறு பணித்துத் தன் மனம் விரும்பிய துணைவராகக் கொண்டான். அவரும் அவன்பால் அமைந்திருந்த குணநலங்களை அறிந்து இன்புற்றார். இமய வரம்பனான செயலால் நெடுஞ்சேரலாதனது புகழ் நாடெங்கும் பரவிற்று. கடற்குறும்பெறிந்து கடம்பரை வெருட்டியோட்டி அடக்கிய நிகழ்ச்சியால் கடல் வாணிகம் சிறந்தது. நாட்டு மக்களிடையே செல்வம் மிகுந்த நல்வாழ்வு நிலவிற்று.

இமயவரம்பன் புகழ் கொண்கானத்தின் வடபகுதியில் வாழ்ந்த ஆரிய வேந்தர் சிலருக்குப் பொறாமையை உண்டு பண்ணிற்று. கடலகத்துத் தீவுகளில் வாழ்ந்த கடம்பருட்சிலர் நாட்டிற்புகுந்து சேரமானுக்கு மாறாக ஆரிய வேந்தரொடு கலந்து பகை சூழலுற்றனர். அந்நாளில் யவன நாட்டவர் கலங்களிற்போந்து வாணிகம் செய்தமையின், அவருட்சிலரை நட்புக்கொண்டு, அக்கடம்பர்கள் இமயவரம்பனுக்கு மாறாகப் போர் தொடுக்குமாறு அவர்களைத் தூண்டினர். உண்மையறியாத யவனர், ஆரியரும் கடம்பரும் செய்த துணை பெற்று இமயவரம்பனொடு போரிட்டனர் போர் கடுமையாக நடந்தது.

சேரர் படை கடலிற் கலஞ்செலுத்திப் பொருவதிலும் சிறந்திருந்தமையால் யவனர் நிலத்தில் கால் வைத்தற்கு வழியின்றிச் சீரழிந்தனர். அவருட்பலர் சிறைப்பட்டனர். நேர்வையும் பணிவும் அமைந்த சொற்செயல்களால் நெடுஞ்சேரலாதன் அருட்கு இலக்காகாத பகைவர் கடுந்தண்டத்துக்கு உள்ளாயினர். மிக்க குற்றம் செய்தவரைப் பற்றி அவர்தம் இரு கைகளையும் முதுகின் புறத்தே சேர்த்துக் கட்டித் தலையில் நெய் பூசித்தன் நகரவர் காண நெடுஞ்சேரலாதன் கொண்டு வந்தான். மற்றையோர் பொன்னும் வைரமுமாகிய அணிகளைக் கொணர்ந்து கொடுத்துச் சேரலாதனது அருளைப் பெற்றனர். அவன் அவற்றைப் படை மறவர்க்கும் தானைத் தலைவர்க்கும் துணைவர்க்கும் பரிசிலர்க்குமே நல்கினான். இதனைப் 'பேரிசை மரபின் ஆரியர் வணக்கி, நயனில் வன்சொல் யவனர்ப் பிணித்து, நெய்தலைப் பெய்து கைபிற் கொளீஇ அருவிலை நன்கலம் வைரமொடு கொண்டு, பெருவிறல் மூதூர்த் தந்துபிறர்க்குதவி' என்று பதிகம் கூறுகிறது. மாமூலனார் என்றும் சான்றோர். 'நன்னகர் மாந்தை முற்றத் தொன்னார், பணிதிறை தந்த பாடுசானன் கலம். பொன்செய் பாவை வைரமொ டாம்பல். ஒன்று வாய் நிறையக் குவைஇ அன்றவன். நிலத்தினத் துறந்த நிதியம்'[20] என்று இசைக்கின்றார்.

இவ்வண்ணம் இமயவரம்பன். ஆரியர், கடம்பர், யவனர் என்போருடைய புறப்பகை கடிவதில் பேரீடுபட்டிருந்ததனால், உண்ணாட்டில் வாழ்ந்த குறுநில வேந்தர் சிலர், அவனது பெருமுரண் இயல்பு நோக்காது திறை செலுத்துவதைக் கைவிட்டுப் பகைத்து அவன் சீற்றத்துக்குள்ளாயினர். அவனும் அவரது செருக்கடக்கி உட்பகையைப் போக்கக் கருதி அவர்தம் நாட்டின் மேற் படைகொண்டு சென்றான். பகைத்த வேந்தருடைய மதிலும் காவற் காடும் அழிந்தன. நிரை நிரையாகச் சென்ற அவனது படை வெள்ளம் பகைவர் படை வலியைச் சிதைத்து, அவரது செல்வத்தைச் சூறையாடிற்று படை மறவர் அந்நாடுகளில் தங்கிப் பகைவர் வாழ்ந்த பகுதிகளைத் தீக்கிரையாக்கினர். தீப்பரவாத இடங்களை உருவறக் கெடுத்தனர். பாழ்பட்ட இடங்களில் வேளையும் பீர்க்குமாகிய கொடிகள் வளர்ந்து படரலுற்றன. நீரின்றிப் புலர்ந்து கெட்ட புலங்களில் காந்தள் முளைத்து வளர்ந்து மலர்ந்தன. செல்வர் வாழ்ந்த இடங்களில் வன்கண்மை மிக்க மறவர் குடி புகுந்தனர். பனையோலை வேய்ந்த குடில்கள் பல உண்டாயின.[21]

இந்நிலையுண்டாகக் கண்ட பகை வேந்தர் தாம் செய்த தவற்றை உணர்ந்து இமயவரம்பனது அருளைப் பெறற்கு முயன்றனர். அவன் அவர்களை ஒறுப்பதே கருதியொழுகினான். மறத்துறையால் எய்தும் புகழ் அறச் செய்கையாற்றான் நிலை பெறும் என்பதை மறந்து, இமயவரம்பன் மறமே நினைந் தொழுகுவது நன்றன்றெனக் கண்டார் கண்ணனார். சேரலாதனைக் கண்டு, 'வேந்தே, நின் வலியறியாது பொருது கெட்ட வேந்தர் நாடு எய்திய அழிவும் கண்டேன். பின்னர் நீ காக்கும் நாட்டையும் கண்டேன். நினது நாடு மலைபடு பொருளும் கடல்படு பொருளும் ஆறுபடுபொருளும் பெருகவுடையது. ஊர்களில் விழாக்கள் மிகுந்துள்ளன. மூதூர்த் தெருக்கள் கொடி நுடங்கும் கடைகள் மலிந்துள்ளன. நின் வயவர் பரிசிலர்க்குச் செல்வமும் யானைகளும் பரிசில் நல்குகின்றனர். நெடுஞ்சேரலாதன் நீடு வாழ்க என்ற வாழ்த்து அவர் வாயில் மலர்ந்த வண்ணம் இருக்கிறது. மக்கள் பகையால் விளையும் வெய்துறவறியாது இன்ப வாழ்வில் திளைத்துள்ளனர். அறவோர் பலர் ஒன்று மொழிந்தடங்கிய கொள்கையும் துறக்கம் விரும்பும் வேட்கையும் கொண்டு அறம் புரிகின்றனர். நீ காத்தலால் அவரவரும் விரும்பியன விரும்பியவாறு பெற்று இனிதுறைகின்றனர். நாட்டில் நோயில்லை. கள்ளுண்டு களிக்கும் இயவர். 'இவ்வுலகத்தோர் பொருட்டு நீ வாழியர்!' என இசைப்பது கண்டேன்[22] என்று மொழிந்து, 'இத்தகைய இன்ப வாழ்வு இச்சேரநாடு முற்றும் நிலவச் செய்க' என்று வேண்டினர்.

இது கேட்ட சேரலாதன் அவரை வியந்து நோக்கினன். அக்குறிப்பறிந்த கண்ணனார். 'வேந்தே, மன்னுயிர்க்கு ஈதலில் குன்றாத கை வண்மையும், பெருவலியும், உயர்ந்தோர்க்கு உறுதுணையாகும் சிறப்பும் உடையனாய் நீ திருமால் போலக் குன்றாத வலி படைத்திருக்கின்றாய். நின் பண்பும் பலவும் நினது நாட்டிலும் விளங்கித் தோன்றக் கண்டதனால், நின்துப்பெதிர்ந்தழிந்த பகைவர் நாட்டையும் கண்டு வருவேனாயினேன்' என்று செப்பினார்.

நெடுஞ்சேரலாதன் தன்னைப் பகைத்துத் தன்னொடு பொருதழிந்த வேந்தர்பொருட்டுக் கண்ணனார் இவ்வாறு கூறுகின்றாரென்பதை நன்குணர்ந்துகொண்டு, 'சான்றீர், யாம் புறப்பகை கடியும் செயலில் ஈடுபட்டிருக்குங்கால் நாட்டிற்குள் பகைமை புரிந்த இவ்வேந்தர் செயல் பொறுக்கலாகாக் குற்றமாவது நீவிர் அறியாதன்று, இவர்க்கு அருள்செய்து புகலளிப்பது

பகைப்பயிரை நீர் பாய்ச்சி வளர்ப்பது போலாம்' என மொழிந்தான். 'வேந்தர் அறியாமையாற் செய்த குற்றத்துக்கு அவரது நாட்டு மக்கள் பெருந்துன்பம் உழப்பதே ஈண்டுக் கருதத்தக்கது'. என்பாராய் 'பண்டு புன்செய்க் கொல்லைகளாய் இருந்தவை நாட்டு மக்களால் நீர்வளம் பொருந்திய வயல்களாயின. காட்டுப் பன்றியுழும் புனங்கள் வளவிய வயல்களாய்ச் சிறந்தன. அவ்வயல்களில் கரும்பின் பாத்தியிற் பூத்த நெய்தலை எருமையினம் மேய்ந்து இன்புற்றன. மகளிர் துணங்கையாடும் மன்றுகளும், முதுபசு, மேயும் பசும்புற்றரைகளும், தென்னையும் மருதும் நிற்கும் தோட்டங்களும், வண்டு மொய்க்கும் பொய்கைகளும் எம்மருங்கும் காட்சியளித்தன. அதனால் சான்றோர் பாட்டெல்லாம் அந்நிலங்களையே பொருளாகக் கொண்டு விளங்கின. இப்போது நின் தானை சென்று தாக்கிய பின், அவை 'கூற்றடூஉ நின்ற யாக்கை போல'ப் பொலிவழிந்து விட்டன. கரும்பு நின்ற வயல்களில் கருவேலும் உடைமரங்களும் நிற்கலாயின. ஊர் மன்றங்கள் நெருஞ்சி படர்ந்த காடுகளாயின. காண்போர் கையற்று வருந்தும் பாழ்நிலமாகியது காண மக்கட்கு நின்பால் அச்சம் பெருகிவிட்டது'[23] என்று இயம்பினார்.

இதனைக் கேட்ட வேந்தன் உள்ளத்தில் அருள் உணர்வு தோன்றிற்று. போருண்டாயின் இத்தகைய விளைவு இயல்யென்பது ஒருபால் விளங்கினும், ஒருபால் அருளறம் அவன் உள்ளத்தில் நிரம்பிற்று. மக்களது வருத்தம் நினைக்க அவன் நெஞ்சு நெகிழத் தொடங்கிற்று. கண்ணனார், 'வேந்தே, நீ காக்கும் நாட்டில் காடுகளில் முனிவர் உறைகின்றனர். முல்லைக் கொல்லைகளில் மள்ளரும் மகளிரும் இனிது வாழ்கின்றனர். மக்கள் வழங்கும் பெருவழிகள் காவல் சிறந்துள்ளன. குடி புறந்தருபவரும் பகடு புறந்தருபவரும் இனிதிருக்கின்றனர். கோல் வழுவாமையால் மக்களிடையே நோயும் பசியுமில்லை, மழை இனிது பெய்கிறது.'[24] என்று பாடி அவனை இன்புறுத்தினார்.

இவ்வாறு கண்ணனார் உரையால் அருள் நிறைந்த உள்ளமுடையனான இமயவரம்பன் தன்னைப் பணிந்து நிறை கொடுத்துப் புகல் வேண்டிய வேந்தர்களை அன்பு செய்து ஆதரித்தான். அவனது அச்செயல் அவனுடைய தானைத் தலைவர்பாலும் தானை மறவர்பாலும் சென்று படர்ந்தது. ஒருகால் கண்ணனார் நெடுஞ்சேரலாதனுடைய பாடியிருக்கையொன்றிற்குச் சென்றிருந்தார். அப்போது பகைவருடைய தானை போர்க்குச்

சமைந்து நின்றது. அந்நிலையில், சேரலாதனுடைய தானை மறவரது ஏவல் வழி நின்ற இயவர், ''பகைவரை நோக்கி இனிய நீழலாவது எம் வேந்தனது வெண்குடை நீழலே: இதன்கண் விரைந்து வம்மின்''. என்று இசைத்தனர். அதுகண்ட குமட்டூர்க்கண்ணனார்க்கு இறும்பூது பெரிதாயிற்று. நெடுஞ்சேரலாதனைக் கண்டார்; அவன் பெருந் தவறு செய்த பகைவராயினும் அவர்கள் பணிந்து வருவரேல் பேரருள் செய்தான். உடனே அவருள்ளத்தில் அழகியதொரு பாட்டு உருப்பட்டு வெளிவந்தது. ''வேந்தே, நீ கடல் கடந்து சென்று பகைவர் தங்கிக் குறும்பு செய்த தீவுக்குட்புகுந்து, அவரது காவல் மரமான கடம்பினைத் தடிந்து, அதுகொண்டு செய்து போந்த முரசுக்குப் பலிக்கடன் ஆற்றும் இயவர், 'அரணம் காணாது வருந்தும் உலகீர், எம்முடைய வேந்தனது வெண்குடை நீழலே உமக்கு நல்ல அரணாவது'. என அறைந்து அதனைப் பரவுகின்றனர்: பாடினி பாடுகின்றாள்: பகைவர் பெரிய தப்புச் செய்யினும் அவர்கள் பணிந்து போந்து திறை பகர்வரேல் ஏற்றுக் கொண்டு அவர்கள்பால் செல்லும் சினத்தை நீக்கிச் சீரிய அருள் செய்கின்றாய்: நின் அருட்கு ஒப்பதும் உயர்ந்ததும் நினைக்குங்கால் நின் அருளல்லது பிறிது யாதும் இல்லை''[25]. என்ற கருத்தை அப்பாட்டுத் தன்னகத்துக் கொண்டு விளங்குவதாயிற்று.

நெடுஞ்சேரலாதன் போர் பல செய்து வெற்றி மிகுந்து புகழ் பரவ வீற்றிருந்ததறிந்து, பாணர், பொருநர், கூத்தர் முதலிய பரிசிலர் கூட்டம் அவனது நகர் நோக்கி வெள்ளம் போல வந்தது. சேரலாதனும் அவர்கட்குப் பெருவளம் நல்கிச் சிறப்பித்தான். ஒருகால், கண்ணனார், பாணர் முதலியோருடைய கூட்டத்துக்கிடையே சென்று அவரது மனநிலையைக் கண்டார். அவரிடையே கடும் பற்றுள்ளம் சிறிது தோன்றியிருந்தது: உள்ள பொருள் செலவாய்விடின், மேலே பெறுவது அரிதென்ற உணர்வு சிலருடைய நெஞ்சில் நிலவுவதை அவர் கண்டார். அவர்கட்கு இமயவரம்பனது வள்ளன்மையை எடுத்துணர்த்த வேண்டிய இன்றியமையாமை பிறந்தது. விறலியரை நோக்கி, ''விறலியரே, பற்றுள்ளம் கொள்ளாது நிறையச் சமைத்து வருவோர்க்கு வரையாது கொடுமின்; நிரம்பச் சமைமின்; உணவேயன்றி வேறு பிறபொருள்களையும் நெடுஞ்சேரலாதன் முட்டின்றி நல்குவான்; ஆதலால், பிற கலன்களையும் இரவலர் பிறர்க்கு வழங்குமின்; பெற்றது குறையுமென அஞ்சாது நல்குமின்; சேரலாதன் மிகுதியாகத் தருவன்; மாரி பொய்ப்பினும் சேரலாதன் கொடை

பொய்யாது; ஆகவே, நன்றாக உண்மின்; உடுமின்; எல்லோர்க்கும் கொடுமின்''[26], என்று நெருட்டி ஊக்கினர். அப்போது, அக்கூட்டத்தில் இருந்த ஒருவர் கண்ணனாரை நோக்கி, ''இமயவரம்பனது கொடை நலம் அறிந்தோர் போலக் கூறும் நீவிரும் எம்மனோர் போலப் பரிசிலர் எனக்காண்கிறீர்; நும் அரசன் யாவன். கூறுவீரோ?'' என்று கேட்டார். அதற்கு விடை கூறலுற்ற கண்ணனாரது உள்ளம் பெருமகிழ்வு கொண்டது. சேரலாதனது சிறப்பெடுத்துரைத்தற் கேற்ற வாய்ப்புக் கிடைத்தது பற்றி அவர் பெருமிதம் எய்தினார்.

''நுமக்குக் கோவாவான் யாரென வினவுகின்றீர்கள்; எங்கள் வேந்தன் கடலகம் புகுந்து அங்குள்ள தீவினுள் வாழ்ந்து திறல் மிகுந்திருந்த கடம்பரது கடம்பினை வேரொடு தடிந்து புகழ் மேம்பட்ட நெடுஞ்சேரலாதன்: பகைப்புலத்தே பகைவர் தமது சூழ்ச்சியால் செய்யும் எத்தகைய வினையையும் அவர்கட்கு வாய்க்குமாறு இன்றிக் கருவிலேயே கெடுத்து வெற்றிமிகும் வினைத்திறம் வாய்ந்தவன்: 'உட்பகை செய்யும் ஒட்டார் முன்னும் பொய் கூறாத வாய்மையுடையவன்: தன்னைக் காணும் பகைவர் உள்ளத்து ஊக்கம் கெடுமாறு பெருமிதத்துடன் நடந்து அவரது நிலத்தை வென்று தன்னைப் பாடும் பரிசிலர்க்கு நல்கும் பண்பினன்: குதிரைகளையும் பிறவற்றையும் பெருக வழங்கும் கொடை நலம் உடையவன். மிளையும் கிடங்கும் மதிலும் ஞாயிலுமுடைய பகைவர் பலருடைய நகரங்களையழித்துத் தீக்கிரையாக்கிய அவன், தன்பால் வருவோர் வல்லுநராயினும், மாட்டாராயினும், யாவராயினும் நிரம்ப நல்கும் நீர்மை யுடையவன்: மழை முகில் தான் பெய்யுமிடத்துத் தப்புமாயினும், சேரலாதன் இரவலர்க்கு வயிறு பசிகூர ஈயும் சிறுமை யுடையனல்லன்: அப்பெற்றியோனை நல்கிய அவனுடைய தாய், வயிறு மாசிலளாகுக!''[27] என்று இனிமையாகப் பாடினர். அச் சொற்களைக் கேட்ட பரிசிலர் பேரின்பமெய்தினர். ஒற்றர் வாயிலாக வேந்தன் கண்ணனார் பாடிய பாட்டைக் கேட்டு அவர்பால் பேரன்பு கொண்டான்.

நாட்டில் சேரலாதன் ஆட்சி நலத்தால் வளவிய ஊர்கள் பல உண்டாயின. மக்கள் செல்வ வாழ்வு நடத்திச் சிறப்பெய்தினார்கள். சான்றோர் பலர் அவனது ஆட்சி நலத்தை நயந்து போந்து அவனை வாழ்த்தினர். பொருளும் இன்பமும் அறநெறியில் பெருகி நிற்கும் அரசினைக் கீழ் மக்களும் விரும்புவரெனின் சான்றோர் போந்து பாராட்டுவதில் வியப்பில்லையன்றோ!

நெடுஞ்சேரலாதனொடு நெருங்கிய நட்பாற் பிணிப்புண்டிருந்த கண்ணனார் அவனுடைய ஆட்சியால் நலம் எய்திய நாடு முற்றும் கண்டு மகிழ்ந்தார். அவன் தன்னோடு பகைத்து மாறுபாடு கொண்ட வேந்தர் நாட்டிற் படையெடுத்துச் சென்று அவர்களை வென்றடக்கி அவர் நாட்டைப் பாழ் செய்வதையும் அவர் அறியாமலில்லை. போர்ப் புகழ் பெறுவதில் மகிழ்ந்து மைந்துற்றொழுகும் வேந்தர் உள்ளத்தை மாற்றி நாட்டு மக்கட்கு இன்பம் பெருகும் செயல்களில் ஈடுபடச் செய்வதை அவ்வேந்தர்க்குச் சுற்றமாய்த் துணை புரிந்த அந்நாளைச் சான்றோர் தமது கடமையை மறந்தார் அல்லர். காலம் வாய்க்குந்தோறும் நெடுஞ்சேரலாதனுக்குப் போரால் விளையும் கேட்டினை எடுத்துக்காட்டியே வந்தார். செய்த போர்களிலெல்லாம் இமயவரம்பன் வெற்றியும் பெருஞ்செல்வமும் பெற்றதனால், அவனது மனம் மறப்புகழையே நாடி நின்றது. மறவுணர்வை மாற்றுதற்கு அவர் எடுத்துரைத்த அறவுரைகள் கருதிய பயனைக் கருதிய அளவில் விளைக்கவில்லை. முடிவில் அவன் கருத்தை இன்பத் துறையில் செலுத்துவது ஓரளவு அவன் நெஞ்சில் நிலவும் மறவுணர்வை மாற்றும் எனக் கண்ணனார் எண்ணினார்.

இவ்வாறிருக்கையில் நெடுஞ்சேரலாதன் ஒருகால் வேந்தன் ஒருவனுடன் போர் தொடுத்து அவன் நாட்டிற் பாசறை யிட்டிருந்தான். அப்போது ஒரு நாள் கண்ணனார் அவனுடைய பாடி வீட்டிற்குச் சென்றார். வேந்தன் அவர் வரவு கண்டு மகிழ்ந்தானாயினும், அவனுடைய குறிப்பு அவர் வந்த வரவில் கருத்தையறிய விழைந்தது. ''வேந்தே, நீ மேற் கொண்டிருக்கும் வினை நினக்கு வருத்தம் பயக்கும். அத்துணைப் பெருமை யுடையதென அஞ்சி யான் வந்தேனில்லை: மலைபோலுயர்ந்த புறமதிலும், அகன்ற இடைமதிலும், கணைய மரங்கள் நான்று கொண்டிருக்கும் உயரியவாயிலும் உடைய இப்பாசறையிடத்தே நீ நெடிது தங்கிவிட்டாய்: அதனால் நின்னைக் காண்பது விரும்பி வருவேனாயினேன்.'' என்றார். சேரலாதன் நெஞ்சு மகிழ்ந்து அவரது அன்பை வியந்து பாராட்டினார். அக்காலையில் அன்பரது அன்பு பற்றிய பேச்சொன்று உண்டாயிற்று. ''அன்பால் பிணிப்புண்ட ஆண்மக்களாகிய என் போல்வார்க்கே நின் பிரிவு ஆற்றாமையை விளக்குமாயின், நின்னையின்றியமையாத நின் காதலியின் ஆற்றாமை எத்துணை மிகுதியாக இருக்கும் என்பதை எண்ணுதல் வேண்டும்!'' என்றார்.

அவரது சொல்வலையில் சிக்கிய இமயவரம்பன் மனக்கண்ணில் அவனுடைய காதலியான தேவியின் அன்புருவம் காட்சியளித்தது: ஒருசில சொற்களால் அவன் தன்மனைவியின் குணநலங்களைச் சொன்னான். அச்சொற்களையே கண்ணனாரும் கொண்டெடுத்து, ''சேரவேந்தே, நின் தேவியாவாள் ஆறிய கற்பும் அடங்கிய சாயலும் உடையள்: நீ கூறுமாறு ஊடற் காலத்தும் இனிய மொழிகளையே மொழியும் இயல்பினள்: சிவந்த வாயும் அமர்த்த கண்ணும் அசைந்த நடையும் சுடர்விட்டுத் திகழும் திருநுதலும் உடைய நின் தேவி நின்னை நினைத்தற்குரியள்: நின் மார்பு மகளிர்க்கு இனிய பாயலாம் பான்மையுடையது: நீயோ, அதனை அவர்கட்கு நல்குதலும் நல்காது வரைதலும் கொண்டு உறைகின்றாய்: இக்காலத்தில் நின் மார்பை நின் தேவிக்கு நல்காயாயின், அவள் பாயல் பொறாமையால் உளதாகும் வருத்தத்தின் நீங்கி உய்தல் கூடுமோ?''[28] என்று இனிமை மிகக் கூறினார். இமயவரம்பன் கருத்துத் தன் காதலிமேற் சென்றது. அவன் மேற்கொண்ட வினையை விரைந்து முடித்துத் தன் நகர் வந்து சேர்ந்தான்.

சில பல நாட்கள் கழிந்தன. சேர நாட்டின் ஒரு பகுதியில் வாழ்ந்த ஒரு குறுநில மன்னன் சேரலாதன் சினந்து போர் தொடுத்தற்குரிய குற்றத்தைச் செய்தான். போர் தொடங்கிற்று. பகைத்த வேந்தன் தோற்றோடினான்: அவன் நாட்டில் வாழ்ந்த மக்களுள் பலர் போரினது கடுமை கண்டஞ்சி நாட்டை விட்டு நீங்கினர்: ஆனிரைகள் பேணுவாரின்றி நாற்றிசையும் சிதறியோடின: நிலங்கள் உழுவாரின்றிப் பாழ்பட்டன. அந் நிலையைக் கண்ட கண்ணனார் சேரலாதன் தங்கியிருந்த பாசறைக்குச் சென்றார்.

அங்கே பல வகைப் படைகளும் தத்தமக்குரிய வினைகட்கு வேண்டுவனவற்றை முற்படச் செம்மை செய்துகொண்டிருந்தன. கூளிப்படை, பின்னேவரவிருக்கும் தூசிப்படை முதலிய வயவர் படைக்கு வழி செய்து நின்றது: வயவர் படைக்கருவிகளை வடித்துத் தீட்டி நெய் பூசிச் செம்மைசெய்து கொண்டிருந்தனர்: இயவர் முரசுக்குப் பலியிட்டுப் போர் முழக்கம் செய்திருந்தனர்: கண்ணனார் இச்செயல்களை எடுத்தோதி, ''நின் கூளியரும் வயவரும் இயவரும் சான்றோரும் போர்க்குச் சமைந்திருக்க நீயும் போரையே விரும்பியிருக்கின்றாய்: நின் போர் வினையால் நாடுகள் அழிந்து பாழ்படுகின்றன: நாடுகளில் மக்கள் இனிதிருந்து வாழ்தற்கேற்ற வாய்ப்புப் போர் வினையால் கெடுவதால்,

நாட்டின் பகுதிகள் பலவும் அழிவுறுகின்றன. போர் நிகழ்தற்கு முன் அந்நாட்டு நீர் நிலைகளில் தாமரை மலர, நெல் வயல்களில் நெய்தல் பூப்ப, நெற்பயிர் வளமுற வளர்ந்து விளைந்தன: நெல்லரிவோர் குயம் நெற்றாளை யரியமாட்டாது வாய் மடங்கின: கரும்பின் எந்திரம் கரும்பின் முதிர்வால் பத்தல் சிதைந்து வருந்தின: அந்நிலையைக் கண்டோர் இப்போது கைபிசைந்து புடைத்து வருந்த, போர் வினையால் அழிந்து மாட்சியிழந்தன;[29] இவற்றை நீ எண்ணுதல் வேண்டும். இந்நிலையில் கணவனை யிழந்த மகளிர் கையற்று வருந்தும் காட்சி நெஞ்சிற்பல நினைவுகளை எழுப்புகின்றன. நின் திருநகர்க்கண் உறையும் நின் காதலி நீ போர்த்துறை மேற்கொண்டு பாசறையிருப்பிலே கிடத்தலால், நின்னைக் கனவின் கட்கண்டு இன்புறுவது ஒன்றைத் தவிர, வேறு இன்பம் காணாது வருந்தியுறைகின்றாள்; அவளை நினையாதிருப்பது முறையன்று,'' என்று சொல்லி நெடுஞ்சேரலாதன் உள்ளத்தெழுந்த மறவேட்கையை மாற்றினார். இவ்வகையால் அவனது உள்ளத்தை அறத்துறையில் ஒன்றுவித்து, நாட்டில் அமைதி நிலவச்செய்து, மக்களது வாழ்வில் நிலைத்த இன்பம் செய்யும் பணியில் கண்ணனார் பெரிதும் உழைத்துப் பயன் கண்டார். அவரது புலமை நலம் கண்டு வியந்த வேந்தன் அவர்க்கு மிக்க சிறப்பினைச் செய்தான். அந்நாட்டில் இன்றும் புகழ்மிக்கு விளங்கும் கண்ணனூர் அன்று அவர் பெயரால் ஏற்பட்டிருக்குமோ என நினைத்தற்கு இடமுண்டாகிறது. இடைக் காலத்தே இது சிறைக்கல் பகுதியையாண்ட வேந்தர் தலைநகரமாய் விளங்கிற்று. மேலும் அவன், உம்பற்காடு என்ற பகுதியில் ஐந்நூறு ஊர்களைக் கண்ணனார்க்குப் பிரமதாயம் கொடுத்தான். உம்பற்காடு என்பது இப்போது நீலகிரிப் பகுதியில் நும்பலக்காடு என்ற பெயர் பெற்று நிலவுகிறது. இஃது இப்போது வயனாடென வழங்கும் பண்டைய பாயல்நாட்டின் ஒரு பகுதியாய் இருந்து, ஆங்கிலேயருடைய ஆட்சிக் காலத்தில் நீலகிரி சில்லாவில் சேர்க்கப்பெற்றது[30]. திருவிதாங்கூர் அரசைச் சேர்ந்த வைக்கம் என்ற நகரத்தில் உம்பற்காட்டு வீடு என்றொரு வீடு இருந்து உம்பற்காட்டின் பழமையை உணர்த்தி நிற்கிறது[31].

இவ்வாறு இமயவரம்பனுடைய பேரன்பு பெற்றுக் கண்ணனார் சிறப்புடன் இருந்து வருகையில், அவர்க்குத் தம்மூர்க்குச் செல்ல வேண்டுமென்ற விருப்பமுண்டாயிற்று: வேந்தனிடத்தில் தமது கருத்தைக் குறிப்பாய்த் தெரிவித்தார்.

அப்போது சேரலாதனுக்கு முப்பத்தெட்டாம் ஆட்சியாண்டு நடைபெற்றுக் கொண்டிருந்தது. கண்ணனார்க்கும் முதுமை நெருங்கிற்று. இமயவரம்பன் அவரது விருப்பத்தைப் பாராட்டித் தன்னாட்சியில் அடங்கிய உம்பற்காட்டின் தென்பகுதியான தென்னாட்டு வருவாயில் ஒரு பாகத்தை அவர் பெறுமாறு திருவோலை எழுதித் தந்து சிறப்பித்தான்: அச்சிறப்பின் நினைவுக் குறியாகச் சிறப்புடைய ஊரொன்றைக் கண்ணன் பட்டோலை என்று மக்கள் வழங்கத் தலைப்பட்டார்கள். இப்போதும் அவ்வூர் குடநாட்டின் தென்பகுதியில் பாலைக்காட்டுத் தாலுக்காவைச் சேர்ந்த தென்மலைப்புறம் என்ற பகுதியில் கண்ணன் பட்டோலை என்று மக்கள் வழங்கத் தலைப்பட்டார்கள். இப்போதும் அவ்வூர் குடநாட்டின் தென்பகுதியில் பாலைக்காட்டுத் தாலுக்காவைச் சேர்ந்த தென்மலைப்புறம் என்ற பகுதியில் கண்ணன் பட்டோலை என்ற இப்பெயருடனே இருந்து வருகிறது.

இச்சிறப்புப் பெற்ற கண்ணனார்க்கு இமயவரம்பன்பால் உண்டான அன்புக்கு எல்லையில்லை. அவனை வாழ்த்த வேண்டுமென்ற எண்ணம் அவர்க்கு உண்டாயிற்று. "சேரலாதனே, நிலமும் நீரும் வளியும் விசும்பும்போல நீயும் அளப்பரிய பண்புகள் கொண்டவன்: தீயும் ஞாயிறும் திங்களும் பிற கோள்களும் போல ஒளியுடையவன். பாரதப் போரில் பாரத வீரர்கட்குத் துணை செய்துயர்ந்த அக்குரன் போன்ற கைவண்மை உன்பால் உள்ளது. நீ போரில் பகைவர் பீடழித்த முன்பன்: மாற்றலாகாதது எனப்படும் கூற்றையும் மாற்ற வல்ல ஆற்றல் உனக்கு உண்டு. நீ சான்றோர்க்கு மெய்ம்மறை: வானுறையும் மகளிர் நலத்தால் நிகர்ப்பது குறித்துத் தம்மில் இகலும் பெருநலம் படைத்த நங்கைக்குக் கணவன்; களிறு பூட்டிப் பகைப் புலத்தையுழும் படையேர் உழவன்: பாடினியைப் புரக்கும் வேந்தன். நின் முன்னோர் இவ்வுலகு முழுதுமாண்ட பெருமையுடையர். அவர்களைப் போல நீயும் பெரும்புகழ் பெற்று வாழ்வாயாக!"[32] என வாழ்த்தினர்.

சின்னாட்குப்பின் நெடுஞ்சேரலாதன் அவர்க்குப் பொன்னும் பொருளும் நிரம்ப நல்கித் தானே காலின் ஏழடிப்பின் சென்று வழிவிட, கண்ணனார் தமது குமட்டூர்க்குச் சென்றார். அரசியற் சுற்றத்தாரும் அவர் செய்த தொண்டினைப் பாராட்டி அவரை வாயார வாழ்த்தினார்.

குமட்டூர்க்குப் போந்த கண்ணனாரை ஏனைச் சான்றோர் கண்டு அளவளாவி இன்புற்றனர். உம்பற்காட்டு வேதியரும் தென்னாட்டுச் செல்வர்களும், அவரைச் சிறப்புடன் வரவேற்றனர். கண்ணனார் தம்முடைய நாட்டில் இனிதுறைவாராயினர்.

அடிக்குறிப்புகள்

1. K.P.P. Menon's History of Kerala Vol. i.p.15
2. அகம். 127.
3. நற். 35, 295
4. சோழன் குளமுற்றத்துத் துஞ்சிய கிள்ளி வளவனைப் பாடலுற்ற ஆவூர் மூலங்கிழார், 'நீயே, பிறரோம்புறு மறமன் னெயில் ஓம்பாது கடந்தட்டு அவர் முடிபுனைந்த பசும் பொன்னின் அடி பொலியக் கழல் தைஇய வல்லாளனை' (புறம். 40) என்பது காண்க.
5. 'செருமாண்பஞ்சவர்', புறம். 58.
6. சங்க காலத்துக்கு முன்னவர் வானநாடு கொண் கானத்திலும், பின்னர்க் கடுங்கோ நாடு வள்ளுவ நாடு கொங்கு நாடுகளிலும் சேர்ந்துவிட்டன,
7. இப்பழையன் கோட்டை நாளடைவில் பளையங்கோட்டையாகிப் பாளையங்கோட்டை என மருவிற்றுப் போலும்.
8. Journal of the Bombay Branch of the Royal Asiatic Society : Vol. ix. p. 283 L. Rice's Mysore, Vol. i, p.3-0.
9. Ep. Indica Vol. xiii. p. 309.
10. Rice's Mysore vol. i. p. 299, 300.
11. Ep. Car. part - I, Shikarpur Taluk, No. 176.
12. George M. Moraes, The Kadamba Kula, p. 8.
13. J.B.B., R.A.S. Vol. ix, pp. 245, 272, 285.
14. Bom, Gazet, Kanara, Part - ii. p. 78.
15. இப்பங்களரைச் சிலப்பதிகாரம் 'கொங்கணர் கலிங்கர் கொடுங் கருநாடர், பங்களர், கங்கர் பல்வேற் கட்டியர்' (25:155-6) என்று குறிப்பது ஈண்டுக் குறிக்கத் தகுவது இது செய்யுளாகலின் வைப்பு முறை மாறியிருக்கிறது.
16. Bom, Gazet, Kanara, Part - ii. p. 78.
17. பதிற். 11.
18. பதிற். 12.

19. 'யோமி நாட்டுக் குமட்டூர் பிறந்தான் காவுதி யீதனுக்குச் சித்துப்போசில் இளையார் செய்த அதிட்டானம்' Pudukkottai Inscriptions at ...., also vide Proceedings and transaction of the 3rd oriental Conference, Madras, pp. 296 and 280.
20. அகம். 127.
21. பதிற். 15.
22. பதிற். 15.
23. பதிற். 13.
24. பதிற். 13
25. பதிற். 17,
26. பதிற். 18,
27. பதிற். 20,
28. பதிற். 16,
29. பதிற். 19,
30. Malabar Series:Wynad, p.5,
31. Cera Kings by K.G. Sesha Iyer p.14,
32. பதிற். 14

6. பல்யானைச் செல்கெழு குட்டுவன்

குடநாட்டின்கண் மாந்தை நகர்க்கண் இருந்து இமயவரம்பன் ஆட்சி புரிந்து வருகையில் குட்ட நாட்டில் வஞ்சி நகர்க்கண் இருந்து பல் யானைச் செல்கெழு குட்டுவன் ஆட்சி செய்து வந்தான். இக்குட்டுவன் இமயவரம்பனுக்கு இளையனாதலின், இளமை வளத்தால் இவன் போர்ப்புகழ் பெறுவதில் தணியா வேட்கையுடையவனாயிருந்தான். குட்ட நாட்டுக்குக் கிழக்கில் தென்மலைத் தொடரின் மேற்கில் பரந்திருக்கும் மணல் பரந்த நாட்டுக்குப் பூமி நாடென்று அந்நாளில் பெயர் வழங்கிற்று. அந்நாட்டவர் பூமியர் எனப்படுவர். பூமி நாட்டவர் தமக்கு அண்மையில் நிற்கும் தென்மலைக் காட்டில் வாழும் யானைகளைப் பிடித்துப் பயிற்றுவதில் தலைசிறந்தவர். அவர்கள் குட்ட நாட்டுக் குட்டுவர் ஆட்சியின் கீழிருந்து அவர்கட்குப் பெருந்துணை புரிந்தனர். அதனால் குட்டுவன் படையில் ஏனைப்படை வகை பலவற்றினும் யானைப் படையே சிறந்திருந்தது, அச்சிறப்புப் பற்றிக் குட்டுவன், பல்யானைச் செல்கெழு குட்டுவன் என்று சான்றோர் வழங்கும் சால்பு பெற்றான்.

குட்ட நாட்டின் வடபகுதிக்கு நேர்க்கிழக்கில் நிற்கும் வடமலைத்தொடரின் மலைமிசைப் பகுதிக்குப் பாயல் நாடென்பது அந்நாளில் வழங்கிய பெயர். அப்பாயல் நாட்டின் கீழ்ப்பகுதியில் இப்போது நும்பற்காடு என வழங்கும் உம்பற்காட்டில் குறுநிலத் தலைவர் சிலர் வாழ்ந்து வந்தனர். வடக்கே இமயவரம்பனது புகழ் மிகுவது கண்டு அவர்கள் பொறாமை மிகுந்து குட்ட நாட்டிற்புகுந்து குறும்பு செய்தனர். அக்காலத்தே இப்போது ஆனை மலையென வழங்கும் தென்மலைப் பகுதியில் முதியர் என்பார் வாழ்ந்து வந்தனர். உம்பற்காட்டுக் குறுநிலத் தலைவரது குறும்பு அவர்கட்கு இடுக்கண் விளைத்து வந்தது.

உம்பற்காட்டின் வடபகுதியில் அகப்பா என்பது அதற்குத் தலைமையிடமாய் இருந்தது. உம்பற்காட்டு வேந்தர் அகப்பாவி லிருந்துகொண்டு குட்டுவனுக்கு மாறுபட்டொழுகினர். இமயவரம்பன் வடவாரியரோடும் கடற் கடம்பரோடும் போரிட்டொழிக்க வேண்டியிருந்தமையால் குட்டுவனே போர் மேற்கொண்டு உம்பற்காட்டுக் குறும்பரை தலைநகரான அகப்பா, இப்போது குறும்பர் நாடு தாலுக்காவிலுள்ள மீப்பாயூர்க்குக் கிழக்கில் இருந்திருக்கு மெனக் கருதப்படுகிறது. இப்பகுதி இடைக்காலத்தே பாய்மலை நாடு, என்றும் பாய்நாடு என்றும் வழங்கியிருந்து, பாயூர் மலை நாடென்று பின்னர் வழங்கிற்று. குறும்பர் நாடு தாலுக்காவில் பாயூர் மலைநாடு ஒரு பகுதியாகவே இன்றும் உள்ளது. இப்பகுதியை மேலை நாட்டு யவனர் குறிப்பு பம்மலா (Bammala) என்று குறிக்கின்றது. இது வடக்கில் சிறைக்கல் தாலூக்கா வரையில் பரந்திருந்தது. அப்பகுதியில் இப்போது இரண்டுதரா நாடெனப்படும் பகுதிக்குப் பழம்பெயர் பாநாடென்று வழங்கிற்றெனச் சிறைக்கல் வரலாறு கூறுமிடத்து வில்லியம் லோகன் என்பார் குறிக்கின்றார்.

அகப்பாவென்னும் நகரம் உயரிய மதிலும் பெருங்காடும் அரணாகக் கொண்டு சிறந்து விளங்கிற்று. மிகப்பலவாய்த் திரண்ட யானைப் படையும் பிறபடைகளும் உடன்வர, குட்டுவன் உம்பற்காட்டிற்குட்புகுந்தான். அவனது படைப் பெருமையறியாது எதிர்த்த குறுநிலத்தலைவர் எளிதில் அவன் படைக்குத் தோற்றனர். அவர்களுட்பலர் குட்டுவன் அருள் வேண்டிப் பணிந்து, திறை தந்து, அவன் ஆணைவழி நிற்பாராயினர். ஆங்கு வாழ்ந்த முதியர் அவனுக்குப் பெருந்துணை புரிந்தனர். உம்பற்காட்டில் சேரரது ஆட்சி நடைபெறுவதாயிற்று.

உம்பற்காட்டைத் தன் செங்கோலில் நிறுத்திச் சிறந்த குட்டுவன், உம்பற்காட்டுக் குறுநிலத்தலைவரும் முதியரும் துணை புரிய அதற்கு வடபாலில் உள்ள அகப்பா நோக்கிச் சென்றான். அகப்பாவிலிருந்து பகை செய்தொழுகிய வேந்தர் கடும்போர் உடற்றினர். குட்டுவன் உழிஞை சூடிச் சென்று அகப்பாவின் கடிமிளையும் கிடங்கும் நெடுமதிலும் பதணமும் சீர் குலைந்தழியக் கெடுத்துப் பகை புரிந்தொழுகிய தலைவர் பலரைக் கொன்று, வெற்றி கொண்டான். நாட்டின்பல பகுதியும் குட்டுவன் படைத்திரளால் அழிவுற்றன; ஊர்கள் தீக்கிரையாயின; அகப்பா நகரும் சீர் குலைந்தது. முடிவில் குட்டுவன், அப்பகுதியை

முதியவர் காவலில் வைத்துத் தன் கோற்கீழிருந்து ஆட்சி புரியுமாறு ஏற்பாடு செய்தான். இதனை மூன்றாம் பத்தின் பதிகம், ''உம்பற்காட்டைத் தன்கோல் நிறீஇ, அகப்பா வெறிந்து பகற்றீவேட்டு, மதியுறழ் மரபின் முதியரைத்தழீஇ, கண்ணகன் வைப்பின் மண்வகுத்தீத்து'' என்று குறிக்கின்றது.

இவ்வண்ணம் வென்றி மேம்பட்டுச் சிறந்த குட்டுவன், வாகை சூடிக்கொண்டு, தன் நாடு திரும்பிப் போந்து, தான் பெற்ற வெற்றிக் குறியாகப் பெருஞ்சோற்று விழாவைச் செய்தான். அப்போது சான்றோர் பலர் வந்தனர். குட்டுவற்கு அரசியற் சுற்றமாக நெடும்பாரதாயனாரென்ற சான்றோர் ஒருவர் அவ்வப்போது அவனுக்கு அரசியலறிவு நல்கி வந்தார். அவர் சிறந்த நல்லிசைப் புலமையும் உயர்ந்த கேள்வி நலமும் உடையவர். அவர் அவ்விழாவினை முன்னின்று நடத்தினார். அப்போது கோதமனாரென்னும் மற்றொரு சான்றோர் குட்டுவன் பால் வந்தார்.

இக்கோதமனார் பாலையூர் என்னும் ஊரினர்; அவ்வூர் குட்டநாட்டில் இப்போது பொன்னானித் தாலுக்காவில் சாவக்காடு என்ற பகுதியில் உள்ளது. இது கடற்கரையைச் சார்ந்த நிலம். கோதமனார் பாலையூரில்[1] வேதியர் குடியில் தோன்றி நல்லிசைப் புலமை பெற்று விளங்கினார்.

அந்நாளில் குட்டுவன் உம்பற்காட்டைக் கைப்பற்றி அகப்பாவை நூறிக் கொங்கு நாட்டைவென்று வெற்றி சிறந்து விளங்கியது அவர்க்கு மிக்க மகிழ்ச்சி தந்தது. அவர் குட்டுவனைக் கண்டு, ''வேந்தே, கழி சினம், கழி காமம், கழி கண்ணோட்டம், அச்சமிகுதி, பொய் மிகுதி, அன்பு மிகவுடைமை, கையிகந்த தண்டம் என்பன நல்லரசர்க்கு ஆகா என விலக்கப்பட்ட குற்றங்களாகும்; இவற்றை முற்றவும் கடிந்து, தன் நாட்டவர், பிறரை நலிவதும் பிறரால் நலிவுறுவதும் இன்றி, பிறர் பொருளை வெஃகாமல், குற்றமில்லாத அறிவுகொண்டு, துணைவரைப் பிரியாமல், நோயும் பசியுமில்லாமல் இனிது வாழவும், கடலும் கானும் வேண்டும் பயன்களையு தவவும் நன்கு அரசாண்ட உரவோர் நின் முன்னோர். நீ அவர் வழி வந்த செம்மல்; கயிறு குறு முகவையை ஆனினம் மொய்க்கும் கொங்குநாட்டை வென்று கொண்டாய்; ஐயவித் துலாமும் நெடுமதிலும் கடிமிளையும் ஆழ்கிடங்கும் அரும்பதணமும் பொருந்திய அகப்பாவை

உழிஞைப் போர் செய்து வென்று கைப்பற்றி நூறினாய்; வருபுனலையடைப்பவரும் நீர் விளையாடு பலரும் வில் விழாச் செய்பவருமாய் இன்புற்று வாழும் மக்கள் நிறைந்த மருதவளம் பெற்றுச் செருக்கிய பகை நாட்டவர், நீ சீறியபடியால், வலியழிந் தொடுங்குவது ஒருதலை; அவர் நாடுகள் நண்பகற்போதிலே குறுநரிகள் கூவ, கோட்டான்கள் குழற, பேய் மகள் ஆடும் பாழாவது திண்ணம்; அவை அளிய!'' என்று குட்டுவனுடைய தொல் வரவும் ஆள்வினைச் சிறப்பும் போர் வென்றியும் பாராட்டிப் பாடினார். அது கேட்டுப் பேருவகை கொண்ட குட்டுவன் அவரைத் தன் அரசியற் சுற்றத்தாருள் ஒருவராகக் கொண்டான்.

குட்டுவனுக்கு அரசியலறிவு நல்கும் ஆசிரியரான நெடும் பாரதாயனார் முன்னின்று புரோகிதம் செய்ய, பாலைக் கோதமனார் வேண்டும் துணை புரியப் பெருஞ்சோற்று விழா நடைபெற்றது. போர் முரசு எண்டிசையும் எதிரொலிக்குமாறு முழங்கிற்று. முரசுக்குக் குருதியூட்டிப் பலி தருவோன் கையில் பிண்டத்தை ஏந்தினான்: அது கண்டு பேய் மகளிர் கை கொட்டிக் கூத்தாடினர். அக்குருதி கலந்த சோற்றை எறிந்தபோது சிற்றெறும்பும் அவற்றை மொய்த்தற்கு அஞ்சின. அவற்றைக் காக்கையும் பருந்தும் உண்டன. பின்னர், கொடை முரசு முழங்கிற்று. போர் மறவரும் பரிசிலரும் அம்முரசின் ஓசை கேட்டு வந்து கூடினர். அப்போது இயவர் இனிய இசை விருந்து நல்க, போர் மறவர்க்குப் பெருஞ்சோறு வழங்கப்பெற்றது.

இவ்விழாவினைச் சிறப்பித்துக் கோதமனார் இனிய பாட்டொன்றைப் பாடினார். அப்பாட்டின்கண் நாட்டின் பல்வகைத் திணைவளங்களையும் எடுத்தோதினார். ''நெய்தற் பகுதியில் கடற்கரையையொட்டிக் கழிகள் உள்ளன: அவற்றில் நெய்தல்கள் மலர்ந்திருக்கும்: கரையோரங்களில் ஞாழல் மரங்கள் நிற்கின்றன: கழியில் மீன் வேட்டமாடிய புள்ளினம் கழிக்கானலில் நிற்கும் புன்னையில் வந்து தங்குகின்றன. கடலலைகள் கரையில் சங்குகளையும் பவளக் கொடிகளையும் கொணர்ந்து ஒதுக்குகின்றன: சங்குகள் ஒலிக்க அவற்றின் முத்துக்களையும் பவளக் கொடிகளையும் நெய்தலில் வாழ்வோர் எடுத்துக் கொள்ளுகின்றனர்.

ஒரு பால் குறிஞ்சி நிலத்தூர்கள் உள்ளன: அங்கே அழகிய கடைத் தெருக்கள் காணப்படுகின்றன: கடைகளில் காந்தட்கண்ணி

சூடிவரும் கொலை வில்வேட்டுவர். தாம் கொணரும் ஆமான் இறைச்சி, யானைக்கோடு ஆகியவற்றைத் தந்து அவற்றின் விலைக்கீடாகக் கள்ளைப் பெறுகின்றனர்: கடைக்காரர் அவற்றைப் பிறநாட்டவர்க்குப் பொன்னுக்கு மாற்றுதலால், கடைபொன் மிகுந்து பொலிகின்றது. மற்றொருபால் மருதநிலம் காணப்படுகிறது. அங்குள்ள ஊர்களில் மருத மரங்களை வேரொடு சாய்த்துவரும் புதுவெள்ளத்தை மணல் மூடைகளைப் பெய்து அணை கட்டும் மக்கள் மணற்கரைப் பகுதி நீர்ப்பெருக்கால் கரைந்து உகுவது கண்டு ஆரவாரித்து அடைக்கின்றனர்: ஒரு பால் ஊர்களில் விழாக்கள் நடக்கின்றன: மக்கள் பலர் விழாப்பொலிவு கண்டு தம் சீறூர்க்குச் செல்கின்றனர்: அவ்விழாக் காலத்தில் கரும்பின் அரிகாலில் காலமல்லாக் காலத்துப் பூக்கும்பூக்கள் மலிந்துள்ளன. மற்றொருபால் வரகு வைக்கோலால் கூரை வேய்ந்த வீடுகள் நிறைந்த புன்செய்க் கொல்லைகள் உள்ளன. அங்கு வாழ்பவர் வரும் விருந்தினர்க்குத் தினை மாவைத் தந்து விருந்தோம்புகின்றனர்: ஒருபால் ஈரமின்மையால் பூக்கள் வாடியுதிர்ந்து நிலமும் பயன்படும் தன்மை திரிந்து மணல் பரந்து பொலிவின்றியிருக்கிறது: எங்கும் மணலும் பரல்களும் பரந்து பூழி நிறைந்திருக்கும் இப்பகுதியில் மகளிர் காலில் செருப்பணிந்து திரிகின்றனர். இந்நிலங்களில் வாழும் வேந்தரும் குறுநிலத் தலைவரும் நின்பெருஞ்சோற்று விழாவில் எழும் முரசு முழக்கம் கேட்டு உள்ளம் துளங்கி அலமருகின்றனர்: வலிய அரண்பெற்றும் மனத் திண்மையின்மையால் அவர்கட்கு நின் விழாவொலி பேரச்சத்தைத் தருகிறது (30) என்று இவ்வாறு கோதமனார் கூறினார்.

அகப்பாவை வென்றது முதல் குட்டுவனது புகழ் நாடெங்கும் பரவியிருந்தமையின் நாட்டில் மக்கள் வாழ்வு இனிது இயங்கிற்று. போர் இல்லாமையால் மறவர் தத்தம் மனைகளில் இருந்து தமக்குரிய தொழில் செய்து வந்தனர்: வினை கருதியும் பொருள் கருதியும் பிரியும் பிரிவு அவர் தம் வாழ்க்கையில் நிகழாமையால் புலம்பாவுறையுள் வாழ்க்கையே மலிந்திருந்தது. தானே ஓமறவர் சிலர் வெறிதே மடிந்திருந்தனர். பிற நாடுகள் பெருவறம் கூர்ந்து வருந்துங் காலத்தும், குட்டநாட்டிற் பாயும் பேரியாறு, விடரளை நிறையப் பெருகிப் புலங்களிற் பரந்து நீர் நிரம்புமாறு காட்டுப்பூக்களைச் சுமந்து வந்து பாய்வதில் தப்பாதாயிற்று... அதனைத் தடுத்து நிறுத்தி வயல்களில் தேக்குங்காலத்து உழவர்

செய்யும் பூசலொன்றே நாட்டில் விளங்கித் தோன்றிற்று. இதனால் குட்டுவன் நாடே திருவுடையதெனப்படுவதாயிற்று. கோதமனார் இந்த நலத்தை அழகியதொரு பாட்டாகப் பாடி வேந்தனை இன்புறுத்தினார். (28)

இவ்வாறு இருக்கையில் சேரநாட்டுக் கிழக்கில் உள்ள கொங்கு நாடு குட்டுவன் முன்னோர் காலத்தே சேர வேந்தர் ஆட்சியில் இருந்ததெனினும், அங்கே இருந்து நாடு காவல் புரிந்த வேந்தர் சிலர், அயலில் இருந்த குறுநிலத்தவர் சிலரைத் துணையாகக் கொண்டு பாலைக்காட்டு வழியாகக் குட்ட நாட்டிற்புகுந்து குறும்பு செய்தனர். குட்டுவன் குட்டுவரும் பூழியரும் நிறைந்த பெரும்படையொன்றைக் கொண்டு குறும்பு செய்து போந்த கொங்கரை வெருட்டிச் சென்று, மேல் கொங்கு கீழ்க் கொங்கு எனப்படும் இரு கொங்கினையும் கைப்பற்றித் தன் அரசியல் ஆணை வழி நிற்கச் செய்தான். அப்போது கீழ்க்கொங்கு நாட்டில் இப்போது தாராபுரம் எனப்படும் ஊர் வஞ்சி என்ற பெயருடன் சிறப்புறுவதாயிற்று. அந்நாளில் கொங்கு நாடு நீர் வளங்குன்றி முல்லை வளமே சிறந்து நின்றது. அதனால், அங்கு வாழ்ந்தவர் அனைவரும் ஆகாத்தோம்பும் ஆயராகவே இருந்தனர். கொங்கு நாட்டில் காவிரியின் வடகரையில் வாழ்ந்த மழவர் பலர் தெற்கில் கீழ்க்கொங்கு நாட்டில் வந்து குடியேறியிருந்தனர். அவர்கள் மறப்பண்பு சிறந்து நின்றமையறிந்து கீழ்க் கொங்குநாட்டில் வாழ்ந்த வேளிர் பலர் அவர்களைத் தானை மறவராகக் கொண்டிருந்தனர். கொங்கு நாட்டைக் குட்டுவன் அகப்படுத்தபோது அங்கு வாழ்ந்த மழவரும் அவன் ஆணை வழி நிற்பாராயினர். அவர்கள் போர்த்துறையிற் சிறந்து குட்டுவன் பாராட்டும் சிறப்பெய்தியதனால் குட்டுவன் ''குவியற்கண்ணி மழவர் மெய்ம்மறை'' (21) என்ற சிறப்பையெய்தினான்.

இவ்வாறு குட்டுவரும் பூழியரும் கொங்கரும் மழவரும் ஆகிய பல வகை மறவர் தானை வீரராய் மலிந்த பெரும்படை கொண்டு குட்டுவன் விளக்கமுறுகையில் ஆங்காங்குச் சிற்சில தலைவர்கள் நின்று சிறு குறும்பு செய்தனர். அறியாமை காரணமாக அவர்கள் போர் தொடுத்தாராயினும், குட்டுவன் தன் பெரும்படை கொண்டு அவர்களை வலியழிப்பதில் சிறிதும் தாழா தொழுகினான். ஒருகால் குறுநிலத் தலைவனொருவன் குட்டுவனைப் பணிந்தொழுகாது பகைத்தான். குட்டுவன் விடுத்த படை அவனது நாடு நோக்கிச் சென்றது. தூசிப் படை முற்படச் சென்று பகை வேந்தனது

அரண்களையழித்துச் செல்லக் குட்டுவன் அதன்பின் அணிநிலை வகுத்துச் செல்லும் தானைக்குத் தலைமை தாங்கிச் சென்றான். பகைவர் படைத்திரள் குட்டுவனுடைய தூசிப்படைக்கு நிற்கமாட்டாது உடைந்து கெட்டது: அப்பகைவர் நாட்டில் வாழ்ந்த மக்களும் படை வரவு கண்டு அஞ்சி வேறு இடங்கட்கு ஓடிவிட்டனர்: ஊர்கள் பல அழிந்தன: அழிந்த இடங்களில் காட்டு விலங்குகள் வாழலுற்றன. பகைவர் செய்த குறும்பினை அடக்கி வெற்றி காணும்போதெல்லாம் குட்டுவன் தன் தானை வீரரைக்கூட்டி விழாக் கொண்டாடித் தானை மறவர்க்கும் பிறருக்கும் பெருங்கொடை வழங்கினான்.

சிற்றரசன் ஒருவனை வென்றவிடத்துச் சிறு விழா நிகழினும் அதனைச் சிறப்பாகக் கொண்டாடுவது குட்டுவன் இயல்பு. ஒருகால் அத்தகைய சிறுவிழா ஒன்று நிகழ்ந்தபோது பாலைக்கோதமனார் இரவலர் சுற்றம் உடன் வரவந்தார். விழா நிகழும் இடத்தருகே இருந்த வயல் வரம்புகளில் உன்ன மரங்கள் நின்றன: அவற்றின் கவடுகளில் சிள்வீடென்னும் வண்டுகள் தங்கிக் கறங்கின: ஊர் மன்றங்களில் தங்கித் தெருக்களிற் பாடிச்செல்லும் பரிசிலர் போந்து உண்பனவுண்டு இழையணிந்து உவகை மலிந்து கூத்தாடினர். குட்டுவன் பெருவிலையையுடைய தன் கலங்களை அவர்கட்குப் பரிசில் வழங்கினான் (23) அக்காலை அவ்விடம் போந்த கோதமனாரைக் குட்டுவன் கண்டு அன்போடு வரவேற்றுச் சிறப்பித்தான். அப்போது அவன், நாட்டின் நலம் கூறுமாறு கோதமனாரை வினவினான். அவனுக்கு அவர் நாட்டின் நலத்தை யெடுத்துரைத்து, முடிவில் தாம் வழியில் கண்ட காட்சியை விளக்கினார்: ‘‘வேந்தே, சிறுமகிழ்வு நிகழினும் பெருங்கொடை புரிவது உனது இயல்பு. உனது இப் பண்பை அறியாது பகைத்துக் கெட்ட வேந்தர் நிலை, நினைத்தற்கு மிக இரங்கத்தக்கதாய் உள்ளது. இப்போது உன்னோடு பகைத்துப் பொருது கெட்டோருடைய நாடுகளில் பெருந்துறைகள் பல உண்டு: அவற்றின் கரையில் மருத மரங்களும் காஞ்சி, முருக்கு முதலிய மரங்களும் நிற்கும்: அவற்றின் பூக்கள் சொரிந்து கிடக்கும் அடைகரையில் நந்தும் நாரையும் செவ்வரியும் உலாவும், நீர் நிலைகளில் தாமரையும் ஆம்பலும் பெருகியிருக்கும். இத்தகைய நாடுகள் இப்போது பாழ்பட்டுப் புல்லும் முள்ளும் நிரம்பிப் பொலிவிழந்து விட்டன.’’ (23). என்று பாடி, அவனது வெற்றிச் சிறப்பை எடுத்துரைத்தார்.

இது கேட்ட வேந்தனுக்கு மகிழ்ச்சி உண்டாயிற்றாயினும் தன்நாட்டின் நலம் அறிதற்கண் பிறந்த வேட்கை அடங்கவில்லை அதனைக் கோதமனார் அறிந்துகொண்டார். ''வேந்தே, நின் படையின் தூசிப்படை முன்னுறச்சென்று பகைவர் அரண்களை அழித்தேக. நின் தானைத் தலைவரும் மறச்சான்றோரும் கூடிய பெரும்படை புலியுறைகழித்த வாளையேந்திக்கொண்டு அதன் பின்னேசென்று பகைவர் படையகம் புகுந்து பொரும் பொற்புடையது: நீ அப்பொருபடைக்குத் தலைமை தாங்கிச் செல்கின்றாய்: நின் பாசறை இருக்கையில் வில் வீரர் செறிந்து போர் வேட்கை மிகுந்து விரைகின்றனர்: நீ அவரிடையே இருந்து போர்க்குரிய செயல் முறைகளை ஆராய்ந்துரைக்கின்றாய்: நீ அந்தணரை வழிபட்டு அதனால் உலகு பரவும் ஒளியும் புலவர் பாடும் புகழும் பெற்றுள்ளாய்: நிலமுதலிய ஐந்தும்போல அளப்பரிய வளமுடையவனாகிய உன் பெருக்கத்தை யாங்கள் நன்கு கண்டோம்: உரியகாலத்தே மழைபெய்யாது பொய்க்கு மாயினும் வருவோர்க்கு வரையாது வழங்கும் சோற்றால் வாடாவளமுடையது நின்நாடு! நின் வளன் வாழ்க! (25) என்று இயம்பினார்.

எதிர்த்த வேந்தர் ஈடழிந்து கெடுவதும், தனது நாடு வளம்மிகுந்து சிறப்பதும் கண்ட குட்டுவனுக்குப் பகையை யழிக்கும் போர் வினையிலே விருப்பம் மிகுந்தது. ஒரு சில வேந்தர் அவனது படைப் பெருமையறியாது போர் தொடுத்தனர்: அவரும் அழிந்தனர். அவர்களுடைய நாடுகளும் யானை புக்க புலம்போலப் பெரும்பாழாயின. பகையிருளைக் கடிந்து நாட்டில் வளம் பெருகச் செய்வதொன்றே வேந்தர் செயலன்று: நாட்டு மக்கட்கு நலம் புரிந்த வேந்தர் இம்மை மாறி மறுமையிற்செல்லும் உலகத்துச் சிறப்பெய்த வேண்டி அறம் புரிவதும் வேந்தர் செய்யத்தக்க கடனாம் என்பதை அவனுக்கு உணர்த்துவது தமக்கு முறையென்று கோதமனார் கண்டார்: அவன் உள்ளத்தில் அருளறம் தோன்றி நிலைபெறல் வேண்டுமெனக் கருதி ஒரு சூழ்ச்சி செய்தார்.

அவர் குட்டுவன் அமைதியோடியிருக்கும் செவ்வி நோக்கி அவனுக்கு அவன் செய்த போர் நலத்தை எடுத்தோதி இன்புறுத்துவார் போலப் பகைவர் நாடழிந்த திறத்தை விரித்துக் கூறலுற்றார். ''வேந்தே நீ போருக்குப் புறப்படுவாயின்: போர் முரசம் இடி போல முழங்கும்: வானளாவ எடுத்த கொடிகள் அருவிபோல் அசையும்: தேரிற்பூண்ட குதிரைகள் புள்ளிடம்

போலப் பறந்தோடும்: இப்படை புகுந்தழிப்பதால் பகைவர் நாடுகள் கெடும் திறம் கூறுவேன்: குதிரைப்படை சென்ற புறங்களில் கலப்பை செல்லாது: யானைப்படை புக்கபுலம் வளம் பயப்பதில்லை: படைமறவர் சேர்ந்த மன்றங்கள் கழுதை யேர் பூட்டிப் பாழ் செய்யப்பட்டன: பகையரசர் எயில்கள் தோட்டி வைக்கப் பெறாவாயின: நின் படையினர் அந்நாடுகளில் வைத்த தீ, காற்றோடு கலந்து ஊரையழித்தமையின்.. வெந்து பாழ்பட்ட இடங்கள் காட்டுக் கோழியும் ஆறலைக் கள்வரும் வாழும் பாழிடங்களாயின காண்!' (25) என்றார்.

பின்பொருகால் செல்கெழுகுட்டுவன் நாடு காணும் கருத்துடையனாய்ப் புறப்பட்டான். அவனுடன் கோதமனாரும் சென்றார். வழியில் நாடுகள் பலவற்றைக் கடந்து செல்லும் போது பாழூற்றுக் கிடந்த நாடொன்றைக் கண்டனர். அப்போது மறம்மிக்கு மறலும் குட்டுவனது மனத்தை மாற்றும் கருத்தினரான கோதமனார். ''இந்த நாடு பாழாய்க் கிடப்பதன் காரணத்தை யான் அறிவேன்: இது முன்னாளில் வளஞ்சிறந்து விளங்கிற்று: இளமகளிர் குவளையும் ஆம்பலும் விரவத் தொடுத்த தழையுடையுடுத்துத் தலையிற்கண்ணி சூடி மரத்தின்மேல் ஏறியிருந்து வயல்களில் நெற்கதிரைக் கவரும் கிளி முதலியவற்றை ஓப்புதற்காக விளிக்குரலெடுத்து இசைப்பர்: அப்போது பழனக்காவில் உறையும் மயில்கள் மகளிர் பாட்டிசைக்கொப்ப ஆடும் ஆரவாரம் ஒருபால் எழும் ஒருபால் பொய்கைகளினின்றும் செல்லும் கால்களிற்பூத்த நெய்தலை யூதும் வண்டினம் மொய்த்துக் கொண்டிருக்கும். நன்செய்களின் விளைவை வண்டியிலேற்றிச் செல்வர்: அப்போது வண்டியின் சகடம் சேற்றிற் புதையும்: அதனைக் கிளப்பிச் செலுத்தும் வண்டிக்காரர் செய்யும் ஆரவாரம் ஒருபால் எழும். இந்த நாடு இத்தகைய ஆரவாரங்களைக் கேட்டதுண்டேயன்றிப் போராரவாரம் கேட்டதில்லை: இப்போது நீ சிவந்து நோக்கியதனால், இந்த அழிநிலையை எய்துவதாயிற்று'' (27) என்றார்.

இவ்வாறு நாடுகள் சில அழிந்திருப்பது கண்ட குட்டுவனுக்கு நெஞ்சில் அசைவு பிறந்தது. ''இந்த நாட்டு வேந்தர். போர் விளைந்தால் இத்தகைய அழிவு நேர்வதை அறியாது பகைத்துப் போர் தொடுத்தது பெருங்குற்றம்: வீடிழந்தும் விளைநிலங்களையிழந்தும் எத்தனையோ மக்கள் வருத்தமெய்தினர்: இக்கேடெய்தக்கண்டு மக்கள் மனம்கொதித்து வருந்திய வருத்தத்தை நினைத்தால் கன்னெஞ்சமுடையாரும் கசிந்துருகுவர்''. என்ற கட்டுரையும் இப்பேச்சிடையே பிறந்தது.

''அரசியற்செல்வம் சிறந்ததென்பது குற்றம்: நாட்டு மக்கட்கு இவ்வாறு துன்பமெய்துவது அந்நாட்டு வேந்தர்க்குத் தீராத் துன்பமாகும்; அந்த நாட்டவர் வேந்தர்களை எவ்வளவில் வெறுப்பரென்பது எண்ண முடியாத ஒன்று'' எனக் குட்டுவன் வாய் திறந்து கூறி வருந்தினான்.

இவ்வண்ணம் இருவரும் சொல்லாடிக்கொண்டே செல்லுங்கால் மிக்க கேடடைந்த நாடொன்றைக் கண்டனர். அதனைப் பார்த்த குட்டுவன். ''இதுவும் பகை வேந்தர்பால் பொருதுவென்ற நாடுதானே?' என்றான்: ''ஆம்'' எனத் தலையசைத்த கோதமனார். ''வேந்தே, இந்த நாடு யான் அறிந்த நாடுகளுள் ஒன்று, நின் படை மறவர் புகுந்து போருடற்றிக் கைப்பற்றியதற்கு முன்னும் யான் இதனைக் கண்டிருக்கிறேன்: தேர்கள் இயங்குவதால் ஏரால் உழுவதை வேண்டாது புழுதி படும் வயல்களும், பன்றிகள் உழுவதால் கலப்பையால் உழுவதை வேண்டாது. புழுதிபடும் புன்செய்க்கொல்லைகளும், மத்து உரறுவதால் இன்னியம் இயம்ப வேண்டாத மனைகளும் பொருந்திய இதன் நலத்தைப் பண்டு நன்கு அறிந்தவர் இப்போது காண்பாராயின் பெரிதும் நெஞ்சுநொந்து வருந்துவர்; இந்த நாட்டு மக்கள் நல்ல மனப்பண்பமைந்தவர்; முருகன் வெகுண்டழித்தலால் செல்வக் களிப்பிழந்த மூதூர் போல நின் வீரர் சீறியழித்தலால் இந்நாட்டில் மழையும் செவ்வே பெய்யாதாக, வெயிலின் வெம்மை மிகுவதாயிற்று; நாடும் நலம் பயவாதொழிந்தது; இங்கே வாழ்பவர், சீறியழித்த நின்னையோ, நின் சீற்றத்துக்குரிய காரணத்தை யுண்டுபண்ணிய தம் நாட்டுத் தலைவர்களையோ நோவாமல். ''இஃது அல்லற்காலத்துப் பண்பு என்று சொல்லிக் கண்ணீர் சொரிந்து கையைப் புடைத்துப் பிசைந்து வருந்துகின்றனர்: மனைகள் பீர்க்குப் படர்ந்து, நெருஞ்சி மலிந்து, பாழ்பட்டுக் கிடப்பது காண்'' (26) என்றார்.

இத்தகைய சொற்களால் குட்டுவன் மனத்தே மாறுதலொன்று உண்டாயிற்று: போர் நிகழாமல் தடுத்து நாட்டு மக்களது வாழ்வு அமைதியோடு இயலுமாறு செய்வதில் கருத்துடையவனானான். அக்காலத்தே இப்போது திருவாங்கூர் அரசில் உள்ள கோட்டயம் பகுதியில் வாழ்ந்த வேந்தர் சிலர் பகைத்துப் போர் தொடுத்தனர். வேந்தனுடைய தானைத் தலைவர் போர்க்குப் புறப்பட்டனர். இச்செய்தி பகை நாட்டவர் செவிப்புலம் புக்கதும் அவர்கள் குட்டுவனுடைய படைப் பெருமை கண்டு தங்கள் நாடெய்தவிருக்கும் அழிவு

நினைத்து வருந்தினர். அப்பகுதியில் வாழந்த முதியருட்சிலர் குட்ட நாட்டுப் பாலையூரினரான கோதமனாரைக்கண்டு போரை விலக்குதற்கேற்ற முயற்சி செய்யுமாறு வேண்டிக்கொண்டனர்.

கோதமனார் குட்டுவனைக் கண்டு, ''வேந்தே, நினது பெரும்படைசென்று பரவுவதற்குமுன் இந்த நாடிருந்த சிறப்பைச் சொல்வேன்: கேள்; வளையணிந்த இளமகளிர் வயலில் விளைந்திருக்கும் நெற்கதிரைப் பிசைந்து நென் மணிகளைக் கொண்டு அவல் இடிப்பர்: பின்பு, அவலிடித்த உலக்கையை அருகே நிற்கும் வாழை மரத்தில் சார்த்திவிட்டு வயல்களில் மலர்ந்திருக்கும் வள்ளைப் பூக்களைக் கொய்து விளையாடுவர். வயல்களில் மேயும் மீனினங்களைப் பிடித்துண்ணும் நாரை முதலிய குருகுகளும் வயல் வரம்பில் தங்கியிருக்கும் ஏனைப் புள்ளினங்களும் நீங்குமாறு அம்மகளிர் அவற்றை ஓப்புவர்: இசைச்சுவை நல்கும் இசைவாணர் ஊர் மன்றத்தில் தங்கியிருந்து மனைதோறும் போந்து யாழை இசைத்து இனிய பாட்டுக்களைப் பாடி இன்புறுத்துவர். இத்தகைய வளஞ்சிறந்த நாடு இனி இரங்கத்தக்க அழிவெய்தும்போலும்!'' (29) என்று பாடினர்.

இத்துணை வளஞ்சிறந்த நாடு கெடுவது கூடாதென்ற கருத்து, குட்டுவனுக்கும் தோன்றிற்று. நாட்டிற்குக் கேடுண்டாகாத வகையில் போரை நடத்துமாறு தானைத் தலைவரைக் குட்டுவன் பணித்தான். கடல் போலப் பெருகி வந்த படைத்திறனைக்கண்ட மாத்திரையே பகை மன்னர் வலியழிந்து அவன் அடி பணிந்து அவன் ஆணை வழி நிற்கலுற்றனர். நாட்டு மக்கள் குட்டுவனை வாயார வாழ்த்தினர். நாட்டில் நல்லரசு நிலவத் தொடங்கிற்று.

குட்டுவன் கோதமனார் உரைத்தவற்றால் மனம் மாறி அறமே நினைத்தொழுகும் அறவேந்தனாயினன். நெடும் பாரதாயனார் முதலிய சான்றோரைக் கொண்டு வேள்விகள் பல செய்தான்: அறமுதலிய உறுதிப் பொருள்களை எடுத்துரைக்கும் நூல்களைச் சான்றோர் விரித்துரைக்கக் கேட்டு இன்புற்றான். எவ்வுயிர்க்கும் தீங்கு நினையாத கொள்கையும் சீர்சான்ற வாய்மையுரையும் அவன்பால் சிறந்து விளங்கின. சொல்லாராய்ச்சி, பொருளாராய்ச்சி, சோதிடநூல் ஆராய்ச்சி, வேதாகமங்களைக் கேட்டல் முதலிய நெறிகளில் குட்டுவன் கருத்துப் பெரிதும் ஈடுபடுவதாயிற்று.

அறமே நிறைந்தொழுகும் முனிவர் உறவும், அறமே செய்தொழுகும் அந்தணர் கூட்டமும். வேள்வி வாயிலாகத்

தேவரை இன்புறுத்தும் வேதியர் சுற்றமும் குட்டுவனைச் சூழ்ந்து நின்றன. அவன் இம்முனிவர் முதலிய சான்றோர்களின் சிறந்த துணையை நயந்து வேள்விகள் பல செய்யலுற்றான். வேள்வித் தீயில் நெய்பெய்தெழுப்பும் ஆவுதிப்புகை அவனுக்கு மிக்க இன்பத்தைச் செய்தது. அவன் ஒருபால் தன்னை நாடி வருவோர்க்கு வரையின்றிப் பெருஞ்சோறு வழங்கி விருந்தாற்றுமாறு ஏற்பாடு செய்தான். வேள்வியிலெழும் ஆவுதிப் புகையும் விருந்தோம்புங்கால் சோற்றிடைப் பெய்யும் நெய்ப் புகையும் நறு மணங்கமழ விண் படர்ந்து வானுலகத்துத் தேவரை இன்புறுத்தின. அதனால், குட்டுவனது வாழ்க்கை வானுலகத்துத் தேவர் விரும்பும் சிறப்பு மிகுவதாயிற்று. *(21)*

குட்டுவன்பால் நாடோறும் பரிசிலர் போந்து அவன் புகழைப் பாடினர். அவன் அவர்க்குப் பகைவர் நல்கிய நன்கலங்களை நல்கி, அவர் உண்டு தெவிட்டுமளவும் கள்ளும் தேறலும் தந்து களிப்பித்தான். இவ்வகையால் அவனது புகழே நாடெங்கும் மிகுந்தது. அவன் மனப்பண்புக்கேற்ற வகையில் அவன் மனைவியும் கற்பால் நாட்டவர் புகழும் நல்லிசையெய்தினாள். முல்லை மணம் கமழும் கூந்தலும், திருமுகத்தில் மலர்போல அகன்று அழகுறத்திகழும் கண்களும், காந்தள் மலர்ந்த திப்பிய மூங்கில் வகை போலும் தோள்களும் உடைமையால் அவளது உருநலம் புலவர் பாடும் புகழ் மிக்கு விளங்கிற்று.

இத்தகைய நற்குண நற்செய்கைகளால் மாண்புற்ற மனைவியுடன் வாழ்ந்த குட்டுவனுக்கு ஆண்டு முதிரத்தொடங்கிற்று. அரசியற் புரோகிதரான நெடும்பாரதாயனார் உடன் வரக் குமரித்துறைக்குச் சென்று வல்லாரும் மாட்டாருமாகிய பரிசிலர்க்கும் இரவலர்க்கும் ஏனைப் பார்ப்பார்க்கும் அவன் பெரும் பொருளை வழங்கி "இருகடல் நீரும் ஒரு பகலில்"[2] ஆடினான்.

அதன் முடிவில் வேளிரும்குட்டுவரும் பூழியரும் கொங்கரும் ஆகிய நாட்டுத் தலைவர் உடன்வர அவன் குட்ட நாட்டில் உள்ள அயிரை மலைக்குச் சென்று அங்கே கோயில் கொண்டிருக்கும் கொற்றவைக்குப் பரவுக்கடன் செய்தான்.

பேரியாற்றேரிக்கு அண்மையில் நிற்கும் மலை முடிக்குப் பண்டை நாளில் அயிரை என்னும்பெயர் வழங்கிற்று. அதிலிருந்து தோன்றி வரும் அயிரை யாறு இப்போது சவரிமலைப் பகுதியில் தோன்றி வரும் பம்பையாற்றோடு கூடிப் பெருந்தேனருவியென்று

பெயர் பெற்று அயிரையூர் வழியாக ஓடுகிறது. அயிரையூர் இப்போது அயிரூர் என்று வழங்குகிறது. அயிரை மலையும் இப்போது அயிதை மலையெனக் கூறப்படுகிறது, இந்த அயிதை மலையே சங்க நூல்கள் குறிக்கும் அயிரை மலையாம் என்று திரு. கே.ஜி. சேஷையரவர்களும்[3] கருதுகின்றார்கள் அயிதையாறு பம்பையோடு கலந்து பெருந்தேன் அருவியெனப்படுவதற்கு முன்பு அதன் கரையில் அயிதையூர் என்றோர் ஊர் இருப்பதும், அது பெருந் தேனருவியாகி மேலைக்கடலை நோக்கியோடுங்கால் அதன் கரையில் அயிரூர் என்றோர் ஊரிருப்பதும், பிற்காலத்தே ''அயிரூர் சொரூபம்'' என்றொரு வேந்தர் குடிக்கிளை இருந்திருப்பதும் மேலே கண்ட முடிவை வற்புறுத்துகின்றன.

பின்பு குட்டுவன் அரசியற் சுற்றத்தாரும் தானைத் தலைவரும் புடைவரத் தன் மனையாளுடன் வஞ்சி மாநகர் வந்து சேர்ந்தான்: இரப்போர் சுற்றமும் புரவலர் சுற்றமும் அவனைப் பாராட்டி வாழ்த்தின, நெடும்பாரதாயனார் அரசன்பால் விடைபெற்றுக் கொண்டு துறவுபூண்டு காடு சென்று சேர்ந்தார். சில ஆண்டுகட்குப் பின்பு ஒருகால், பாலைக் கோதமனார், ''வேந்தே எவ்வுயிர்க்கும் தீங்கு கருதாக் கொள்கையாலும், சீர் சான்ற வாய்மையுரையாலும், முனிவர் துணையாதல் வேண்டி எடுத்த வேள்வித் தீயிடையெழுந்த ஆவுதிப்புகையும் விருந்தினரை உண்பிக்குமிடத் தெழும் நெய்யாகிய ஆவுதிப் புகையுமாகிய இரண்டின் நறுமணத்தாலும், வானுலகத் தேவர் விரும்பும் சிறப்பும் செல்வங்களும் நீ உடையை: மேலும், நீ செருப்பு மலைக்குரிய பூரியர்கட்குத் தலைவன்: மழவராகிய சான்றோர்க்கு மெய்ம்மறை: அயிரை மலையை உடையவன்: யாண்டுதோறும் பருவம் தப்பாது நன்மழை பெய்வதால் வளம் மிகப்படைத்து நோயில்லாத வாழ்வு திகழ, இயல்பாகவே முல்லை மணம் கமழும் கூந்தலும் மழைக் கண்களும் மூங்கில் போலும் தோள்களுடைய நின் மனைவியுடன் பல்லாயிர வெள்ளம் வாழ்வாயாக''[4] என்று வாழ்த்தினார்.

இவ்வாழ்த்துரை கேட்ட குட்டுவன் பாலைக் கோதமனார்க்கு மிக்க பரிசில் நல்கிச் சிறப்பிக்க நினைத்தான். அவன் மனக் குறிப்பைக் கோதமனார் கண்டுகொண்டார். ஆயினும், அவரது உளம் வேறொன்றை நாடிற்று. உடனே குட்டுவன் அவரை நோக்கி, ''சான்றீர், நீர் வேண்டுவதைக் கொண்மின்'', என்றான். அவர், ''வேந்தே, யான் இது வரை நின்னோடே இருந்து நீ தந்த செல்வத்தால் செல்வ வாழ்வு பெற்றேன். இம்மை வாழ்வை

இனிது கழித்த யான் மறுமையிலும் துறக்கவின்பம் பெற விழைகின்றேன்: அது குறித்து யான் என்பார்ப்பனியுடன் வேள்விகள் பத்துச் செய்தல் வேண்டும்: அவ்வேள்விகட்கு வேண்டும் செல்வத்தை உதவுதல் வேண்டும்" என்று தெரிவித்தார். அவருடைய உள்ளத்தில் உயர்வு கண்டு உவகை மிகுந்து, அவர் வேண்டியவாறே குட்டுவன், வேள்விகட்கு வேண்டுவ பலவும் உவந்து அளித்தான். கோதமனாரும் இடையீடின்றி ஒன்பது வேள்விகளை முடித்துப் பத்தாம் வேள்வி நடைபெறுகையில் தம் பார்ப்பனியுடன் மறைந்து விட்டார்.

தன்னோடு துணைவராய் இருந்த நெடும்பாரதாயனார் துறவு பூண்டதும், கோதமனார் வேள்விக் காலத்தில் மறைந்ததும், குட்டுவன் உள்ளத்தில் நன்கு பதிந்து துறக்க வாழ்வில் பெரு வேட்கையை உண்டுபண்ணிவிட்டன. அரசியற் செல்வத்திலும் மறம் வீங்கு புகழினும் அவனுக்கு உவர்ப்புப் பிறந்தது. அதன் மேல் அவனுக்கு மகப்பேறும் இல்லாதிருந்தது. அஃது அவன் கருத்தை மேன்மேலும் ஊக்கவே, குட்டுவன் தானும் துறவு மேற்கொள்ளத் துணிந்து, சான்றோர் சிலர் துணை செய்யத் தன் மனைவியுடன் துறவு பூண்டு, காடு சென்று சேர்ந்தான்.

1. S.I.I. Vol. V. No. 784,
2. பதிற். ஐடிடி பதிகம்,
3. Chera Kings, p.15,
4. பதிற். 21,

7. களங்காய்க்கண்ணி நார்முடிச்சேரல்

இமயவரம்பன் நெடுஞ்சேரலாதனுக்குப் பதுமன் தேவி, சோழன் மணக்கிள்ளி என இரு மனைவியர் இருந்தனர். அவருள் பதுமன் தேவி என்பவள் வேணாட்டு வேளிர் குடியில் தோன்றியவள். அவள் தந்தை வேளாவிக் கோமான் எனப்படுவன். பதுமன் தேவியென்ற இப்பெயரைக் கண்டோர் இவள் பதுமன் என்பவனுக்கு மனைவியென்று பொருள் கொண்டு, இப்பதுமன் தேவி இமயவரம்பனுக்கு உடன் பிறந்தவளெனக் கருதி இவள் மகனான நார்முடிச் சேரல் மருமக்கள் தாய முறையில் அரசு கட்டிலேறினான் என்று கூறிவிட்டனர். அஃது உண்மையன்று; அவர்கள் இக் காலச் சோழ வேந்தர் மனைவியர் பெயர்களை நோக்கி யிருப்பரேல் இவ்வாறு கருதிக் கூறியிருக்க மாட்டார்கள்.

ஏறக்குறைய ஆயிரம் ஆண்டுகட்கு முன்பு தமிழ் நாட்டில் பேரரசு நிறுவி வாழ்ந்த சோழ வேந்தர் மனைவியர் பெயர்களைக் கல்வெட்டுக்கள் குறிக்கின்றன. சிலர் வானவன் தேவி என்றும், பஞ்சவன் தேவி என்றும், செம்பியன் மாதேவி என்றும், சேரவன் மாதேவி என்றும் பெயர் தாங்கியிருக்கின்றனர். வானவன் மாதேவி இரண்டாம் பராந்தகனுக்கு மனைவி. பஞ்சவன் மாதேவி என்பது உத்தமசோழன் மனைவியது பெயர். செம்பியன் மாதேவி முதற்கண்டராதித்த சோழனுடைய மனைவி. இவ்வாறே வில்லவன் மாதேவி, பாண்டி மாதேவி, சேரவன் மாதேவி என்ற பெயருடைய அரசியர் பலர் இருந்துள்ளனர். இப்பெயர்களைப் போலவே பண்டை நாளைச் சேர மன்னர் மனைவியரும் பெயர்பூண்டிருந்தனர். அதனால், அவர்கள் பெயரை இச்சோழ வேந்தர் மனைவியர் பெயர் போலக் கொள்வது நேர்மையே யன்றி, வேறாகக் கொண்டு இயைபில்லாத மிகவும் பிற்காலத்தே நுழைந்த மருமக்கள் தாய முறையைக் கொணர்ந்து புகுத்திப் பொருள் காண்பது உண்மையாராய்ச்சியாகாது.

குடநாட்டை இமயவரம்பனும் குட்ட நாட்டைப் பல்யானைச் செல்கெழு குட்டுவனும் ஆட்சி புரிந்து வருகையில், இளையனான நார்முடிச்சேரல், வேணாட்டிற்கு வடகிழக்கிலும், குட்ட நாட்டிற்குத் தென்கிழக்கிலும், பாண்டி நாட்டைச் சார்ந்தும் இருந்த குன்றநாட்டில் இருந்து நாடு காவல் செய்து வந்தான். இப்போது அது குன்றத்தூர் நாடு என வழங்குகிறது. அப்பகுதியில் வண்டன் என்னும் பழையோன் வழி வந்தோரும் முதியரும் பிறரும் வாழ்ந்து வந்தனர். அவர்கட்குத் தலைவனாய், அவர்கள் பேரன்புக்குரியனாய் நார்முடிச்சேரல் இருந்து வந்தான். குன்ற நாட்டுக்கு மேற்கிலும் வடமேற்கிலும் உள்ள குட்ட நாட்டையும், குட்ட நாட்டின் கிழக்கிலுள்ள பூழி நாட்டையும் குட்டுவன் ஆட்சி செய்து வந்தான். பாலைக் கோதமனார் நெடும்பார தாயனார் முதலிய சான்றோருடன் கூடிச் செல்கெழு குட்டுவன் துறவுள்ளம் கொண்டு அறவேள்வித் துறைகளில் பேரீடுபாடு உடையனாகிய போது, நார்முடிச்சேரல் பூழி நாட்டுக்குக் கிழக்கில் இருக்கும் மலைநாட்டைத் தன் ஆட்சியிற்கொண்டு நாடு காவல் புரிந்தொழுகினான்.

அந்நாளில், குடநாட்டின் வடக்கிலுள்ள கொண்கான நாட்டில் நன்னன் என்னும் வேள்புல வேந்தன் சேரலாதன் வழி நின்று காவல் செய்து வந்தான். கொண்கானத்தில் வடபகுதி துளு நாடு என்றும், அதன் கீழ்ப்பகுதி புன்னாடு என்றும் வழங்கின. புன்னாட்டில் கங்கன் என்பவனும், அதன் தென்பகுதியில் கட்டி என்பவனும் அதற்குத் தெற்கிலுள்ள பகுதியில் புன்றுறை என்பவனும், பாயல் மலையையொட்டி அதன் கீழ்ப்பகுதியில் நாடுவகுத்து அரசுபுரிந்து வந்தனர். கங்கன் வழி வந்தோர் கங்கரெனவும், கட்டியின் வழியினர் கட்டியர் எனவும் வழங்கினர். கங்கனாடு மேற்கே கொண்கானத்தையும் கிழக்கே புலிநாட்டையும் எல்லையாகக் கொண்டிருந்தது. இப்போதுள்ள மைசூர் நாட்டைப் பண்டை நாளைக் கங்கனாடென்றல் பொருந்தும் தென்பாற்கங்கனாட்டில் காவிரியைச் சார்ந்த பகுதியில் கட்டியர் வாழ்ந்தனர். அவருடைய கல்வெட்டுக்கள் சில சேலம் மாவட்டத்தில் ஓமலூர்ப் பகுதியில் காணப்படுவது இதற்குச் சான்றாகிறது. இந்நாடு பூவானி நாடு என்றும் கல்வெட்டுக்களிற் காணப்படும். பூவானி நாட்டின் வடகிழக்கிலும் கிழக்கிலும் தகடூர் நாடு கிடந்தது. பூவானி நாட்டிற்குத் தெற்கில் இன்றைய பவானி, ஈரோடு பெருந்துறை முதலிய பேரூர்களைத் தன்கண்

கொண்டிருக்கும் நாடு புன்றுறை என்று குறுநிலத் தலைவன் ஆட்சியில் இருந்தது. அதனால் அப்பகுதி புன்றுறை நாடு என வழங்கிற்று: அது பற்றி அப்பகுதியிற் காணப்படும் கல்வெட்டுக்கள் அப்பகுதியைப் புன்றுறை நாடு என்று குறிக்கின்றன. அதனைச் சில கல்வெட்டுக்கள் பூந்துறை நாடு என்று கூறினும், அதன் பண்டைய உண்மைப் பெயர் புன்றுறை என்பது நினைவு கூரத்தகுவது: அப்பகுதியிலிருக்கும் பூந்துறை என்னுமூர் புன்றுறை எனப்பட்ட பொற்புடையதாலும் நினைவிற் கோடற்குரியது. புன்றுறை நாட்டிற்குத் தென்மேற்கிலும் தெற்கிலும் உள்ள மேலைக் கொங்காகிய மீகொங்கு நாட்டை நன்னன் என்றொரு தலைவன் பொள்ளாச்சிக்கு அண்மையிலுள்ள ஆனை மலை என்னும் பகுதியிலிருந்து ஆட்சி செய்தான். ஆனை மலைக்குப் பழம் பெயர் நன்னனூர் என்பது அவ்வூர்க் கல்வெட்டுக்களால் தெரிகிறது.[1] தகடூர் நாட்டை அதியர் என்னும் குறுநிலத் தலைவர் ஆட்சிபுரிந்து வந்தனர். அவரது தகடூர் இப்போது சேலம் சில்லாவில் தருமபுரி என்ற பெயருடன் நிலவுகிறது. அப்பகுதியில் உள்ள அதியமான் கோட்டை என்ற ஊர் அதமன் கோட்டையென மருவி நின்று வரலாற்றுச் சான்று வழங்கா நிற்கிறது.

வேள்புலத்தலைவனான நன்னன், பெருஞ்சோற்றுதியன் முதலிய சேரமன்னர்களால் நன்னன் உதியன் என்ற பெயர் நல்கப்பெற்றுச் சிறந்து விளங்கினன். அவன் அரசியல் நுட்பமும் புலவர் பாடும் புகழும் படைத்தவன். அதனால் அவன்பால் வேளிரும் கங்கரும் கட்டியரும் பிற குறுநிலத் தலைவரும் நட்புற்றிருந்தனர். நன்னனுடைய மெய்ம்மைப் பண்பும் காவல் மாண்பும் நோக்கி வேள்புல வேந்தர் தம்முடைய பெருநிதியை அவனுடைய பாழிநகர்க்கண்[2] வைத்திருந்தனர். பாழி நகர் இப்போது வடகன்னடம் சில்லாவில் ஹோனவாறென்னும் பகுதியில் பாட்கல் (பாழிக்கல்) என்ற பெயருடன் இருக்கிறது. நன்னனது துளுநாட்டுத் தோகைக்கா[3] என்னும் ஊர் இப்போது ஜோக் (Joag) என்ற பெயருடன் ஒரு சிற்றூராய் இருக்கிறது.

நன்னன் வழியினர், நன்னன் வேண்மான்,[4] நன்னன் ஆஅய்,[5] நன்னன் சேய்[6] நன்னன் ஏற்றை[7] என்று சான்றோர்களால் குறிக்கப்பெறுகின்றனர். இவருள் நன்னன் வேண்மான் என்பான், வியலூர் என்னும் ஊரைத் தலைநகராகக் கொண்டு நாடு காவல் புரிந்தான். வியலூர் இப்போது துளுநாட்டில் பெயிலூர் என (Bailur) வழங்குகிறது. இவ்வியலூர் வயலூரெனவும் வழங்கும்.[8] நன்னன்

ஆஅய், பிரம்பு என்னும் ஊரைத் தலைமையாகக் கொண்டு நாடு காவல் செய்தான். நன்னன் சேய், திருவண்ணாமலைக்கு மேற்கிலுள்ள செங்கைமா என்னும் ஊரைத் தலைநகராகக் கொண்டு அதனைச் சூழ்ந்துள்ள நாட்டை ஆண்டுவந்தான். நன்னன் ஏற்றை, பொள்ளாச்சிக்கண்மையிலுள்ள ஆனைமலைப் பகுதியில் இருந்து பாலைக் காட்டுப் பகுதியை ஆட்சி செய்துவந்தான். அப்பகுதியில் நன்னன் முக்கு[9], நன்னன் பாறை[10], நன்னனேற்றை[11] என்ற பெயர் தாங்கிய பலவூர்கள் இருப்பது போதிய சான்றாகும். இவ்வாறு நன்னன் என்ற பெயர் பூண்ட தலைவர் பலர் மேலைக் கடற்கரையிலும் கொங்கு நாட்டிலும் பரவி வாழ்ந்து வந்தமை நன்கு தெளியப்படும்.

இந்நன்னருள் முதல்வனான நன்னன் கொண்கான நாட்டில் ஏழில் மலைப்பகுதியைத் தனக்கு உரியதாகக் கொண்டு வாழ்ந்தான். அதன் வடபகுதியான துளுநாடும் அவற்கே உரியதாயிருந்தது. அந்நாட்டில் கோசர் என்னும் மக்கள் வாழ்ந்தனர். ''மெய்ம்மலி பெரும்பூண் செம்மற்கோசர்... தோகைக்காவின் துளுநாடு''[12] என்று சான்றோர் கூறுவது காண்க. துளுநாட்டுள்ளும் மேலைக் கடற்கரையைச் சார்ந்த நெய்தற் பகுதியிலே அவர்கள் வாழ்ந்தமை தோன்ற, பல்வேற் கோசர் இளங்கள் கமழும் நெய்தலுஞ்செறுவின் வளங்கெழு நன்னாடு''[13] என்று கல்லாடனார் சிறப்பித்துரைக்கின்றார்.

இனி, நன்னன் வேள்புலத்து வேளிர் தலைவனாதலால், அவன் ஆட்சியின் கீழிருந்த கோசரை வேளிர் என்றற்கில்லை. அவர்களை வேளிரெனயாண்டும் சான்றோர் குறித்திலர். மற்று, அந்நாளில் கொங்கு நாட்டில் வாழ்ந்த அதியர், மழவர் என்பாரைப் போல இக்கோசரும் ஓர் இனத்தவராய் வாழ்ந்தவரெனக் கோடல் சீரிதாம். ஆனால், அதியரும் மழவரும் ஒரு பகுதியில் நிலைபெறத் தங்கி நாடு வகுத்து அரசு நிலை கண்டு வாழ்ந்தாற்போல இக்கோசர் எப்பகுதியிலும் நிலைபேறு கொண்டிலர். துளு நாடு, கொங்கு நாடு, பாண்டி நாடு என்ற இந்நாடுகளிலேதான் இவர்கள் பெரும்பாலும் இருந்திருக்கின்றார்கள். சேர நாட்டிற்குத் தெற்கிலுள்ள தென்பாண்டி நாட்டு வாட்டாற்றுப்பகுதியில் எழினியாதன் காலத்தில் இக்கோசர்கள் வாழ்ந்திருக்கின்றனர். இவ்வாட்டாறு, தஞ்சை மாவட்டத்துப் பட்டுக்கோட்டைத் தாலுகாவைச் சேர்ந்த வாட்டாற்றுக் கோட்டைப் பகுதியாயின், கோசர்கள் பாண்டி நாட்டின் வடபகுதியில் சோழ நாட்டை அடுத்து

வாழ்ந்தனரெனக் கொள்ளலாம். கொல்லிமலைக்குரிய வேளிரது ஆணைவழி நின்றொழுகிய மழவர் போல, கொண்கான நாட்டு நன்னர் வழி நின்று அவர் சென்று தங்கிய இடங்களில் வாழ்ந்திருக்கின்றனர். பாண்டி வேந்தரிடத்தும் இக்கோசர் மறப்படை மைந்தராகவே இருந்துள்ளனர். ஏனைச் சேர நாட்டிலும் சோழ நாட்டிலும் இக்கோசரது இருப்புச் சான்றோர்களால் குறிக்கப்படவில்லை.

இக்கோசர்களைப் பற்றி ஆராய்ச்சி நிகழ்த்திய அறிஞர்கள், பிரமதேவன் வழி வந்த குசமுனிவன் மக்களான குசாம்பன், குசநாபன், ஆதூர்த்தன், வசு என்ற நால்வரும் கௌசாம்பி முதலிய நான்கு பெருநகரங்களை நிறுவி வாழ்ந்தனரென்றும், அவர்கள் வழி வந்தவர் இக்கோசரென்றும், நான்கு ஊர்களை நிலைகொண்டு வாழ்ந்தமை பற்றி இவர்கள் நாலூர்க்கோசர்[14] என்று கூறப்பெற்றனரென்றும், கோசாம்பி நாட்டைப் பின்னர் வத்ஸன் என்ற வேந்தன் ஆண்டனன் என்றும், ''வத்ஸகோசர்'' என்பது இளங்கோசர் எனத் தமிழர்களால் மொழி பெயர்க்கப்பெற்ற தென்றும்[15] கூறுகின்றனர். ஆனால், உண்மை வேறாகத் தோன்றுகிறது. பிற நாட்டு ஊர்ப்பெயர்களையும் மக்கட்பெயர்களையும் பிறவற்றையும் தங்கள் மொழியில் மொழி பெயர்த்துக் கொண்டு வழங்கும் வழக்கம் வடமொழியாளரிடத்தன்றிப் பிற எந்நாட்டு எம்மக்களிடத்தும் காணப்படுவதில்லை. பிறரெல்லாம் பிற நாட்டு மக்கட்பெயரையும் இடப்பெயரையும் தங்கள் மொழி நடைக்கேற்பத் திரித்து வழங்குபவர். மேனாட்டு அயோனியரை யவனரென்றும் பர்ஷியரைப் பாரசிகரென்றும், இங்கிலாந்து மக்களை ஆங்கிலேயரென்றும், பிற மக்கட்பெயர் இடப் பெயர்களை இவ்வாறே பேதுரு, யாக்கோபு, ஏசு, சீக்காதி, பெத்தலை, மதினா முதலியவாகத் திரித்தும் வழங்குவதே மரபு. இலக்கணத் துறையில் ''வடசொற்கிளவி வடவெழுத்தொரீஇ, எழுத்தொடு புணர்ந்த சொல்லாகும்மே''[16] என்றொரு முறையும் இது பற்றித் தொல்காப்பியம் எடுத்தோதியிருக்கிறது. இதனால், மொழி பெயர்த்து வழங்கும் வழக்காறு தமிழ் மரபன்று என்பது இனிது விளங்குதலால் இளங்கோசரென்பது ''வத்ஸகோசர்'' என்ற வடமொழியின் மொழி பெயர்ப்பென்றல் பொருந்தாது. கோசர்கள் துளு நாட்டிலும் பாண்டி நாட்டிலும் கொங்கு நாட்டிலும் இருந்தவரென்பது தோன்றப் பல குறிப்புக்களை வழங்கும் சங்க நூல்கள் இவர்களை வடபுலத்துக் கோசாம்பி நாட்டினரென்றோ,

கோசல நாட்டினரென்றோ தோன்ற ஒரு சிறு குறிப்பும் குறிக்கவில்லை. இனி வத்ஸன் ஆண்ட நாடு வத்த நாடென்றும், வத்ஸர் தலைவனை வத்தவர் பெருமகன் என்றும் வழங்குவது தமிழ் மரபு, வத்ஸனை இளையனென்றோ, வத்ஸநாட்டினை இளநாடென்றோ மொழி பெயர்த்தது இல்லை. ஆகவே, இளங்கோசரென்பது வத்ஸகோசரென்பதன் மொழி பெயர்ப்பெனக் கூறுவது உண்மை அறிவுக்குப் பொருத்தமாய் இல்லை. மேலும், தமிழகத்து மக்கள் வகை யினருள் கோசரென்பார் ஒரு வகை இனத்தவரென்றற்கும் இடமில்லை.

இனி, இக்கோசர் வடவருமல்லர், தமிழருமல்லரெனின், வேறு நாடுகளிலிருந்து கடல் கடந்து போந்து குடியேறியவர் என்பது பெறப்படும். வட நாட்டினின்றும் புதியராய்ப் போந்த பிறரை "வம்ப வடுகர்" என்றும், "வம்ப மோரியர்" என்றும் சான்றோர் கூறியது போல, இவர்களை "வம்பக் கோசர்" என்று கூறாமையால், இவர்கள் பன்னெடு நாட்களுக்கு முன்பே தமிழகத்திற் குடி புகுந்தவரென்பது தெளிவாம். சங்க காலத்திலேயே மேலைக் கடற்கரைப் பகுதியில் யவனர் பலர் குடியேறியிருந்தன ரென்பது வரலாறு கூறும் செய்தியாகும். அவர்கட்குப் பின் இடைக்காலத்தே சோனகரும், பின்னர் ஐரோப்பியரும் வந்து சேர்ந்தனர். இவ்வாறு வந்தோருள் பாபிலோனிய நாட்டினின்றும் போந்து தென்னாட்டிற் குடியேறியவர், இக்கோசர் என்பதை அறிகின்றோம்.

தைகிரிஸ் (Tigris) ஆற்றுக்குக் கிழக்கில் சாகராமலைப் (zagros Mountains) பகுதியில் வாழ்ந்த பழங்குடி மக்கட்குக் கோசர் (Kossears) என்பது பெயர். வில் வேட்டம் புரிவதே அவரது தொழில். பின்னர் அவர்கள் மலையடியில் வாழ்ந்த ஈரானியர் இனத்தைச் சேர்ந்த ஆலநாட்டுக் கிருதர் (Kurds or Kruds) அனுசர் (Anshar) முதலியோருடன் கலந்துகொண்டனர். ஆயினும், அவர்கள் அனைவரையும் கிரேக்க யவனர்கள், கிசியர் (Kissians) என்றும் அவர்கள் நாட்டைக் கிசியா என்றும் அவர்கள் தலைநகரைச் சூசா (Susa) என்றும் வழங்கினர்[17] சூசா என்பது அவர்கள் மொழியில் நான்கு ஊர்கள் என்றும் நான்கு மொழிகள் என்றும் பொருள்படுமாம்.

இறுதியில் இக்கோசர்கள் (கிசியர்) மேலைக் கடற்கரையில் வந்து தங்கிய யவனரோடு உடன் போந்து துளுநாட்டுக்

கடற்கரைப்பகுதியில் இருக்கும் மலைநாட்டில் தங்கி வாழ்ந்தனர். அவர்கள் வாழ்ந்த நாட்டிற்போலத் துளுநாட்டிலும் கால நிலையும் மலை வளமும் பொருந்த இருந்தமையால், உடன் போந்த யவனர்கள் அவரின் நீங்கித் தங்கள் நாட்டுக்குத் திரும்பிய போதும் இக்கோசர்கள் திரும்பிச் செல்லாமல் துளு நாட்டையே தமக்கு வாழிடமாகக் கொண்டனர். ஆயினும், இயல்பாகவே இவர்கள் தங்கள் நாட்டில் நாடோடிகளாய் வாழ்ந்ததனால், அதே முறையில், துளுநாட்டில் தங்கிய போதும் தங்கட்கெனத் தனி நாடொன்று வரைந்து கொள்ளாது நாட்டு வேந்தர்கட்கு விற்படை மறவராய் வாழ்ந்து வருவாராயினர். கொண்கான நாட்டு வேளிர் தலைவர்களும் பாயல் மலையில் வாழ்ந்த பிட்டன் முதலிய தலைவர்களும் இக்கோசர்களைத் தமக்குப் படை மறவராகக் கொண்டிருந்தனர். நன்னன் கிளையினர் கொங்கு நாட்டிற் படர்ந்தபோது அவர்களோடே இக்கோசர்களும் சென்று தங்கினர். எங்குச் சென்றாலும் அங்கிருந்த வேந்தர்கட்குப் படை மறவராய் நின்று பணி செய்வதே இவர்கள் தமக்கு உரிமைத் தொழிலாக மேற்கொண்டனர். முதுமையினும் இளமைப் பண்பு வாடாத உள்ளமும் சொன்ன சொற்பெயராத வாய்மையும் சிறப்பாகவுடைய ராதலால், இக்கோசரைச் சான்றோர். ''இளம்பல் கோசர்''[18] என்றும், ''ஒன்று மொழிக்கோசர்''[19] என்றும் விதந்து கூறுவர்.

பொள்ளாச்சி பாலைக்காடு பகுதிகளில் வாழ்ந்த நன்னர் வழியில் நன்னனூரை (ஆனைமலையை)த் தலைநகராகக் கொண்டு ஒருநன்னன் வாழ்ந்துவந்தான். அவன் கோசரது படைத் துணையால் வலி மிகுந்து தனியரசாக முயன்றான். அக்காலத்தே குட்ட நாட்டை ஆண்டு வந்த பல்யானைச் செல்கெழுகுட்டுவன் துறவுள்ளம் பூண்டு தவவேள்விசெய்வதில் ஈடுபட்டிருந்தது அவற்றுக்குப் பெரிய வாய்ப்பினை அளித்தது. குட்ட நாட்டின் வடபகுதியிலும் கிழக்கிலுள்ள பூழி நாட்டிலும் வாழ்ந்த தலைவர்கள் சேரமான் கருத்துக்கு மாறாகத் தாந்தாமும் தனியரசாக முயன்றனர். வலி மிக்கோர் எளிய தலைவர்களை வென்று தமக்கு அடிப்பட்டொழுகச் செய்தனர். சிலர் நன்னனது துணையை நாடினர். அது கண்ட நன்னன் தன் கருத்து முற்றுதற்கேற்ற செவ்வி தோன்றியது கொண்டு பெரிய தானையோடு பாலைக் காட்டு வழியாகச் சேர நாட்டிற் புகுந்து பூழி நாட்டையும் அதனை அடுத்துள்ள பாலைக்காட்டுக் கணவாய்ப் பகுதியையும் தனக்குரியதாக்கிக் கொண்டான். அவன் படையினது மாணாச்

செயல்களால் அப்பகுதிகளில் தாழ்ந்த உயர்குடி மக்கள் பலர் நிலைகலங்கி வேறு நாட்டிற்குச் சென்று வருந்தினர். வாழ்ந்த மக்கள் சிலர் தாழ்ந்து மெலிந்தனர்: நாடெங்கும் துன்பமே நிலவுதாயிற்று.

இந்நிலையில் அறத்துறையில் நின்ற குட்டுவன் துறக்கமடைந்தான். அரசுகட்டிலுக்குரிய பதுமன் தேவி மகனான நார்முடிச் சேரல் குன்றநாட்டினின்று பூழி நாடு கடந்து குட்ட நாடு புகுந்து முடி சூடிக் கொள்ள வேண்டியவனானான். பூழி நாட்டுத் தலைவர் சிலர் நன்னன் பக்கல் இருந்தமையின், அவன், குன்றநாட்டு வண்டரும் முதியரும் சேரரும் படைத் துணை செய்யப் பெரியதொரு தானையுடன் பூழிநாட்டுட் புகுந்து, எதிர்த்தவரை வென்று, நன்னனையும் வெருட்டியோட்டி, வென்றி மேம்பட்டான். பூழி நாடும் பண்டு போலச் சேரர்க்குரியதாயிற்று.

பூழி நாட்டின்கண் இருந்து நன்னற்குத் துணையாய்க் குறும்பு செய்தவர்களை அடக்கி தன்மக்கள் துணைசெய்ய நாட்டில் நல்வாழ்வு நிகழத் தலைப்பட்டது. பகைவர்க்கஞ்சி யொடுங்கி யிருந்த சான்றோர் ஒன்று கூடிக் களங்காயாற் கண்ணியும்| பனை நாரால் முடியும் செய்து, பதுமன் தேவியின் மகனைச் சேரமான் என முடிசூட்டிச் சிறப்பித்தனர்; அன்று முதல் அவன் சேரமான் களங்காய்க்கண்ணி நார்முடிச் சேரல் என வழங்கப்படு வானாயினன். அவனது வென்றி விளக்கத்தால் ஆங்காங்கிருந்து குறும்பு செய்த பகையிருள் புலர்ந்து கெட்டது. குட்ட நாட்டுத் தலைவரும் பிறரும் நார்முடிச்சேரலின் அடி வணங்கி ஆணைவழி நிற்கும் அமைதியுடையராயினர். நார்முடிச்சேரல் குட்டநாடடைந்து வஞ்சி நகர்க்கண் இருந்து அரசு புரிந்து வந்தான்.

நார்முடிச்சேரல், மலைபோல அகன்று உயர்ந்த மார்பும், கணையமரம் போலப் பருத்த தோளும் வண்டன்[20] என்பானைப் போன்ற புகழ்க் குணமும் உடையவன்; தழைத்த கூந்தலும், ஒள்ளிய நுதலும், அழகுற வளைந்த உந்தியும், அறஞ்சான்ற கற்பும், இழைக்கு விளக்கம் தரும் இயற்கையழகும் உடையளாகிய அவன் மனைவி அருந்ததியாகிய செம்மீனை யொத்த கற்பு நலம் சிறந்து விளங்கினாள். சேரமானுடைய சால்பும் செம்மையும் நாற்றிசையிலும் புகழ் விரிந்து விளங்கின. அரசியர் கிளைஞர்க்கு வேண்டுவனவற்றைப் பெருக நல்கியும் குன்றாத வளம் அவற்கு உண்டாயிற்று. தன்னாட்டு அரசியல் நெருக்கடியால் வளமும்

பாதுகாப்புமின்றித் துளங்கிய மக்களைப் பண்டுபோல வளமுற வாழச் செய்தான். அதனால், அவனது வென்றியைச் சான்றோர் ''துளங்குகுடி திருத்திய வலம்படு வென்றி''[21] எனப் பாராட்டிப் பாடினர். பகைவரை அடக்கி ஒடுக்குவதிலும் சான்றோரை நிலை நிறுத்தி நாட்டில் நல்லொழுக்கம் நிலவச் செய்வதே வேந்தர்க்குப் பெரு வென்றியென்பது அவன் கருத்தாயிற்று. தான் வென்ற பகுதியில் காவலர் நாட்டைக் கைவிட்டோடியதனால் கொழுகொம் பில்லாக் கொடிபோல அலைந்த மக்கட்குத் தன் பொறைக் குணத்தால் ஆதரவு செய்தான். பகைவர் கைப்பட்டு வருந்திய மறவர்களைக் கூட்டிவந்து வேண்டும் சலுகை தந்து, அவர் நெஞ்சில் தன்பால் மெய்யன்பு நிலவுமாறு செய்த அச்செயலின்கண் அவன் ஒருபாலும் கோடாது செய்தான். செம்மை அவர்களை அவனது தாணிழற்கண் இருந்தற்கே விழையச் செய்தது.

பகைத்தோர் புலத்தை வென்று அவ்விடத்தே தங்கி அவர்கள் வைதும் வருந்தியும் வழங்கிய சுடு சொற்களையும் செவியேற்றுச் சினங்கொள்ளாது பொறுத்து அவரது நெஞ்சினைத் தன்பால் அன்பு கொள்விப்பதில் நார்முடிச்சேரல் நலஞ்சிறந்து விளங்கினான்.[22] தன் செயலால் பகைவர்க்குத் துன்பமும் நகைவராய பாணர் கூத்தர் முதலிய பரிசிலர்க்கும் நண்பர்களுக்கும் இன்பமும் உண்டாவது காணுங்கால் உள்ளத்தே மகிழ்ச்சி எழுமாயினும், அதனையும் நார்முடிச் சேரல் தன் அறிவாலும் குணத்தாலும் அடக்கித் திண்மையால் சான்றோர் பரவும் சால்புமிகுந்தான். இனியவை பெற்றவிடத்து அவற்றைத் தனித்திருந்து நுகர்வதில் மக்களுயிர்க்கு விருப்புண்டாவது இயல்பு. அவ் விருப்பத்தை அடங்கும் உரனும் பிறர்க்கு வழங்குவதற்கென்றே பொருளீட்டம் அமைவது என்ற எண்ணமும், என்றும் பிறர்க்கென வாழ்வதே வாழ்வாம் என்னும் பெருந்தகைமையும் நார்முடிச் சேரலின் நன்மாண்பாய் விளங்கின.

அக்காலத்தில் குட்ட நாட்டின் ஒரு பகுதியாகிய இருவலி நாட்டில் உள்ள காப்பியாறு என்றவூரில் காப்பியன் என்றொரு தமிழ்ச்சான்றோர் வாழ்ந்தான். இப்போது அக்காப்பியாறு மலையாள நாட்டைச் சேர்ந்த கோட்டயம் தாலுக்காவில் உளது. காப்பியன் என்ற பெயருடையார் பலர் நம் நாட்டில் பண்டும் இடைக்காலத்தும் இருந்திருக்கின்றனர். பண்டை நாளில் காப்பியர் பலர் இருந்த திறத்தைத் தொல்காப்பியனார், பல்காப்பியனார் முதலிய சான்றோர் பெயர்கள் எடுத்துக்காட்டுகின்றன. இடைக் காலத்தில் இக்காப்பியர் வழி வந்தோர் தம்மைக் காப்பியக்

குடியினர் என்பது வழக்கம். காப்பியக் குடியேன்றோர் ஊரும் சோழநாட்டுத் தஞ்சை சில்லாவில் உண்டு. காப்பியன் சேந்தன்[23] என்றும் காப்பியன் ஆதித்தன் கண்டத்தடிகள்[24] என்றும் சிலர் இக்காலத்தே இருந்தமை கல்வெட்டுக்களால் தெரிகிறது.

காப்பியாற்றுக் காப்பியனார், களங்காய்க் கண்ணி நார்முடிச் சேரலின் நலங்களையறிந்து அவன் புகழைப் பாடுவதில் பெருவிருப்பங் கொண்டார். பாடுதற்கேற்ற பண்பும் செயலும் உடைய ஆண் மக்களைப் பாடிப் புகழ் நிறுவுவது தவிரப் பாவன்மைக்குப் பயன் வேறு இல்லாமையால், காப்பியனார் சேரரது வஞ்சி நகர்க்குச் சென்று நார்முடிச் சேரலைக் கண்டார். அவனும் அவரது புலமை நலம் கண்டு அவரைத் தன் திருவோலக்கத்தில் அரசியற்சுற்றத்துச் சான்றோராக இருக்குமாறு கொண்டான். அவர் அவ்வப்போது அவன் செயல் நலங்களை இனிமையுறப் பாடினார். அவர் பாடியவற்றுள் அந்தாதித் தொடையாக ஒரு பத்துப் பாட்டுக்களைச் சான்றோர் பதிற்றுப் பத்தில் தொகுத்துக் கோத்துள்ளனர். முதற்பாட்டுப் பத்தும், இறுதிப் பாட்டும், அந்தாதித் தொடை பெறாமையால், இப்பாட்டுப் பத்தும், முன்பே அந்தாதியாகப் பாடப்பட்டுக் கிடந்த பல பாட்டுக் களிலிருந்து எடுத்துக் கோக்கப்பட்டனவாதல் வேண்டும் என்று கருதலாம்.

நார்முடிச்சேரல் இவ்வாறு நல்லரசு புரிந்து வருகையில் பாலைக்காட்டுப்பகுதியில் நாடு காவல் செய்து வந்த நன்னனூரில் ஒரு நிகழ்ச்சியுண்டாயிற்று. நன்னனுக்குப் படைத்துணையாகக் கோசர் பலர் நன்னனூரில் வாழ்ந்து வந்தனர். அவ்வூரில் நன்னன் மாமரமொன்றைத் தனக்குக் காவல் மரமாகக் கொண்டு அதனை உயிரினும் சிறப்பாகப் பேணி வந்தான். அம்மரம் அவ்வூரருகே யோடும் ஆற்றின் கரையில் இருந்தது. அவ்வாறு இப்போது கல்பாத்தியாறு எனப்படுகிறது. ஒரு நாள் அம்மரத்தின் செங்காய் ஒன்று ஆற்று நீரில் வீழ்ந்து தண்ணீரில் மிதந்துகொண்டு சென்றது. ஆங்கொருபால் ஆற்றுநீரில் இளம் பெண்ணொருத்தி நீராடிக்கொண்டிருந்தாள். அவளருகே அக்காய் மிதந்து வரவும், அவள் எடுத்து அதனை உண்டுவிட்டாள். அச்செய்தி நன்னனுக்குத் தெரிந்தது. உடனே அவன் கழிசினம் கொண்டு அவளைக் கண்ணோட்டமின்றிக் கொல்லுமாறு கொலை மறவரைப் பணித்தான்.

அவள் கோசரினத்துத் தலைவருள் ஒருவன் மகளாம் நன்னனது ஆணை கேட்ட தந்தை அவள் நிறை பொன்னும் எண்பத்தொரு களிறும் தருவதாகச் சொல்லி அப்பெண்ணினது கொலைத் தண்டத்தை நீக்கி மன்னிக்குமாறு வேண்டினான். வன்னெஞ்சினனான நன்னன் அவன் வேண்டுகோளை மறுத்துத் தன் கருத்தையே முற்றுவித்தான்[25] அது கண்ட கோசர்களுக்கு நன்னன்பால் வெறுப்பும் பகைமையும் உண்டாயின. அவர்கள் திரண்டெழுந்து நன்னனைத் தாக்கலுற்றனர்: அவனது மாமரத்தையும் வெட்டி வீழ்த்தினர். நன்னன் தான் ஆராயாது செய்த தவற்றுக்கு வருந்தினான்: தன் படைத்துணைவர்களான கோசர் தன்பால் பகைத்தொழுகுவது தெரியின், சேர மன்னன் பிறரும் தன்னை வேரொடு தொலைத்தற்கு நாடுவர் என்றஞ்சிப் புன்றுறை நாட்டிற்கு ஓடிவிட்டான்.[26] ஈரோடுக்கண்மையிலுள்ள பெருந் துறையென இன்றும் வழங்கும் மூதூரில் தங்கினான். அவன் பக்கல் நின்று பொருத வீரர் பலர் மாண்டனர். சிலர் அவனோடே சென்றனர். பெருந்துறையில் தங்கிய நன்னன் மாமரத்தைக் காவல் மரமாகக் கொண்டு அதனைப் பாதுகாத்து வந்தான். அதனருகே தோன்றியவூர் வாகைப்புத்தூர் என வழங்குவதாயிற்று. விசயமங்கலத்துக்கும் பெருந்துறைக்கும் இடையே வாகைப்புத்தூர் என்று ஓர் ஊர் இருந்ததாக அப்பகுதியிலுள்ள இடைக்காலக் கல்வெட்டொன்று[27] கூறுகிறது.

நன்னன் கோசரது நட்பிழந்து வலி குன்றிய செய்தியை நார்முடிச் சேரலுக்கு ஒற்றர் போந்து தெரிவித்தனர். உடனே அவன் பெரும்படையொன்றைத் திரட்டிக் கொண்டுசென்று, பூழிநாட்டு வடக்கிலும் பொறை நாட்டிலும் நன்னன் கவர்ந்து கொண்டிருந்த சேரநாட்டுப் பகுதிகளை வென்று தனக்கு உரியவாக்கிக் கொண்டான். அவன் படைப்பெருமை கண்டு எதிர் நிற்க மாட்டாத கோசரும் பிறரும் குறும்பு நாட்டுப் புன்றுறை நாட்டில் தங்கியிருந்த நன்னன்பாற் சென்று சேர்ந்தனர்.

நார்முடிச்சேரல் நன்னன் தங்கியிருந்த பகுதியைப் பண்டுபோலச் சேரர்க்குரியதாக்கிக் கொங்கு வஞ்சியாகிய தாராபுரத்தைக் கிழக்கில் வலியுறுவித்து, வடக்கில் வாகைப் பெருந்துறைப் பகுதியில் இருந்த நன்னனை எதிர்த்தான். நன்னன் படையும் சேரமான் படையும் வாகைப்பெருந்துறையில் கடும் போர் புரிந்தன. வாகைப் பெருந்துறையில் நன்னன் படு தோல்வியுற்று ஓடினான். அவனது காவல் மரமான வாகையும் தடிந்து வீழ்த்தப்பட்டது.

நன்னன் சென்ற இடம் தெரியாவாறு ஓடிப்போய்விடவே, சேரமானது வெற்றியெல்லை பாயல் மலையில் தோன்றிக் காவிரியோடு வந்து கூடும் பூவானி (பவானி) யாற்றை எல்லையாகக் கொண்டு விளங்குவதாயிற்று. இதனால், நார்முடிச் சேரலும் வானவரம்பன் எனப்படும் சிறப்புக்குரியனானான். நன்னன் பொருதழிந்த இடத்தைக் கடம்பின் பெருவாயில் என்று பதிற்றுப்பத்தின் நான்காம் பதிகம் கூறுகிறது. ஆனால், கல்லாடனார் என்னும் சான்றோர், "குடா அது, இரும்பொன் வாகைப் பெருந்துறைச் செருவில், பொலம்பூண் நன்னன் பொருதுகளத் தொழிய, வலம்படு கொற்றம் தந்த வாய்வாள், களங்காய்க்கண்ணி நார்முடிச்சேரல், இழந்த நாடு தந்தன்ன பெருவளம் பெரிது பெறினும்"[28] என்று குறிக்கின்றார்.

நார்முடிச்சேரல் பூவானியாற்றின் கரையைப் பண்டு போலச் சேரநாட்டுக்கு எல்லையாக்கி வெற்றி மாலை சூடிக்கொண்டு தன் நாடு திரும்பினான். குட்ட நாட்டிற்குக் கிழக்கில் நிற்கும் மலைகளில் பேரியாற்றங்கரையில் நேரிமலை என்பது ஒன்று உண்டு. அந்த மலையடிப் பகுதியில் சேரமன்னர் போந்து வேனிற்காலத்தில் தங்கி மலைவளம் கண்டு இன்புறுவது வழக்கம். இப்போது அங்குள்ள நேரியமங்கலம் என்னும் மூதுரே பண்டு சேரமன்னர் வந்து தங்கிய இடமாகலாம் என அறிஞர் கருதுகின்றனர்: கற்குகைகளும் பாழ்பட்ட பழங்கட்டடங்கள் சிலவும் அவ்விடத்தில் இருந்து பழம்பெருமையைப் புலப்படுத்தி நிற்கின்றன. வேந்தர்கள் அங்கு வந்து தங்கும்போது பாணரும் கூத்தருமாகிய இரவலர் பலரும் வேந்தன் திருமுன் போந்து பாட்டும் கூத்தும் நல்கி இன்புறுத்துவர். நார்முடிச் சேரல் தன் மனைவியும் அரசியற்சுற்றமும் உடன் வர நேரிமலைக்குப் போந்து தங்கினான். அக்காலையில் காப்பியாற்றுக் காப்பியனாரும் வந்திருந்தார்: வேந்தன் இன்பமாக இருக்கும் செவ்வி நோக்கி இனியதொரு பாட்டைப் பாடினார். விறலியொருத்தியை நார்முடிச்சேரல் பால் ஆற்றுப்படுக்கும் குறிப்பில் அப்பாட்டு இருந்தது. அதன்கண், சேரமான் நன்னனோடு பொருதற்குச் சென்ற போது நிகழ்ந்த நிகழ்ச்சியொன்று குறிக்கப்படுகிறது. போர் முரசு படையணி யானை மீதிருந்து இயம்ப, மறவர் முன்னணியில் நிற்க, தூசிப் படையானது சென்று கரந்தை வயலில் தங்கிற்று. பகைப் புலத்துத் தலைவர்கள் சேரமான் மறவர் தம் மறச்சுற்றத்தாருடன் தங்கக் கண்டு அஞ்சி அங்கே இருந்த நாட்டு மக்களைக்

கைவிட்டுவிட்டு ஓடிவிட்டனர். காவல் மறவர் பணிந்து நின்று, ''வேந்தே, இத்தூசிப் படையை இங்கே தங்காவாறு செய்தருள்க: எமக்குப் புகழ் தந்து காப்பவர் பிறர் இல்லை.'' என ஊக்கமிழந்து வலியடங்கிய நிலையுற்று வேண்டினர். அவர்தம் மெலிவைக் கண்டு வேந்தன் பேரருள் புரிந்தான். தாமும் சேரர் குடிக்குரியோரெனச் சொல்லிக் கொண்டு வேறு வேந்தர் சிலர் நார்முடிச்சேரலுடன் தும்பை சூடிப் பொருதனர். சேரமான் அவர்களையும் வென்று புறம் பெற்றதோடு அவரால் அழிவுற்ற நாட்டு உயர்குடி மக்களைப் பண்டு போல வளமுற வாழுமாறும் திருத்தினான். இதனால் சேரநாட்டுத் தலைவர் பலரும் அவனைத் தலைவனாகக் கொண்டு பேணினர்: அதன் விளக்கமாக நார்முடிச்சேரலின் நன்மார்பில் ''எழுமுடி கெழீஇய'' மார்பணி பொலிவுற்றது.

காப்பியனார் இவ்வாறு அவனுடைய நலம்பலவும் எடுத்தோதி முடிவில் அவன் நன்னனை வென்று அவனது காவல் மரமான வாகையைத் தடிந்து பெற்ற வெற்றியைப் ''பொன்னங் கண்ணிப் பொலந்தேர் நன்னன், சுடர்வீ வாகைக் கடிமுதல் தடிந்த, தார்மிகு மைந்தின் நார்முடிச் சேரல்'' என்று பாராட்டினார்.

அங்கே சேரமான் தரும் கள்ளையுண்ட சுவையால் வேறுபுலம் நாடாது இரவலர் அவனையே சூழ்ந்திருந்தனர். ''குழைந்து காட்டற்குரிய உன்னமரம் கரிந்து காட்டிலும், இரவலரை மகிழ்விக்கும் அருள் மிகுதியால் சேரல் நேரி மலையிடத்தே உள்ளான்: விறலி, நீ அவன்பாற்சென்றால், மகளிர் இழையணிந்து சிறக்கப் பாணர் பொற்பூத்தரப் பெறுவர். இளையர் உவகை மிகுந்து களம் வாழ்த்த, தோட்டி வழிநின்று பாகர் குறிப்பறிந்தொழுகும் யானைகள் பல நல்குவன். அவன்பாற் செல்க,''[29] என்று இறுதியில் வற்புறுத்தினார். வேந்தன் அப்பாட்டைக் கேட்டு இன்புற்று இரவலர் பலர்க்கும் பெரும் பொருளை நல்கிச் சிறப்பித்தான்.

பரிசில் பெற்ற இரவலர் வேந்தன்பால் விடைபெற்றுச் சென்றனர். செல்பவர், அவனுடைய சுற்றத்தாரான மறச்சான்றோர் சிலரைக் கண்டு தம்முடைய புலமை நலம் காட்டி இன்புறுத்தினர். அவர்களும் நார்முடிச்சேரலையொப்ப மிக்க பரிசில்களை நல்கினர். அச்செயலைக் கண்டிருந்த காப்பியனார்க்கு வியப்பு பெரிதாயிற்று. வேந்தனோடு சொல்லாடிக் கொண்டிருக்கையில் அவனுடைய

தானைச் சுற்றத்தின் சால்பைப் பாடலுற்று, "வேந்தே, தும்பை சூடிச்செய்யும் போரில், தெவ்வர் முனை அஞ்சியலறுமாறு நின் ஏவல் வியன்பணை முழங்கும் பகைவருடைய அரண்கள் வலி குன்றி வாட்டமெய்தும்; அக்காலத்தே நீ காலன் போலச் செல்லும் துப்புத் துறை போகியவன்; கடுஞ்சினமுன்பனே, உலர்ந்து நிற்கும் வேலமரத்தின் கிளையில் சிலந்தி தொடுத்த வலை போலப் பொன்னாலமைத்த கூட்டின் புறத்தே நாரிடைத் தொடுத்த முத்தும் மணியும் கோத்துச் செய்த திருமுடியை அணிந்திருக்கும் வேந்தே, நின் மறங்கூறும் சான்றோர், நீ பிறர்க்கென வாழும் பெருந்தகையாதல் கண்டு, தாமும் தமக்கு இல்லையென்பது இன்றி இரவலர்க்குப் பெருங்கொடை புரிகின்றனர் காண்!"[30] என்று இசை நலம் சிறக்கப் பாடினர்.

இஃது இவ்வாறிருக்க, பாண்டி நாட்டின் வடக்கிலுள்ள வெள்ளாறு பாயும் பகுதிக்குப் பண்டை நாளில் கோனாடு என்று பெயர் வழங்கிற்று. இவ்வெள்ளாற்றின் வடகரையில் புதுக்கோட்டையிருக்கிறது. இந்த நாட்டு உறத்தூர்க் கூற்றத்து உறத்தூர்ப் பகுதியில் பொருந்திலர் என்பார் வாழ்ந்து வந்தனர். அவர்கட்கு எவ்வியென்னும் வேளிர் தலைவன் காவலனாய் விளங்கினான். அக்கோனாட்டின் தென்னெல்லையாகப் பறம்பு நாடு இருக்கிறது. அதன்கண் இருந்து தனி அரசு நடத்திய வேள்பாரி போல எவ்வியும் செவ்விய வள்ளன்மையுடையனாவான். பொருந்திலர்க்கும் அவர்தம் தலைவனான வேள் எவ்விக்கும் எக்காரணத்தாலோ மனவொருமை சிதைந்திருந்தது. அதனால், எவ்வி, அந்நாளில் சிறந்து விளங்கிய நெடுமிடல் அஞ்சி யென்பவனைத் துணை வேண்டினான். அந்த நெடுமிடல் இப்போதைய திண்டுக்கல்லுக்குத் தெற்கிலிருக்கும் பெரியகுளம் பகுதியில் தலைவனாய் இருந்தான். அவனது நாடு நெடுங்களநாடு என்று இடைக்காலத்தே பெயர் பெற்றிருந்தது. தன்னாட்டிற்குக் கிழக்கிலுள்ள கோனாட்டு வேளிர் தலைவன் செய்துகொண்ட வேண்டுகோட்கிசைந்த நெடுமிடல், பொருந்திலர் தலைவனைக் கண்டு வேண்டுவன கூறினான். பொருந்திலர் அவனது உரையைக் கொள்ளாது இகழ்ந்து அவனைச் சினமூட்டினர். அதனால் அவனுக்கும் பொருந்திலருக்கும் அருமண வாயில், உறத்தூர் என்ற இடங்களில் கடும்போர் நடந்தது. பொருந்திலர் வலியிழந்தடங்கினர். அருமணம் இப்போது அரிமளம் என வழங்குகிறது.

பொருந்திலரை வென்றி எவ்வியின் துணை பெற்றுச் சிறந்த நெடுமிடலஞ்சிக்கு இந்நிகழ்ச்சியால் நாட்டில் பெரு

மதிப்புண்டாயிற்று. அவனுக்கும் நற்பெருமை உணர்வு மிகுந்தது: செருக்கும் சிறிது மீதூர்ந்தது. இதனால், நார்முடிச் சேரல் நன்னன்பால் பெற்ற வெற்றி கேட்கவும், நெடுமிடலஞ்சிக்கு அவன்பால் அழுக்காறு தோன்றிற்று. நெடுங்கள நாட்டுக்கும் சேரநாட்டுக்கும் இடையில் வையையாறு பாயும் வளவிய நாடுளது. அதனை இடைக்காலக் கல்வெட்டுக்கள் அளநாடெனக் குறிக்கின்றன. அந்நாட்டைச் சேரநாட்டுத் தலைவர் ஆண்டு வந்தனர். அப்பகுதியில், தேனி, சின்னமனூர், கம்பம் முதலியவூர்கள் இருந்து இன்றும் செல்வம் சிறந்து திகழ்கின்றன. பண்டை நாளில் பாண்டி நாட்டினின்றும் சேரநாடு செல்வோர்க்கு இந்நாடு வழியாய் விளங்கிற்று. நார்முடிச் சேரலைப் போர்க்கிழுத்தல் வேண்டி நெடுமிடல் அளநாட்டின்மேற் படையெடுத்தான். அவனது படைப் பெருமை கண்டு அஞ்சியாற்றாது சேரர் தலைவர் தோல்வியுற்றனர்.

இச்செய்தி நார்முடிச்சேரலுக்குத் தெரிந்தது. அவன் தன் பெரும்படையொன்றை வையையாற்றின் கரை வழியாகச் செலுத்தினன். சேரமான் படையில் வினை பயின்ற யானைகள் மிகப்பல இருந்தன. அவை நெடுமிடலஞ்சியின் நாடு நோக்கிச் சென்றன. அஞ்சியின் படையும் சேரமான் படையும் கலந்து செய்த போரில் அஞ்சியின் படை பஞ்சி போலக் கெட்டொழிந்தது. நெடுமிடலும் தன் கொடுமிடல் துமிந்து கெட்டான். அவனுடைய வளமிக்க நெல் வயல் பொருந்திய நாடு யானைப் படையால் அழிந்தது. நார்முடிச்சேரல் அவனது நாட்டின் நலம் அறிந்து, அவனது ''பிழையா விளையுள் நாட்டை'' வென்று கொண்டான். ஒரு பால் நன்னனையும் ஒருபால் நெடுமிடல் அஞ்சியையும் வென்று புகழ் மிகுந்த நார்முடிச்சேரலது பெருநலம் தமிழக மெங்கும் பரந்து விளங்கிற்று.

நார்முடிச்சேரலின் வென்றி நலத்தைக் காப்பியனார் பாடலுற்றார்: ''திசை முழுதும் விளங்கும் சால்பும் செம்மையும் நிறைந்த வேந்தே! நினது தூசிப் படைஞர் பகைப்புலத்தின் எல்லை முற்றும் சென்று பரவி வென்றி மிகுந்து ஆங்குப் பெற்ற செல்வத்தைப் பாணர் முதலிய இரவலர்க்கீந்து எஞ்சியவற்றை நின்பால் தொகுத்துள்ளனர். அச் செல்வத்தையும் துளங்குகுடி திருத்திய நின்வளம் படுசெயல் நலத்தையும் பிறவற்றையும் எண்ணலுறின், எண்ணுதற்குக் கொண்டகழங்கும் குறைபடுகிறது. அடுபோர்க்கொற்றம் முதலிய பலவற்றாலும் நீ மாட்சி

மிகுந்திருக்கின்றாய்; ஆயினும், நின் செயல்களுள் ஒன்று எனக்குப் பெரு மருட்சியை உண்டு பண்ணிற்று. நெடுமிடல் அஞ்சியோடு பொருதற்கெழுந்து சென்று அவனுடைய நாட்டில் தங்கி அவனது கொடுமிடலை அழித்தாய்; அவனும் இறந்தொழிந்தான்; அவனது பிழையா விளையுள் நாடு நினக்கு உரியதாயிற்று. அக்காலை ஒரு பொருளாக மதித்தற்கில்லாத சிலர் நின்னை வைதனர்; வைத வழியும் நீ சிறிதும் சினம் கொள்ளவில்லை. இஃதன்றோ எனக்கு மிக்க மருட்சியை உண்டு பண்ணிற்று!"[31] என்று பாடினார்.

அது கேட்ட நார்முடிச் சேரல் முறுவலித்து, "சான்றோரே, படை வலியும் துணை வலியும் மெய் வலியும் இழந்தகாலத்து, மனம் அறிவுவழி நில்லாது அலமருதலால், வான்புகழ் பெற்ற மறவரும் நிறையறிந்து பல பேசுவர்: வையாமலையராகிய பகைவர் வைதலல்லது வேறு செயல் வகை இலராதலின், அதனைப் பொறுத்தல் தானே வலியுடையோர் செய்தற் பாலது?" என்றான். வேந்தனது முதுக்குறை நன் மொழியால் காப்பியனார் பெருமகிழ்ச்சி கொண்டு மேலும் அவனோடு சொல்லாடலுற்றார்.

"வேந்தே, நீ போர்க்குச் செல்லுங்கால் நின் படையது வரவு கண்ட அளவிலேயே பகைவர் பலரும் அஞ்சி ஓடிவிடுகின்றனர்; அத்துணை மென்மையுடையோர் போர் தொடுப்பதைக் கைவிட்டு நின் அடிபணிந்து அன்பால் ஒழுகலாமே என்று கருதி அவர் படை நிலைக்குச் சென்று கண்டேன். அவரது படையணி அவர் பெருவலிடையர் என்பதை நன்கு காட்டிற்று; வாட்படை மதிலாக வேற்படை கடிமிளையாக, வில்லும் அம்புமாகிய படை முள் வேலியாக, பிற படைகள் அகழியாக, முரசுகள் இடியேறாகக் கொண்டு பகைவர் படையணி அமைந்திருந்தது. நின் கடற்பெருந்தானை அதனை நோக்கி வந்தது. படை மறவர் களிறுகளைப் பகைவர் காவல் மரத்திற் பிணித்து நிறுத்தினர்: நீர்த்துறைகள் கலங்கின; வேல் மறவரும் பிறரும் ஒருபால் தங்கினர். இவ்வளவே நின் தானைமறவர் செய்தது: உடனே படையணிந்து நின்ற பகைவர் தானே சிறிது போதிற்கெல்லாம் அஞ்சியோடத் தலைப்பட்டது. எனக்கு இஃது ஒரு பெருவியப்பைத் தருகிறது!"[32] என்றார்.

நார்முடிச்சேரல், காப்பியனார் கருத்தையறிந்து, "புலவர் பெருந்தகையீர். இதில் வியப்பில்லை; நிலைமக்களைச் சால உடையதெனினும், தானைக்குத் தலைமக்களே சிறந்தவர்கள்;

தலைமக்கள் இல்லெனின், தானையும் இல்லையாம்.'' என்றான். ''அறிந்தேன், அறிந்தேன்''. எனத் தலையசைத்துத் தெளிவுற்ற காப்பியனார். ''மாறா மனவலி படைத்த மாந்தரது மாறுநிலை தேயச் செய்யும் போர்வன்மையும், மன்னர் படக் கடக்கும் மாண்பும் உடையவன் நீ; மாவூர்ந்தும் தேர்மீதிருந்தும் களிற்றுமிசை இவர்ந்தும் நிலத்தில் நின்றும் நின் தானை மறவர் போர் நிகழ்த்த, நீ நின் தானையைச் சூழ்வந்து காவல் புரிகின்றாய்; அதனால் பகைவர் கண்டு அஞ்சியோடுகின்றனர் என்பதை அறிந்தேன்''[33] என்று பாடினர்.

சேரமான் வஞ்சிநகர்க்கண் இருக்கையில் அவன் வென்றி பெருமை முதலிய நலங்களை வியந்து, சான்றோர் பலர் அவனைப் பாடிப் பாராட்டினர். நாடோறும் இப் பாராட்டுரைகள் பெருகி வருவது கண்ட நார்முடிச்சேரல், இப்பாராட்டுரைகளை நயவாதான் போலக் காப்பியனாரோடு சொல்லாடினான். அக்காலை, அவர், வேந்தனை நோக்கி, ''சேரலே புகழ்தற்குரியாரைப் புகழாமை சான்றோருடைய சான்றாண்மைக்கு அழகன்று. மேலும், அவர் செய்யாகூறிக் கிளக்கும் சிறுமையுடையவரல்லர்: ஆதலால், நின் போர் நலமே அவர் உரைக்குப் பொருளாகிறது. நீ போர் செய்யும் களம் யானை மருப்பும், தேர்க்கால்களும் சிதறிக் கிடக்கும் காட்சி நல்குகிறது: எருவைச் சேவல்கள் தம் பெடையோடு கூடி நிணந்தின்று மகிழ, ஒருபால் கவந்தங்கள் ஆடாநிற்கும், வீழ்ந்தோரது குருதி பரந்து போர்களம் அந்தி வானம் போல ஒளி செய்கிறது: பேய்கள் எழுந்து கூத்தாடுகின்றன; இவ்வாறு போர்க்களம் சிறப்புறுதற்கேதுவாக நீ நின் தானையைப் பாதுகாப்பது உரைப்பார் உரைக்கும் உரையாய் விளங்குகிறது''[34] என்றார். வேந்தன் காப்பியனார் பாட்டைக் கேட்டு ஏனைச் சான்றோர்க்குச் செய்தது போலப் பெருங்கொடையை நல்கி மகிழ்வித்தான்.

பிறிதொருகால் குறுநிலத்தலைவர் சிலர் நார்முடிச் சேரல்பால் பகை கொண்டு போர் தொடுத்தனர். சின்னாட்களாய்ப் போர் பெறாமையால் அவனுடைய மறவர் போர் வேட்கை மிக்கிருந்தனர். மறவர் உடன் வரச் சென்று சேரமான் பகைவர் திரளைச் சவட்டலுற்றான். போர்க் களிறுகளும் வயமாவும் உடல் துணிந்து வீழ்ந்தன: மறவர் பலர் மாண்டொழிந்தனர். போர்க்களம் பனை தடி புனம் போலக் காட்சி நல்கிற்று. பெருகியோடிய குருதிப் பெருக்குப் பிணந்தின்னும் கழுகின் சேவலும் பெடையும்

பருந்துமாகியவற்றை அலைத்துக் கொண்டு சென்றது: கூளிக்
கூட்டம் நிணந்தின்று கூத்தாடிற்று: வெற்றி மிகக்கொண்ட
சேரலைக் காப்பியனார் கண்டு, "வேந்தே, இத்தகைய செருப்பல
செய்து சிறக்கும் நின் வளம் வாழ்க!".[35] என வாழ்த்தினர்.

இவ்வண்ணம் கடும்போர்களைச் செய்யுமுகத்தால் சேரமான்
பகைவர் மிக்க துயரத்தையெய்தினர்: ஆனால் பரிசிலர்க்குப்
பெரும்பொருள் நல்கப்பட்டது. வேந்தன்பால் இவ்வாற்றல்
மறவேட்கை மிகாது அடங்கியிருந்தது. ஆன்றவிந்தடங்கிய
அவனது செம்மைப்பண்பு கண்டு வாய்மொழிப் புலவர்
மனமகிழ்ந்து அவனுடைய "வளனும் வாழ்க்கையும் சிறப்புறுக"
என வாழ்த்தினர். நார்முடிச் சேரலது நல்வளமும் நல்வாழ்க்கையும்
துளங்கிய குடிகட்கு வளம் தந்தன. அவன் பகைவர் எயிலையழித்து
அவர் நாட்டு மறவருள் தக்கோரைக் கொணர்ந்து தன் நாட்டு
நன்மக்களோடு ஒப்பப் பேணிப் புறந்தந்தான். இதனைக் கண்ட
காப்பியனார். "வேந்தே, நின்னுடைய இச்சீரிய வாழ்வு உலகிற்கு
மிக்க நலம் தருவதாகும். நல்லரசும் அறவாழ்வும் திருந்திய
முறையில் நிலவச் செய்வதே நல்லரசன் நற்செயல்: அதனைச்
செய்யும் நீ உலகிற்குப் பெருநலம் புரியும் தக்கோனாதலால்,
இவ்வுலகினர் பொருட்டு நீ நீடு வாழ்வாயாக!"[36] என வாழ்த்தினர்.
இவ்வாழ்த்துரை நார்முடிச் சேரலுக்குப் பேரின்பம் நல்கிற்று. இது
நிற்க.

வேனிற்காலத்தில் சேரவேந்தர் நேரிமலைக்குச் சென்று மலை
வளங்கண்டு இன்புறுவதுபோல ஆற்றிலும் கடலிலும் நீராடி
இன்புறுவதும், பண்டை நாளைய தமிழ்ச் செல்வவேந்தர்
வழக்கமாகும். "யாறுங் குளனும் காவும் ஆடிப், பதியிகந்து
நுகர்தலும் உரிய வென்ப."[37] என்பதனால் இது தொல்காப்பியர்
காலத்துக்கு முன்பிருந்தே வரும் வழக்காறு என்பது தெளிவாம்.
ஆறாடி மகிழும் திறத்தை இப்போதும் கேரள நாட்டார்
ஆறாட்டென வழங்குகின்றனர். மாசித்திங்களில் நிகழும்
கடலாட்டு, "மாசிக் கடலாட்டு"[38] என வழங்கிற்று. நார்முடிச்சேரல்
சேரநாட்டில் அரசு புரிந்த காலத்தில் நிகழ்ந்த ஆறாட்டொன்றைக்
காப்பியனார் கண்டு வியந்து பாடியுள்ளார்.

ஆறாட்டு நிகழ்தற்குச் சின்னாள் முன்பே, விரதியர் சிலர்
உண்ணா நோன்பு கொண்டு சேர நாட்டுத் திருமால் கோயிலில்
தங்குகின்றனர்: ஊர்களில் வாழ்வோர் ஆறாடும் திருநாளன்று

தலைமேற்குவித்த கையராய்த் திருமாலின் திருப்பெயரை ஓதிக்கொண்டு வருகின்றனர்: திருமால் கோயிலிடத்து மணிகள் இடையறாது ஒலித்து ஆரவாரிக்கின்றன. பின்னர் விரதியரும் ஊரவரும் ஒருங்கு கூடி நீர்த்துறைக்குச் சென்று நீராடி மனம் தூயராய்த் திருத்துழாய் மாலையும் ஆழிப்படையுமுடைய திருமாலை வழிபட்டுச் செல்கின்றனர். அக்காலையில் வேந்தனும் ஆற்றில் நீராடித் திருமாலை வழிபாட்டுத் திருவோலக்க மிருக்கின்றான். அரசியற் சுற்றத்தார் உடனிருப்ப, பாணர் கூத்தர் முதலிய பரிசிலர் பாட்டும் கூத்தும் நல்கி இன்புறுத்த, சான்றோர் வேந்தனை வாழ்த்தி மகிழ்விக்கின்றனர்.

இந்நிலையில் காப்பியாற்றுக் காப்பியனார், வேந்தனை வாழ்த்தலுற்று, உண்ணாவிரதியரும் மக்களும் ஆறாடித் திருமாலை வழிபட்டுச் செல்லாநிற்க, உலகிருள் நீங்க ஒளி செய்யும் திங்கள், கலை முழுதும் நிரம்பித் தாரகை சூழ விளங்குவது போல நீ பகையிருள் கடிந்து அவரது முரசு கொண்டு துளங்குகுடி திருத்தி வளம் பெருகுவிக்குமாற்றால் ஆண்கடன் இறுத்து விளங்குகின்றாய்: நின் மார்பு மலை போல் விளங்குகிறது: வானத்திற் கடவுளர் இழைத்த தூங்கெயிற் கதவுக்கிட்ட ஏழுமரம் போல நின்தோள் நிமிர்ந்து நிற்கிறது: வான் புகழுக்குரிய வண்டன் போல நீ சிறக்கின்றாய். வண்டு மொய்க்கும் கூந்தலும் அறஞ்சான்ற கற்பும் ஒள்ளிய நுதலும் மேனியும் உடைய நின் தேவி, விசும்பு வழங்கும் மகளிருள்ளும் சிறந்தாளான அருந்ததி போன்ற அமைதியுடையவள். நின் முரசும் வெற்றி குறித்து முழங்குமேயன்றி, மக்களை வெறிதே அச்சுறுத்தற்கென முழங்குவதில்லை. நின் மறவர் ஒடுங்காத் தெவ்வர் ஊக்கம் கெடுத்தற்கு எறிவதல்லது, தோற்றோடு வார்மேல் தம் படையினை எறியார். நின் தானைத் தலைவர், நகைவர்க்கு அரணமாகிப் பகைவர்க்குச் சூர்போலத் துன்பம் செய்வர். இவ்வாறு பல வகையாலும் மாண்புறுகின்றாயாதலால், நீ நெடிது வாழ்க''[39] என வாழ்த்தினர்.

இப்பாட்டின்கட்குறித்த திருமாலை, பதிற்றுப்பத்தின் பழையவுரைகாரர், திருவனந்தபுரத்துத் திருமால் என்று கூறுகின்றார். திருவனந்தபுரம் வேணாட்டில் இடைக் காலத்தில் சிறப்புற்ற பேரூர்: நார்முடிச்சேரல் காலத்தில் இருந்து விளங்கிய தன்று: இடைக்காலத்தில் தோன்றிய ஆழ்வார்களில் எவரும் அதனைப் பாடாமையே இதற்குப் போதிய சான்று. காப்பியனார் குறிக்கும் திருமால், வஞ்சிமா நகர்க்கு அண்மையிலிருந்த

ஆடகமாடத்துத் திருமாலாதல் வேண்டும். இதன் உண்மையை ஆராய்ந்த அறிஞர் சிலர். **சுகசந்தேசம்** என்ற வடமொழி நூலில் வஞ்சி நகர்க்கண்மையில் கனக பவனம் ஒன்று இருப்பதாகக் கூறப்படுகிறதெனவும், அதுவே இளங்கோவடிகள் குறிக்கும் ஆடகமாடமாகலாம் எனவும், அப்பகுதி பின்னர் அழிந்து போயிற் றெனவும்[40] கூறுகின்றனர். இனி, **கேரளோற்பத்தி**, என்னும் நூல், திருக்காரியூர் என்னுமிடத்தே பொன்மாடம் ஒன்று இருந்ததெனக் கூறுகிறது[41]. இக்கூறிய கனக பவனமும்[42] பொன் மாடமும் வஞ்சிநகர்க் கண்மையிலுள்ளவையாதலால், இவ்விரண்டனுள் ஒன்றே காப்பியனார் குறிக்கும் திருமால் கோயிலாம் என்பது தெளியப்படுகிறது. **சிலப்பதிகார அரும்பதவுரைகாரர்** கூற்றைப் பின்பற்றியுரைத்தலால், பதிற்றுப்பத்தின் உரைகாரர் இவ்வாறு கூறினாரெனக் கொள்ளல் வேண்டும் சிலர், திருப்புனித்துறா என இப்போது வழங்கும் திருப்பொருநைத் துறையில் உள்ள திருமால் கோயிலே இந்த ஆடகமாடத்துத் திருத்துழாய் அலங்கற் செல்வன் கோயிலாம் எனக் கருதுவர்: அஃதும் ஆராய்தற்கு உரியதே.

இவ்வாறு தன்னைப் பல பாராட்டுக்களாற் பாடிச் சிறப்பித்த காப்பியாற்றுக் காப்பியனார்க்குச் சேரமான் களங்காய்க் கண்ணி நார்முடிச்சேரல், நாற்பது நூறாயிரம் பொன் ஒருங்கே கொடுத்துத் தான் ஆள்வதிற் பாகம் கொடுத்தான் என்றும், அவன் இருபத்தையாண்டு அரசு வீற்றிருந்தான் என்றும் பதிற்றுப்பத்து நான்காம் பத்தின் பதிகம் கூறுகிறது. இப்பரிசு பெற்ற காப்பியனாருக்கு நார்முடிச் சேரல்பால் பெருமகிழ்ச்சி யுண்டாயிற்று. அதனால், அவரது உள்ளத்தே அழகியதொரு பாட்டு உருக்கொண்டு வந்தது. ‘‘வளம் மயங்கிய நாட்டைத் திருத்தி வளம் பெருகுவித்த களங்காய்க்கண்ணி நார்முடிச் சேரலே, பகைவர் நாட்டு எயில் முகம் சிதைதலால் அதற்குக் காவல் புரியுமாறு நாற்படையும் செலுத்தி நல்வாழ்வு நிகழ்விக்கின்றாய்: நீ பரிசிலர் வெறுக்கை: பாணர் நாளவை: வாணுதல் கணவன்: மள்ளர்க்கு ஏறு: வசையில் செல்வன்: வான வரம்பன்: ’இனியவை பெறின் தனித்து நுகர்வேம்: கொணர்க.’ எனக் கருதுவதின்றிப் பகுத்துண்டல் குறித்தே செல்வம் தொகுத்த பேராண்மை நின்பால் உள்ளது: அதனால், நீ பிறர் பயன் பெற்று இன்பவாழ்வு பெற நன்கு வாழ்கின்றாய்: உலகில் செல்வர் பலர் உளரெனினும், நின்போல் பிறர்க்கென வாழும் பேராண்மை யுடையோர் இலராதலால், அவரெல்லாரினும் நின்புகழே

மிக்குளதாயிற்று. அவரது வாழ்வினும் நினது பெருவாழ்வே உலகிற்குப் பெரிதும் வேண்டுவது: ஆகவே, நீ பல்லாண்டு வாழ்க!''[43] என வாழ்த்தி அமைந்தார்.

அடிக்குறிப்புகள்

1. Ep. A.R. No.214 of 1928
2. அகம் 258,
3. அகம். 15,
4. அகம் 97,
5. அகம். 366,
6. மலைபடுகடாம் 87,
7. அகம் 44,
8. பதிற் ii பதி.
9. மலையாள மாவட்டத்துப் பொன்னானித் தாலுக்கா,
10. மேற்படி ஏர்நாடு தாலுக்கா,
11. T.A.S. Vol ii.pp, பக்.8, 10, 20.
12. அகம்,
13. அகம் 113,
14. குறுந் 15,
15. திரு. இராகவய்யங்கர்; கோசர், பக் 47-8,
16. தொல், சொல், எச்ச.5,
17. Historians' History of the World P. 341,
18. புறம் 19,
19. அகம் 196,
20. வண்டன் என்பவன் பீர்மேடு என்ற பகுதியில் பண்டை நாளில் சிறந்த புகழ்பெற்று வாழ்ந்தவன் என்பதை வண்டன் பேடு, வண்டப்பேரியாறு என்ற பெயருடன் அங்கே உள்ள பகுதிகள் இன்றும் நினைப்பிக்கின்றன. இந்த வண்டன் பெயரால் அமைந்த வண்டனூர் ஏர்நாடு தாலுக்காவில் மேலைக் கடற்கரைக்குக் கிழக்கே 30 மைல் அளவில் உள்ளது. அங்கே ஏழு கற்குகைகள் இருக்கின்றன. அவற்றுள் காணப்படும் சிதைந்த எழுத்துக்கள் அவ்வூரை வண்டனூர் என்று கூறுகின்றன; அப்பகுதியில் வாழ்பவர் அதனை வண்டூர் எனச் சிதைத்து வழங்குகின்றனர்.
21. பதிற் 32:7,

22. பதிற் 32,
23. S.I. Vol. viii. No. 196,
24. Ibid No. 660
25. குறுந் 292, பெண் கொலைசெய்யப்பட்ட இடத்தைப் பெண் கொன்றான்பாறை என்பர்: மலையாளம் அதனைப் பெங்கணாம் பறா எனக் குறிக்கின்றனர்.
26. குறுந். 73,
27. Er. A.R. No. 569 of 1904.
28. அகம். 199,
29. பதிற் 40,
30. பதிற் 39,
31. பதிற் 32,
32. பதிற் 33,
33. பதிற் 34,
34. பதிற் 35,
35. பதிற் 36,
36. பதிற் 37,
37. தொல் கற். 50,
38. திருஞானம் : மட்டிட்ட. 6,
39. பதிற் 31,
40. Chera Kings of Sangam Period, pp.86&9.
41. Ibid. pp. 46&7,
42. "ஆடகமாடத்தின்" வடமொழி பெயர்ப்புக் கனக பவனம்,
43. பதிற். 38.

8. கடல் பிறக்கோட்டிய செங்குட்டுவன்

களங்காய்க்கண்ணி நார்முடிச்சேரல் காலத்தில், அவனுக்கு நேர் இளையவனும், அவன் தந்தை இமயவரம்பன் நெடுஞ்சேரலாதனுடைய மற்றொரு மனைவியான சோழன் மணக்கிள்ளியில் மகனுமான செங்குட்டுவன் குடநாட்டுப் பகுதியில் இருந்து தன் தமையனுக்குக் கீழ் நின்று துணைபுரிந்து வந்தான். நார்முடிச்சேரல் இறந்த பின் செங்குட்டுவனே சேரநாடு முழுதிற்கும் முடி வேந்தனாயினான். செங்குட்டுவன் சிறந்த மெய் வன்மையும், பகைவரும் வியந்து பாராட்டும் திண்ணிய கல்வியறிவும், நண்பர்பாலும் மகளிர்பாலும் வணங்கிய சாயலும், பிறர்பால் வணங்காத ஆண்மையும் உடையவன்; போர்கள் பல செய்து வெற்றி பெற்ற காலத்துப் பகைவரிடத்திலிருந்து பெரியவும் அரியவுமான பொருள்கள் பல பெறுவன். ஆயினும், அவற்றை அத்தமையனவாகக் கருதாது பிறர்க்கு ஈத்துவக்கும் இன்பத்தையே நாடுவது செங்குட்டுவனது சிறந்த பண்பாகும். மேலும், தனக்கு ஒரு குறையுண்டாயின், அது குறித்துப் பிறரையடைந்து இரந்து நிற்கும் சிறுமை செங்குட்டுவன்பால் கனவினும் நிகழாத அருஞ்செயல், சுருங்கச் சொல்லுங்கால், உலகியல் பொருளின்பங்களில் செங்குட்டுவன் மிகக்குறைந்த பற்றும், தன் புகழ் நிலைபெறச் செய்வதில் நிறைந்த ஊக்கமும் ஊக்கமும் உடையன் எனல் சாலும்.

குடவர் கோமான் என்ற இமயவரம்பன் நெடுஞ்சேரலாதன் ஆட்சி செய்த காலத்தில் சோழ வேந்தர் நட்புப்பெற்று அவருள் சிறந்தோன் ஒருவனுடைய மகளான மணக்கிள்ளி என்பாளை மணந்து கொண்டனன். அவளுக்குப் பிறந்த செங்குட்டுவன் இளமையில் சோழநாட்டு வேந்தன் மனையில் இருந்து

சோழர்களின் குணஞ்செயல்களையும் நாட்டின் நலங்களையும் அறிந்திருந்தான். செங்குட்டுவன் குடநாட்டில் அரசு புரிந்து வருகையில் ஒருகால் சோழருட்சிலர்[1] தம்முள் ஒருவனான கிள்ளியென்பான் அரசு கட்டிலேறுவது பற்றிப் பகைகொண்டு ஒருவரோடொருவர் பூசலிட்டனர். அதனால் நாட்டின் நலம் குறைந்தது. அந்நாளில் பாண்டி வேந்தர் அவர்களை அடக்கி நன்னிலைக்கண் நிறுத்தும் அத்துணை வலியின்றியிருந்தனர். மதுரை மாவட்டத்தில் உள்ள மோகூரில் இருந்த குறுநிலத் தலைவர்களே மேம்பட்டிருந்தார்கள். ஆயினும் அவர்கள் நடுவுநிலை பிறழ்ந்தொழுகினார்கள். இதனால் சோழ நாட்டுச் சான்றோர் சிலர் குடவர் கோமானாய்த் திகழும் செங்குட்டுவனை அடைந்து நிகழ்ந்தது முற்றும் நிலைபெறக் கூறினர்.

செங்குட்டுவன் வலி மிக்கதொரு படையைத் திரட்டிக் கொண்டு சோழநாட்டிற்குச் சென்றான்; சோழநாட்டில் தன் மைத்துனனான கிள்ளிவளவனோடு ஒன்பது சோழர்கள் போரிடுவது கண்டு அவர்களை ஒன்றுபடுத்த முயன்றான்; அம்முயற்சி கைகூடாது போகவே அவர்களோடு தானும் போர் தொடுத்தான். அவர்களுட்பலர் தம்மிற்கூடி உறையூரை நோக்கித் திரண்டு வந்தனர். செங்குட்டுவன் கிள்ளிக்குத் துணையாய் நின்று உறையூர் நேரிவாயிலிலேயே[2] அவர்களை எதிரேற்று வலியழித்தான்; அதனால் அவர்கள் மீட்டும் போர் தொடுக்கும் ஆற்றலின்றிக் கெட்டழிந்தார்கள். முடிவில் செங்குட்டுவன் தன் மைத்துனனைச் சோழர் முடிவேந்தனாக முடிசூட்டிச் சிறப்பித்துவிட்டுத் தன் குடநாடு வந்து சேர்ந்தான். இதனையே "வெந்திறல் ஆராச்செருவிற் சோழர் குடிக்குரியோர் ஒன்பதின்மர் வீழ வாயிற்புறத்து இறுத்து[3] நிலைச் செருவின் ஆற்றலை அறுத்துக் கெடலருந்தானையொடு" திரும்பினான் எனப் பதிகம் கூறுகிறது.

நார்முடிச்சேரலுக்குப் பின் செங்குட்டுவன் சேரநாட்டுக்கு முடிவேந்தனாய் வஞ்சிமாநகர் வந்து சேர்ந்தான். இவனது புகழ் பெருகுவது குடநாட்டுக்கு வடக்கிலிருந்த வடவேந்தர்களுக்கு மனக்காய்ச்சலை உண்டு பண்ணிற்று. அவர்கள் கடம்ப குலவேந்தர் எனப்படுவர். அவர்கள் நெடுஞ்சேரலாதனோடு கடற்போர் செய்து கடம்பு மரமாகிய தங்கள் காவல் மரத்தை இழந்து மீளப் போர் தொடுக்கும் பரிசழிந்திருந்தனர். அவன் வானவரம்பனாய் இருந்தது போய், இமயவரம்பன் என்ற இசை நிறுவிச் சிறந்தது, அவர்களுடைய புகழ்க்கும் மானத்துக்கும் மாசு செய்வதாகக்

கருதினர். அவன் காலத்தில் மேலைக்கடலில் சேரரும் அவர் நண்பரும் ஒழிய, ஏனோர் எவரும் கலம் செலுத்துதல் இயலாது. என்னும் பேரிசை நாடெங்கும் பரவியிருந்தது. அதனால், அவ்வடவேந்தர்கள் கடல் வழியாகப் போர் தொடுப்பதை விடுத்து நிலம் வழியாக ஒரு பெரும்படை திரட்டி வரக்கருதினர்; செங்குட்டுவன் குடநாட்டினின்றும் நீங்கிக் குட்ட நாட்டில் அரசு வீற்றிருப்பது கண்டு, குடநாட்டின் வடபகுதியில் நுழைந்து போர் தொடுத்தனர். தொடக்கத்தில் குடவர் படைவடவர் படைமுன் நிற்கலாற்றாது பின் வாங்கியது. பின்பு, குட்டுவர் படை போந்து இடும்பில் என்னுமிடத்தே தங்கி வடவர் படையை வெருட்டவே, இரண்டும் வயலூர் என்னுமிடத்தே கடும்போர் புரிந்தன. வடவர் படை அழிந்தது; அவரது முழுமுதல் அரணம் தவிடுபொடியாயிற்று. உய்ந்தோடிய வடவர் சிலர் கொடுகூர் என்னுமிடத்திருந்த அரண்களில் ஒளிந்தனர். சேரர் அதனையுணர்ந்து இடையிலோடிய ஆற்றைக் கடந்து கொடுகூரை அடைந்து, அரணையழித்து வடவர் படையைத் தகர்த்தனர். இந்த வயலூர் இப்போது பெயிலூர் என வடகன்னட நாட்டில் உளது. இடும்பில் என்பது இப்போது உடுப்பி என வழங்குகிறது. கொடுகூர், கோட்கூரு என மருவியுளது.

இவ்வாறு தமது சேரநாட்டுப் படையெடுப்பு (வஞ்சிப் போர்) வெற்றி பயவாமை கண்ட வடவேந்தர் வேறு செயல் வகையறியாது திகைத்து நின்றனர். மேலை நிலத்து யவனர்கள், சேரர் ஆதரவால் அச்சமின்றிப் பொன் சுமந்த கலங்களுடன் போந்து மிளகும் சந்தனமும் அகிலும் பிற விரைப் பொருளும் கொண்டுசென்று பெருவாணிகம் செய்து பெருஞ் செல்வராயினர். அந்த யவன நாட்டுப் பொருணூலறிஞர் முற்போந்து யவன நாட்டவர் தம்மை உயர்ந்த பட்டாடையாலும் விரைப் பொருளாலும் ஒப்பனை செய்து கொள்வதில் ஆண்டுதோறும் பல்லாயிரக்கணக்கான பொன்னைச் செலவிடுவது கூடாதென்றெல்லாம் தங்கள் நாட்டு மக்களுக்கு அறிவுறுத்தினர். அதனைச் செவி மடுத்த சில யவனர்கட்குச் சேரவேந்தர்பால் வெறுப்பும் மனவெரிச்சலும் உண்டாயின. அக்குறிப்பையறிந்த வடவேந்தர் அவர்களோடு உறவு செய்துகொண்டு சேரரைச் சீரழித்தற்குச் சூழ்ச்சி செய்தனர்; நிலத்து வழியே சென்று பொருதால் சேரரை வெல்ல முடியாதென்பதை வியலூர்ப்போர் காட்டி விட்டதனால், கடல் வழியாகப் படைகொண்டு சென்று சேரரைத் தாக்க முயன்றனர். யவனர் சிலர் அவர்கட்கு உதவி செய்தனர்.

வஞ்சிநகர்க்கண் அரசு வீற்றிருந்த செங்குட்டுவன், யவனரும் வடவரும் கூடிப் பெரியதொரு கடற்படை கொண்டு போர்க்கு வரும் செய்தியை ஒற்றரால் அறிந்தான்; உடனே வில்லவன் கோதை அழும்பில்வேள் முதலிய அமைச்சர்களை வருவித்து நால்வகைப் படையும் திரட்டுமாறு ஆணையிட்டான். படைகள் பலவும் திரண்டன.

அவன் கடற்போர் செய்தற்குத் தேரும் களிறும் குதிரையும் பயன்படாமையின், அவற்றைக் கடற் கரையையும் ஏனை எல்லைப்புறங்களையும் காவல் செய்யுமாறு பணித்து, விற்படையும் வேற்படையும் வாட்படையும் கொண்ட பெரும் படையைக் கலங்களிற் செல்லப் பணித்தான். சேரநாட்டுக்கு அண்மையிலின்றித் தென்பாண்டிக் கரை வழியாகப் பகைவர் நிலத்திற் புகுந்து போர் தொடுக்கக் கூடும் என்று எண்ணி, தென் பாண்டிப் பகுதியில் இருந்து அரசு புரிந்த அறுகையென்னும் குறுநிலத் தலைவனைப் பாண்டிக் கடற்கரையைக் காக்குமாறு திருமுகம் விடுத்தான். அறுகையும் செங்குட்டுவன் கருத்துணர்ந்து அவ்வாறே படைதிரட்டிக் காவல் புரியலுற்றான். செங்குட்டு வனுடைய தேர் முதலிய மூன்று படைகளும் சேரநாடு முழுதும் பரந்து அருங்காவல் புரிந்தன, இச்செயலை அறிந்த பரணர் என்னும் நல்லிசைச் சான்றோர்,

“மன்பதை மருள அரசுபடக் கடந்து
முந்துவினை யெதிர்வரப் பெறுதல் காணியர்,
ஒளிறுநிலை யுயர்மருப் பேந்திய களிறூர்ந்து
மான மைந்தரொடு மன்ன ரேத்தநின்
தேரொடு சுற்றம் உலகுடன் மூய”[4]

என்று பாடிக்காட்டுகின்றார்.

வில்லும் வேலும் வாளும் ஏந்திய படைவீரர்கள் உடன் வரச் செங்குட்டுவன் கலங்கள் பலவற்றை அணி வகுத்துக் கடலிடத்தே செலுத்தினான்; பகைவர் படைவீரரைச் சுமந்த கலங்கள் வரும் திசையை ஒற்றரால் அறிந்து எதிர் நோக்கிச் சென்று அவருடைய கலங்களைக் சூழ்ந்துநின்று தாக்கலுற்றான். நாற்புறமும் சேரர் கலங்கள் போந்து சூழ்ந்து கொண்டதனால், பகைவர்கள் இடையே அகப்பட்டு எத்துணையோ முயன்றும் மாட்டாது தோற்றார்கள்.

பெரும்பாலோர் மாண்டனர்; எஞ்சினோர் சிறைப்பட்டனர். அவர்கள் கலங்கொணர்ந்த அரியவும் பெரியவுமாகிய பொருள்கள் செங்குட்டுவன் கைவசமாயின. கடற்போரில் வாகை சூடிக் கரையடைந்த செங்குட்டுவன் புகழ் தமிழகமெங்கும் பரந்தது. சோழவேந்தரும் பாண்டி வேந்தரும் அவனைப் பாராட்டினர்.

பரிசிலர் பலர் சேர நாட்டை அடைந்து செங்குட்டுவனது கடல் வென்றியை முத்தமிழ் வழியாலும் இசைத்தனர். தமிழ்நாட்டுச் சோழ பாண்டிய மண்டலங்களில் இருந்த வேந்தர்களையும் செல்வர்களையும் பாடிச் சிறப்பித்து வந்த பரணர் என்னும் சான்றோர் மலையும் கானமும் கடந்து வஞ்சி நகர் அடைந்து செங்குட்டுவனைக் கண்டு

"மழைபெயல் மாறிய கழைதிரங்கு அத்தம்
ஒன்றுஇரண்டு அல்ல பலகழிந்து திண்டேர்
வசையில் நெடுந்தகை காண்குவந் திசினே"[5]

என்று தொடங்கி, "நாளும் குதிரையூர்ந்து பயின்ற நின்தாள், வெற்றி முரசு முழங்க, அலைகள் பிசிர் பிசிராக உடையுமாறு 'படுதிரைப் பனிக்கடல் உழந்த'தனால் வருந்தாதொழிவதாக!" என்று வாழ்த்தி, "வேந்தே, வழிவழியாகக் கடற்போர் செய்து பயின்றவன் போல நீ இக்கடற்போரைச் செய்து பெருவென்றி எய்தினாய்;"

"இனியார் உளரோ? நின்முன்னும் இல்லை;
மழைகொளக் குறையாது புனல்புக நிறையாது
விலங்குவளி கடவும் துளங்கிருங் கமஞ்சூல்
வயங்குமணி இமைப்பின் வேல்இடுபு
முழங்குதிரைப் பனிக்கடல் மறுத்திசி னோரே.[6]

என்று எடுத்தோதிப் பாராட்டினார்.

இவ்வாறு பாடி வந்த பாணர் கூத்தர் விறலியர் பலருக்கும், செங்குட்டுவன், கடலிற் பகைவர்பாலும் பிற பகைவர்பாலும் பெற்ற அரும்பெரும்பொருள்களை மழைபோல வரையாது நல்கி, "இனிது புறந்தந்து அவர்க்கு இன்மகிழ்" சுரந்தான். அதனால் அவர் பலரும் அவன் திருவோலக்கத்தே நெடிது தங்கினர். அவனை நேரிற்கண்ட பரணர்,

> "கோடுநரல் பௌவம் கலங்க வேலிட்டு
> உடைதிரைப் பரப்பில் படுகட லோட்டிய
> வெல்புகழ்க் குட்டுவற் கண்டோர்
> செல்குவ மென்னார் பாடுபு பெயர்ந்தே'''[7]

என்று பாடிச் செங்குட்டுவன் கீர்த்தியைச் செந்தமிழில் நிலை பெறுவித்தார். செங்குட்டுவனது வரையாத வள்ளன்மையால், பாட்டினும் கூத்தினும் வல்லுநர் மாட்டாதவர் என்ற வேறுபாடின்றி, யாவரும் பெரும்பொருள் பெறுவதை, அவருள் இளையர் பலர் கண்டு, தமக்குள்ளே, "இச்செங்குட்டுவன் கல்லா வாய்மையன்." என்று பேசிக் கொண்டனர். இதனைக் கேட்ட பரணர், செங்குட்டுவனைப் பாடிய பாட்டொன்றில்,

> "பைம்பொன் தாமரை பாணர்ச் சூட்டி,
> ஒண்ணுதல் விறலியர்க்கு ஆரம் பூட்டி,
> கெடலரும் பல்புகழ் நிலைஇ நீர்புக்குக்
> கடலொ டுழந்த பனித்துறைப் பரதவ!
> ஆண்டுநீர்ப் பெற்ற தாரம் ஈண்டு இவர்
> கொள்ளாப் பாடற்கு எளிதினின் ஈயும்
> கல்லா வாய்மையன் இவன்' எனத் தத்தம்
> கைவல் இளையர்'"[8]

கூறுகின்றனர் எனக் குறித்து அவனது கொடை மடத்தை எடுத்தோதிச் சிறப்பித்தார்.

செந்தமிழ் வளஞ்சிறந்து திகழும் பரணருடைய நல்லிசைப் புலமையால் செங்குட்டுவனுக்கு மிக்க விருப்பமுண்டாயிற்று. அவரைக் கொண்டு தமிழ் இளைஞர்க்கு அகமும் பொருளுமாகிய பொருணூல்களை அறிவுறுத்துமாறு ஏற்பாடு செய்தான். அதற்காகச் சேரநாட்டு உம்பற்காடு என்ற பகுதியின் வருவாயைப் பரணற்கு நல்கித் தன் மகன் குட்டுவன் சேரல் என்பவனை அவர்பால் கையடைப்படுத்துக் கல்வி கற்பிக்குமாறு செய்தான். பிற்காலத்தே சேர நாட்டுக் கானப்பகுதியொன்று பரணன் கானம் என்ற பெயரெய்தி இன்றும் திருவிதாங்கூர் நாட்டில் மினச்சில் பகுதியில் உளது.

ஆசிரியர் பரணர், செங்குட்டுவன் விரும்பியவாறு தமிழ்ப்பணி செய்யுங்கால், களவொழுக்கம் பூண்டொழுகும் தலைமக

னொருவன் இரவுக் குறிக்கண் தலைமகளைக் காண வந்தானாக. அவன் வருவதற்கு முன்னர் வேற்றுக்குறி நிகழக் கண்டு அவன் வந்து அவனைக் காணாமல் சென்ற தலைவி, அவன் மெய்யாக வந்து செய்த வரவுக் குறியையும் வேற்றுக் குறியென்று கொண்டு வாராதொழிந்தாள்; தலைமகன் ஏமாற்றமெய்தித் தன் நெஞ்சை வெகுண்டு, "பெறலருங் குரையள் என்னாய், வைகலும், இன்னா அருஞ்சுரம் நீந்தி நீயே என்னை இன்னற் படுத்தினை; அதனால்,"

> **"படைநிலா விலங்கும் கடல்மருள் தானை**
> **மட்டவிழ் தெரியல் மறப்போர்க் குட்டுவன்**
> **பொருமுரண் பெறாஅது விலங்குசினம் சிறந்து**
> **செருச்செய் முன்பொடு முந்நீர் முற்றி**
> **ஓங்குதிரைப் பெளவம் நீங்க ஓட்டிய**
> **நீர்மாண் எஃகம் நிறத்துச்சென் றழுந்தக்**
> **கூர்மதன் அழியரோ நெஞ்சே"[9]**

என்று கூறும் கருத்தமைந்த பாட்டில் செங்குட்டுவன் கடலிற் பகைவர் மேல் வேலெறிந்து அவர் பிறக்கிடச் செய்த திறத்தைப் பாடிச் சிறப்பித்துள்ளார். இவ்வாற்றால் செங்குட்டுவனுக்குக் கடல்பிறக்கோட்டிய செங்குட்டுவன் என்று பெயர் பிறங்குவதாயிற்று.

இவ்வண்ணம் செங்குட்டுவன் கடல் பிறக்கோட்டிய சிறப்பால் சான்றோர் பரவ இனிதிருந்து வரும் நாளில் தென்பாண்டி நாட்டில் அவன் மன அமைதியைக் கெடுக்கும் செயலொன்று நிகழ்ந்தது; மதுரை மாவட்டத்து மோகூர் என்னும் ஊரில் பழையன் என்னும் தலைவன் ஆட்சிபுரிந்து வந்தான். அவன் காவிரி நாட்டுப் போர் என்னும் ஊர்க்குரிய பழையன் என்பான் வழி வந்தவன். போஒர்ப் பழையன், சோழர்க்குரியனாய், செங்குட்டுவனால் நேரிவாயிலில் அலைத்து வருத்தப்பட்ட சோழர் ஒன்பதின்மர்க்குத் துணைவனாய் நின்று வரிசையிழந்தான். அதனால், அவற்குச் சேரன் செங்குட்டுவன் பால் மனம் பொருந்தாமை உண்டாயிருந்தது. அன்றியும், தென்பாண்டி நாட்டு அறுகை செங்குட்டுவற்குத் துணை செய்தது, பழையன் உள்ளத்தில் அவ்வறுகைபால் பகைமை பிறப்பித்தது.

அறுகையென்பான் இருந்த ஊர் குன்றத்தூர் என்பது. அதற்குப்பின் அவ்வூர் அறுகை குன்றத்தூர் என்று வழங்குவதாயிற்று. இடைக்காலத்தே அப்பகுதியில் அரசு புரிந்த வேந்தர் அறுகை

குன்றத்தூரிலிருந்து தமது ஆணையைப் பிறப்பிப்பதுண்டெனச் சோழபுரத்துக் கல்வெட்டொன்றால்[10] அறிகின்றோம்.

சோழர் பொருட்டுப் போஓர்ப் பழையன் கொங்கு நாட்டவரோடு ஒருகால் பெரும்போர் செய்து வெற்றி பெற்றான்; அறுகை கொங்குநாட்டினின்றும் தென்பாண்டி நாட்டிற்குட் போந்திருந்த ஒரு குடியிற்பிறந்தவன்; அதனால் பழையர்பால் அறுகைக்கு வெறுப்புண்டாகியிருந்தது; சேரன் செங்குட்டுவனோடு நேரி வாயிலிற் பொருதழிந்த சோழர் ஒன்பதின்மர்க்குத் துணை செய்து, தனக்கு நண்பனான செங்குட்டுவனது வெகுளிக்கு இரையாகியவன் என்பதனாலும், தனக்குச் செங்குட்டுவன் நண்பன் ஆதலாலும், மோகூர்ப் பழையன்மேல் போர்க் கெழுந்தால் அவன் அஞ்சியோடுவன் என்று அறுகை எண்ணினான். இதனால் அறுகை தன் தென்பாண்டிப் படையை மோகூர்மேல் செலுத்தி அதனைச் சூழ்ந்துகொண்டு உழிஞைப் போர் தொடுத்தான். மோகூர் மன்னன் சோழவேந்தரும் வேளிரும் துணை வரத் தனது பெரும்படையைச் செலுத்தி அறுகையின் படையை வென்று வெருட்டினான். அறுகை போரிழந்து புறந்தந்து ஓடி ஒளிந்து கொண்டான். இவ்வேந்தர் பண்டு செங்குட்டுவற்குத் தோற்ற சோழராவர்.

இச்செய்தி செங்குட்டுவனுக்குத் தெரிந்தது. உடனே அறுகை தன்னாட்டிற்கு மிக்க சேணிடத்தே இருப்பதை அறிந்திருந்தும், தான் செய்த கடற்போர் செவ்வே நிகழ்ந்து வென்றி விளைப்பதற்கு அவ்வறுகை துணை செய்தமையின், அவன் தனக்குக் கேளாவன் என வஞ்சினமொழிந்து, செங்குட்டுவன் தன் பெரும்படையுடன் போந்து, மோகூர்ப் பழையனொடு போர் தொடுத்தான். பழையனும் நெடுமொழி நிகழ்த்திக் கடும்போர் உடற்றினான். அவனுக்குச் சோழவேந்தர் சிலரும் வேளிர் சிலரும் துணை புரிந்தனர். செங்குட்டுவன் அவனுடைய மோகூர் அரண்களை அழித்து, வேந்தர் முதலியோரது துணையைச் சிதைத்து, அவனுடைய காவல் மரமான வேம்பினை வெட்டி, அது போர் முரசு செய்தற்கு ஏற்றதாய் இருப்பது கண்டு ஏற்றவாறு துண்டஞ்செய்து, களிறு பூட்டிய பண்டிகளில் ஏற்றிக் கொண்டு வஞ்சி மாநகர் வந்து சேர்ந்தான். இதனைப் பரணர், ''நுண் கொடியுழிஞை வெல்போர் அறுகை ஒழுகையுய்த்தோய்''[11] என்றும், விறலியாற்றுப் படையாக, ''யாமும் சேறுகம் நீயிரும் வம்மின், துயலுங் கோதைத் துளங்கியல் விறலியர், கொளைவல்

வாழ்க்கைநும் கிளைஇனிது உணீஇயர் கருஞ் சினை விறல்வேம் பறுத்த, பெருஞ்சினக் குட்டுவற் கண்டனம் வரற்கே''[12] என்று பாடினர்.

பரணர் பாடிய பாட்டுக்குச் செங்குட்டுவன் மிக்க பரிசில் தந்தான். அவர் பின்பு பொறை நாடு கடந்து ஆவியர் தலைவனான வையாவிக் கோப்பெரும்பேகன் நாட்டுக்குச் சென்றார். செங்குட்டுவன் வஞ்சி நகர்க்கண் இனிதிருக்கையில் சோழநாட்டுக் காவிரிப்பூம்பட்டினத்தில் தோன்றிப் பாண்டி நாட்டு மதுரை மாநகரையடைந்த கோவலன் கண்ணகியென்ற இருவருள், கோவலன், தன் மனைவி கண்ணகியின் காற்சிலம்பு விற்க முயலுகையில், பாண்டியனால் தவறாகக் கொலையுண்டான். அவன் மனைவி கண்ணகியென்பாள், மன்னனது தவற்றை வழக்குரைத்துக் காட்டி மதுரை மூதூரை யெரித்துவிட்டு வையையாற்றின் கரை வழியே சேர நாடு வந்து, ஒரு வேங்கை மரத்தின் நீழலில் தங்கி விண்ணுலகடைந்தாள். இதற்குச் சிறிது காலத்துக்கு முன் செங்குட்டுவன் தம்பியார் இளங்கோவென்பார் அரசுரிமையைக் கையிகந்து துறவுபூண்டு குணவாயிற் கோட்டம் என்னுமிடத்தே உறைவாராயினர். பொறை நாட்டுப் பகுதியிலுள்ள சீத்தலையென்னும் ஊரில் சாத்தனாரென்ற சான்றோரொருவர் தோன்றி மதுரை மாநகர்க் கண் கூலவாணிகம் செய்து பெருஞ்செல்வம் ஈட்டினார். பின்னர், அவர் அச்செல்வத்தையும் வாணிகத்தையும் தம் மக்கள்பால் விடுத்துத் துறவுபூண்டு சேரநாடு வந்து சேர்ந்தார். செங்குட்டுவன் அவர்க்கு வேண்டுவன நல்கிச் சிறப்பித்ததோடு சாத்தனூர் என்னும் ஓர் ஊரையும் நல்கினான். அது யவனநாட்டுத் தாலமி (Ptolemy) என்பாரால் மாசாத்தனூர் (Masantanour) என்று குறிக்கப்பட்டுள்ளது.

ஒருகால் செங்குட்டுவன் மலைவளங்காண விரும்பித் தன் மனைவி இளங்கோ வேண்மாள் உடன் வரப்பேரியாற்றங் கரைக்குச் சென்றான். அங்கே அவற்கு இலவந்திகை வெள்ளிமாடம் என்றோர் அரண்மனை இருந்தது,. அப்போது அவனுடன் அரசியற்சுற்றத்தாரும் தண்டமிழாசானாகிய சாத்தனாரும் வந்திருந்தனர். அவ்விடம் நேரி மலையின் அடியில் பேரியாற்றங் கரையில், இப்போது உள்ள நேரி மங்கலம் என்னும் இடமாகும். இன்றும் அங்கே இடிந்து பாழ்பட்டுப் போன அரண்மனைக் கட்டடங்கள் உள்ளன எனத் திருவாங்கூர் நாட்டியல் நூல்[13] கூறுகிறது. இடைக் காலத்தில் வாழ்ந்த அரச குடும்பத்தின் ஒரு கிளை அங்கேயிருந்ததென அங்கு வாழ்பவர் கூறுகின்றனர்.

சேரமான் வந்திருப்பதறிந்த மலைவாணர் மலை படு செல்வங்களான யானைக்கோடு, அகில், மான் மயிர்க்கவரி, மதுக்குடம், சந்தனக்கட்டை முதலிய பலவற்றைக் கொணர்ந்து தந்து, கண்ணகி போந்து வேங்கைக்கீழ் நின்று விண்ணுலகு சென்றதைத் தாம் கண்டவாறே வேந்தற்கு எடுத்துரைத்தனர். உடனிருந்த சாத்தனார், கண்ணகியின் வரலாற்றை எடுத்து உரைத்தார். அது கேட்டு மனம் வருந்திய செங்குட்டுவன், தன் மனைவியை நோக்கி, ''பாண்டியன் மனைவியான கோப்பெருந் தேவியோ, கண்ணகியோ, நின்னால் வியக்கப்படும் நலமுடையோர் யாவர்?'' என்று வினவினன்; இளங்கோவேண் மாள், ''காதலன் துன்பம் காணாது கழிந்த மாதராராகிய கண்ணகியார் வானத்துப் பெருந்திருவுறுக; அது நிற்க. நம் நாடு அடைந்த இப்பத்தினிக் கடவுளைப் பரசல் வேண்டும்'' என்று தெரிவித்தாள். கேட்ட வேந்தன் சாத்தனாரை நோக்க, அவரும் அதுவே தக்கதெனத் தலையசைத்தனர். பின்னர், வேந்தன் பத்தினிக் கடவுளாகிய கண்ணகியின் உருவம் சமைத்தற்குக் கல் வெண்டுமென அரசியற் சுற்றத்தாரை ஆராய்ந்தான். முடிவில் இமயத்தினின்று கல் கொணர்வதே செயற்பாலது எனத் துணிந்தனர்.

பின்னர், வேந்தர் பெருமானான செங்குட்டுவன் மலை வளங்கண்டு மகிழ்ச்சி கொண்டு வஞ்சிமாநகர்க்குத் திரும்பிப் போந்து இமயஞ்சேறற்கு வேண்டும் செயல் முறைகளைச் செய்யலுற்றான். இதற்கிடையே வடநாட்டில் ஒரு நிகழ்ச்சி யுண்டாயிற்று. சேரநாட்டு வடக்கெல்லையாய் விளங்கும் வானவாசி (Vanavasse) நாட்டில் நூற்றுவர் கன்னர் (Satakarni) என்பார் ஆட்சி புரிந்து வந்தனர்.[14] இச்செய்தியை வனவாசி நகரத்தில் உள்ள கல்வெட்டுக்கள் உரைக்கின்றன. அவர்கள் பெயரடியாகத்தான் புன்னாடு[15] என முன்னாளில் வழங்கிய அப்பகுதி கன்னடநாடு எனப்படுவதாயிற்று; அவர் வழங்கும் திராவிட மொழியும் கன்னடமொழியென வழங்குவதாயிற்று. சேரவேந்தர் வானவரம்பராகிப் பின் இமயவரம்பரான கால முதல் அந்நூற்றுவர் கன்னர் சேரரோடு நண்பர்களாகவே இருந்தனர். அவர்கட்கு வடக்கிலிருந்த கடம்பரும் பிற ஆரிய வேந்தரும் சேரர்பால் அழுக்காறும் மனக் காய்ச்சலும் கொண்டிருந்தனர். அந்த மன்னர் ஒரு கால் ஒரு திருமணத்திற் கூடியிருந்த போது, ''தென் தமிழ் நாடாளும் வேந்தர் செரு வேட்டுப் புகன்றெழுந்து, மின் தவழும் இமயநெற்றியில் விளங்குவில் புலி கயல் பொறித்த நாள், எம்போலும் முடி மன்னர் ஈங்கு இல்லைபோலும்!'' என்று பேசிக்

கொண்டனராக, அச்செய்தியைச் செங்குட்டுவனுக்கு அப் பகுதியிலிருந்து வந்த மாதவர் சிலர் தெரிவித்தனர். அதனால், அவ்வடவாரிய வேந்தரின் செருக்கடக்குதற்கு இதுவே செவ்வியெனச் செங்குட்டுவன் கருதினான்.

கணிகள் கூறிய நன்னாளில் சேரர் பெரும்படை இமயம் நோக்கிப் புறப்பட்டுச் சென்றது. நூற்றுவர் கன்னர் வழியிற் குறுக்கிட்டோடிய ஆறுகளைக் கடத்தற்கு வேண்டும் துணை புரிந்தனர். வடவாரிய நாட்டில் கனகன் விசயன் என்ற இரு வேந்தர்கள், உத்தரன், விசித்திரன், உருத்திரன், பயிரவன், சித்திரன், சிங்கன், தனுத்தரன், சிவேதன் முதலிய வேந்தர்களைத் துணையாகக் கொண்டு பெரும்போர் உடற்றினர்; அப்போர் பதினெட்டு நாழிகை நடந்தது; ஆரிய மன்னர் படையழிந்து மாறிப் புறந்தந்தோடினர்; கனகனும் விசயனும் கைச்சிறைப்பட்டனர். இமயத்தில் கண்ணகி பொருட்டு எடுத்த படிமக் கல்லை அக்கனகவிசயர் முடிமேல் ஏற்றிக் கங்கையில் நீர்ப்படை செய்து சிறப்பித்துக் கொண்டு செங்குட்டுவன் சேரநாடு வந்து சேர்ந்தான். கனகவிசயர் வஞ்சி நகர்ச்சிறைக் கோட்டத்தே இருந்தனர். பின்னர்ச் செங்குட்டுவன் கண்ணகியின் உருவமைந்த கோயிலுக்குக் கடவுள் மங்கலம் செய்தான். தமிழ் நாட்டினின்றும், ஈழம் முதலிய நாட்டினின்றும், பிறநாடுகளிலிருந்தும் வேந்தர் பலர் அவ்விழாவுக்கு வந்திருந்தனர். செங்குட்டுவன் கனகவிசயரையும் சிறை நீக்கித்தன் வேளாவிக்கோ மாளிகையில் (வேண்மாடத்தில்) அரசர்க்குரிய சிறப்புடன் இருத்திக் கண்ணகி விழாவில் கலந்து கொள்ளச் செய்தான். ஈழ நாட்டிலிருந்து வந்த வேந்தன் முதற்கயவாகு எனப்படுகின்றான். பின்பு செங்குட்டுவன்,

> **''கைவினை முற்றிய தெய்வப் படிமத்து**
> **வித்தகர் இயற்றிய விளங்கிய கோலத்து**
> **முற்றிழை நன்கலம் முழுவதும் பூட்டிப்**
> **பூப்பலி செய்து காப்புக்குடை நிறுத்தி**
> **வேள்வியும் விழாவும் நாடொறும் வகுத்துக்**
> **கடவுண் மங்கலம் செய்கென ஏவினன்''**[16]

பிறகு வேந்தர் அனைவரும் தங்கள் தங்கள் நாட்டிலும் தங்களாற் செய்யப்படும் திருக்கோயிலில் எழுந்தருள வேண்டுமென்று கண்ணகித் தெய்வத்தைப் பரவினர். கண்ணகித் தெய்வமும் ''தந்தேன் வரம்,'' என்று மொழிந்தது.

இது செய்த காலத்துச் செங்குட்டுவன் ஐம்பதாண்டு நிரம்பியிருந்தான். மேலும் ஐந்தாண்டுகள் தன்வாழ்நாளைச் செங்குட்டுவன் அறத்துறைவேள்விகள் செய்து கழித்து வந்தான். பதிற்றுப்பத்து ஐந்தாம்பதிகம் செங்குட்டுவன் ஐம்பத்தையாண்டு வீற்றிருந்தானென்று கூறுகிறது. சாத்தனார் கண்ணகி வரவலாற்றை நேரிற்கூறிச் செங்குட்டுவன் கருத்தைப் புகழ்த்துறையில் செலுத்திய சிறப்புக் கண்டு, அவர் பெயரால் ''மாசாத்தானூர்'' என்ற ஊரொன்றும், இந்நிகழ்ச்சியைச் செந்தமிழ்க் கோயிலாகிய சிலப்பதிகாரம் அமைத்துச் சிறப்பித்த இளங்கோவடிகள் பெயரால் ''இளங்கோவூர்'' என்றோர் ஊரும் சேரநாட்டில் உண்டாயின. அவையிரண்டும் யவன அறிஞரான தாலமியின் குறிப்பில் உள்ளமை ஆராய்ச்சியறிஞர் கண்டு இன்புறுவாராக.[17]

அடிக்குறிப்புகள்

1. இவனைக் கரிகாலனெக் கருதுவோரும் உண்டு. அகம் 125.
2. உறையூரின் தென்புற வாயில் நேரி வாயிலாகும்
3. சிலப், 27: 118-23: 28: 116-9. பதிற். ஐஐ பதி
4. பதிற். 42
5. பதிற். 41
6. பதிற். 45
7. பதிற். 46
8. பதிற். 48
9. அகம். 219
10. Ep. A.R.No. 493 of 1909.
11. பதிற். 44
12. மேற்படி 49
13. Travancore State Manual, Vol. IV.223.
14. Bombay Gazetteer, Kanara, part ii, p 178.
15. Punnata of Ptolemy. M'Crindle. p. 72. Robert Sewell's Antiquities. P.226. Heritage of Karnataka. p. 6. mf<<,396.
16. சிலப். 28:228-33.
17. M' Cridnles Translation, Ptolemy. P.54.

9. ஆடுகோட்பாட்டுச் சேரலாதன்

இமயவரம்பன் நெடுஞ்சேரலாதனுக்கு வேளாவிப் பதுமன் தேவி ஈன்ற மக்கள் இருவருள் முன்னவன் களங்காய்க்கண்ணி நார்முடிச் சேரலும் பின்னவன் ஆடுகோட்பாட்டுச் சேரலாதனுமாவர். இவன் நார்முடிச் சேரலுக்கும் செங்குட்டுவனுக்கும் இளைய வனாதலின், செங்குட்டுவற்குப் பின் சேர நாட்டு அரசு கட்டில் ஏறினான்.

ஒருகால் தொண்டை நாட்டுக்கும் கொண்கான நாட்டுக்கும் இடையிலிருந்த தண்டாரணியத்தில் வாழ்ந்த வேந்தருக்கும் சேரருக்கும் பகையுண்டாக, இச்சேரலாதன் சேரர் படையொன்று கொண்டு வெட்சிப்போர் செய்து நிரைகளைக்கவர்ந்து வந்தான். அவற்றைத் தன் நாட்டுத் தொண்டி நகர்க்கண் நிறுத்தி, அச்செயலில் துணை புரிந்த வீரர்களுக்கும் ஒற்றர்களுக்கும் கணிமொழிந்த பிறர்க்கும் பகுத்தளித்தான். தண்டாரணியத்திற் கோட்பட்டவற்றுள் வரையாடுகளே (வருடைகளே) மிக்கிருந்தமையின், அவனுக்கு **ஆடுகோட் பாட்டுச் சேரலாதன்** என்ற சிறப்புப் பெயர் உண்டாயிற்று. "தண்டாரணியத்துக் கோட்பட்ட வருடையைத் தொண்டியுள் தந்து"[1] என்று பதிகம் கூறுவதால், இவன் தொடக்கத்தில் தொண்டி நகரைத் தலை நகரமாகக் கொண்ட பொறை நாட்டில் இருந்து வந்தான் என்பது தெரிகிறது. செங்குட்டுவனுக்குப் பின் வஞ்சி நகரடைந்து சேரநாடு முழுதிற்கும் இச்சேரலாதன் முடி வேந்தனானான்.

ஆடுகோட்பாட்டுச் சேரலாதன் அரசு கட்டிலேறியதும் சேரநாட்டின் வடபகுதியில் வாழ்ந்த சதகன்னர், வானவாற்றையும் (Honawar) வானமாமலையையும் வரம்பறுத்துத் தம்மை வானவரம்பரெனச் சேரர் கூறிக்கொள்வது பற்றி அழுக்காது கொண்டு அதற்குத் தெற்கிலும் தமது எல்லையைப் பரப்ப முயன்றனர். அவரது வானவாசி நாட்டுக்குத் தெற்கில் சேர

நாட்டின் வட பகுதியாய் இருந்த கொண்கான நாட்டை ஆண்டு வந்த ''நன்னன் உதியன்''[2] என்பான் சேரர் கீழ்க் குறுநிலத் தலைவனாய் இருந்து வந்தமையின், அது குடநாட்டைச் சேர்ந்த பகுதியாயினும், தனியாக வைத்துப் பேசப்பட்டு வந்தது. அதன் தென்பகுதியே குடநாடாகப் பெயர் வழங்கிற்று. நார்முடிச் சேரலால் கொங்கு நாட்டில் நன்னன் வலியழிந்து போகவே, அவன் வழி வந்தோர் சதகன்னர்களுக்கு அஞ்சி அவர்வழி நிற்கலாயினர். இரு திறத்தாரும் தம்மிற்கூடிக் குடநாட்டுட் புகுந்து குறும்பு செய்தனர். அச்செய்தி ஆடுகோட்பாட்டுச் சேரலாதனுக்குத் தெரிந்தது. அவன் சதகன்னர் முதலிய வடவரது குறும்பு பொதுவாகத் தமிழகத்தின் தனி மாண்புக்கு ஊறு செய்யுமென உணர்ந்து, பாண்டி வேந்தர்க்கும் சோழ வேந்தர்க்கும் வேளிர் களுக்கும் அறிவிப்ப, தமிழ் வேந்தர் பலரும் கருத்தொருமித்துப் படைத்துணை புரிந்தனர். தமிழ்ப் பெரும்படை திரண்டு குடபுலம் நோக்கிச் சென்றது.

அக்காலத்தே பொறை நாட்டின் கீழ்ப்பகுதியில் நச்செள்ளையார் என்ற புலவர் பெருமாட்டியார் வாழ்ந்தார். இப்போது அப்பகுதி பாலைக்காடு நாட்டில் நடுவட்டம் என வழங்குகிறது. ஒரு தலைமகன் வினைமேற்கொண்டு தலை மகளைப் பிரிந்து சென்று வினை முடித்து மீண்டு வந்து தன் மனையை அடைந்து இனிதிருக்கையில், மனைவியின் தோழியை நோக்கி, ''என் பிரிவுக் காலத்தில் நீ நன்கு ஆற்றியிருக்குமாறு இவட்குத் துணை செய்தாய்: உனக்கு என் நன்றி உரியது.'' என்று கூற, அவனுக்கு அவள், ''தலைவ. நின் வருகையை முன்னர் அறிவித்த காக்கைக்கு நன்றிசெலுத்தக் கடமைப்பட்டுள்ளோம். இந்நாட்டுத் தொண்டி நகர்க்கண் இடப்பெறும் நெற்சோற்றில் நள்ளியின் கானத்தில் வாழும் இடையர் தரும் நெய்யைப் பெய்து ஏழுகலங்களில் ஏந்தித் தரினும், நின் வரவைக் கரைந்துணர்த்திய காக்கைக்கு நன்றியாகச் செலுத்தக் கடவ பலி பெரிதாகாது, மிகவும் சிறியதாம்.'' என்றாள். இக்கருத்தை நச்செள்ளையார்.

> **''திண்டேர் நள்ளி கானத் தண்டர்**
> **பல்லா பயந்த நெய்யின் தொண்டி**
> **முழுதுடன் விளைந்த வெண்ணெல் வெண்சோறு**
> **எழுகலத் தேந்தினும் சிறிதுஎன் தோழி**
> **பெருந்தோள் நெகிழ்த்த செல்லற்கு**
> **விருந்துவரக் கரைந்த காக்கையது பலியே.''[3]**

என்று பாடினர். இப்பாட்டின் இனிமையையும், நள்ளியினுடைய கானத்தியல்பும் தொண்டி நகரின் நெல் வளமும் உள்ளவாறு தீட்டப்பெற்றிருக்கும் ஒட்பத்தையும் கண்ட சான்றோர், அவர்க்குக் காக்கை பாடினியார் என்ற சிறப்பை நல்கினர். அது முதல் அவர் காக்கை பாடினியார் நச்செள்ளையார் என்று விளங்குவாராயினர். அதனை அறிந்த வேந்தன் அவர் இருந்த ஊரைக் காக்கையூர் என்று பெயரிட்டு அவர்க்கு இறையிலி முற்றூட்டாக வழங்கினான். அவர் தமது காக்கையூரிலிருந்து வந்தார்.

சேரநாட்டு வடக்கில் வடவர் செய்யும் குறும்பும் அவர் களையொடுக்குவதற்குச் சேரலாதன் படைகொண்டு செல்லும் மேற்செலவும் அவருக்குத் தெரிந்தன. சேரவேந்தர், மகளிர் பாடும் இசையிலும், ஆடும் கூத்திலும் பேரீடுபாடுடையர். செங்குட்டுவன் வடநாடு சென்றபோது பாடல் மகளிரும் ஆடல் மகளிரும் உடன் சென்ற திறம் இதற்குப் போதிய சான்றாயிற்று. ஆடுகோட்பாட்டுச் சேரலாதன், ஆண்டில் இளையனாதலால், இன்பத்துறையில் மிக்க எளியனாயிருந்தது தெரிந்திருந்தது. சேரலாதன் போர்ச்செலவை மேற்கொண்டபோது மகளிர் கூட்டம் உடன் சென்றதென்றும் கேள்வியுற்றார். இந்த எளிமை வேந்தரது கொற்றத்தைச் சிதைக்கும் என்று காக்கை பாடினியார் அஞ்சிக் கொண்டேயிருந்தார்.

ஆடுகோட்பாட்டுச் சேரலாதன் குடபுலம் செல்பவன் ஒருநாள் மாலையில் நுண்மணல் பரந்த பனம் பொழில் ஒன்றில் பந்தர் அமைத்து ஏனைவேந்தரும் தலைவரும் கூடியிருப்ப விறலியர் பாட்டிசையில் இன்புறலானான். இதனைக் காக்கை பாடினியார் அறிந்து விரைந்து போந்து வேந்தனைக் கண்டு, ''வேந்தே, நீ இவ்வண்ணம் விறலியர் பாட்டிசையில் வீழ்ந்து கிடந்தால், நின் மனத்திண்மையுணராத பிறர், ''இவ்வேந்தன் மெல்லியன் போலும்!' என எண்ணி இகழ்வாரே!'' என்ற கருத்துப்பட.

''சுடர்நுதல் மடநோக்கின்
வாணகை இலங்கெயிற்று
அமிழ்துபொதி துவர்வாய் அசைநடை விறலியர்
பாடல் சான்று நீடினை யுறைதலின்
வெள்வேல் அண்ணல் மெல்லியன் போன்மென
உள்ளுவர் கொல்லோநின் உணரா தோரே.''[4]

என, இதனைக் கேட்கும் வேந்தன் உள்ளம் சினம் கொள்ளா வகையில் மிக வித்தகமாக விளம்பினார். இதுகேட்டு வேந்தன் முறுவலித்துத் தன் செய்கையின் விளைவைச் சிந்திக்கலானான். உடனே, காக்கை பாடினியார், ''நின்னை நன்கு உணர்ந்தோர், ''நீ பெருஞ்சினப் புயலேறு அனையை'' என்றும், ''நின்படைவழி வாழ்நர் தடக்கையானைத் தொடிக்கோடு துமிக்கும் எஃகுடை வலத்தர்'' என்றும், போர்க்களத்தின் கண்.

''மாற்றருஞ் சீற்றத்து மாயிருங் கூற்றம்
வலைவிரித் தன்ன நோக்கலை
கடியையால், நெடுந்தகை''[5]

என்றும் உணர்ந்து அமைவர் என்று நயம்பட மொழிந்து அவனைக் குடபுலப் போர்க்குச் செல்லுமாறு ஊக்கினார்.

குடபுலம் சென்ற சேரலாதனது பெரும்படை வரவு கண்டதும், கொண்கான நாட்டு வேந்தரான நன்னன் வழியினருட் சிலர், மலைபடுபொருளும் காடு பொருளும் கடல்படு பொருளுமாகியவற்றுள் மிகச் சிறந்தவற்றைத் திறையாகத் தந்து பணிந்தனர். சேரலாதன் அவரது திறை பெற்றும் சினந் தணியானாக, அவர் பொருட்டுக் காக்கை பாடினியார் வேந்தன் முன் நின்று,

''செல்வர் செல்வ, சேர்ந்தோர்க் கரணம்,
அறியா தெதிர்ந்து துப்பிற் குறையுற்றுப்
பணிந்துதிறை தருபநின் பகைவ ராயின்,
சினஞ்செலத் தணிமோ, வாழ்கநின் கண்ணி!''[6]

என்றும், ''சினந்தணியாது போர் செய்து நாட்டை அழிப்பது கூடாது: இதுவும் நினது நாடே: பாடுசால் நன்கலம் தரூஉம் நாடு புறந்தருதல் நினக்குமார் கடனே.'' என்றும் எடுத்தோதினர்.

பின்பு, சேரலாதன் அவர்கட்கு நட்பருளி, அவரது துணைமை பெற்று, வடவாரியரைத் துணைக்கொண்டு தன்னொடு பொர வந்த சதகன்னருடன் பெரும்போர் உடற்றினான். களிறும் குதிரையும் தேரும் வீரரும் கூடிய தமிழ்ப்படை, வடவர் தானையை வென்று வெருட்டிற்று. தமிழ் மறவர்கள் தங்கள் மெய்புதை யரணம் கிழிந்தொழிந்ததை நினையாமலும் தும்பை சூடிப் பொருதழித்தனர். எண்ணிறந்த வீரர் துறக்கம் புகுந்தனர். முடிவில் சேரலாதன்

தானை, வானவாசி நாட்டுட் புகுந்து அங்கேயே பாடிவீடு அமைத்து நின்றது. பகைவர் பலரும் புறந்தந்தோடினர். ஆற்றாத சதகன்னருட் சிலர் அடிபணிந்து அருங்கலம் பல தந்து, ''எம்மை அருளுக!' எனவேண்டினர். சேரலாதன் அவர்கட்கு அருள் செய்து பண்டுபோல வானமலையை வரம்பு நிலைநிறுத்து, அவர்களையும் எல்லை கடவாது காக்குமாறு பணித்துவிட்டுத் திரும்பலானான். அதனால் சேரலாதனைச் சான்றோர் வானவரம்பன் என்று பாராட்டினர். இது நிலை பெறுமாறு அந்நாட்டுப் பார்ப்பனரைக் கொண்டு பெருவேள்வி செய்து, அவர்கட்குக் குடநாட்டில் ஒரூரையும் கொடுத்தான். இது பற்றியே பதிகமும் ''பார்ப்பாருக்குக், கபிலையொடு குடநாட்டு ஓர் ஊர் ஈத்து, வானவரம்பன் எனப் பேரினிது விளக்கி'' என்று கூறுவதாயிற்று.

வானவரம்பன் என்று பேரினிது விளக்கிய ஆடுகோட்பாட்டுச் சேரலாதன் வஞ்சிநகர் போந்து இனிதிருக்கையில் கிழக்கில் கொல்லி மலைக்கும் காவிரிக்கும் இடையிலுள்ள நாட்டில் வாழ்ந்த மழவரென்பார் தெற்கில் வேளிர்கள் வாழும் நாடுகளைச் சூறையாடிக் குறும்பு செய்யத் தலைப்பட்டனர். நெடும் பொறை நாட்டை அடுத்திருக்கும் மீகொங்கு நாடும் குறும்பு நாடும் சேரர் ஆட்சியில் இருந்தன. அவருட்சிலர் சேரர் ஆட்சியில் தலைவராயும் தானை மறவராயும் இருந்தனர். ஆயினும், மழவரது குறும்பு நாளடைவில் மீகொங்கு நாட்டிலும் பொறை நாட்டிலும் பரவத் தலைப்பட்டது.

சேரலாதன் இம்மழவரது குறும்பை அடக்க வேண்டிய வனானான்: அதனால், தன் தானை மறவர்களைப் பொறை நாடு வழியாகக் கொங்கு நாட்டிற் செலுத்தி மழவர்களை ஒறுக்கலுற்றான். அவர்கள் சிறந்த குதிரை வீரர்கள். அதனால் அவர்களை அறவே பகைத்து ஒதுக்குவது வேண்டத்தக்கதன்று என்பதைத் தேர்ந்து, அவர்களை வளைத்துப் பற்றித் தனக்கு அடங்கித் தன் ஏவல் வழி நிற்குமாறு செய்ய விரும்பினான்: அவர்கட்குத் துவரைத் துவையலும் ஊன்கலந்து அட்ட சோறும் மிக்க விருப்பமானவை: அவற்றை நிரம்ப நல்கித்தன் தானை மறவராகக் கொண்டு, பின்னர் நிகழ்ந்த போர்கள் பலவற்றில் அவர்கட்கும் மெய்ம்மறையாய் நின்று அம்பு செய்தான்[7]. அதனால், மழவர்கள் குறும்பு செய்வது தவிர்த்து நண்பர்களாய் ஒழுகினார்கள். அதனால், பதிகமும் ''மழவரைச் செருவிற் சுருக்கி''[8] என்று கூறுகிறது.

சேரலாதன் மழவரது குறும்பை அடக்கித் தனக்கு உரியராக்கும் பணியில் ஈடுபட்டிருந்தபோது கொங்கு நாட்டில் ஆன் பொருநைக் கரையில் (ஆம் பிராவதி) கொங்கு வஞ்சி என்ற பெயரால் ஒரு நகரத்தை உண்டாக்கினான். அதன்கண் சேரர் குடியில் தோன்றிய அரசியற்செல்வருள் ஒருவரை நிறுவிச் சேரர் கொங்கில் நாடு காவல் புரியச் செய்தான். இடைக்காலச் சோழ வேந்தர் கொங்கு வஞ்சியைக் கைப்பற்றி அதற்கு இராசராசபுரம் என்று பெயரிட்டனர். இதனை அவர்களுடைய கல்வெட்டுக்கள். ''நறையனூர் நாட்டுக் கொங்கு வஞ்சியான ராஜராஜபுரம்''[9] என்று குறிப்பதனால் அறிகின்றோம். பிற்காலத்தே இதன் ஒருபகுதி ராஜாதிராஜ சதுர்வேதி மங்கலமாகியது. இப்போது இந்த ராஜராஜபுரம், தாராபுரம் என்று மருவிக் கோயம்புத்தூர் மாவட்டத்தில் உளது.

சான்றோர் செவிகைப்பச் சொல்லினும் அவற்றையேற்கும் பண்புடைய வேந்தன் பொன்றாப் புகழ்கொண்டு விளங்குவன் என்பதற்கேற்பச் சேரலாதன் சான்றோர் அவ்வப்போது கூறுவனவற்றையேற்று இனிதொழுகிப் புகழ் பெற்றான். ஒருகால், சேரலாதன் தன்னாட்சியின் கீழிருந்துகொண்டே செருக்கிக் குறும்பு செய்த வேந்தனொருவனைப் போரில் வென்றொடுக்கித் தன் நகர்க்குத் திரும்பி வரலானான். வரும் வழியில் குறும்பு செய்து பகைத்தொழுகிய வேந்தனுடைய அரண்மனை நின்றது. அதனையறிந்த தானைத் தலைவர்கள், ''இதற்குள் நுழைந்து செல்வதே தக்கது; அன்றேல், இதனைச் சுற்றி நெடுந்தூரம் வளைந்து வளைந்து சேறல் வேண்டும்' என்றனர்; வேந்தனும் அவர் உரைக்கு இசையும் குறிப்புடையனானான். அப்போது காக்கை பாடினியார் குறுக்கிட்டு, ''வேந்தே, செல்லும் வழியில் இருப்பது தொல்புகழ் மூதூர்; அதன்கண் எந்திரம் புணர்த்த கோட்டை வாயிலும், முதலைகள் வாழும் ஆழ்ந்த அகழியும், வானுறவோங்கிய மதிலும் உள்ளன; அது நின்னாற் காக்கப்படுவ தொன்று; அன்றியும், அதற்கு நின்முன்னோர், தமக்கு முன்னும் பின்னும் வந்தோர் ஓம்புமாறு வேண்டுவன செய்துள்ளனர்; அதனால், அதன்கண் புகுந்து செல்லாது வேறு வழியே செல்வாயாக; செல்வாயேல், நின் படையிலுள்ள போர் யானைகள், ஏந்துகை சுருட்டித் தோட்டி நீவிமேம்படு வெல்கொடி நுடங்கத் தாங்கலாகா''[10] என்று தெருட்டினர். வேந்தனும் அவ்வாறே செய்து சிறப்புற்றான்.

நாட்டின் வருவாயைப் பெருக்கி, வந்ததனை அறம் பொருள் இன்பங்கட்குப் பகுத்துச் செவ்விய முறையில் ஆட்சி புரியும் சேரலாதன், இன்மையுற்று வருந்தும் இரவலர்க்கு வேண்டுவன நிரம்ப நல்கி இனிது வாழச் செய்யும் இயல்புடையவன் பனியும் குளிரும் நின்று வருந்தும் மாசித் திங்களில் விடியற்காலத்தே செல்லும் பாணனுக்குக் காலையில் ஞாயிற்றின் எழுச்சியும் விளக்கமும் இன்பம் தருவது போல, இரவலருடைய சிறுகுடி பெருகப் பேருதவி செய்தான்.[11] காதலால் தமது உள்ளத்தைக் கவர்ந்து நிற்கும் மகளிர் துனித்து நோக்கும் பார்வை காதலர்க்கு மிக்க வருத்தத்தைச் செய்யும். அதனை நீக்குவதற்கு எச்செயலையும் அவர்கள் தட்டின்றிச் செய்வார்கள் என்பது உலகியல் உண்மை. சேரலாதன் காதலி காட்டும் துனித்த பார்வையினும் இரவலருடைய இன்மை நோக்கத்தைக் கண்டால் அஞ்சி நடுங்கி அதனை முற்பட்டு நீக்குவன்.[12] இதனால் சேரலாதன் நாட்டில் இரப்பவரே இலராயினர்: வேறு நாடுகளில் அவர்கள் இருப்பது ஒரு நாள் அவ்வேந்தனுக்குத் தெரிந்தது. உடனே அவன் அரசியற்சுற்றத்தாரை விடுத்து அந்நாடுகட்குச் சென்று அவர்களைக் கொணருமாறு பணித்தான்: அவர்கள் வந்த போது அவர்கட்கு வேண்டுவன நல்கி, இன் சொல்லும் நல்லுணவும் தந்து போக்கினான். இதனை, ''வாரா ராயினும் இரவலர் வேண்டித் தேரில் தந்து அவர்க்கு ஆர்பதன் நல்கும் நசை சால் வாய்மொழி இசை சால் தோன்றல்'[13] என்று நச்செள்ளையார் நாம் அறியப் பாடிக் காட்டுகின்றார்.

பொறை நாட்டின் வடபகுதியில் நறவு என்னும் ஒரு பேரூர் இருந்தது. அதனைத் தாலமி (Ptolemy) நறவூர் (Nouroura) என்று குறித்திருக்கின்றனர்.[14] ஆங்குள்ள அரண்மனையில் ஒருகால் சேரலாதன் சென்று தங்கியிருந்தான். அவனோடு மகளிர் பலர் இருந்தனர். அக்காலத்தே அவனைக் கண்ட நச்செள்ளையார், விறலியொருத்தியை அவன்பால் ஆற்றுப்படுக்கும் வகையால் ஒரு பாட்டைப் பாடினர். அதன்கண் நறவூர் கடற்கரையில் உளதென்றும் அங்கிருக்கும் மறவர் கடலலை மோதுவதால் எழும் துளிகளையும் குளிர் முகிலின் துளிகளையும் கலந்து வீசும் ஊதைக் காற்றால் உடல் நடுங்கியிருப்பரென்றும், அவன் மகளிரிடையே இன்புற்றிருப்பினும் அவன் உள்ளம் போர் வினையே கருதியிருக்கும் என்றும், அங்கே பாடிச் சென்று அவனைக் கண்டால் அவன் பகைப்புலத்து வென்ற அரும்பொருள்களை நல்குவனென்றும்[15] குறித்துள்ளார்.

பிறிதொருகால் சேரலாதன் வஞ்சி நகர்க்கண் இருந்த போது இனிய நிகழ்ச்சியொன்று நடைபெற்றது. இரவுக்காலத்தில் ஆடல் மகளிர் சிலர் துணங்கையாடலுற்றனர். உயரிய கால் விளக்கு நிறுத்திப் பெருவிளக்கம் செய்யப்பட்டது. துணங்கைக் களத்தில் முழவு முதலிய இசைக் கருவிகள் முழங்கின. அரங்கேறும் மக்கட்கு வேந்தர் தலைக்கை தந்து அவர்களுடைய ஆடல் பாடல்களைத் தொடங்கிவைப்பது வழக்கம். அவ்வாறே சேரலாதன் ஆடல் மகள் ஒருத்திக்குத் தலைக்கை தந்து துணங்கை யாடி வந்தான். மனைக்கண் புகுதலும் அவன் மனைவி ஊடிப் பிணங்கலுற்றாள். வேந்தன் அவளது ஊடலை உணர்த்தும் இன்சொற்கள் பல எடுத்துரைத்தான். உரைக்குந்தோறும் அவட்கு ஊடல் மிகுந்ததே யன்றிக் குறையவில்லை. அவ்வூடல் முதிர்ந்து துனிபயக்கும் எல்லையை நெருங்குதலும், கண் கலுழ, காலில் அணிந்த கிண்கிணியொலிப்ப, உடல் நடுங்க, நேர் நின்று வாயிதழ் துடிப்ப, கையிலிருந்த செங்குவளைப் பூவைச் சேரலாதன்மேல் எறிதற்கு ஓங்கினாள். அப்பூத் தன்மேற்பட்டு வாடுதல் ஆகாது என்ற அருளுள்ளத்தாலும், அவள் கையகத்திலிருந்தது தன் கையை அடைதல் தகுமேயன்றி நிலத்து வீழ்வது கூடாது என்ற காதற்பெருக்காலும், இருகையும் ஏந்தி, ''என் கையகத்து ஈக!' என இரந்து நின்றான். அவள், அதற்குடன்படாது, ''நீ எமக்கு யாரையோ?'' என்று அவ்விடம் விட்டுப் பெயர்ந்தாள். பின்னர், காக்கை பாடினியார் சென்று அரசமாதேவி ஊடல் உணரத் தகுவன கூறி அவளை வேந்தன் அடியில் வீழ்ந்து பணியச் செய்தார்.

பின்பொருகால் காக்கை பாடினியார் இந்நிகழ்ச்சியை ஒரு பாட்டிடை வைத்துப்பாடி 'நின் காதலி எறிதற்கோச்சிய சிறு செங்குவளையை அவளைப் பற்றிக் கைக்கொள்ள மாட்டாயாகிய நீ, பகைவருடைய வான் தோயும் எயில்களை எங்ஙனம் கைக்கொள்ள வல்லவனாயினை?'[16] என்று இனிமையுற இசைத்தார்.

ஒருகால் சேரலாதன் தான் வென்ற போர்க்களமொன்றில் தன் வலியறியாது பகைவர் போந்து பொருது மடிந்து துறக்க வாழ்வு பெற்றது குறித்து முன்றேர்க்குரவை ஆடினன். அக்காலை முரசுமுழங்க, கையில் வாளேந்தி, மார்பிற் பூணணிந்து, சென்னியில் உழிஞை சூடி ஆடியது கண்ட காக்கை பாடினியார், விழாக் காலத்தில் கூத்தரது ஆடுகளத்தில் ஆடுவதை தம் சேரலாதன்

அறியான், ''வேந்து மெய்ம்மறந்த வாழ்ச்சி, வீந்துகு போர்க் களத்து ஆடுங்கோவே''[17] என்று பாடி இன்புற்றார்.

இவ்வாறு அந்தப்புரத்தும், திருவோலக்கத்தும், எடுத்துச் செலவின்போதும் உடனிருந்து தமிழ் பாடி அறிவின்பம் நல்கிய காக்கை பாடினியார்க்குக் ''கலன் அணிக!' என ஒன்பது காப்[18] பொன்னும் நூறாயிரம் காணமும் கொடுத்துத் தன் பக்கத்திருக்கும் அரசியற் சுற்றத்தாருள் இருந்து அறிவின்பம் நல்குமாறு பணித்தருளினான். இவ்வாறு ஆடுகோட்பாட்டுச் சேரலாதன் முப்பத்தெட்டியாண்டு வீற்றிருந்தான் என்று பதிகம் கூறுகிறது.

காக்கைப் பாடினியார் சேரலாதனை வாழ்த்திய வாழ்த்துரைகள் ஒரு தனிச் சிறப்புடையவை. சோழ நாட்டு வேந்தன் ஒருவன் பண்ணன் என்பவனை வாழ்த்தலுற்று, ''பண்ணனே, நீ யான் வாழ்தற்குரிய நாளையும் உன் வாழ்நாளோடு கூட்டி வாழ்க!'' என வாழ்த்தியதைப் புறநானூற்றில் காண்கின்றோம். இவ்வுலகில் நல்வினை செய்பவர் துறக்கவுலகு சென்று நெடிது வாழ்வர் என்று சான்றோர் கூறுவர். அதனை ''நிலமிசை நீடு வாழ்வார்'' எனத் திருவள்ளுவர் கூறுவதனாலும் அறியலாம். காக்கை பாடினியார், சேரலாதனை வாழ்த்துங்கால், ''எனையதூஉம் உயர்நிலை யுலகத்துச் செல்லாது இவண்நின்று, இருநிலமருங்கின் நெடிது மன்னியரோ!''[19] என்று வாழ்த்துவர். வள்ளியோர்க்கு மழை முகிலை உவமம் கூறுவது மரபு. அம்மழை முகில் மழையைப் பெய்தபின் வெளுத்துப் பஞ்சுத்துய் போலப் பறந்து கெடும். அதனைக் கண்ட காக்கைப் பாடினியார், ''சேரலாதன் கொடையில் மழை முகிலையொப்பன்: ஆனால் அவனது வாணாள் அது போலக் கெடலாகாது.'' என வாழ்த்துவாராய், ''பெய்து புறந்தந்து பொங்கலாடி, விண்டுச் சேர்ந்த வெண்மழை போலச் சென்று அறாலியரோ பெரும-ஓங்கல் உள்ளத்துக் குருசில்! நின் நாளே,''[20] என்று கூறவர்.

இவர்க்கு வேண்டும் சிறப்புக்களைச் செய்த சேரலாதன் தன் திருவோலக்கத்துச் சான்றோருள் ஒருவராய்த் தன் பக்கத்துக் கொண்டான் எனப் பதிகம் கூறிற்றாக, அதனை உணராத ஆராய்ச்சியாளர் இவரை மணந்துகொண்டான் என்று சிறிதும் நாக் கூசாது கூறியிருக்கின்றனர். அரசன் பக்கத்திருப்பதென்பது அமைச்சராதல் என்பது எனத் திருக்குறள் படித்த இளஞ்சிறுவரும் அறிவர். இச்சிறு பொருளால் விளையும் பெரும் பழியை

நினைக்குந் திறமில்லாதவர் பலர். தமிழ்நாட்டு வரலாறு எழுதுகின்றோமெனத் துணிந்து, கழுவாயில்லாத வழுக்களைத் தமிழர் வாழ்வில் புகுத்தியிருப்பது பெரிதும் வருந்தத்தக்கது!

அடிக்குறிப்புகள்

1. பதிற். vi. பதிகம்
2. அகம். 258
3. குறுந். 210
4. பதிற். 51
5. பதிற். 51
6. பதிற். 59
7. பதிற். 55
8. மேற்படி. vi. பதி.
9. A.R.No. 146 of 1920.
10. பதிற். 50
11. பதிற். 59
12. மேற்படி 57
13. மேற்படி 55
14. பெரிப்புளூஸ் ஆசிரியர் நவுறா (Naoura) என்பதும், பிளினி நித்திரியா (Nitria) என்பதும் இந்நறவூரையே. கர்னல் யூல் முதலியோர் நேத்திராவதியாற்றங்கரையிலுள்ள மங்களூர் என்று கருதுகின்றனர். ஆனால், நறவூர் என்ற பெயரையேயுடைய ஊரொன்று அப்பகுதியில் இப்போதும் உள்ளது. அதனை ஏனோ அவர்கள் காணாது போயினர்!
15. பதிற். 60
16. பதிற். 52
17. மேற்படி 56
18. கா-ஒன்பது கழஞ்சு
19. பதிற். 54
20. மேற்படி 55

10. செல்வக் கடுங்கோ வாழியாதன்

பொறை நாடு, இப்போது மலையாள மாவட்டத்தில் உள்ள பொன்னானி, பாலைக்காடு, வைநாடு, வள்ளுவ நாடு, குறும்பர் நாடு, கோயிக்கோடு, ஏர்நாடு ஆகிய வட்டங்களைத் தன்கண் கொண்டிருந்தது. பொன்னானி வட்டத்தில் உள்ள இரும்பொறை நல்லூர், வடக்கில் குறும்பர் நாடு முதல் தெற்கில் பொன்னானி வட்டம் வரையில் பொறை நாடு பரந்திருந்தமைக்குச் சான்று பகருகிறது. இந்நாடு கிழக்கிற் கொங்கு நாட்டில் பூவானியாறு வரையிற் பரந்திருந்தது. பவானிக்கருகில் காவிரியொடு கலக்கும் பூவானியாறும், அவினாசி வட்டத்திலுள்ள இரும்பொறை என்னும் ஊரும் பொறை நாட்டின் பரப்பை வற்புறுத்துகின்றன.

இப்பொறை நாட்டில் குறும்பர் நாட்டுப் பகுதியில் மாந்தரம் என்றொரு மலை முடியும் அதனையடுத்து மாந்தரம் என்றோர் மூதூரும் உண்டு. அவ்வூரைத் தலைநகராகக் கொண்டு வேந்தர் சிலர் ஆண்டு வந்தனர். அவர்களும் பொறை நாட்டரசர்களே யாதலால், மாந்தரன் என்றும், மாந்தரம் பொறையன் என்றும், மாந்தரஞ்சேரல் இரும்பொறை என்றும் சான்றோர்களால் அவர்கள் வழங்கப்பெற்றார்கள். மாந்தரம் மாந்தை எனவும் வழங்கிற்று.[1] தொண்டி நகரைத் தலைநகராகக் கொண்டு ஆட்சி செய்தவர், 'இரும்பொறை' என வழங்கப்பெற்றனர். வள்ளுவ நாட்டுப் பகுதியில் இருந்த ஒரு கிளையினர் 'கடுங்கோ' எனப்பட்டனர். இவர்களின் வேறாகக் குட்டுவர், குடக்கோ என இரு கிளையுண்டென்பது முன்பே கூறப்பட்டது. இவற்றோடு தொடர்புடைமை தோன்றக் குடக்கோச்சேரமான், குட்டுவன் சேரல், இரும்பொறை என்றும், மாந்தரஞ்சேரல் இரும்பொறை என்றும் பிறவாறும் கூறிக் கொள்வது மரபு.

இவ்வேந்தர்கள் இமயவரம்பன் நெடுஞ்சேரலாதன் காலத்துக்கு முன்பிருந்தே சேர நாட்டில் இருந்து வரும் தொன்மையுடையராவர். மாந்தரஞ்சேரர்களுள் மாந்தரம் பொறையன் கடுங்கோ என்பவன் மிக்க பழையோனாகக் காணப்படுகின்றான். செங்குட்டுவன் காலத்தில் விளங்கிய பரணர் என்னும் சான்றோரால், இம்மாந்தரம் பொறையன் இறந்த காலத்தில் வைத்துக் குறிக்கப்படுவதே இதற்குப் போதிய சான்றாகிறது.

இந்த மாந்தரன், உயர்ந்தோர் பரவும் ஒள்ளிய குணம் படைத்தவன். அப்பகுதியில் இவன் காலத்தில் விளங்கிய வேந்தருள் இவனே மேலோனாகக் கருதப்பட்டான். நிறையருந்தானையும் பெருங்கொடை வன்மையும் இவன்பால் சிறந்து விளங்கின. இவனைப் பாடிச் சென்ற இரவலர் பெரும் பொருளும் பெரு மகிழ்ச்சியும் கொண்டே திரும்புவர். 'மாந்தரம் பொறையன் கடுங்கோப் பாடிச் சென்ற, குறையோர் கொள்கலம் போல, உவவினி வாழிநெஞ்சே!'[2] என்று பரணர் பாராட்டிக் கூறுகின்றார். மழைவளம் தப்பாவாறு நாளும் கோளும் உரியவிடத்தில் நின்றன. நாட்டில் எவ்வகை அச்சமும் மக்கட்கு ஏற்படவில்லை; எல்லோரும் இன்பமாய் வாழ்ந்தனர். மாந்தரன் தனக்குரிய கல்வி முற்றும் குறைவறக் கற்று உயர்ந்தான். பகைவர் வலியைக் கடந்த வாள் வேந்தர் பலர் இவனுக்கு அடங்கி அருங்கலங்களையும் களிறுகளையும் திறையாகத் தந்து இவன் ஆணை வழி நின்றனர். நடுவுநிலை திறம்பாத செங்கோன்மையால் இவன் கெடாத புகழ் பெற்று விளங்கினான். இவனது புகழ் விசும்பு முற்றும் பரந்திருந்தது. இவனுடைய வாளாற்றலைப் பகைவர் நன்கு தெரிந்திருந்தனர். இவனை அறக்கடவுள் துணையாய் நின்று வாழ்த்தியது. அதனால், இவனை ''அறன் வாழ்த்த நன்காண்டவிறன் மாந்தரன்''[3] என்று சான்றோர் பரவினர்.

மாந்தரம் பொறையன் கடுங்கோவின் அரசியற் செயல் இவற்றின் வேறாக நூல்களில் ஒன்றும் காணப்படவில்லை. அவற்குப்பின், ஒள்வாள் கோப்பெருஞ்சேரல் இரும்பொறை யென்பான் சேரமானாய் விளக்கமுற்றான் களங்காய்க் கண்ணி நார்முடிச்சேரல், ஆடுகோட்பாட்டுச் சேரலாதன் முதலியோர் காலத்தில் கொங்கு நாட்டில் வடக்கே பூவானியாறு வரையும், கிழக்கே கொங்கு வஞ்சி (தாராபுரம்) வரையும் பரவியிருந்த பொறை நாட்டைக் கீழ்க்கொங்கு நாட்டுக் கருவூர் வரையில்

பரப்பிய முதற்சேரமான் இந்த ஒள்வாள் கோப்பெருஞ்சேரல் இரும்பொறையாவன், அக்காலத்தே அப்பகுதியையும் காவிரிக்கு வடகரையிலுள்ள மழநாட்டையும் சோழ வேந்தர் கைப்பற்றி இருந்தனர். கோப்பெருஞ்சேரல் அச்சோழ வேந்தருடன் ஒள்ளிய வாட்போர் செய்து கீழ்க்கொங்கு நாட்டையும் அதற்கு நேரே காவிரியின் வடகரையில் கொல்லி மலை, விச்சி மலை வரையில் இருந்த நாட்டையும் வென்று மேம்பட்டான். பின்னர்ச் சோழரொடு உறவுகொண்டு கருவூர்க்கு அண்மையில் ஓடும் ஆன் பொருநையாற்றை வரம்பறுத்து, அதன் கரையிலிருந்த ஊரின் பழம்பெயரை மாற்றிக் கருவூர் என்ற பெயரையும், ஆற்றுக்கு ஆன் பொருநையென்ற பெயரையும், அவற்றிக்கு நேர் வடகரையில் விளங்கிய மழநாட்டுப் பேரூரின் பெயரை மாற்றி முசிறியென்ற பெயரையும் இட்டு இவை தன் சேரநாட்டிற்குரியவை என இன்று காறும் விளங்குமாறு செய்தான். இடைக்காலக் கல்வெட்டுக்கள் பலவும் கருவூரைக் கருவூரான வஞ்சி மாநகரம்[4] என்றும் அமராவதி என்று இப்போது மருவி வழங்கும் ஆற்றை ஆன் பொருநை[5] என்றும் கூறுகின்றன. இச்செயல்களால் இவ்வேந்தனைச் சான்றோர் கருவூர் ஏறிய ஒள்வாள் கோப்பெருஞ்சேரல் இரும்பொறை என வழங்கலுற்றனர்.

அக்காலத்தே நரிவெரூஉத்தலையார் என்ற புலவர் பெருமான் ஒருவர் இருந்தார். அவர் ஒருவகை நோய்வாய்ப்பட்டு உடல் நலம் குன்றி மிகவும் மெலிந்திருந்தார். அவரைக் கண்ட அறிஞர் சிலர், "சான்றீர், நீர் சென்று கருவூர் ஏறிய ஒள்வாள் கோப்பெருஞ்சேரல் இரும்பொறையைக் காண்பீராயின் நுமது உடம்பைப் பெறுகுவிர்" என மொழிந்தனர். அரசர் பார்வையும் ஒரு வகை மருந்தாம் என்பது மேனாட்டவர்க்கும் உடன்பாடு. அரசர் பார்வையால் நோய் நீங்கப்பெற்ற செய்தி கிரேக்க நாட்டு வரலாறுகளிலும் உண்டு.

அவர்கள் சொல்லிய வண்ணமே, அப்புலவர் பெருமானும் கருவூர் அடைந்து வேந்தனைக் கண்டு தம் நோய் நீங்கப் பெற்றார்; சின்னாட்களில் தமது பண்டைய உடல் நிலையையும் எய்தினார். வேந்தனுடைய பார்வை நலத்தை வியந்து, "மானினம் போல யானையினம் பெருகியுள்ள கானகநாடன் நீதானோ? நீயாயின், நீ செய்த உதவிக்கு ஒன்று கூறுவேன்; அரசாளும் தன்மை என்பது பெறுற்கரியது; அதனைச் செய்தற்கண் அருளும் அன்பும் இன்றி ஒழுகும் செயல்கள் உண்டாதல் ஒருதலை. ஆனால், அவற்றை

மேற்கொள்வோர் நிரயத் துன்பம் எய்துவர்; நீ அவர்களோடு கூடுதல் ஆகாது. நின் அரசியற்றோற்றம் என் போல்வார்க்கு மருந்தாய் நலஞ்செய்வ தாகையால், நீ தீயாரொடு கூடாமல், அரசு காவலைக் 'குழவி கொள்பவரின் ஓம்புமதி''[6] என்று இனிய சொற்களால் எடுத்துரைத்தார்.

வேந்தன், அவர் மனம் மகிழத்தக்க வகையில் மிக்க பரிசில்களை வழங்கினான். அவர் அவற்றை ஏற்றுக் கொண்டாராயினும், அவற்றின்பாற் பற்றுக் கொள்ளாது ஏனைப் பரிசிலர்க்கு வழங்கினார். அந்நிலையில், அவர் நோயுற்று வந்த போது வேந்தனைக் காணவொண்ணாதபடி இடை நின்று தடுத்த சான்றோர் சிலர், அவரை அணுகித் தமது தவற்றைக் கூறித் தம்மை அருளுமாறு அவரை வேண்டினர். 'அருளும் அன்பும் இல்லாத தீயோர் நிரயங்கொள்வர்' என அவர் மொழிந்தது அவர்கள் உள்ளத்தை அலைத்தது. அவரும் அருள் சுரந்து, ''சான்றோர்களே, நரைத்துத் திரைத்து முதுமையெய்தியும், உயிர் வாழ்விற்குப் பண்பும் பயனுமாகிய அன்பும் அருளும் கொள்ளாது நிரயம் புகுதற்குச் சமைந்தீர்; நாளைக் கணிச்சி ஏந்திக்கொண்டு காலன் வந்து பற்றுங்கால், நும்முடைய பயனில் வாழ்வை நினைத்து வருந்துவீர்கள். அதற்குப் பாதுகாவலாக இதனைச் செய்மின்; முதுமை மிக்கதனால், நும்பால் செயலாற்றும் வலியில்லை; அதனால், நல்லது செய்தல் நுமக்கு இயலாதாயினும், அல்லது செய்தலைக் கைவிடுமின்; அதுதான் எல்லாரும் உவப்பது; அன்றியும், நல்லது செய்தோர் எய்தும் நலத்தைப் பெறும் நல்வழியுமாகும்''[7] என்றார். எல்லாரும் அவரை வழிபட்டு வாழ்த்தி வழி விட்டனர்.

ஆடுகோட்பாட்டுச் சேரலாதனுக்குப் பின்னர்க் குட்டுவர் குடியில் தக்கவர் இலராயினர். செங்குட்டுவன் மகனான குட்டுவன் சேரல், ஆடுகோட்பாட்டுச் சேரலாதன் அரசு வீற்றிருக்கும் போதே மகப்பேறின்றி இறந்தான். செங்குட்டுவனுக்கு உடன் பிறந்த இளவலான குட்டுவன் இளங்கோ அரசு துறந்து, குணவாயிற் கோட்டத்தே இருந்து, தண்டமிழ் ஆசானான சாத்தனார் உரைத்த கோவல கண்ணகியரின் வரலாறு கேட்டுத் தமிழகம் முழுதும் சென்று ஆங்காங்குள்ள இயற்கை நலங்களை நேரிற்கண்டு, சிலப்பதிகாரம் என்ற நூலைச் செய்து தமிழகத்துக்கு அளித்துவிட்டு மறைந்தார். இவ்வாறு குட்டுவர் குடிவழியற்றுப் போகவே, பொறையர் குடியிற் சிறந்து விளங்கிய கருவூரேறிய ஒள்வாள்

கோப்பெருஞ்சேரல் இரும்பொறைக்குப் பின் அந்துவஞ்சேரல் இரும்பொறை என்பான் சேரவரசுக்கு உரியனான்.

அந்துவன் நுண்ணிய நூல்பல கற்றும் கேட்டும் சான்றோர் பரவும் நல்லிசைப் புலமை சிறந்து விளங்கினான். திருப்பரங்குன்றத்து முருகர்பால் அவனுக்கு அன்பு மிக்கிருந்தது. ஒருகால் அவன் திருப்பரங்குன்றம் போந்து முருகரை வழிபட்டு, அவரது பரங்குன்றைத் தமிழ் நலம் கனியப் பாடினன். "முருகன் சூர் முதல் தடிந்த சுடர் நெடுவேல் ஏந்துபவன்; பரங்குன்றம் அம்முருக வேட்கே உரியது; சந்தனமரங்கள் செறிந்து நறுமணம் கமழ்வது. அதன்கண் உள்ள இனிய சுனைகளிற் பூத்திருக்கும் செங்கழுநீர் மகளிர் விரும்பித் தங்கள் கொண்டையிற் சூடிக்கொள்ளும் அழகு மிகுந்தது. இவ்வாறு மணம் கமழும் மரங்களாலும் சுனைப் பூக்களாலும் தண்ணிதாய் விளங்கும் தண்பரங்குன்றம் அந்துவன் பாடிய செந்தமிழ் நலமுடையது" என்று மருதன் இளநாகனார் என்ற சான்றோர் விதந்து கூறியிருக்கின்றார்.[8] அந்துவனது நல்லிசைப் புலமையை வியந்தே பதிற்றுப்பத்து ஏழாம் பதிகம், "நெடுநுண் கேள்வி அந்துவன்" என்று சிறப்பித்துரைக்கின்றது.

வேணாட்டில் ஒருதந்தை என்னும் பெயர் பெற்று அந்நாளில் விளங்கிய வேளிர் தலைவன் ஒருவனுக்குப் பொறையன் தேவி என்றொரு மகள் இருந்தாள். அவளை அந்துவன் மணந்து கொண்டு இனிதிருக்கையில் செல்வக் கடுங்கோ வாழியாதன் என்ற மகனைப் பெற்றான். அந்துவன் அரசு வாழ்வு பெற்றும், புலவர் கூட்டத்தைப் பெரிதும் விரும்பியொழுகினான். தமிழகத்தில் வாழ்ந்த சான்றோர் பலரும் அவன்பால் சென்று புலமை நலம் நுகர்ந்து பரிசில் பெற்று மகிழ்ந்தனர்.

அந்நாளில் சேர நாட்டின் தெற்கில் தென்பாண்டி நாட்டில் உள்ள பொதியமலை சான்றோர் பரவும் சால்புற்று விளங்கிற்று. அதனடியில் ஆய்குடி என்றோர் ஊருண்டு. அஃது இப்போது தென்காசிப் பகுதியைச் சேர்ந்த செங்கோட்டை வட்டத்தில் ஆய்குடி என்ற அப்பெயர் திரியாமல் இருந்து வருகிறது. அவ்வூரைத் தலைமையாகக் கொண்டு அப்பகுதியை வேள் ஆய் என்ற வேளிர் தலைவன் ஆட்சி செய்து வந்தான். அவனை ஆய் அண்டிரன் என்றும் சான்றோர் வழங்குவர். அவன் இரவலர் வேண்டுவன ஈத்து இறவாப் புகழ்படைத்து விளங்கினான். அவன்பால் பெருநட்புற்று ஒழுகிய தமிழ்ச் சான்றோருள் உறையூர் ஏணிச்சேரி முடமோசியார் என்பவர் தலை சிறந்தவர். அவர் அடிக்கடி ஆய்

அண்டிரனைக் கண்டு, அவன் புகழ் நலங்களை இனிய பாட்டுக்களாற் பாடி இன்புறுத்தியும் இன்புற்றும் வந்தார். மோசியாருடைய புலமை வளம் தமிழ் வேந்தர் மூவருக்கும் நன்கு தெரிந்திருந்தது.

முடமோசியார் ஆய் குடியில் இருந்து வருகையில் அந்துவஞ்சேரலைக் காண விரும்பி அவனது வஞ்சி நகர்க்குச் சென்றார். அவருடைய வரவு கண்ட சேரமான் அவரை அன்போடு வரவேற்றுச் சிறப்பித்தான். அப்போது சேரமானுக்கும் சோழ வேந்தனான முடித்தலைக் கோப்பெரு நற்கிள்ளி என்பானுக்கும் எக்காரணத்தாலோ பகைமை யுண்டாயிற்று. ஆதலால், சோழன் தன் பெரும் படையுடன் போந்து வஞ்சி நகர்ப் புறத்தே முற்றியிருந்தான். சேரருடைய வஞ்சியும் கருவூரும் சேரர் பெரும் படையின் திண்ணிய காவலில் இருந்தன. வஞ்சி நகர்ப்புறத்தே, இரு படைகளின் செயல் வகைகளை இனிது காணத்தக்க வகையில் உயர்ந்த மாடங்கள் அமைந்த அரண்மனையொன்று இருந்தது. அதற்கு வேண் மாடம் என்பது பெயர். மகட்கொடை வகையால் நெருங்கிய தொடர்புற்றிருந்த வேளிர் தலைவர்களால் அம்மாடம் நெடுங்காலத்துக்கு முன்பே அமைக்கப் பெற்றது. வேணாட்டு அரசரும் அரசியற் சுற்றத்தாரும் வரின், அவர்கள் தங்குதற்கென அது நிறுவப் பெற்றது. கண்ணகியார்க்குக் கோயிலெடுத்துக் கடவுண் மங்கலம் செய்தபோது செங்குட்டுவன் கனகவிசயர் என்ற வடவேந்தர்களைச் சிறை வீடு செய்து அரசர்க்குரிய சிறப்புடன் இருக்கச் செய்தது அந்த வேண்மாடத்தேதான் என்பதை முன்பே கண்டோம். அவ்வேண் மாடத்தே இருந்து போர் நிகழ்ச்சியை நோக்கியிருந்த அந்துவன், வேணாட்டிலிருந்து வந்த முடமோசியாரைத் தன்னோடே இருத்தி விருந்தாற்றினான். மேலும், அவர் சோழநாட்டில் தோன்றிய சான்றோராதலால், அவரைக் கொண்டு சோழருடைய சிறப்பியல்புகளை அவன் அறிந்து கொள்ளுதற்கு அவரது வருகையும் உடனுறைவும் சிறந்து விளங்கின. இருவரும் வேண்மாடத்தில் இருந்து வடமேற்கில் கடற்கரையில் படைக்கடல் காவல் புரிய விளங்கும் கருவூர் நிலையும், வஞ்சி முற்றத்தை வளைத்து நின்று காக்கும் வஞ்சிப்படை நிலையும், வடக்கிற் சேய்மையில் முற்றியிருக்கும் சோழர் பெரும்படை நிலையும் நன்கு தோன்றக் கண்டிருந்தனர். வஞ்சி மாநகர்க்குக் கண்காணும் எல்லையில் இருந்து காட்சியளித்த கருவூர், இப்போது கருவூர்ப் பட்டினமென வழங்குகிறது.

மேனாட்டு யவனர்களின் குறிப்புக்களில் இவ்வூர்க்குறிப்பும் உள்ளதனால், இதன் தொன்மை நன்கு தெளியப்படும்.

அந்துவனும் முடமோசியாரும் படை நிலைகளை நோக்கியிருக்கையில், சோழர் படையில் பெருங்களிறொன்றின் மேல் தலைவன் ஒருவன் இருந்து படையணியை நோக்கித் திரிவதும், அவ்யானையைச் சூழப் பரிகோற்காரரும் வேல் வீரரும் செல்வதும் இருவரும் கண்டனர். சிறிது போதிற்கெல்லாம் படையில் பெருங்கிளர்ச்சி தோன்றிற்று. யானை மேலிருந்த தலைவன் அதனை அடக்க முயன்றும், அஃது அடங்காது ஒரு நெறியின்றி ஓடத்தலைப்பட்டது. சூழ்வரும் பரிகோற்காரரும் படை வீரரும் மிகைசெய்த வழித் தன்னைக் கொல்வரென எண்ணாது, களிறு மதங்கொண்டு திரிவது இருவருக்கும் புலனாயிற்று. இதையறிந்த கருவூர்ப்படை, மதகளிற்றின் வரவுபோர் குறித்ததாகலாமெனக் கருதி மேல்வரும் களிற்றையும் உடன் வரும் படை வீரரையும் தாக்குதற்கு அணிகொண்டு நிற்பதாயிற்று. சோழர் தலைவனுடைய யானை மதஞ்செருக்கிக் கருவூர் எல்லையை நோக்கிச் செல்வது அந்துவனுக்குத் தெரிந்தது. சோழர் படை தம் தலைவற்கு ஊறுண்டாமென அஞ்சிப் போர் கருதாது அலமருவதும், கருவூர்ப்படை இரை வரவு காணும் புலிக்கணம் போலப் போர் குறித்து நிற்பதும் அந்துவன் சேரலுக்குத் தெரிந்தன. இதற்குள் யானைமேல் தலைவனுடைய தோற்றம் சிறிது புலனாயிற்று. முடமோசியாரை நோக்கி, "இதோ களிற்றின் மேல் கருவூரிடம் செல்வோன் யாவனாகலாம்?" எனவினவினன். மோசியார், மனம் வருந்தி, "களிற்றின்மேல் கருவூரிடம் செல்பவன் சோழன் முடித்தலை கோப்பெருநற்கிள்ளி; அக்களிறு, முந்நீர் வழங்கும் நாவாய் போலவும், பன்மீன் நாப்பண் திங்கள் போலவும் படைக்கடல் நடுவேயுள்ளது; சுறாமீன் கூட்டம் போல வாள் வீரர் மொய்த்திருப்பதை யறியாது மைந்துபட்டது; அவன் நோயிலனாகிப் பெயர்கதில் அம்ம!"[9] என்று மொழிந்தனர்.

அரசன்பால் உளதாகிய இயற்கையன்பால் உள்ளம் கலங்கி அவலித்து உரைத்த மோசியாரின் மொழிகள் சேரமான் மனத்தைக் கலக்கிவிட்டன. உடனே அவன் யானைமேலிருப்போன் தனக்குப் பகைவன் என்பதை மறந்தான்; தன் நகர்க்கண் அவன் வந்து முற்றியிருப்பதையும் மறந்தான்; காற்றினும் கடுகிச் சென்று, களிற்றின் மேற்பாய்ந்து, அதன் செருக்கை அடக்கிச் சோழனை உய்வித்து மீண்டான். சேரமான் வந்ததும், களிறை அடக்கியதும்,

சோழ வேந்தனை உய்வித்து மீண்டதும் இரு படைத் தலைவர் களையும் மருள வைத்தன. முடித்தலைக் கோப்பெருநற்கிள்ளி சேரமானுடைய அறந்திறம்பா மறமாண்பை வியந்து, பகைமை யொழிந்து, நட்பால் பிணிப்புண்டான். இச்செயலால் ''மடியா உள்ளமொடு மாற்றோர்ப் பிணித்த, நெடுநுண் கேள்வி அந்துவன்'' என்று சான்றோர் பாராட்டினர். படை மறவர், ''அறத்திற்கே அன்புசார்பு என்ப அறியார்; மறத்திற்கும் அஃதே துணை.'' என்பது உணர்ந்து இன்பமெய்தினர். இச்செயல், தழிஞ்சித் துறையாய்த் தமிழ் மறவர்க்குப் பொதுப் பண்பாய் இருந்தமையின், இந்நிகழ்ச்சி சிறப்பான விளக்கம் பெறவில்லை. ஏனை நாட்டவரிடையே இது நிகழ்ந்திருப்பின், நாடெங்கும் இவ்வரலாறு பரப்பப் பெற்றிருக்கும். இடைக்காலத்தே தமிழர் தம்மை மறந்து, அறிவறை போகி, தம்மை இகழ்ந்து தாழ்த்தும் இனத்துக்கு அடிமையாகி வீழ்ந்தமையால், இது போலும் புகழ்க் கூறுகள் பலவற்றை இழந்தொழிந்தனர்.

அந்துவஞ்சேரற்குப் பொறையன் தேவிபால் ஒரு மகன் பிறந்து செல்வக்கடுங்கோ வாழியாதன் என்ற பெயருடன் விளங்கினான். அவன் இளமை முதலே பார்ப்பார் முதலிய சான்றோரிடையே பழகிப் பயின்றான்; அதனால், உயர்ந்தோரிடத்துப் பணிவும், நண்பரிடத்தில் அன்பு கொண்டு அவர் மனம் வருந்தாவாறு அஞ்சித் தன்னைக் 'காத்தொழுகும் நற்பண்பும், காதல் மகளிர்க்கல்லது மார்பு காட்டாத மறமும், நிலம் பெயரினும் சொல் பெயராத வாய்மையும் இயல்பாகக் கொண்டிருந்தான். பெரியோரைத் துணைக் கொண்டு அவர் உவக்குமாறு வணங்கும் மென்மையும், எத்தகைய பெயராயினும் பகைவரைக் கண்டு அஞ்சி வணங்கி வாழ்வதைக் கனவிலும் கருதாத ஆண்மையும் அவன் குணஞ் செயல்களில் மிக்குத் தோன்றின. பகைமை யுள்ளத்தால் பகைவர் கூறும் புறஞ்சொற்களைச் சிறிதும் கேளாத அவனது பொறைக்குணம் சான்றோர் பாடும் பாடல் சான்று விளங்கிற்று.

பண்டைநாளில், தங்கள் நாட்டிலும் குடியிலும் தோன்றி, அறநெறியிலும் மறநெறியிலும் சான்றாண்மை குன்றாது ஒழுகிப் புகழ்கொண்டு உயர்ந்து விண்ணுலகு அடைந்தவர்களை நினைந்து பாராட்டி விழா அயர்வது தமிழ் வேந்தர் இயல்பு. அது சேர வேந்தர்பால் சிறந்து திகழ்ந்தது. அக்காலை, தம் முன்னோர்களுடைய புகழ் பொருந்திய வரலாற்றைப் புலவர் பாடக்கேட்டு உவப்பதும்,

பாணர் இசைக்க, கூத்தர் நாடகமாடிக் காட்டக் கண்டு மகிழ்வதும் வழக்கம். அதனைச் செய்தால் துறக்கத்தில் வாழும் அச்சான்றோர் மகிழ்வர் என்பது கருத்து. இக்கருத்தே பற்றிச் செல்வக்கடுங்கோ இவற்றை மிகுதியாகச் செய்து சிறந்தான்; போர்களில் வெற்றி பெறும் போதெல்லாம் களவேள்விகள் செய்து போர்க்கடவுளாகிய கொற்றவையை மகிழ்வித்தான்.

முதியவர்களாகிய தாய் தந்தையர்க்கும் சான்றோர்க்கும் தம்மக்களைத் தொண்டு செய்ய விடுவது பண்டையோர் நெறிகளுள் ஒன்று. அவர்கள் மெய்வன்மையொடு வாழ்ந்த காலத்தில் செய்த நன்றியை நினைந்து இவ்வாறு செய்வது கடன் என்றும், இஃது உலகிற் பிறந்தவுடனே அமையும் கடனாதல் பற்றித் தொல்கடன் என்றும் தமிழ்ச் சான்றோர் கருதினர். முனிவர்களாகிய முதுசான்றோர்க்கு அரசிளஞ் சிறுவர்களைத் தொண்டு செய்ய விடுத்த செய்திகள் பலவற்றைப் புராணங்களும் இதிகாசங்களும் கூறுகின்றன. இம்முறைமையை மேற்கொண்டு நம் செல்வக்கடுங்கோ தன்னுடைய சிறுவர்களை முதியோர்களுக்குத் தொண்டு செய்ய விடுத்துத் தன் தொல்கடனை இறுத்தான். சான்றோரும், ''இளந்துணைப் புதல்வரின் முதியர்ப் பேணித் தொல்கடன் இறுத்த வெல்போர் அண்ணல்''[10] என்று இச்செல்வக் கடுங்கோவைப் பாராட்டியுள்ளனர். இவனுக்கு முன்னோனாகிய செங்குட்டுவன் தன் மகன் குட்டுவன் சேரலைப் பரணர்க்குத் தொண்டு செய்ய விடுத்த செய்தியை ஐந்தாம்பத்தின் பதிகம் கூறுகிறது.

செல்வக்கடுங்கோ அரசு கட்டில் ஏறிய சில ஆண்டுகட்குப் பின் சேர நாட்டின் வடபகுதியில் வாழ்ந்த சதகன்னரவேந்தன் வேறொரு வடநாட்டு வேந்தனைத் துணையாகக் கொண்டு குடநாட்டிற் புகுந்து குறும்பு செய்தான். இது கடுங்கோவுக்குத் தெரிந்தது. இச்செய்தியைச் சோழ பாண்டியர்க்கு அறிவித்து, இச்செயலைப் பொருள் செய்யாதுவிடின் ''பொதுமை சுட்டிய மூவருலகம்''[11] எனப்படும் தமிழகம் சிறப்பழியும் என்பதையும் அறிவுறுத்தினன். உடனே சின்னாட்கெல்லாம் சோழபாண்டியர் விடுத்த பெரும்படைகள் வஞ்சி நகரிலிருந்து குடநாடு நோக்கிப் புறப்பட்டன. செல்வக்கடுங்கோ, நால்வகைத் தமிழ்ப் படையும் உடன்வரச் சேரவாறு[12] கடந்து, வானவாசி நாட்டுட் புகுந்து சதகன்னரற்குரிய நகரமொன்றை முற்றுகை செய்தான்.

தமிழ்ப்படை செறிந்து முற்றியிருந்த இடம், பகைவரைத் தாக்கற்கு எளிதாயும் அப்பகைவர் முற்போந்து பொருந்தற்கு ஏலாததாயும் இருந்தது. பகைவரை யெறிதற்கேற்ற இடங்கண்ட பின்னல்லது தமிழர் போர்வினை தொடங்கார் என்பது 'இடனறிதல்' என்ற பகுதியில் திருவள்ளுவர் கூறுவது கொண்டு தெளியப்படும். பகை வேந்தர் இருவரும் வேறு வேறு இடங்களிலிருந்து எயில் காத்து நின்றனர். நின்ற ஒவ்வொரு நாளும் தமிழ்ப்படை வந்து செறிந்த வண்ணம் இருந்தது. இவ்வாறு உழிஞை சூடிய தமிழ்ப் படையைச் செலுத்திக் குன்றுகளைத் தகர்க்கும் இடி போலச் சீறிப் பகைவர் அரண்களைக் கொள்ளுதற்குச் செல்வக்கடுங்கோ செவ்வி நோக்கியிருந்தானாக, வடவேந்தர் இருவரும் இரவோடு இரவாய்த் தம்பால் இருந்த பொருள்களையெல்லாம் கைவிட்டு ஓடிவிட்டனர். செருச் செய்தற்கு மிக்க நின்ற தானை அப்பொருள்களை மிகைப்படக் கவர்ந்து கொண்டு, வாகை சூடித் திரும்பிற்று. இது பற்றி அத்தானை, "ஒரு முற்று இருவர் ஓட்டிய ஒள்வாள் செருமிகுதானை"[13] என்று கபிலர் முதலிய சான்றோர் பாடும் சால்பு பெற்றது. முற்றிய நகர்க்கண் இருந்த பகை வீரர் பலர் மனம்மாறிச் சேரமானைக் கண்டு, "வேந்தே, யாம் இனிநின் கருத்தின்படியே ஒழுகுவோம் எம்மை ஏற்றருள்க!" எனப் புகலடைந்தனர். கடுங்கோவும் அவர் பால் கண்ணோடி அன்பாற் பிணித்து அவர் செய்த சூளுறவை ஏற்றுக் கொண்டான். அவர்களும் வாய்மை தப்பாது ஒழுகி மறமாண்பு பெற்றார்கள்.

வடபுலத்துப் பகைவர்கள் அவ்வப்போது புகுந்து செய்த அரம்புகளால் சீரழிந்த இடங்களில் உயர்குடியினர் பலர் தளர்ந்து, குட்ட நாட்டிலும் பொறை நாட்டிலும் குடிபுகுந்து வருந்தினர். அவர்கள்பால் அருள் பெருகிய சேரமான், நாட்டில் அவர்கள் இனிது வாழ்தற்கென ஊர்களை ஏற்படுத்தி, அவர்கட்கு அந்நிலையை உண்டு பண்ணிய பகைவர்கள் இருந்தவிடம் தெரியாதபடி பொருது அவர்களை வேரோடு கெடுத்தான். இச்செயலை இவனைப் பற்றிக் கூறும் பதிகம், "நாடுபதி படுத்து நண்ணார் ஓட்டி, வெருவரு தானைகொடு செருப்பல கடந்து" சிறப்புற்றானெனப் பாராட்டிக் கூறுகின்றது.

செல்வக்கடுங்கோ வாழியாதன் இவ்வாறு போர்த்துறையில் மேன்மையெய்தியதற்கு இவனது படைப் பெருமையே சிறந்த காரணமாகும். யானைப் படையிலுள்ள வீரர் அவற்றின்

பிடரியிலிருந்து கழுத்துக் கயிற்றிடைத் தொடுத்த தம் காலால் தம்முடைய குறிப்பையுணர்த்தித் தாம் கருதிய வினையை முடித்துக் கொள்ளும் சால்புடையவராவர். குதிரை மறவர் தம் காலடியில் அணிந்த இருப்பு விளிம்பால் தமது கருத்தைக் குதிரைகட்கு உணர்த்திப் போர்க்களத்தில் பகைவர் இருக்கும் இடம் தெரிந்து செலுத்தி வெற்றி கொள்ளும் திறன் வாய்ந்தவர். வேலேந்தும் வீரர் கல்லொடு பொருது பயின்ற வலிய தோளையுடையவர். அவர்களும் பனங்குருத்துக்களோடு குவளைப்பூ விரவத் தொடுத்த கண்ணிசூடி மதம் செருக்கித் திகழ்வர்[14]. போர் யானைகளின் மேல் வானளாவ உயர்ந்திருக்கும் கொடிகள், மலையினின்றும் விழும் அருவிபோலக் காட்சி நல்கும். அவற்றின் முதுகின்மேல் கட்டப்பெற்றிருக்கும் முரசுகள், காற்றால் அலைப்புண்ட கடல் போல முழக்கம் செய்யும். போர்க்களத்திற் பகைவர் மேற்பாய்ந்தோடி உய்ந்த குதிரைப்படையும், எறிந்து சிதைந்த வேலேந்தும் வேற்படையும், பன்முறையும் போர்செய்து பயின்ற வீரர் திரளுமே பகைவர் படைக்கடலைக் கலக்கி மலை போலப் பிணங்கள் குவியப் பொருதழிக்கும் பொற்பு வாய்ந்தன எனப் புலவர் பாடிப்புகழ்ந்துள்ளனர்.

உழிஞைப் போர் செய்யுங்கால், கடுங்கோவின் படை மறவர், ''இம் மதிலை எறிந்த பின்னன்றி உணவு கொள்வதில்லை!'' என வஞ்சினங்கூறி, அச்சொல் தப்பா வண்ணம் நாள் பல கழியினும் உண்ணாமேயிருந்து பொரும் பெரிய மனவெழுச்சியுடையர். இவ்வாறே, 'பகைவர் உறையும் ஊர்களையும் நாடுகளையும் கைக்கொண்டாலன்றி உறங்கோம்!' என உறுதி கொண்டு பன்னாள் உறக்கத்தையும் கைவிட்டொழுகுவர். படைத் தலைவர்களின் உடம்பை நோக்கின், அது, போர்ப்புண் வடு நிறைந்து, இறைச்சி விற்போர் இறைச்சியை வெட்டுதற்குக் கீழே வைத்துக் கொள்ளும் அடிமணை போலக் காணப்படும்; அவ்வடுத் தோன்றாதபடி நறிய சந்தனம் பூசிக் கொள்வது அவரது மரபு.

இனி, அறத்துறையிலும் இச்சேரமான் சிறந்து விளங்கினான்; மறத்துறையில் களவேள்வி செய்தது போல அறத்துறையில் அந்தணர் பலரைக் கொண்டு மறை வேள்விகள் பல செய்தான். திருமால்பால் பேரன்பு கொண்டு அவனைத் தன் மனத்தின்கண் வைத்து வழிப்பட்டான். திருமால் கோயில் வழிபாட்டுக்கென ஒகந்தூர் என்னும் நெல்வளஞ் சிறந்த ஊரை இறையிலி முற்றூட்டாக நல்கினான். இவன் அறநூல் வல்ல அந்தணர்களுக்குப்

பெரும்பொருளை நீர் வார்த்துக் கொடுப்பன்; அந்நீர் ஆறாகப் பெருகியோடி அரண்மனை முற்றத்தைச் சேறாக்கி விடும்; அம்முற்றத்திற்குள் அந்தணரும் பரிசிலரும் இரவலரும் எளிதிற் புகுதல் கூடுமேயன்றிப் பகைவர் கனவினும் புக முடியாது என்று புலவர்கள் பாராட்டிக் கூறுகின்றார்கள்.

இக்கடுங்கோவுக்கு இசையிலும் கூத்திலும் மிக்க ஈடுபாடு உண்டு. நகர்ப்புறத்திலிருக்கும் புறஞ்சிறைத் தெருவில் அவர்கள் வருவது தெரியினும், கூத்தர்களை அன்போடு வருவித்து அவர்களுக்குச் சேரமான் தேரும் குதிரையும் அழகுற அணிந்து நல்குவது வழக்கம். இந்நாளில் திரைப்பட நடிகர்க்குத் தமிழ் மக்கள் பெருஞ்சிறப்புச் செய்தற்கு ஏது பண்டைய இவ்வழக்காற்று இயல்பு என உணர்தல் வேண்டும்.

இத்தகைய செயல்களால், அறவேள்விகளை முன்னிருந்து செய்து முடிக்கும் வேதியர் தலைவனிலும் செல்வக் கடுங்கோவின் அறநூலுணர்வு மிக்கிருந்தது. அதற்கேற்ப இவனது உள்ளமும் வளமிக்கிருந்தது. அதனால், அவனது புகழ் தமிழகம் முழுதும் பரவியிருந்தது. நல்லொளி திகழும் பண்பும் செய்கையுமுடையோர் எங்கே இருக்கின்றனரோ, அங்கே நல்லிசைச் சான்றோர் நயந்து சென்று சேர்வது இயல்பு. அதனால், தமிழகத்தில் மேன்மையுற்றிருந்த அந்தணரும் சான்றோரும் கடுங்கோவை நாடி வருவாராயினர்.

அந்நாளில் குடநாட்டில் குன்றின்கட்பாலியென்ற ஊர் ஒன்று இருந்தது. இப்போது அது கோழிக்கோட்டுப் பகுதியில் பாலிக்குன்னு என்ற பெயருடன் விளங்குகிறது. அவ்வூரில் ஆதனார் என்னும் நல்லிசைச் சான்றோர் வாழ்ந்தார். அவரைக் குன்றின்கட் பாலி ஆதனார் என அக்காலத்தவர் வழங்கினர். பிற்காலத்தே குன்றின்கட் பாலி என்பது குண்டுகட்பாலியென ஏடுகளில் திரித்து வழங்குவதாயிற்று. அப்பகுதி தமிழ் நலம் குறைந்து கேரளமான காலையில் பாலிக்குன்னு எனச் சிதைந்தது.

பாலியாதனார் செல்வக்கடுங்கோ வாழியாதன் வஞ்சி நகர்க்கண் இருந்து அரசு புரிந்து சான்றோர் பரவும் தோன்றலாய் விளங்குவது தெரிந்து, இவனைக் காண வந்தார். இடையில் அரசியற்றலைவர் சிலரைக் கண்டார். அவர்கள் இவர் குடநாட்டவர் எனத் தெரிந்து இவரைத் தொடக்கத்தே வேந்தனிடம் நேரிற் செல்லாவாறு தடுத்தனர். வடவருள் ஒருவராய்க் குடநாட்டவர் போல உருக்கொண்டு வந்திருக்கின்றாரோ என

அவர்கள் ஐயுற்றார்கள். ஆதனார், செல்வக்கடுங்கோவின் மறமாண்பையும் அறவுணர்வையும் கொடைச் சிறப்பையும் உடன் வந்த கிணைப் பொருநன் இயக்கிய பறையிசைக்கேற்பப் பாடினர். அதன்கண் கடுங்கோவை ''எங்கோன்'' என்று பேரன்போடு பாராட்டி, ''பகை மன்னர் பணிந்து திறையாகக் கொடுத்த செல்வத்தை நகைப்புல வாணராகிய பரிசிலர்க்கும் இரவலர்க்கும் ஈந்து அவர் நல்குரவை அகற்றி மிகவும் விளங்குக!'' என்று பாடினர். அது கேட்டதும் அவர்கள் தாங்கள் ஏந்திய குடையைப் பணித்து அவர்க்கு வணக்கம் செய்து வேந்தனிடம் விடுத்தார்கள்.

செல்வக் கடுங்கோ, ஆதனாரை அன்போடு வரவேற்று அவர் பாடியவற்றைக் கேட்டு மிக்க உவகைகொண்டு குன்று போலும் களிறும், கொய்யுளையணிந்த குதிரையும், ஆனிரையும், நெல்லும் பிறவும் நிரம்பத் தந்து மகிழ்வித்தான். இவன் செயலைக் கண்ட ஆதனார் வியப்பு மிகுந்து, ''பூழியர் பெருமகனாக எங்கள் செல்வக் கடுங்கோ, வஞ்சி நகரின் புறமதிலை அலைக்கும் பொருநையாற்று மணலினும், அங்குள்ள ஊர்கள் பலவற்றிலும் விளையும் நென்மணியினும் பல்லூழி வாழி!''[15] என்று வாழ்த்திய பாட்டொன்றைப் பாடி இவன்பால் விடை பெற்றுச் சென்றார்.

அக்காலத்தே, பாண்டி நாட்டின் வடபகுதியில் உள்ள பறம்பு நாட்டின் தலைவனான வேள் பாரிக்கு உயிர்த் தோழராய் விளங்கிய கபிலர் என்னும் சான்றோர், அப்பாரி இறந்ததனால், அவனுடைய மகளிர் இருவரையும் மணஞ்செய்து தரவேண்டிய கடமையைத் தாம் ஏற்றுக் கொண்டு சென்று சில வேந்தர்களை வேண்டினர். அவர்கள் மறுக்கவே, கபிலர், அவவ்விருவரையும் அழைத்துக் கொண்டு திருக்கோவலூர்க்குச் சென்று பார்ப்பாரிடையே அவர்களை அடைக்கலப்படுத்தி அரசிளஞ் சிறுவர் இருந்து ஆட்சி புரியும் தமிழ் வேந்தர்களை நாடிச் சென்றார்.

அப்போழ்து, அவர் சேரநாட்டு வேந்தனான செல்வக் கடுங்கோ வாழியாதன் சிறப்பைச் சான்றோர் சிலர் எடுத்தோதக் கேட்டு இவனது சேரநாடு அடைந்தார். அவர் அந்நாளில் வாழ்ந்த நல்லிசைச் சான்றோருள், ''செறுத்த செய்யுள் செய் செந்நாவின், வெறுத்த கேள்வி விளங்கு புகழ்க் கபிலன், இன்றுளனாயின் நன்றுமன்!''[16] என வேந்தராலும், ''உலகுடன் திரிதரும் பலர் புகழ் நல்லிசை, வாய்மொழிக் கபிலன்''[17] என்று சான்றோர்களாலும், ''பொய்யா நாவிற் கபிலன்''[18] என நல்லிசைப் புலமை

மெல்லியலாராலும் புகழ்ந்தோதப்படும் பெருஞ்சிறப்புற்று விளங்கியவராவர்.

கபிலர் சேரநாடு அடைந்த போது, செல்வக் கடுங்கோ வஞ்சிநகரில் இல்லை; நாட்டில் சிற்றரசர் சிலரிடையே நிகழ்ந்த போர்வினை குறித்துச் சென்று பாசறையில் தங்கியிருந்தான். கபிலர் சென்ற போது போர் முடிந்துவிட்டது. பொருத வேந்தர் கடுங்கோவைப் பணிந்து திறை நல்கினர். போர் வினையில் புகழ் பெற்ற தானைமறவரும், போர்க்களம் பாடும் பொருநர், பாணர், கூத்தர், புலவர் முதலிய பரிசிலர் பலரும் வேந்தன்பால் பரிசில் பெற்று இனிதிருந்தனர். இவனது அத்திருவோலக்கத்துக்குக் கபிலர் வந்து சேர்ந்தார். அவரது வருகை கேட்ட சேரமான் மகிழ்ச்சி மீதூர்ந்து, காலின் ஏழடி முன் சென்று வரவேற்று, அன்பும் இனிமையும் கலந்த சொல்லாடி மகிழ்ந்தான்.

பின்னர், இவன் வேள் பாரியின் புகழையும் மறைவையும் கபிலர்க்கு உண்டாகிய பிரிவுத் துன்பத்தையும் பிறவற்றையும் பற்றிச் சிறிது நேரம் பேசிவிட்டு, ''சான்றீர், வேள்பாரி இருந்திருப்பானாயின் எங்கள் நாட்டுக்கு உங்கள் வருகை உண்டாகாதன்றோ?'' என்று தன் உண்மையன்பு விளங்க எடுத்துரைத்தான். வேந்தராயினும் வினையாளராயினும் யாவராயினும் சான்றோர் பரவும் சால்புடையராயின், அவரைச் சென்று கண்டு பாடிப் புகழ்வது, நல்லிசை விளைக்கும் சொல்லேருழவர் இயல்பு என்பதை மறந்து சேரமான் கூறியது கபிலர்க்கு வியப்பைத் தந்தது. ஆயினும், அதனை அவ்வாறே கூறாமல், இளையனான செல்வக் கடுங்கோவின் செம்மலுள்ளம் மகிழவும், தமது கருத்து விளங்கவும் உரைக்கத் தொடங்கி, முகத்திற் புன்னகை தவழ, ''வேந்தே, எங்கள் தலைவனான வேள் பாரி விண்ணுலகம் அடைந்தான்; என்னைக் காத்தளிக்க வேண்டும் என யான் குறையிரந்து வந்தேனில்லை. 'ஈந்ததற்கிரங்கான், ஈயுந்தோறும் ஈயுந்தோறும் இன்பமே கொள்வான்; அவ்வீகையிலும் பெருவள்ளன்மையே உடையன்,' எனச் சான்றோர் நின்னைப் பற்றிக் கூறினர்; அந்த நல்லிசையன்றோ என்னை ஈர்த்துக் கொணர்ந்து, நின்னால் கொன்று குவிக்கப்பட்ட களிறுகளின் புலால் நாறும் இப்பாசறைத் திருவோலக்கத்திற் சேர்த்துளது! அதனாலேதான் யான் வந்துள்ளேன்''[19] என்ற கருத்தமைந்த விடையொன்றைப் பாட்டுருவில் கூறினர். அதன் சொன்னலமும் பொருணலமும் செல்வக்கடுங்கோவின் உள்ளத்தைக் கபிலர்பால்

பிணித்து விட்டன. இவன் தன்னோடிருக்குமாறு வேண்டி அவரைத் தன் வஞ்சி நகர்க்கு அழைத்துச் சென்றான்.

வஞ்சி நகர்க்கண் இருந்து வருங்கால், செல்வக்கடுங்கோ வடவேந்தர் இருவரை ஒரு முற்றுகையில் தமிழ்ப்படை செறித்து வென்றதும், அவர்களாற் கைவிடப்பெற்ற தானை மறவரை ஆட்கொண்டதும் சான்றோர் சொல்லக் கபிலர் கேட்டுக் கடுங்கோவின் பெருந்தன்மையைப் பாராட்டி, ''வேந்தே, 'நீ கண்டனையேம்!' என்று புகலடைந்த மறவரை உங்கள் சேரர் குடிக்குரிய முறைமையுடன் நீ ஆண்டாய்! அதனால், உலகத்துச் சான்றோர் செய்த நல்லறம் நிலைபெறும் என்பது மெய்யானால், நீ வெள்ளம் என்னும் எண் பலவாகிய ஊழிகள் வாழ்வாயாக!''[20] என வாழ்த்தினார்.

'ஒருநாள், செல்வக்கடுங்கோ, கபிலரோடு சொல்லாடி யிருக்கையில் அவருடைய கையை அன்போடு பற்றினான். அது பூப்போல மென்மையாய் இருந்தது; இவனுக்கு அது புதுமையாய் இருக்கவே இவன் கபிலரை நோக்கி, ''நும்முடைய கை மென்மையாய் இருக்கிறதே! என் கை அவ்வாறு இல்லையே!'' என்று வியந்தான்.

இவன், ''நின்னுடையகை'' என்னாமல், ''நும்முடைய கை'' எனப் பன்மையிற் கூறியதனால், அது தம்மையும் தம்மையொத்த பிற புலவரையும் குறித்ததாகக் கொண்டு, ''வேந்தே, நின்னைப் பாடுவோர் கைகள் நாடோறும் ஊன் துவையும் கறிசோறும் உண்டுவருந் தொழில் அல்லது பிறிது தொழில் அறியா; ஆதலால் நன்றும் மெல்லிய பெரும,'' என்றும், ''களிறுகளைச் செலுத்தும் தோட்டி தாங்கவும், குதிரைகளின் கடுவிசையைப் பொறுக்கவும், வில்லிடைத் தொடுத்து அம்பு செலுத்தவும், பரிசிலர்க்கு அரும்பொருளை அள்ளி வழங்கவும் வேண்டி இருப்பதால் வலியவாகும் நின் தாள் தோய் தடக்கை''[21] என்றும் அழகு திகழப் பாடினார். உவகை மிகுதியால், கடுங்கோ, உள்ளம் நாணி உடல் பூரித்தான்.

செல்வக்கடுங்கோ அரசியற் பணியில் ஈடுபட்டிருக்குங்கால் கபிலர் சேரநாட்டைச் சுற்றிப் பார்த்து வந்தார். அந்நாட்டின் மலை வளமும் பிற வளங்களும் அவர்க்கு மிக்க இன்பத்தைச் செய்தன. கடலிலிருந்து எடுக்கப்பெற்ற முத்துக்களைப் பந்தர் என்னும் ஊரினர்[22] தூய்மை செய்து மேன்மையுறுவித்தனர்; கொடுமணம்[23]

என்னும் ஊரிலிருந்து அரிய கலங்கள் செய்யப் பெற்று வந்தன. முரம்பு நிலப் பகுதியில் முல்லையும் பிடவமும் பூத்து அழகிய காட்சி நல்கின. முல்லைப் பூவின் தேனையுண்டு பிடவத்தைச் சூழ்ந்து முரலும் வண்டினம், சேரநாட்டு மறவர் அணியும் பனந்தோட்டுக் கண்ணியில் விரவப்படும் வாகைப் பூவின் துய்போலத் தோன்றின. அங்கு வாழ்பவர் அந்நிலத்தை உழுத சாலின்கண் மணிகள் பல கிடைக்கப்பெற்றனர்.[24] நெல் விளையும் வயற்பகுதியில் வாழ்ந்தோர் வயலில் நெல் விளைந்தபோது நிலத்தில் உதிர்ந்து கிடக்கும் நெல்லைத் தொகுத்து வயற்புறத்தே நிற்கும் காஞ்சி மரங்களின் நீழலிற் குவித்துக் கள் விற்பார்க்குக் கொடுத்துக் கள்ளை வாங்கியுண்பர். களிமயக்குற்ற சிலர் தம் தலையிற்சூடிய ஆம்பற்கண்ணியை மொய்க்கும் வண்டுகளை ஓப்பி மகிழ்வ.[25] அப்பகுதிகளை ஆளும் சிற்றரசர் சில காலங்களில் தமது வலியையும் கடுங்கோவின் பெரு வலியையும் ஆராயாது போர் தொடுப்பதும், அதனால் அந்நாடுகள் வளன் அழிவதும் அவர் நினைவை வருத்தின. அவர் கடுங்கோவை வேண்டி, "வேந்தே, நின் பகைவர் பணிந்து திறை தருவாராயின், அதனையேற்றுப் போரை நிறுத்துக. அவர் நாடுகள் செல்வ வளத்தால் புலவர் பாடும் புகழ் பெற்ற விளங்கும்."[26] என்று இயம்பினர்.

செல்வக்கடுங்கோ ஆட்சி புரிந்து வருகையில் சோழ பாண்டி நாட்டுத் தலைவர்களிற் சிலர் கொங்கு நாட்டில் வஞ்சி சூடிப் போர் செய்தனர். பொறை நாட்டிற்குத் தென்கிழக்கிலுள்ள பகுதிகளில் அவர் முன்னேறி வந்தனர், சேரர் படைத்தலைவர்களும் சிற்றரசர்களும் அவர்களை அப்பகுதிகளில் புகுதல் கூடாது என விலக்கினர். அவர்கள் அவ்வுரைகளைக் கேளாது, "இப்பகுதி தமிழ் வேந்தர் மூவருக்கும் பொதுமையானது, சேரர்க்கே சிறப்பாக உரியது எனக் கூடாது". என மறுத்துப் போர் இடற்றினர். இச் செய்தி செல்வக் கடுங்கோவுக்குத் தெரிவிக்கப்பட்டது. இவன் இது சோழ பாண்டியர்க்கும் பொது என்ற அச்சொல்லைக் கேட்கப் பொறாது தனது பெரும்படையைத் திரட்டிச் சென்று எதிர்த்து வந்த வேந்தரை முறையே பொருது வென்றி எய்தினான். மேலும், தன் நாட்டவர்க்கு வாழிடம் சிறிது என்று சொல்லி முன்னையினும் விரிவான நிலப் பகுதியைத் தன்னாட்டோடு சேர்த்துக்கொண்டான். பின்பு, அங்கே பாசறை நிறுவி, அந்நாட்டில் போர் வினையால் கெட்ட குடிகளைத் திருத்திப் பொறை நாட்டினும் பூழி நாட்டினும்

போதிய இடமின்றி வருந்திய நன்மக்களைக் குடியேற்றிச் செவ்விய காவல் முறைகளை நன்கு வகுத்திருந்தான். சின்னாட்குப்பின் வினை முடிந்தும் வேந்தன் மீளாமை கண்ட கபிலர், கொங்கு நாட்டில் இவன் தங்கியிருந்த பாசறைக்கு வந்து சேர்ந்தார். அவரோடு வேறு சில சான்றோரும் வந்தனர். அவர்களைச் சேரமான் அன்போடு வரவேற்று இன்புற்றான். பின்பு நாட்டின் நலமறிவான்போல அச்சான்றோரை நோக்கினான். அவர்களும் அக்குறிப்பறிந்து நாட்டின் நலமிகுதியை எடுத்து விளம்பினர். மகிழ்ச்சி மீதூர நம் செல்வக்கடுங்கோ கபிலரை நோக்கினான். அவர், ''பகைவரால் கெட்ட குடிகளை நல்வாழ்வு பெறுவித்த வேந்தே, தான்வாழ ஏனோர் தன் போல வாழ்க என்ற அசையாக் கொள்கையுடையை நீ நின்னைப் போலவே நின் முன்னோரும் இருந்தமையால், இனிய ஆட்சியைச் செய்தனர். நிலம் நற்பயன் பொழிந்தது. அதற்கேற்ப வெள்ளிமீன் உரிய கோளிலே நின்றது. நாற்றிசையிலும் நாடு நந்தா வளம் சிறந்து விளங்கிற்று''[27] என்று பாடிப் பாராட்டினார். அப்பாட்டைக் கேட்ட வேந்தரும் சான்றோரும் பிறரும் அவர் கூறியதை உடன்பட்டு உவகையுற்றனர்.

கபிலர் வாழ்ந்த காலத்தில் சோழ பாண்டி நாடுகளில் சிற்றரசர்களும் குறுநிலத் தலைவர்களும் சிறந்திருந்தனரேயன்றி, முடிவேந்தர் எவரும் புலவர் பாடும் புகழ்கொண்டு விளங்கவில்லை, இந்நிலையைக் கபிலர் பாடிய பாட்டுக்களைக் காண்போர் நன்கு காணலாம், இந்நிலையால் நாட்டில் வாழ்ந்த பாணர், கூத்தர், பொருநர், புலவர் முதலிய பலரும் செல்வக் கடுங்கோவின் திருவோலக்கம் நோக்கி வருவாராயினர். அவர்கட்கு ஏற்ற வரிசையறிந்து வரையா வள்ளன்மை செய்த கடுங்கோவின் புகழ்க்கு எதிரே அச்சோழபாண்டியர் பெயரும் பிற செல்வர் சிறப்பும் விளங்கித் தோன்றவில்லை, இதனைப் புலமைக் கண்கொண்டு நோக்கிய கபிலர் வேந்தனை நோக்கி, ''சேரலர் பெரும; விசும்பின் கண் ஞாயிறு தோன்றி ஒளிருங்கால், அங்குள்ள விண்மீன்கள் ஒளியிழந்து அஞ்ஞாயிற்றின் ஒளியில் ஒடுங்கிவிடுகின்றன; அது போலவே, நின் புகழ் ஒளியில் ஏனை வேந்தரனைவரும் ஒளி மழுங்கிவிட்டனர்; பரிசிலர் கூட்டம் நின்னை நோக்கி வந்த வண்ணம் இருக்கிறது; அதே நிலையில் அக்கூட்டத்திடையே நின்பால் வந்தபின் பசியும் இல்லை; பசியுடையோரைக் காண்பதும் அரிது; அம்மகிழ்ச்சியாலன்றே நின்னை இப்பாசறை இடத்தே காண வந்தேன்?''[25] என்று பாடி இவனை மகிழ்வித்தார்.

வந்தோர் பலர்க்கும் விடைகொடுத்த கடுங்கோ கபிலரை மட்டில் தன்னோடே இருத்திக் கொண்டான்; இருந்து வருகையில் ஒருநாள், தான் வந்த வினைத் திறத்தைக் கூறலுற்று, ''சான்றீர், என் நாட்டவர்க்குக் கடலும் மலையும் காடும் நின்று போதிய இடம் நல்காமையால், சிறிதாயிருக்கும் அதனை விரிவு செய்தல் வேண்டி இந்நாட்டிற்கு வந்தேன்; இங்கே இடம் பெற்றிருந்த வேந்தர் இந்நிலம் எல்லோர்க்கும் பொது என்று சொல்லிப் போர் தொடுத்தனர். அது பொறாது இவ்வினை மேற்கொண்டு வருவது கடனாயிற்று.'' என்று சொல்லி வினைக்காவன செய்யலுற்றான். கபிலர் வினை வேண்டுமிடத்து அறிவு உதவி வந்தார். இரண்டொரு நாட்குப் பின் ஒரு நாள் வெயில் வெம்மை மிகுதியாய் இருந்தது. அதனைப் பொறாமல் கபிலர்வெதும்புவதைக் கடுங்கோ கண்டு விளையாட்டாக, ''சான்றீர், இவ்வெயில் என்னைப் போல வெம்மை செய்கிறதன்றோ?'' என்றான். ''வேந்தே, இந்த ஞாயிறு நின்னைப் போல்வது என்றற்கு என் நா இசையாது; இதன்பால் பல குறைகள் உண்டு,'' என்று சொல்லி ஞாயிற்றை நோக்கி, ''இடம் சிறிது என்ற ஊக்கத்தாலும், போகம் வேண்டியும், நிலம் பொதுமையென்னும் சொல்லை வலியுடைவேந்தர் கொள்ளாராத லாலும் அறப்போர் புரியும் தானையையுடைய எங்கள் சேரர் பெருமானை, ஞாயிறே, நீ எவ்வாறு ஒத்தல் கூடும்? நீ பொழுது வரையறுக்கின்றாய்; புறங்காட்டி மறைகின்றாய்; நாடோறும் பொழுதுதோறும் மாறிமாறி வருவாய்; மாலைப் போதில் மலையில் ஒளிப்பாய்; சேரமான்பால் பொழுது வரையறுத்தல், புறங்காட்டி இறத்தல் முதலிய குற்றம் சிறிதும் இல்லையல்லவா? அவ்வாறு இருக்கவும், நீ நாணமின்றி, பகல் விளங்குதியால் பல்கதிர் விரித்தே,''[26] என்று உள்ளுதோறும் இன்பம் ஊறும் தெள்ளிய தமிழ்ப்பாட்டைப் பாடினார்.

பின்பொருநாள், கபிலர் தானை மறவர் சிலரைக் கண்டார். அவரோடு அளவளாவியதில் வினைமுடிந்தமையின் அவரது நினைப்புத் தத்தம் மனைமேல் படர்ந்திருந்தமை தெரிந்தது. அவர், செல்வக்கடுங்கோவைக் கண்டு வினை முடிந்தமை அறிந்து, ''வேந்தே, நின் தானை மறவரைக் கண்டேன். அவர் பகைவர் மதிலை அழித்தல்லது உணவுகொள்வதில்லை என வஞ்சினம் கூறி, அது முடியுங்காறும் உண்ணாதேயிருந்து முடிந்த பின்பே உண்டொழுகும் உரவோராய் இருக்கின்றனர்; பகைவர் ஊரைக்கொண்டன்றி மீள்வதில்லையென உறுதி கொண்டிருந்தோர்

ஊர்களைக் கைக்கெண்டு மகிழ்கின்றனர்; அதனோடமையாது, வேறு வினை யாது உளதோ என வினைமேல் நினைவுறுகின்றனர். 'இவர்கட்குத் தம் மனை வாழ்வில் நினைவு சொல்லாதோ!' என்ற ஐயம் என் நெஞ்சில் எழத்தொடங்கிற்று. அவர் பகைவர் களிறுகளைக் கொன்று அவற்றின் கோடுகளைக் கைக்கொண்டு சென்று மனையடைந்து, பின்னர் அவற்றைக் கள்ளுக்கு விற்றுண்டு, உத்தரகுருவில் வாழும் உயர்ந்தோரைப் போல அச்சம் அறியாத இன்ப வாழ்வில் இனிது இருக்கற்பாலர் அல்லரோ? நின் பிரிவை ஆற்றாமல் வருந்தி, வினை முற்றி மீண்டு நீ வந்து கூடும் நாளைச் சுவரில் எழுதி விரல் சிவந்து வழிமேல் விழி வைத்திருக்கும் அணங்கெழில் அரிவையர் மனத்தைப் பிணிப்பது நின் மார்பு. நின்தாணிழலில் வாழும் வீரர் மார்பும் அப்பெற்றியது தானே?'' என்ற கருத்து அமையக் கூறினர்[27]. அவர் கருத்தை அறிந்த வேந்தன் தன் நகர்க்குத் திரும்பினான். வாகை சூடிச்சிறக்கும் அவன் தானையும் மகிழ்ச்சியுடன் மீண்டது.

செல்வக்கடுங்கோ வஞ்சிநகர்க்கண் இருக்கையில் வேனிற் காலம் வந்தது. சேர வேந்தர்க்குரிய முறைப்படி, வேந்தன் மலை வளம் விரும்பிப் பேரியாற்றங்கரையில் நிற்கும் நேரி மலைக்கு அரசியற்சுற்றம் சூழ்ந்து வரச் சென்றான். சேர வேந்தர் தங்கிய அவ்விடம் இப்போது நேரி மங்கலம் என்ற பெயருடன் இருக்கிறதென்பது நினைவுகூரத் தக்கது. மலைவாணர் இனியவும் அரியவுமாகிய பொருள்களைக் கொணர்ந்து தந்து சேரவரசனை மகிழ்வித்தனர். அங்கே இவனது திருவோலக்கத்துக்குக் கபிலரும் வந்து சேர்ந்தார்.

கடுங்கோவின் திருவோலக்கத்தில் ஒரு பால் அரசியற் சுற்றத்தார் இருந்தனர்; ஒருபால் தானைத் தலைவர், 'எந்தக் கணத்திலும் மக்கள் இறப்பது உண்மை; அதனால், புகழ் நிற்கப் பொருது இறப்பதே வாழ்க்கையின் பயன்' என எண்ணும் காஞ்சியுணர்வு பெற்றுக் காட்சி நல்கினர். ஒருசார் விற்படைத் தலைவரும், ஒருபுடை நண்புடைய வேந்தரும் இருந்தனர். கடுங்கோவின் அருகில் மலர்ந்த கண்ணும் பெருத்த தோளும் கொண்டு, கடவுட்கற்பும் நறுமணங்கமழும் நெற்றியும் விளங்க வேளாவிக் கோமான் பதுமன் தேவி எனப்படும் அரசமாதேவி வீற்றிருந்தாள். அப்போது பாணரும் கூத்தருமாகிய பரிசிலர் வந்து பாட்டும் கூத்தும் நவிற்றிப் பரிசில் பெற்று மகிழ்ந்தனர். இவற்றைக் கண்ட கபிலர், ''பூண் அணிந்து விளங்கிய புகழ்சால்

மார்ப, நின்நாண் மகிழ் இருக்கை இனிது கண்டிகும்''[28] என்று பாடினர்.

சின்னாட்கள் கழிந்தன. கபிலருக்குப் பாரி மகளிரின் நினைவு வந்தது; மலையமானாடு செல்லும் கருத்துக் கொண்டார்; தம்மிடத்தில் பேன்பு செலுத்தும் கடுங்கோவுக்கு அதனை வெளிப்படக் கூறுதற்கு அஞ்சி, குறிப்பாகத் தெரிவிக்க நினைத்தார்; சேரமான் கொடை மடத்தை ஏனைச் சான்றோர்க்குத் தெரிவிப்பது போல, ''சான்றீர், நீவிர் வேண்டுமாயின், செல்வக்கடுங்கோவைச் சென்று காண்மின்; அவன் பகைவர்பால் பெற்ற யானைகளை மிகைபட நல்குவன்; தன் நாட்டில் விளையும் நெல்லை, மரக்காலின் வாய் விரிந்து கெடுமளவு மிகப்பலவாக அளந்து தருவன்,''[29] என்ற கருத்து அடங்கிய பாட்டொன்றைப் பாடினர். பிறிதொருகால், பாணன் ஒருவனைச் செல்வக்கடுங்கோ வாழியாதனிடத்தில் ஆற்றுப் படுக்கும் பொருளில், ''பாணனே, எங்கள் பெருமானான செல்வக்கடுங்கோ, போர்ப்புகழ் படைத்த சான்றோர்க்குத் தலைவன்; நேரிமலைக் குரியவன்; அம்மலையில், மலர்ந்திருக்கும் காந்தட்பூவின் தேனையுண்ட வண்டு பறக்க இயலாது அங்கேயே சூழ்ந்து கிடக்கும். நீ அவன்பால்சென்றால், உனக்கும் உன் சுற்றத்தாருக்கும் கொடுமணம் என்ற ஊரில் செய்யப்படும் அரிய அணிகலன்களையும், பந்தரென்னும் மூதூரிற் செய்யப்படும் முத்துமாலைகளையும் தரப்பெறுவாய்.''[30] என்று பாடினர். இதன்கண், உண்ணலாகாத காந்தட்பூவின் தேனைப் படிந்துண்டதனால் வண்டினம் பறக்க இயலாது கெடுவது போலக் கடுங்கோவுக்கு உரியதாதலால் கைக்கொள்ளலாகாத நேரி மலையைக் கருதிப் போர் தொடுத்தமையால் பகை வேந்தர் கெட்டனர் என்ற கருத்துப் பொதுவாகவும், கடுங்கோவை யடைந்து அவன் தரும் நலங்களைப் பெறுவோர் தங்கள் நாட்டை மறந்து அவன் தாணிழலிலே கிடந்து வாழ்வர் என்ற கருத்துச் சிறப்பாகவும் உள்ளுறுத்தப் பட்டிருப்பதைச் சேரமான் தன் நுண்ணுணர்வால் உணர்ந்து கொண்டான்.

கடுங்கோவுடன் கபிலர் இருந்து வருகையில் சேர நாட்டின் வடக்கில் உள்ளது எனத் தாலமி முதலியோர் குறிக்கும் ஆரியக (Ariyake of Ptolemy) நாட்டு வேந்தனான பிரகதத்தன் என்பான் கடுங்கோவின் நண்பனாய் வரக்கண்டார். அவனோடு சின்னாள் பழகியபோது அவனுக்குத் தமிழரது அகப்பொருள் நெறி அறிவுறுத்த வேண்டிய நிலைமை உண்டாயிற்று. அகப்பொருள்

ஒழுக்கத்தைப் பண்டையோர் தமிழ் என்றே குறிப்பதுண்டு. ''தள்ளாப் பொருள் இயல்பின் தண்டமிழ்''[31] என்று சான்றோர் குறிப்பது காண்க. அவன் பொருட்டுக் குறிஞ்சிப்பாட்டு எனப்படும் அழகிய பாட்டைப் பாடி அது வாயிலாகக் கபிலர் தமிழர் காதல் ஒழுக்கத்தின் தனி மாண்பை அவனுக்கு அறிவுறுத்தினார்.

ஒருகால், சேரன் கபிலருடன் நேரிமலைக்கு வடகிழக்கில் பேரியாற்றுக்கும் அயிரையாற்றுக்கும் இடையில் வானளாவ உயர்ந்த கோடுகளும் மிகப் பல அருவிகளும் கொண்டு நிற்கும் அயிரை மலைக்குத் தன் சுற்றம் சூழச் சென்றான். அங்கே அவன் தங்கிய இடம் இப்போது தேவிகுளம் எனப்படுகிறது. அங்கே கொற்றவைக் கோயிலுண்டு. அதனைச் சேரவேந்தர் வழிபடுவது மரபு. அங்கே தங்கியிருக்கையில் கபிலர், வாழியாதனுடைய தானைச் சிறப்பும், அவனது தலைமைப் பண்பும், அரசமாதேவியின் நன்மாண்பும், பிறவும் முறைப்படத் தொகுத்தோதி, வானுலகம் கேட்குமாறு முழங்கும் அருவிகள் உச்சியினின்றும் இழியும் இந்த அயிரைமலை போல ''தொலையாதாக நீ வாழும் நாளே!''[32] என்று வாழ்த்தினார். அவ்வாழ்த்தின் கண், ''கடவுளர் கடன், உயர்நிலையுலகத்து ஐயர் கடன் முதியர் கடன் ஆகிய கடன் பலவும் இறுத்தது போல எனக்குப் பரிசில் தந்து பரவுக்கடன் ஆற்றுக!'' என்று குறிப்பு இருப்பதாக உணர்ந்து அவர்க்கு உரிய சிறப்புக்களைச் செய்து, ''சிறுபுறம்'' என நூறாயிரம் காணம் பொன்கொடுத்து நன்றா என்னும் குன்றேறி நின்று தன் கண்ணிற்கண்ட, நாடெல்லாம் காட்டிக்கொடுத்தான்.

இந்நன்றாவென்னும் குன்று, கி.பி.ஏழாம் நூற்றாண்டில் நணாவென வழங்கியது. அஃது, இந்நாளைப் பவானியாகலாம்; திருஞானசம்பந்தர் திருப்பதிகம் நணாவைக் குன்றென்றே கூறுகிறது. இதன் உண்மை ஆராய்தற்குரியது. அயிரை மலை, திருச்சிராப்பள்ளியைச் சேர்ந்த ஐவர்மலையெனவும், மதுரையைச் சேர்ந்த அயிரைமலையெனவும் கருதப்பெற்ற துண்டு. பின்னர் நிகழ்ந்த ஆராய்ச்சிகளால் அயிரை மலை, நேரிமலைக்கு அண்மையில் பேரியாற்றங்கரையில் அயிரையாறு தோன்றுமிடத்தே நிற்கும் நெடுமலை என்பது தெளிவாயிற்று. இது நிற்க.

கடுங்கோவிடம் விடை பெற்றுக் கபிலர் சென்ற சின்னாட்குப் பின், சேரமான் வஞ்சி நகர் சென்று சேர்ந்தான். சில ஆண்டுகட்குப்

பின், செல்வக்கடுங்கோவுக்கும் மதுரைக்கு வடகிழக்கில் வாழ்ந்த பாண்டி நாட்டுத்தலைவனொருவனுக்கும் போருண்டாயிற்று. சேரமான் தன் பெரும் படையுடன் பாண்டி நாடு அடைந்து, சிக்கல் என்னும் இடத்தே பகை வேந்தனை எதிர்த்துப் போர் உடற்றினான். அப்போரில் பகைவர் எறிந்த வேற்படையொன்று செல்வக் கடுங்கோவின் மார்பிற்பட்டுப் பெரும்புண் செய்தது. அவனும் தன் அரிய உயிரைக் கொடுத்து என்றும் பொன்றாத பெரிய புகழைப் பெற்றான். அங்கேயே அவன் பள்ளிப் படுக்கப்பட்டதனால், பின்வந்த சான்றோர், அவனை, 'சிக்கற்பள்ளித் துஞ்சிய செல்வக்கடுங்கோ வாழியாதன்' என்று சிறப்பித்தனர். அந்தச் சிக்கல் என்னும் இடம் இப்போது இராமநாதபுரம் மாவட்டத்தில் உளது.

சிக்கற்பள்ளித் துஞ்சிய செல்வக்கடுங்கோ வாழியாதன் இருபத்தையாண்டு அரசு வீற்றிருந்தான் என்று பதிகம் கூறுகிறது.

அடிக்குறிப்புகள்

1. குறுந். 166.
2. அகம். 142.
3. பதிற். 90.
4. A.R.No. 166 of 1936&7.
5. Ibid. No. 335 of 1927&28.
6. 'யாரைக் கண்டால் யான் உடம்பு பெறலாம் எனச் சான்றோர் கூறினரோ அவன் நீயாயின்' என்பது குறிப்பு. புறம். 5.
7. புறம். 195.
8. அகம். 59.
9. புறம். 17.
10. பதிற். 70
11. புறம். 357.
12. சேரவாறு-ஷிராவதி (shiravadi).
13. பதிற். 63.
14. பதிற். 69.
15. புறம். 387.
16. புறம். 53.
17. அகம். 78.
18. புறம். 174.

19. பதிற். 61.
20. பதிற். 63.
21. புறம். 14.
22. பந்தர் இப்போது பொன்னானி வட்டத்தில் பந்தலூர் என்ற பெயருடன் இருக்கிறது. பதிற். 6.
23. கொடுமணம் திருவாங்கூர் அரசில் குன்னத்தூர் வட்டத்தில் உள்ளது. பதிற். 67.
24. பதிற். 68.
25. பதிற். 62.
26. பதிற். 59.
27. பதிற். 64.
28. புறம். 8.
29. பதிற். 68.
30. பதிற். 65.
31. பதிற். 66.
32. பதிற். 67.
33. பரி. 9:25.
34. பதிற். 70.

11. தகடூர் எறிந்த பெருஞ்சேரல் இரும்பொறை

செல்வக்கடுங்கோ வாழியாதன் சிக்கற்பள்ளியில் துஞ்சிய காலத்தில் சேரவரசு கொங்கு நாட்டில் பரந்திருந்தது. அதற்குக் கொங்கு வஞ்சி என்னும் பேரூர் தலைநகராய் விளங்கியதும் இடைக்காலத்தே கொங்கு வஞ்சி தஞ்சையிலிருந்து அரசாண்ட சோழர் கைப்பட்ட போது இராசராசபுரம் என்று பெயர் பெற்று இந்நாளில் தாராபுரம் என மருவிற்றென்பதும் முன்பே கூறப்பட்டன.

அக்காலத்தே கொங்கு நாட்டின் வடக்கில் புன்னாடும் எருமை நாடும்[1] கிழக்கில் தொண்டை நாடும் சோழ நாடும் தெற்கிலும் மேற்கிலும் சேர நாடும் எல்லையாய் விளங்கின. கோயம்புத்தூர்ப் பகுதி மீகொங்கு நாடு என்றும், குளித்தலையும் அதன் தென்மேற்குப் பகுதியும் கீழ்க் கொங்கு நாடென்றும், சேலம் பகுதி வடகொங்கு நாடு[2] என்றும் வழங்கின. பின்பு மைசூர் நாடும் அதனைச் சேர்ந்த கோலார் நாடும் சேலம் மாவட்டத்தின் வடபகுதியும் சேர்ந்து கங்கநாடெனப் பெயர் பெற்றன.[3] சேலம் பகுதியின் எஞ்சிய பகுதி முற்றும் கொங்கு நாடாகவே விளங்கிற்று. நாமக்கல்லிலுள்ள பழமையான கல்வெட்டொன்று அது வடகொங்கு நாட்டைச் சேர்ந்ததெனக் குறிக்கின்றது.[4]

இக்கொங்கு நாடு முற்றும் காடும் மேடும் நிறைந்து முல்லை வளமே சிறந்திருந்ததனால் இங்கே வாழ்ந்தவர் பெரும்பாலும் ஆடுமாடுகள் மேய்க்கும் ஆயராகவே இருந்தனர். இது பற்றியே சான்றோர் கொங்கு நாட்டவரை ''ஆகெழு கொங்கர்'' எனச் சிறப்பித்துக் கூறினர்.

கொங்கு நாட்டின் வடக்கில் இருந்த புன்னாடு முதற்கண் கங்கவேந்தர் ஆட்சிக்குள்ளாகிக் கங்க நாடானபோது எருமை

நாட்டில் எருமையூராரும் கொங்கு நாட்டில் அதியமான்களும் ஆட்சி செலுத்தினர். அதிகமான்கள் இருந்தவூர் தகடூர் எனச் சங்க காலத்தில் வழங்கிற்று. இப்போது, அது தருமபுரியென வழங்குகிறது. எருமையது நாடு எருமை நாடென்றும் தகடூரைத் தலைநகராகக் கொண்டது தகடூர் நாடென்றும் பெயர் பெற்று நிலவின.[5]

தகடூர் நாட்டுக்குத் தெற்கில் காவிரியின் கீழ்க்கரைக்கும் கொல்லி மலைக்கும் இடையிலிருந்தது கொல்லிக்கூற்றம் என்றும், காவிரியின் மேலைப்பகுதி குறும்பு நாடென்றும் நிலவின. கொல்லிக் கூற்றத்தின் தெற்கில் கிழக்கு மேற்காக ஓடும் காவிரியாற்றின் வடகரையில் கீழ்ப்பகுதி மழநாடு எனப்பட்டது. இப்போது அது திருச்சிராப்பள்ளி மாவட்டத்தின் முசிறி வட்டமாய் விளங்குகிறது. கீழ்க்கொங்கு நாட்டில் பொள்ளாச்சி நாடும் உடுமலைப் பேட்டையின் ஒரு பகுதியும் பொறை நாடாகும்: எஞ்சிய பகுதியும் பழனி வட்டமும் வையாவி நாடு எனப்பட்டன: இடைக்காலத்தில் வையாவி நாடு வைகாவி நாடு என மருவி வழங்கினமை கல்வெட்டுக்களால்[6] தெரிகிறது. பல்லடம் தாராபுரம் வட்டங்களின் ஒரு பகுதி குறும்பு நாட்டிலும், ஒரு பகுதி கீழ்க்கொங்கு நாட்டிலும், ஒரு பகுதி பொறை நாடு வையாவி நாடுகளிலும் இருந்தன. களங்காய்க் கண்ணி நார்முடிச் சேரல் காலத்தே வாகைப் பெறுந்துறையில் நன்னனோடு செய்த போரின் விளைவாகக் கொங்கு நாட்டின் குறும்பு நாட்டுப் பகுதி முற்றும் சேரர்க்குரியதாயிற்று. வடக்கில் தகடூர் நாட்டுக்கும் சேரர் கொங்கு நாடான குறும்பு நாட்டுக்கும் எல்லையாகப் பூவானியாறு விளங்கிற்று. கீழ்க்கொங்கு நாட்டுக் கருவூர் வஞ்சியென்றும் கருவூரென்றும் கல்வெட்டுக்களில் பெயர் குறிக்கப்படுவதால், இது பின் வந்த சங்ககாலச் சேர மன்னர்களின் வெற்றிச் செயல் என்று அறிகின்றோம். காவிரிக் கரையில் உள்ள கருவூரும் முசிறியும் சேரநாட்டு மேலைக் கடற்கரையில் உள்ள பேரூர்களின் பெயர்கள் என்பது ஈண்டு நினைக்கத்தகுவது.

இனி, மேலைக் கடற்கரை நாட்டுச் சேரரது ஆட்சி, கொங்கு நாடு முழுதும் கவர்ந்து தகடூர் நாட்டை நெருங்குவது கண்டார்கள் தகடூர் நாட்டு அதியமான்கள். அக்காலத்தே ஆவியர், ஓவியர், மலையமான் என்பாரைப்போல, அதியர் என்னும் குடியில் தோன்றிப் புகழ், பொருள், படை, ஆண்மை முதலியவற்றின் சிறப்பால் அவர்கள் புலவர் பாடும் புகழ் படைத்து விளங்கினர். ஔவையார்க்கு நெல்லிக்கனி வழங்கி நெடும்புகழ் பெற்ற

நெடுமான் அஞ்சி, இந்த அதியர் குடியில் தோன்றிய பெருந்தகை யாவன். இக்குடியில் தோன்றிய தலைவர்கள் கி.பி. பத்து பன்னிரண்டாம் நூற்றாண்டிலும் ஆங்காங்கு இருந்திருக்கின்றார்கள். அவர்கள் பிற்காலத்தே சோழர்க்குத் துணையாய் இருந்து கன்னட வேந்தரொடும், பல்லவ சேரமன்னர்க்குத் துணையாய்ச் சோழ பாண்டியரொடும் பிறரொடும் பொருது மேன்மையெய்தியிருக் கின்றார்கள். சேரமான் பெருஞ்சேரலிரும்பொறை காலத்தில் அதியமான் எழினி என்பான் தகடூரிலிருந்து தகடூர் நாட்டை ஆண்டு வந்தான்.

சேரநாட்டரசு தனது தகடூர் நாடு வரையில் பரந்திருந்தது, அதியமான் எழினிக்கு மனவமைதியைத் தரவில்லை. அந்நாளில் சோழபாண்டிய முடிவேந்தர் சிறந்த நிலையில் இல்லாதிருந் தமையால், சேர மன்னர் கொங்குநாடு முழுதும் கொண்டு தமிழகம் முழுதும் சேரவரசினையே நிலைபெறச் செய்ய முயல்கின்றனர் என்று எழினி எண்ணினான்: ஆங்காங்குத் தனக்குக்கீழ்த் தன் ஆணை வழி அரசு புரிந்த வேளிர் தலைவரையும் பிற ஆயர் தலைவரையும் ஒருங்கே கூட்டிச் சேரரைக் கொங்கு நாட்டினின்றும் போக்கிவிடவேண்டுமென அவர்களொடு ஆராய்ச்சி செய்தான். எழினி செய்த சூழ்ச்சிக்குத் துணையாய் வந்த தலைவர்களுள் கழுவுள் என்னும் ஆயர் தலைவனும் ஒருவனாவான்.

முன்பு ஒருகால் அக்கழுவுள் காமூர் என்னும் ஊரிடத்தேயிருந்து கொண்டு, தென்கொங்கு நாட்டில் வாழ்ந்த குறுநிலத் தலைவர்களான வேளிர்கள் நாட்டில் புகுந்து குறும்பு செய்தான். முசிறிப் பகுதியிலிருக்கும் திருக்காம்பூர் அந்நாளில் காமூர் என வழங்கிற்று. அவனது குறும்பு கண்டு சினந்த 'வேளிர் பதினால்வர் ஒருங்கு கூடி அவனது காமூரை முற்றி நின்று கடும்போர் புரிந்தனர். கழுவுள் அவர் முன் நிற்கலாற்றாது ஓடிவிட்டான். அவனது காமூரும் தீக்கிரையாயிற்று[7] தோற்றோடிய கழுவுள் கொல்லிக் கூற்றத்துக்கு வடக்கில் தகடூர் நாட்டையடுத்துள்ள நாட்டில் தங்கித் தன் கீழ் வாழ்ந்த ஆயர்கட்குக் காவல் புரிந்து வந்தான்.

அப்போது தனக்கு அண்மையிலுள்ள அதியமான்கள் சொல்லுமாறு சேரர் வருகையைத் தடுக்காவிடின், அவரது பகைமை தோன்றத் தனக்கும் தன்கீழ் வாழ்வார்க்கும் கேடு செய்யுமென எண்ணிக் கொல்லிக் கூற்றத்துத் தென்பகுதியிலும் காவிரியின் மேலைக் கரையிலுள்ள குறும்பு நாட்டிலும் புகுந்து குறும்பு

செய்தான். அதியமான்களின் ஆதரவில் வாழ்ந்த வேளிர் சிலர் கழுவுளுக்குத் துணை புரிந்தனர்.

இந்நிலையில் செல்வக்கடுங்கோ வாழியாதன் பாண்டிநாட்டில் போர் புரிந்து, சிக்கற்பள்ளியில் இறந்த செய்தி நாட்டிற் பரவிற்று. அற்றம் நோக்கியிருந்த கழுவுள் அச்சமயத்தை நெகிழ விடாமல், வேளிர் சிலர் துணை செய்யக் கொல்லிக் கூற்ற முற்றும் தனதாக்கிக் கொண்டு, காவிரியின் வடகரைப் பகுதியில் தனக்கு ஓர் இருக்கை அமைத்துக்கொண்டு வாழ்ந்து வரலானான்.

காவிரியின் மேலைக் கரையில் பூவானியாறு காவிரியோடு கலக்கும் இடத்துக்குத் திருநணா என்ற பெயருண்டென முன்பே கூறினோம். இதன் அருகேயுள்ள குன்றுகளில் ஒன்று நன்றா என அக்காலத்தில் வழங்கப்பட்டிருக்கலாம். அக்குன்றின் பெயரே நாளடைவில் நணாவென மருவியது. கி.பி. ஏழாம் நூற்றாண்டிலே அம்மரூஉப்பெயர் நிலவிற்றென்பது திருஞான சம்பந்தர் தேவாரத்தால் நன்கு தெரிகின்றது. அந்த நன்றா என்னும் குன்றேறி நின்றே செல்வக்கடுங்கோ வாழியாதன் கபிலர்க்குத் தன் கண்ணிற்காண நின்ற கொல்லிக் கூற்றத்துப் பகுதியை நல்கினான்: அதற்கு அப்பகுதியில் நாமக்கல் வட்டத்தில் உள்ள கபிலக்குறிச்சி என்னும் ஊர் இருந்து சான்று கூறா நிற்கிறது.

ஆயர் தலைவனான கழுவுள் கொல்லிக் கூற்றத்தைக் கைப்பற்றிக்கொண்ட செய்தி, கொங்கு வஞ்சியாகிய நகர்க்கண் இருந்த சேரர் தலைவன் அறிந்து, செல்வக்கடுங்கோவுக்குப் பின் சேரமானாய் அரசு கட்டிலேறிய பெருஞ்சேரலிரும் பொறைக்குத் தெரிவித்தான். உடனே, இரும்பொறை, பெரும் படையொன்றைத் திரட்டிக்கொண்டு, கொங்கு நாட்டுக் கொல்லிக் கூற்றத்துட் புகுந்தான். பெரும்படை போந்து தங்கியிருப்பது உணராத கழுவுள், தன் அரணிடத்தே இருந்தான். படைப்பெருமை கண்ட வேளிருட்பலர் சேரமான் பக்கல் சேர்ந்துகொண்டனர்.

தொடக்கத்தில் காவிரிக்கரையில் இருந்துகொண்டே சேரரது படை வெட்சிப் போரைத் தொடங்கிற்று. ஆயர் தலைவர் சிலர் கரந்தை சூடிப்பொருது சேரரது பெருமை கண்டதும் அஞ்சித் தம்பால் இருந்த ஏனை ஆனிரைகளையும் கொணர்ந்து தந்து, ‘‘வேந்தே, எங்கட்கு இவற்றின் வேறாகச் செல்வமும் வாழ்வும் இல்லை: எங்களைக் காப்பது நின் கடன்’’ என்று சொல்லி அடி பணிந்தனர். வெட்சி வீரரான சேரர் படைத் தலைவர்,

அவர்களுடைய நிலைமையைக் கண்டு, அருள் மிகுந்து, தாம் கவர்ந்துகொண்ட ஆனிரைகளையும் அவர்கட்கு அளித்து, இனிது வாழுமாறு விடுத்து, வடக்கு நோக்கிச் சென்றனர். கொல்லிக் கூற்றத்தின் இடையே அகழியும் மதிலும் நன்கமைந்த ஓரிடத்தே கழுவுள் இருந்து வந்தான். ஆயர் தலைவர்கள் சேரமான்பால் புகல் அடைந்ததும், அவர்கட்கு முன்பே தனக்குத் துணை செய்ய வந்த வேளிர்கள் தன்னின் நீங்கிச் சேரரொடு சேர்ந்துகொண்டதும் அவன் அறிந்தான்: முன்பு அக்கொங்கு நாட்டில் வாழ்ந்த வேளிர்கள் தன்னொடு பகைத்துத் தனது காமூரைத் தீக்கிரையாக்கி அளித்த செய்தியை நினைத்தான்: 'பழம் பகை நட்பாகாது.' என்னும் பழமொழியின் உண்மை அவனுக்கு நன்கு தோன்றிற்று. கொல்லிக் கூற்றத்துக்கு வடக்கில் வாழும் அதியமான்களுக்கு அறிவித்து அவர்களது துணையைப் பெறக் கருதினான். ஒருகால் அவர்களும் வேளிரது தொடர்புடையராதலால் தன்னைக் கை விடுவதும் செய்வர் என்ற எண்ணமுண்டாயிற்று. முடிவில் தனக்குரிய துணைவரை ஆராய்ந்தான். தானும் தன்கீழ் வாழும் ஆயர்கள் செய்ததுபோலச் சேரமானைப் புகல் அடைந்து அவனது தாணிழல் வாழ்வு பெறுவதே தக்கது எனத் துணிந்தான்.

வடக்கில் அதியரும் ஏனைய பகுதிகளில் வேளிரும் காணத் தனிப்பெருமையுடன் அரசு செலுத்தி வந்த தன் வாழ்வையும், அவர்கள் அறியத் தான் சேரரைப் புகலடைந்ததால் உண்டாகும் தாழ்வையும், அதியரும் வேளிரும் தன்னை இகழ்வரென எழுந்த நாணமும் கழுவுளைப் பெரிதும் வருத்தின. அதனால், அவன், மேலே வந்துகொண்டிருக்கும் சேரர் படைப்பெருமையைத் தடுத்தற்கான செயலொன்றையும் செய்ய இயலாதவனானான். சேரர் படையும்போந்து அவனிருந்த நகரைச் சூழ்ந்து கொண்டது. கழுவுளின் கருத்தறியாத தலைவர் சிலர், கொட்டி வருத்தும் குளவிக் கூட்டைக் கெடுத்து, அக்குளவிகள் பறந்து போந்து கொட்டத் தொடங்கியதும் மூலைக்கொருவராய்ச் சிதறியோடும் இளஞ்சிறார்களைப்போல, முற்றியிருக்கும் சேரர் படைக்குச் சினமூட்டிவிட்டு, அது சீறியெழக் கண்டு வலியிழந்து, உயிரிழந்தவர் போக, எஞ்சினோர். 'உய்ந்தோம்! உய்ந்தோம்!' என ஓடி ஒளிந்து கொண்டனர். முடிவில், சேரர் படைகழுவுள் இருந்து ஊரைத் தீவைத்தழிக்கலுற்றது. புகையும் எழுந்து அரண்மனையைச் சூழ்ந்து கவிந்துகொண்டது. சேரர் தலைவர் அம்மதிலைக் கைப்பற்றிக் கொண்டனர். அன்றிரவு விடியற் காலத்தே ஒருவர்

கண்ணிலும் படாமல் கழுவுள் தான் ஒருவனுமே தனியனாய் வந்து இரும்பொறையின் இணையடி தாழ்ந்து, புகல் அடைந்தான். அவனுடைய மானவுணர்வையும் கட்டாண்மையையும் கண்ட இரும்பொறை, அருள் சுரந்து அவனைத் தனக்கு உரியவனாக்கிக் கொண்டு முன்போல இருக்கச் செய்தான். ஆயரும் அவனுடைய தலைமையில் இருந்து வருவாராயினர். அன்றியும், ஆயருட்சிலர், பொறையனது தலைமையின் கீழ் அவற்குத் துணைவராய்ப் பல போர்களில் நெறியும் வெற்றியும் காட்டித் தந்தனர். தோற்றோர் தந்த யானைகளையும் அருங்கலங்களையும் திறையாகப் பெற்றுக்கொண்டு இரும்பொறை வேறு பகைவரை நாடி மேற்செல்வானாயினன்.

அக்காலத்தில் சோழநாட்டில் கும்பகோணத்துக்கண்மையில் காவிரியிலிருந்து அரிசிலாறு பிரியும் இடத்தில் அரிசிலூர் என்றோர் ஊரிருந்தது. அஃது இப்போது மறைந்து போயிற்று. ஆயினும், அஃது இருந்ததென்பதைக் குடந்தைக் கீழ்க் கோட்டத்துக் கல்வெட்டொன்று[8] காட்டி நிற்கிறது. அவ்வூரில் அரிசில் கிழார் என்றொரு சான்றோர் அந்நாளில் சிறந்து விளங்கினார். கபிலரினும் ஆண்டில் இளையராயினும், சான்றோரினத்தில் 'அவர் தாமும் ஒருவராகக் கருதப்படும் தகுதி வாய்ந்திருந்தார். அதனால், அவருக்கு நம் தமிழகத்தில் மிக்க சிறப்புண்டாகி இருந்தது. சோழ நாட்டிலும் பாண்டி நாட்டிலும் புலவர் பாடும் புகழ் பெறத்தக்க முடிவேந்தர் இல்லாமையால், தகுதி நிறைந்திருந்த சேர வேந்தரைக் காண அவர் சோழ நாட்டினின்றும் புறப்பட்டார். அப்போது சேரமான் பெருஞ்சேரலிரும்பொறை கொங்கு நாட்டிற் பாசறை யிட்டிருந்தான். அரிசில் கிழார் காவிரிக்கரை வழியே மழநாடு கடந்துகொங்கு நாட்டில் கொல்லிக் கூற்றத்தில் இரும்பொறை தங்கியிருக்கும் பாசறைக்கு வந்து சேர்ந்தார்.

அங்கே சேரமானைக் காண்பதற்கு இரவலரும் பரிசிலரும் வந்துகொண்டிருந்தனர். அவர்கள் இரும்பொறையின் போர்ச் சிறப்பையும் வள்ளன்மையையும் அரிசில் கிழார்க்கு எடுத்துரைத்தனர். அவரும் அதற்கு முன்பே அவனுடைய குண நலங்களைக் கேள்வியுற்றிருந்தார். சேரநாட்டு உழவர், உழுத படைச்சாலிலே அரிய மணிகளைப் பெறுவர் என்றொரு சிறப்பு அக்காலத்தில் தமிழகமெங்கும் பரவியிருந்தது. அதுபற்றியே கபிலரும், "செம்பரல் முரம்பின் இலங்கு கதிர்த் திருமணி பெறூஉம் அகனகண் வைப்பின் நாடு"[9] எனப்பாடினர். அதனை அரிசில்

கிழாரும் அறிந்திருந்தார். பாசறைத் திருவோலக்கத்தில் தன்னை வந்து காணும் இரவலர் பலர்க்கும் பகைவர்பாற் பெற்ற குதிரைகளை இரும்பொறை வரைவின்றி வழங்குகின்றான் என்பதும், அவனுடைய தானை மறவர் போர்த் துறையில் கடைபோகியவர் என்பதும் அவர்க்குத் தெரிந்திருந்தன. அவர்கள், தமது நாட்டு வணிகர் கடல் கடந்து வாணிகம் செய்து வரும் கலங்கள் கரைக்கு வந்ததும், அவற்றை அவ்வப்போது பழுது பார்த்துச் செம்மை செய்துகொள்வது போல, போரிற் புண்பட்டு வரும் யானைகளின் புண்ணையாற்றிப் பின்பு அவற்றைப் போரெதிர்ந்து வெற்றி பெறச் செய்யும் விறலுடையனவாக்கி இரவலர்க்கு வழங்கினர். சேரநாட்டு உழவர் பகன்றைப் பூவால்தொடுத்த கண்ணியணிந்த சில ஏர்களைக்கொண்டு பல்விதை வித்திப்பயன்பெறும் பாங்குடையர் என்று அரிசில் கிழார் சான்றோர்பால் கேட்டறிந்திருந்தார். பொறையனது பாசறையை நெருங்க நெருங்க நாம் கேள்வியுற்றவையெல்லாம் அரிசிலார் உள்ளத்தில் ஓர் அழகிய பாட்டாய் உருக்கொண்டது. வேந்தன் அவரது வருகையறிந்ததும் அவரை எதிர் கொண்டு வரவேற்று இருக்கை தந்து மகிழ்வித்தான். சான்றோராகிய கிழாரும் தமது மனத்தில் உருவாகியிருந்த பாட்டைச் சொல்லி இறுதியில், ''இரப்போர்க்கு ஈதல் தண்டா மாசித றிருக்கை கண்டனென் செல்கு வந்தனென்''[10] என்றார். வேந்தன் இன்புற்று அவரைத் தன்னோடே இருக்குமாறு வேண்டினான்.

பெருஞ்சேரல் இரும்பொறை கொல்லிக்கூற்றத்தில் இருந்த கழுவுளது குறும்பையடக்கி, அவனைத் தன்னைப் பணிந்து தனக்குரியனாமாறு செய்து கொண்டதையும், வேளிருட் சிலர் சேரமானைச் சேர்த்துக் கொண்டதையும், தகடூர் நாட்டு வேந்தனான அதியமான் எழினியறிந்தான். மேற்கே கொண்காண நாட்டுக்கும் கிழக்கே தொண்டை நாட்டுக்கும் இடையில் தனியரசு செலுத்தி வந்த அவனுக்குச் சேரவரசின் பரப்புப் பகைமையுணர்வை எழுப்பிற்று. ஆகவே, அவன் ஆங்காங்கு வாழ்ந்த குறுநிலத் தலைவர்களை ஒன்று கூட்டி இரும்பொறையை வென்று வெருட்டுதற்குரியவற்றைச் சூழ்வானாயினன்.

அதியமான் எழினியின் குடிவரவும் காவற்சிறப்பும் கொடைச் சிறப்பும் அரிசில்கிழார் நன்கறிந்தன. அவன்பால் அவர்க்குப் பெருமதிப்புண்டு. சேரமானுடைய படைப் பெருமையைத் தாம் நேரிற்கண்டிருந்தமையால், அதியமான் செயல் அவனுக்குக் கேடு

தரும் என்பதை உணர்ந்து அவன்பால் சென்று எடுத்தோதிப் போர் நிகழாவகையில் தடைசெய்ய வேண்டுமென அரிசில் கிழார் எண்ணி, இரும்பொறைபால் விடைபெற்றுக்கொண்டு தகடூர்க்குச் சென்றார். அதியமானையும் அவனுடைய தானைத் தலைவர் களையும், துணை நின்ற குறுநிலத் தலைவர்களையும் நேரிற்கண்டு சேரனுடைய படைவலி, வினைவலி, துணைவலி முதலிய பலவலி வகைகளை எடுத்தோதினார், கழுவுள் தலைமடங்கி ஆயரோடு சேரமான்பால் புகலடைந்ததை இகழ்ந்து பேசினரேயன்றி, அவர்கள் அரிசில் கிழார் கூறியதை மனங்கொள்ளவில்லை. அதனால், அவர் அவர்களது மடமைக்குப் பெரிதும் மனம் கவன்று, சேரமான் பக்கலே வந்து சேர்ந்தார். அவரது முயற்சி பயன்படாமையை வேந்தன் குறிப்பாய் உணர்ந்துகொண்டு வேறு வகையிற் சொல்லாடி இன்புற்றான். அவனோடு இருக்கையில் அரிசில் கிழார் சேரனுடைய போர்ச் சுற்றத்தாரைக் கண்டார். அவர்கள் செல்வக்கடுங்கோவின் காலத்தேயே நல்ல பயிற்சியும் ஆற்றலும் கொண்டு விளங்கினவர். அவர்கள் கூறுவனவற்றையும் இரும்பொறை அவர்கட்களிக்கும் நன்மதிப்பையும் காணக் காண அரிசில்கிழார்க்கு அவன்பால் உளதாகிய நற்கருத்து உயர்ந்தது. அத்தானை வீரரிடத்தே போர் அறிவும் அறமும் சிறந்து விளங்கின. பல வகைகளில் சேரமானுடைய பண்பும் செயலும் அவர்களுடைய பண்பையும் செயலையும் ஒத்திருந்தன. தகடூர் நாட்டுத் தலைவர்கள், சேரரின் அறிவு, ஆண்மை, படை முதலியவற்றை அறிந்தொழுகுதற்கேற்ற வாய்ப்புக்கள் பல இருந்தும், தம்முடைய மடமையால் கெடுவது சான்றோரது புலமைக் கண்ணுக்குப் புலனாயிற்று.

சில நாட்களுக்கெல்லாம் தகடூர் நாட்டுத் தலைவர்களுக்கும் சேரமானுக்கும் போருண்டாயிற்று. சேரர் படை அதியர் தலைவர்கள் இருந்த ஊர்களைச் சூழ்ந்து சூறையாடலுற்றது. அப்படை புகுந்த இடமெல்லாம் தீயும் புகையும் மிக்கெழுந்தன. ஒரே காலத்தில் பல இடங்களில் தீ எழுந்தது. எங்கும் தீயும் புகையும் திகழக்கண்ட அரிசில் கிழாரது நெஞ்சம் நீராய் உருகிற்று. அத்தீக்குக் காரணமாய் நின்ற பகை வேந்தரின் பெருமடமையை நினைக்க ஒருபால் சினமும், ஊழிக்காலத்தில் உலகில் பரவும் திணியிருளைப் போக்குதற்கு ஞாயிறுகள் பல தோன்றுவது போலச் சேரர் படை கொளுவும் நெருப்புப் பரந்தெழுவதும் அக்காலத்தில் பரவும் பிரளய வெள்ளத்தை வற்றச் செய்யும் வடவைத் தீப்போல

இத்தீயழல் வெதுப்புவதும் காண ஒருபால் வியப்பும் அரிசில்கிழார் உள்ளத்தில் உண்டாயின. சேரமானை நோக்கி, ''இகல் பெருமையின் படைகோள் அஞ்சார், சூழாது துணிதல் அல்லது வறிதுடன் நாடு காவல் எதிரார் கறுத்தோர்.''[11] என்று பாடினர். சிறிது போதில் தானைத்தலைவர் சிலர் கைப்பற்றப்பட்டுச் சேரமான் முன் நிறுத்தப்பட்டனர். அவர்கள் சேரமானுடைய படைப்பெருமையை அறிந்து, ''ஆ! இதனை அறியாமலன்றோ கெட்டோம்!'' என எண்ணும் குறிப்பு அவர் முகத்தில் நிலவிற்று. அதனை நோக்காது சேரமான் சினம் மிகுவது கண்டார் அரிசில் கிழார். அவர், ''வேந்தே, உரவரும் மடவரும் அறிவு தெரிந்து எண்ணி அறிந்தனை அருளாயாயின், யார் இவண் நெடுந்தகை வாழுமோரே?''[12] என்று பாடி அவருட் சிலரை உய்வித்தார்.

பின்னர், ஒரு நாள், தகடூர் வேந்தனான எழினியும் வேளிர் சிலரும் தம்மிற்கூடிப் பொருவது சூழ்கின்றனரெனச் சேரமானுடைய ஒற்றர் போந்து உரைத்தனர். சேரர்படை செய்யும் போர்வினையால் நீர்வளமும் நிலவளமும் பொருந்திய பகுதிகள் அழிவுற்றுப் புன்செய்க் கரம்பையாய்ப் பாழ்படுவதும் மக்கள் செந்நெல் பெறாது வறுமையுற்று வாடி, வருந்துவதும் கண்டிருந்தமையால், கிழார் தாமாகிலும் அதியமான்பால் தூதுசென்று போரைக் கைவிடுவித்துச் சேரமானொடு அவனை நண்பனாக்க முயறல் வேண்டுமென நினைத்தார். இதனை வெளிப்படக் கூறலாகாமை கண்டு, குறிப்பாக, ''வேந்தே, நீயோ இரும்புலியைக் கொன்று பெருங்களிற்றைத் தாக்கி அழிக்கும் அரிமாவை ஒப்பாய், நின்னொடு பகைத்துப் போர் செய்யக் கருதும் தகடூர் நாட்டு வேந்தரும் வேளிரும் பிறரும் வந்து அடி பணிந்து நின் ஆணை வழி நிற்கும் முடிபு கொள்ளாராயின், தத்தம் பாடல் சான்ற வைப்பின் நாடுடன் ஆளுதல் அவர்க்கு யாவணது?''[13] என்றார்.

அவரது குறிப்பறிந்த சேரமான் இரும்பொறை அவரை நோக்கி, ''சான்றீர், தகடூர் வேந்தனான எழினியும் அவன் துணைவரும் தம்மையும் தங்கள் தலைமையயுமே நோக்கிச் செருக்கால் அறிவு மழுங்கியிருக்கின்றனர்: அவரைத் தெருட்ட வல்லவர் யாவர்? ஒருவரும் இலரன்றோ?'' என்றான். அவன் கூறியது உண்மையே எனத் தேர்ந்தாராயினும், தாம் ஒருமுறை முயல்வது நன்றென்றே அரிசில் கிழார் கருதி, அவன்பால் விடைபெற்றுச் சென்றார். அவர் நெஞ்சில், அதியமான் எழினியின்

குடிச்சிறப்பும், நெடுமான் அஞ்சி போல் அவன் நல்லறிவும், சான்றோர் புகழும் சான்றாண்மையும் உடையனாதலும், அவனைச் சூழ்ந்திருக்கும் தீத்துணைவர்களால் அவன் சேரனது படைப்பெருமை நோக்காது தன்னை வியந்து தருக்கியிருப்பதும் அவர் நெஞ்சை அலைத்தன.

அரிசில் கிழார் தகடுர் நோக்கிச் சென்றுகொண்டிருக்கையில் வழியில் தலைவர் சிலரைக் கண்டார்: அவர்கள் கொல்லிக் கூற்றத்தைக் கடந்து சேரர் படை நிலையைக் கண்டு வருவது அறிந்து அவர் வாயிலாகச் சேரர் படையின் பெருமையை அறிய விரும்பினான். அவர்களுடைய ஒற்றர்களை வழிப் போக்கர் உருவில் அவரெதிலே விடுத்தனர். அவர்கட்கு விடை கூறுவாராய், அரிசில் கிழார், ''வழிப்போக்கர்களே, சேர மானுடைய படையின் தொகையாது என்று கேட்கின்றீர்கள். பகையரசர்களைக் களத்தே கொன்று அவர் படைகளை வீற்று வீற்றோடத் துரத்தி, இறந்து வீழ்ந்த பிணத்தின்மேல் தேராழி உருண்டு ஓடப் பொரும் சேரமானுடைய தேர்களையும் குதிரைகளையும் மறவர்களையும் எண்ணுதல் முடியாது! ஆதலால், நான் அவற்றை எண்ணவில்லை: ஆனால், ஒன்று: கொங்கருக் குரியனவாய் நாற்றிசையும் பரந்து மேயும் ஆனிரைகள் போல யானை நிரைகளை அவன் தானையின்கட் காண்கின்றேன்.''[14] என்று இசைத்தார்.

பின்பு அவர் தகடூரை அடைந்து, அதியமான் எழினியைக் கண்டு, அவனுடைய படை வலியையும் சேரனுடைய வலியையும் எடுத்துக் காட்டி, இரண்டினையும் சீர்தூக்கித் தக்கது செய்யுமாறு தெரிவித்தார். உடனிருந்த தலைவர்களும் பிறரும் எழினியின் உள்ளத்தை மாற்றிப் போர் செய்தற்கே அவனைத் தூண்டினர். எழினியின் உள்ளமும் அவர் வழியே நின்றது. அது காணவே, அரிசில் கிழார்க்கு மனச்சோர்வு பிறந்தது. அவர் தகடூரை விட்டுச் சேரமான் பாசறையிட்டிருக்கும் இடம் வந்து சேர்ந்தார். அரிசில் கிழாரது வாட்டம் கண்ட சேரமான், அவரது மனம் புண்ணுறுமாறு அவரை எழினி முதலியோர் இகழ்ந்து பேசினர் போலுமெனக் கருதி, நிகழ்ந்தது முற்றும் கூறுமாறு அவரை வேண்டினான். அப்போது அவர், ''வேந்தே கொடை மடத்துக்கும் படை மடம் படாமைக்கும் எல்லையாய் இருப்பவன் நீ. ஆதலால், அவ்விரண்டிலும் பிறருக்கு எடுத்துக் காட்டாக இலங்குபவன் நீயேயாவாய். மேலும், நீ இப்போது பொறை நாட்டுக்கும் பூழி நாட்டுக்கும் கொல்லிக் கூற்றத்துக்கும் தலைவனாகியதனால்,

காவிரியின் இருக்கரையும் நினக்கு உரியவாயின: ஆகவே நீ 'காவிரி மண்டிய சேய்விரி வனப்பின் புகாஅர்ச் செல்வன்' ஆயினை: இப்போது, பூழியர் மெய்ம்மறை கொல்லிப் பொருநன், கொடித்தேர்ப் பொறையன் என்றற்கு அமைந்தனை: யான் சென்று அதியமானைக் கண்டு உனது இந்த அமைதியையும், உன்னுடைய வளம் ஆண்மை கைவண்மை முதலியன மாந்தர் அளவிறந்தன என்பதையும் விரித்து உரைத்தேன்: ஒரு நாளைக்குப் பல நாள் சென்று எடுத்துக் கூறினேன்: அவர்கள் கேட்கவில்லை. பின்னர், அந்நாட்டுச் சான்றோர் சிலரைக்கொண்டு சொல்வித்தேன். அதுவும் பயன் தரவில்லை. இவ்வாற்றால், என்மனம்கலங்கி மருண்டதும், அவர்கட்கு நல்லறிவு வழங்கும் திறம் யாது என எண்ணி வருந்தியதுமே இம்முயற்சியால் யான் பெற்ற பயனாயின.''[15] என்று சொல்லி வருந்தினார்.

இவற்றைக் கேட்டதும் பெருஞ்சேரல் இரும்பொறையின் மனத்தில் சினத்தீக் கிளர்ந்தெழுந்தது. இன்றிருந்து நாளை மறையும் வேந்தரினும், என்றும் பொன்றாது புகழுடம்பு பெற்று உலகம் உள்ளளவும் நின்று நிலவும் சான்றோரைத் தெளியாத வேந்தர் நிலத்திற்கே பொறையென அவன் கருதினான்: தன் தானைத் தலைவரை நோக்கி உடனே தகடூரை முற்றி உழிஞைப் போர் உடற்றுமாறு பணித்தான். கடல் கிளர்ந்தது போல அவனது பெரும்படை கிளர்ந்து சென்று தகடூரைச் சூழ்ந்துகொண்டது. அதியமான் எழினியும் அவற்குத் துணை நின்ற தலைவர்களும் போரெதிர்ந்தனர். மிகப் பலர் படை மறவர் மாண்டனர்: களிறுகள் வீழ்ந்தன: குதிரைகள் இறந்தன: வேளிரும் வேந்தரும் பிறரும் வென்றிட்டு வெருண்டோடினர்: தகடூர் படை தவிடுபொடியாயிற்று. அதியமான் தன் தனியாண்மை விளங்க நின்று அருஞ்சமம் புரிந்தான். அறிஞர் அறிவு கொல்வார்க்கு அரண் ஏது? சேரமான் செலுத்திய படைக்கு ஆற்றாது முடிவில் எழினி தன் அகன்ற மார்பு நல்கி மறவர் புகும் வானுலகடைந்தான். அவனது தகடூரும் தீக்கிரையாயிற்று. உய்ந்த வீரர் சிலர் சேரமான் அருள் நாடிப் புகலடந்தனர் வெற்றியோடு விளங்கிய பெருஞ்சேரல் இரும்பொறை 'தகடூர் எறிந்த பெருஞ்சேரல் இரும்பொறை' எனச் சான்றோர் பரவும் சால்பு எய்தினான்.

எழினியின் வீழ்ச்சி கேட்ட வேளிர் சிலர், சிதறியோடிய மறவரை ஒருங்கு திரட்டி வந்து போரெதிர்ந்தனர். ஒருபால் முரசு முழங்க, ஒருபால் போர்க்களிறுகள் அணி கொண்டு நிற்க, போர்

எதிர்ந்து நிற்கும் பகைவர் படைமுன், சேரர் படை மறவர் வில்லும் அம்பும் ஏந்தி இங்குமங்கும் உலாவி, ''எம் வேந்தனான சேரலன், நும்மை ஏற்றுப் புரந்தருளுதற்கு இசைந்துள்ளான்: நுமக்குரிய திறையினைப் பணிந்து தந்து உய்தி பெறுமின்.'' என வெளிப்படையாக மொழிந்தனர். சேரர் படையின் சிறப்பினைக் கண்ட பல சேரமானிடத்தில் புகலடைந்து, திறையிட்டு அவனது அருளிப்பாடு பெற்றனர். அவ்வாறு செய்யாதார், பொருதழிந்து புறந்தந்தோடினர். அவர்தம் மதிற்றலையில் நின்ற கொடிகள் இறங்கின. சேரமானுடைய விற்கொடி சேணுயர்ந்து சிறந்தது.[16] சேரமான் பெருஞ்சேரலிரும் பொறையின் புகழ் தமிழகமெங்கும் பரந்தது.

சேரமானையுள்ளிட்ட எல்லோரும் இன்புற்றிருக்கையில் சான்றோராகிய அரிசில் கிழார் மனம் மட்டில் பெருவருத்தம் கொண்டது. அதியர் குடி புலவர் பாடும் புகழ் பெற்ற பெருங்குடி. அதன்கண் தோன்றி வந்த வேந்தர் அனைவரும் கைவண்மை சிறந்தவர். கற்றோர் பரவும் கல்வியும், செற்றோரும் புகழும் மறமாண்பும் அதியர் குடிக்குச் சிறப்பியல்பு. அது வழியெஞ்சிக் கெடலாகாது என்பது அரிசில் கிழார் முதலிய சான்றோர் கருத்து. அது பற்றியே அவர் பன்முறையும் எழினிபால் தூது சென்று சேரமானுக்கு அவனை நண்பனாக்கித் தகடூர் அரசு நிலைபெறச் செய்யவேண்டுமென முயன்றார். அவருக்கு எழினியின் வீழ்ச்சி பெருவருத்தத்தை விளைவித்தது. எழினியை வீழ்த்தியது தமிழ் வள்ளன்மையையே வீழ்த்தியதாக எண்ணினார்: அவனைப் போரிடத் தூண்டிப் பொன்றுவித்த தலைவர் பலரும் உயிருய்ந்து சேரமான் ஆணை வழி நிற்பது கண்டார். அதனால், அவர்களை நோவாமல், கூற்றுவனை நொந்து, ''அறமில்லாத கூற்றமே, வீழ்குடியுழவனொருவன் வித்தற்குரிய விதையை உண்டு கெடுவது போல, எழினியின் இன்னுயிரையுண்டு பேரிழப்புக்கு உள்ளாயினாய்: அவனுயிரை உண்ணாயாயின். எத்துணையோ பகையுயிர்களை அவனது போர்க்களத்தேயுண்டு வயிறு நிரம்பியிருப்பாய்: அவனது ஆட்சியில் கன்றொடு கூடிய ஆனிரைகள் காட்டிடத்தே பகையச்சமின்றி வேண்டுமிடத்தே தங்கும்: அவன் நாட்டிற்குப் புதியராய் வருவோர் கள்வரது அச்சமின்றித் தாம் விரும்பிய இடத்தே தங்குவர்: நெல் முதலிய பொருட்குவைகள் காவல் வேண்டாதிருந்தன: இவ்வாறு நாட்டில் அகமும் புறமுமாகிய இருவகைப் பகையும் கடிந்து செங்கோன்மை

வழுவாமல் நடந்தது: அவனுடைய போர்ச் செயல் பொய்யாத நலம் பொருந்தியது. அதனால் அவனைச் சான்றோர் அனைவரும் புகழ்ந்து பாடினர். அத்தகையோன் போரில் இறந்ததனால், ஈன்ற தாயை இழந்த இளங்குழவி போல அவனுடைய சுற்றத்தாரும் இளைஞர்களும் ஆங்காங்கு நின்று அழுது புலம்புகின்றனர். ஏனை மக்கள் கடும்பசி வருத்தக் கலங்கிக் கையற்று வாடுகின்றார்கள்.''[17] என்று பாடி வருந்தினர்.

பின்பு, பெருஞ்சேரலிரும்பொறை அறம் பிழையாது பொருது புண்ணுற்று விண் புகுந்த சான்றோர்க்குச் செய்யும் சிறப்பனைத்தும் தானே முன்னின்று அதியமான் எழினிக்குச் செய்து, அதற்குப் பின் அரசு கட்டில் ஏறுதற்குரியானைத் தேர்ந்து அவனைத் தகடூர் நாட்டுக்கு அதியமானாக்கினான்: அப்போரால் அழிந்த குடிகளை நிலைநிறுத்தி நாட்டில் நல்லரசும் நல்வாழ்வும் அமையச் செய்து நன்னாடு திரும்பினான்.

வஞ்சி நகரம் அடைந்த இரும்பொறை, தான் சென்ற விடமெல்லாம் தனக்கு வெற்றியே எய்தியது குறித்துத் தங்கள் குடிக்குரிய குலதெய்வமாகிய அயிரை மலையில் உறையும் கொற்றவைக்குப் பெரியதொரு விழாச் செய்தான். யானைக் கோடுகளால் கட்டில் ஒன்று செய்து அதன்மேல் அக்கொற்றவையை எழுந்தருளுவித்தனர். அந்த யானைக் கோடுகளும் சேரமானுடைய ஆணை வழி வாராத பகை வேந்தர் யானைகளைப் பற்றி அவை கதறக்கதற அறுத்துக் கொல்லப்பட்டவை. பிறகு, அக்கொற்றவைக்குப் பலியிடுங்கால், வழிபாடுயற்றும் மறவர் தம் மார்பிற் புண்ணிலிருந்து ஒழுகும் குருதியைப் பிடித்துத் தெளிப்பர். அதனைக் கண்டிருந்த அரிசில் கிழார் பெருவியப்புற்று, ''வேந்தே, போரில் நீ நின் உயிரைப் பொருளாகக் கருதுகின்றாயில்லை. இரவலர் நடுவண் இருந்து கொடை வழங்குவதிலும் நீ குறைபடுவதில்லை: அறிவு ஆண்மைகளிற் பெரியராகிய சான்றோரைப் பேணித் தமராகக் கொள்வதிலும் சிறந்து விளங்குகின்றாய்: இத்தகைய குணஞ்செயல்களால் எல்லாப்புகழும் நின்பாலேயுள்ளன: இக்கொற்றவை எழுந்தருளியிருக்கும் இந்த அயிரை மலை போல நின் புகழ்கள் கெடாது நிலை பெறுக!''[18] என்று வாழ்த்தினார்.

வாழ்த்து முடிவில், பாணரும் கூத்தரும் பொருநரும் பிறரும் போந்து பெருவளம் நல்கப் பெற்றனர். ஊர் பெற்ற வரும் யானை பெற்றவரும் குதிரை தேர் முதலியன பெற்றவரும் பலர். அதனைக்

கண்டு மகிழ்ச்சி மீதூர்ந்த அரிசில் கிழார், விறலியொருத்தியைப் பெருஞ்சேரல் இரும்பொறைபால் ஆற்றுப்படுத்தும் கருத்துடைய ஆற்றுப்படையொன்றைப் பாடினார். அதன்கண், ''தாமரையும் நெய்தலும் அரிந்து கொண்டு மகளிர் முல்லை நிலத்திற் புகுந்து கிளி கடி பாட்டைப் பாடும் வளஞ்சிறந்தது சேரமான் நாடு: பல்வகை வளம் நிறைந்த அந்நாட்டு ஊர்களைப் போர் வல்ல ஆடவரே காவல் புரிவர்: பேரூர்களைச் சூழ, வில் வீரர்காக்கும் வளவிய காவற்காடுகள் உண்டு: அந்நாட்டில் எங்கும் பரந்து இனம் பெருகி மேயும் ஆடுகளைப் போலக் குதிரைகளையும், ஆனிரைகளைப்போல யானைகளையும் உடைய பெருஞ்சேரல் இரும்பொறையின் குன்று அதோ தோன்றும் குன்றின் பின்னே நிற்கும் குன்று அவன்பாற் சென்றால் அதனைப்பெறலாம்.''[19] என்று பாடினர்.

ஒருகால், இரும்பொறை தன் மக்கட்கு அறிவுரை வழங்கினான்: அரசிளஞ்சிறுவர்கள் கல்வியறிவு பெறுவதும் மெய்வலி பெறுவதும் அவர்தம் கோற்கீழ் வாழும் மக்கட்கு நலஞ்செய்தற்பொருட்டென்றும், அக்கருத்தாலேயே சிறுவர்களைத் தான் பெற்று வளர்ப்பதாகவும் அறிவுறுத்தினான்: அவன் மக்களுடைய எண்ணமும் சொல்லும் செயலுமாகிய எல்லாம் அக்கருத்தைப் பின்பற்றி நிற்கக்கண்ட அரிசில் கிழார் பெருவியப்புற்றார். பின்பொருகால் உயர்நிலையுலகம் புகுந்த சான்றோர் இன்புறுதற்கென வேள்வியொன்று செய்தான். வேள்வித் தொழில் வல்ல சான்றோர் பலர் அவ்வேள்விக்கு வந்திருந்தனர். வேள்வியும் மிகச் சிறப்பாக நடந்தேறியது. வேள்வி முடிவில் வந்திருந்த பலர்க்கும் பெரும்பொருள்கள் பரிசில் வழங்கப்பெற்றன. அவ்வேள்விக் காலத்தில் அரிசில் கிழார் உடனிருந்து பாட்டாலும் உரையாலும் அரசனது புகழ் பெருகத் தக்க செயல் வகைகளைச் செய்தார். அதனால் மகிழ்ச்சி மிகுந்து, பெருஞ்சேரலிரும்பொறை தன் கோயிலாளுடன் புறம்போந்து நின்று, ''கோயிலில் உள்ளவெல்லாம் கொள்க?'' என்று சொன்னான்: அதனால் அரிசில் கிழார்க்கு உண்டான வியப்புக்கு அளவில்லை: அவர் அப்படியே மருண்டுபோய் விட்டார்: சிறிது தெளிவுற்று வேந்தனை நோக்கினார்: ''வேந்தே, என் மனத்தில் ஒரு குறையுள்ளது: அதனை நிறைவித்தல் வேண்டும்.'' எனக் குறையிரந்து நின்றார். அவர் கருத்தறியாத வேந்தன், ஒன்பது நூறாயிரம் பொன்னையும் தனது அரசு கட்டிலையும் நல்கினான்.

அரிசில் கிழார், அப்பொன்னைப் பெறறுக் கொண்டு, வேந்தனைப் பணிந்து, ''அரசே, நீயே இக்கட்டிலின் மேலிருந்து அரசாளுதல் வேண்டும்: இக் கோயிலும் இதன்கண் உள்ளன யாவும் நீயே பெற்றுக்கொளல் வேண்டும். இதுவே யான் நின்பால் இரந்து கேட்டுக்கொள்வது.'' என்றார். வேந்தன் அவரது மனமாண்பைப் பாராட்டி மகிழ்ந்தான்.

இஃது இங்ஙனமாக, அவன் செய்த வேள்வியை முன்னின்று நடத்திய சான்றோர் நரைத்து முதிர்ந்த ஒரு வேதியராவர். அவர்க்கும் இரும்பொறை, அரிசில் கிழார்க்குச் செய்தது போன்றதொரு பெருஞ்சிறப்பினைச் செய்தான். தாம் எய்தியிருக்கும் முதுமைக் கேற்ப அவர்க்கு மண் பொன் முதலியவற்றில் ஆசை முதிராது, பேராசையாய்ப் பெருகி உள்ளத்திற் குடிபெற்றிருப்பது தெரிந்தது. ''இளமை இறந்த பின்னரும், அதற்குரிய நினைவும் செயலும் அவர்பால் தீராதிருப்பது மக்களொடுதுவன்றி அறம் புரியும் சுற்றத்தோடு நிரம்பியுள்ள சான்றோர்க்குச் சால்பாகாது: ஆதலின், நீவிர் துறவு மேற்கொண்டு காடு சென்று தவம் புரிதல் தக்கது.'' என அறிவுறுத்தி அவரைத் துறவு மேற்கொள்ளச் செய்தான். இவ்வாறு அறம் புரிந்து மேன்மையுற்ற பெருஞ்சேரலிரும் பொறை பதினேழியாண்டு அரசு வீற்றிருந்தான் எனப் பதிகம் கூறுகிறது. இலக்கியவுலகினின்றும் இறந்து போன தகடூர் யாத்திரை என்ற நூலும் இவ்வரலாற்றையே கூறியது என்பர்.

அடிக்குறிப்புகள்

1. எருமை நாடு, எருமையூரைத் தலைநகராகக் கொண்ட நாடு, எருமை வடமொழியில் மகிஷம் எனப்படும்; மகிஷவூர் பின்பு மைசூர் எனச் சிதைந்துவிட்டது.
2. A.R.No. 227 of 192-8.
3. Mysore Gazetteer, Vol. I. p. 334.
4. A.R.No. 7 of 1906.
5. A.R.No. 235 of 1927-8.
6. S.I.I., Vol. V.No. 285-287.
7. அகம். 135.
8. A.R.No. 255 of 1911.
9. பதிற். 66.
10. பதிற். 76.

11. பதிற். 72.
12. மேற்படி. 71.
13. பதிற். 72.
14. பதிற். 77.
15. பதிற். 73.
16. பதிற். 80.
17. புறம். 230.
18. பதிற். 79.
19. பதிற். 78.

12. குடக்கோ இளஞ்சேரல் இரும்பொறை

தகடூர் எறிந்த பெரும்சேரல் இரும்பொறைக்குப் பின், சேரமான் குடக்கோச்சேரல் இரும்பொறையென்பான் சேரநாட்டு அரசனாய் விளங்கினான். அவன் மிக்க செல்வமும் சிறப்பும் உடையனாயினும், தன்னை நாடிவரும் பரிசிலர்க்கு அவர் தம் வரிசை அறிந்து நல்கும் கொடை நலம் உடையவனல்லன்.

இப்போது பொன்னானி வட்டம் இருக்கும் பகுதியில் பெருங்குன்னூர் என்றோர் ஊருளது. அதற்கு அந்நாளில் பெருங் குன்றூர் என்று பெயர் வழங்கிற்று. அவ்வூரில் நல்லிசைச் சான்றோர் ஒருவர் இருந்தார். அவர் பிற்காலத்தே பெருங்குன்றூரைத் தமக்குக் காணியாட்சியாகப் பெற்றுப் பெருங்குன்றூர்கிழார் என வேந்தரால் சிறப்பிக்கப் பெற்றதனால் பெருங்குன்றூர்கிழார் எனச் சான்றோர் களால் குறிக்கப் பெறுவாராயினர். குடக்கோச்சேரல் இரும்பொறை காலத்தில் அவர் நல்லிசைப் புலமை பெற்று விளங்கினாராயினும், கிழாராகவில்லை. அவர் எளிய நிலையிலேயே இருந்து வந்தார்.

அவர் ஒருகால் குடக்கோச்சேரல் இரும்பொறையைக் கண்டு, தமது புலமை நலம் தோன்ற இனிய பாட்டைப் பாடினார். அவன் பெரிதும் மகிழ்ந்து அவர்க்கு உண்டியும் உடையும் தந்து பரிசில் வேறே நல்காது காலம் நீட்டித்தான். புலவரது உள்ளம் வறுமையின் கொடுமையை நினைந்து வாட்டம் பெரிதுமுற்றது. அவர் குடக்கோவை நோக்கி, ''அரசே, உலகமக்களை புரத்தற்குரிய நினது உயர்ச்சியைக் கருதாமல், அன்பு கண் மாறி, அறம் நினையாதிருக்கின்றாய். உன்னைப் போலும் வேந்தர் பலரும் அப்பெற்றியராய்விடின், என்னைப் போலும் பரிசிலர் இவ்வுலகில் பிறக்கமாட்டார்,'' என்றார்.

குடக்கோ:	(முறுவலித்து) வறுமையுற்றபோது நும் மனைவியும் நும்மை வேண்டாள்; ஆகவே நீர் இப்போது போவதிற் பயன் என்னை?
பெருங்குன்:	வேந்தே, என் மனையுறையும் காதலி வறுமைத்துயர் வாட்டும் போதும் தன் கடமை தவறாள். இது காறும் அவள் இறந்திருக்க வேண்டும்.
குடக்கோ:	அப்படியாயின், வருந்த வேண்டாவே!
பெருங்:	இறவாமல். இருந்தால்?
குடக்கோ:	இருந்தால், இதுவரை இருந்ததுபோல இருக்கத் தானே போகிறாள்!
பெருங்:	இறவாதிருப்பாளாயின், என்னை நினையாதிராள்; நினைக்கும் போதெல்லாம் ''கூற்றமோ அறமில்லாதது; இழைத்த நாள் நோக்கி உயிர்களைக் கவர்வது அதற்கு அறம்; அந்த அறத்தைக் கைவிட்டு என் கணவர் உயிரை உண்டதோ, என்னவோ! அவர் இன்னும் வந்திலரே!'' என்று நினைந்து வருந்துவள். அவளது இடுக்கணைத் தீர்த்தற்காகவேனும் யான் போதல் வேண்டும்,
குடக்கோ:	அப்படியாயின், நீர் போய் வரலாம்.
பெருங்:	(திகைப்பும் சினமும் கொண்டு) வேந்தே, நின்தானை சென்று பகைவர் அரணை முற்றிய போது, அரண் காக்கும் பகைவர் செயலற்றுப் போவர்; அவ்வாறே நான் செயலற்றுச் செல்கின்றேன். நினது தானை போல என்னை வறுமைத்துயர் முற்றிக் கொண்டு நிற்கிறது; அந்தத் துயரை முந்துறுத்தே செல்கின்றேன்.[1]
குடக்கோ:	(முறுவலித்து) நும்மை முற்றியிருக்கும் வறுமைத் துன்பத்துக்கு என் தானை தக்க உவமமாகாது. அஃது என் வயம் இருப்பதன்றோ!

இதனைக் கேட்டதும் பெருங்குன்றூர் கிழார், ''சேரமான் கொடாதொழிகுவனல்லன்; சில நாட்கள் தன்பால் இருக்க வேண்டும் என்று கருதுகின்றான் போலும்!'' என நினைந்தார். அவ்வாறே சின்னாட்கள் இருந்து மறுபடியும் ஒரு நாள் இரும்பொறையைக் கண்டார்; அவனோடு அளவளாவிப் பரிசிலர்க்குப் பரிசில்கொடாது மறுத்த செல்வர் சிலரைக் குறித்தோதித் தமக்கு விடை நல்குமாறு வேண்டினார். அப்போதும் அவன் பரிசில் ஒன்றும் நல்கும் குறிப்புடையவனாய்த் தோன்றவில்லை. புலவர்க்கு அது காணவே ஒருபால் அவலமும் ஒருபால் வெகுளியும் உண்டாயின. அவர் வேந்தனை விழித்து நோக்கினார். ''புகழுடைய வேந்தே, உன்னைக் கண்டு பரிசில் பெற வந்த யான் ஒரு பரிசிலனே; ஆயினும், யான் ஓர் ஓங்குநிலைப் பரிசிலன். பரிசிலரையேற்று அவர்க்கு உரிய பரிசில் கொடாது மறுத்த பிறசெல்வருடைய கொடுமைகளைச் சொன்னால், நீ வள்ளன்மையுடையையாதலால், மனம் இரங்கிப் பெரும் பரிசில் நல்குவாயென எண்ணியே அவற்றை நினக்கு மொழிந்தேன். எனினும், நீ உன் கருத்தையே முடித்துக்கொண்டாய். முன்னாள் கையில் உள்ளது போலக்காட்டி மறுநாள் இது பொய்பட நின்ற உனது நிலைக்கு நீயோ சிறிதும் நாணுகின்றா யில்லை. நீ கேட்டு நாணுமாறு நின் புகழெல்லாம் நான் பலபட என் செந்நாவால் பாடினேன்; யான் பாடப்பாடப் பாடு புகழ் பெற்றாய்; நல்லது! வணக்கம்! சென்று வருகின்றேன்,'' என்று கைதொழுது சென்றார். அப்போது, அவன், ''புலவீர், ஒன்றும் மனத்திற் கொள்ளலாகாது; சென்று வருக!'' என்றான். அந்நிலையினும் அவர், ''வேந்தே, என் புதல்வனொடு வாடி வதங்கியிருக்கும் என் மனைவியையே நினைந்துகொண்டு செல்கின்றேன்; ஆதலால், நின் கொடுமையை நினைப்பதற்கு என் நெஞ்சில் இட மில்லைகாண்.''[2] என்று சொல்லிவிட்டுச் சென்றார். அது கண்டும் இரும்பொறையின் மனம் கற்பொறையாகவே இருந்தொழிந்தது.

பெருங்குன்றூர் கிழார் தமது பெருங்குன்றூர் அடைந்து சின்னாள் இருந்துவிட்டுக் கொங்கு நாடு கடந்து சோழ நாட்டுக்குச் சென்றார். அங்கே உறையூரின்கண் சோழன் உருவப்பஃறேர் இளஞ்சேட் சென்னியென்பவன் ஆட்சி செய்து வந்தான். சான்றோர் வரவுகண்ட சென்னியும் மிக்க அன்போடு வரவேற்று உரிய சிறப்புக்களைச் செய்தான். ''வறுமையென்பது எத்தகைய

அறிஞரது அறிவையும் கெடுத்துவிடும்; விருந்து கண்டுஅஞ்சும் திருந்தாவாழ்வும் அதனால் உண்டாவது. யான் வறுமையுற்று வாடுகின்றேன்; அவ்வாட்டத்தை உடனே களைந்தருள வேண்டும்.''[3] என்று தமது கருத்தைச் சோழ வேந்தனுக்குப் பெருங்குன்றூர் கிழார் எடுத்துரைத்தார். புலவர்க்குப் புக்கிலாய் விளங்கும் சோழர் பெருமான், அவர் கருத்தை முன்னமே அறிந்து பெரும்பரிசில் நல்கி விடுத்தான். சான்றோரும் அவனை மனமார வாழ்த்திவிட்டுத் திரும்பி வரலானார்.

திரும்பி வருங்கால், அவர், கீழ்க் கொங்குநாடு கடந்து வையாவி நாடு வழியாகத் தமது பொறை நாட்டுக்கு வரவேண்டிய வரானார். அதற்குக் காரணமும் உண்டு. வையாவி நாட்டில் பொதினி (பழனி) மலைக்கடியில் உள்ள ஆவி குடியில் இருந்து பெரும்பேகன் என்ற ஆவியர் பெருமகன் பெருவள்ளன்மை கொண்டு விளங்கினான். அவன் முல்லைக்குத் தேரீந்தவேள் பாரி போல, மயிலுக்குப் படாம் அளித்த வள்ளியோன். அவற்குக் கண்ணகியென்பாள் கோப்பெருந் தேவியாவள். அவள் வான்தரு கற்பும் மானமாண்பும் உடைய பெருமகள். அந்த வையாவி நாட்டில் நல்லூர் ஒன்றில் பெருவனப்புடைய பரத்தையொருத்தி வாழ்ந்தாள். அவள்பால் பெரும்பேகனுக்கு நட்புண்டாயிற்று. அதனால் அவன் கண்ணகியைப் பிரிந்து பரத்தையின் கூட்டத்தையே பன்னாளும் பெரிதும் விரும்பியொழுகினான். அவனது புறத்தொழுக்கம் ஆவியர் பெருங்குடிக்கு மாசு தருவது கண்ட கண்ணகி, தனித்ததொரு பெருமனையில் இருந்து வருந்து வாளாயினள். இச்செய்தி பெருங்குன்றூர் கிழார்க்குத் தெரிந்தது. அவர் அவள் காரணமாகப் பேகனைக் காண்டல் வேண்டுமென்று நினைந்து, வையாவி நாட்டை அடைந்து கண்ணகியின் மன நிலையை உணர்ந்தார். பின்பு பெரும்பேகனைக் கண்டார். சான்றோர் சால்பறிந்து பேணும் தக்கோனாகிய பேகன், அவரை வரவேற்று அவர்க்குப் பெரும்பொருளைப் பரிசில் நல்கினான்.

பெருங்குன்றூர் கிழார் முதலிய அந்நாளைச் சான்றோர் வெறும் பொருட்காகப் பாடித் திரியும் வாணிகப் பரிசிலரல்லர். அவர் பேகனை அடைந்தது பரிசில் குறித்தன்று; அதனால், அவர், ''வள்ளால், யான் வேண்டும் பரிசில் ஈதன்று'', என்றார். தனது புறத்தொழுக்கம் அவர்க்குத் தெரியாதென எண்ணிய பெரும்பேகன் வியப்புற்று நோக்கினான். ''ஆவியர்கோவே, காடுமலைகளைக் கடந்து நேற்று இவ்வூர் வந்த யான் ஓரிடத்தே தனித்துறையும்

நங்கையாரை ஒருவரைக் கண்டேன். அவர் கூந்தல் நெய் கண்டு எத்தனை நாளாயிற்றோ, அறியேன்! அந்த நங்கையாரை, மாசறக்கழுவிய மணிபோல விளங்குமாறு தம் குழலை நெய்விட்டு ஒப்பனை செய்து புதுமலர் சூடி மகிழச் செய்தல் வேண்டும். அதனைச் செய்விக்கும் உரிமையுடையவன் நீயே; நீ அதனைச் செய்வதொன்றே யான் நின்யால் பெற விரும்பும் பரிசில்; வேறு ஒன்றும் இல்லை.''[4] என்று, இசை நலம் விளங்க யாழிட்டுச் செவ்வழிப் பண்ணிற் சிறக்கப்பாடினர். வையாவிக் கோவாகிய பெரும்பேகன், முதற்கண் தன் தவற்றுக்கு நாணி, அவர்க்கு உரிய பரிசில் நல்கி விடுத்தான். சான்றோரும் பின்பு தமது பெருங்குன்றூர் வந்து சேர்ந்தார்.

பெருங்குன்றூர் கிழார் சோழநாடு சென்று திரும்பி வருவதற்குள் பொறை நாட்டில் சேரமான் குடக்கோச் சேரல் இரும்பொறை இறந்தான். அவன் தம்பி குட்டுவன் இரும்பொறைக்கு மையூர் கிழான் மகள் வேண்மாள் அந்துவஞ்செள்ளை என்பவள்பால் பிறந்த மகனான குடக்கோ இளஞ்சேரல் இரும்பொறை சேரமானாய் அரசு கட்டிலேறினான். மூத்தவனான சேரல் இரும்பொறை இறக்கு முன்பே குட்டுவன் இரும்பொறை இறந்து போனமையின், இளஞ்சேரலிரும்பொறை அரசுக்குரியவனானான்.

குடக்கோ இளஞ்சேரலிரும்பொறை அரசுகட்டிலேறிய சின்னாட்கெல்லாம் காவிரியின் வடகரையிலுள்ள கொங்கு நாட்டில், அதன் கிழக்கில் இருந்த விச்சி மலைக்குரிய விச்சிக் கோவும் சோழ பாண்டிய அரசிளஞ்செல்வர்களும் இரும்பொறையின் இளமையை இகழ்ந்து குறும்பு செய்தார்கள். கீழ்க்கொங்கு நாட்டிலிருந்த கொங்கரும் பொறையரும் பெருந்திரளாய் இளஞ்சேரல் பக்கல் நின்று கடும்போர் புரிந்ததனால், இருவேந்தரும் விச்சிக்கோவும் தோற்றோடினர். இரும்பொறையும் வெற்றி வீறுகொண்டு திரும்பினான்.

விச்சிமலை என்பது இப்போது திருச்சிராப்பள்ளி வட்டத்தில் பச்சைமலை என வழங்குகிறது. அம்மலையில் வாழும் மலையாளிகள் அதனைப் பச்சிமலை என்பதும், அம்மலையின் கிழக்கே அதன் அடியில் விச்சியூர் என்ற ஊர் இருப்பதும், விச்சி நாட்டதெனப் பரணர் கூறும் குறும்பூர்[5] அப்பகுதியில் இருப்பதும் இம்முடிவை வற்புறுத்துகின்றன.

விச்சியும் வேந்தரும் தோற்று வீழ்ந்த காலத்தில் பொற்கலன்கள் பல சேரமானுக்குக் கிடைத்தன. அவற்றை அவன் சிறு சிறு கட்டிகளாக உருக்கித் தானை மறவர்க்கும் பாணர் முதலிய பரிசிலர்க்கும் இரவலர்க்கும் வழங்கினான். கொல்லிமலையில் உள்ள இருள்வாசிப் பூவையும் பசும்பிடி (மனோரஞ்சிதம்) யையும் தன் மனைவி விரும்பிச் சூடிக்கொள்ளக் கண்டு இன்புற்றான்[6].

குடக்கோ இளஞ்சேரல் இரும்பொறை தன் நகர்க்கு வந்ததும் பெரியதொரு வெற்றி விழாச் செய்தான். அக்காலை, குறுநிலத் தலைவரும் வேந்தரும் செல்வரும் வந்திருந்தனர். பாணர், விறலியர், பொருநர், கூத்தர் முதலிய பரிசிலர் பலரும் வந்து வேந்தனை மகிழ்வித்துப் பரிசில் பெற்றனர். பெருங்குன்றூர் கிழார், இரும்பொறையைக் கண்டு, "கடம்பு முதல் தடிந்த நெடுஞ் சேரலாதன், அயிரை பரவிய பல்யானைச் செல்கெழுகுட்டுவன், நன்னனை வென்ற நார்முடிச்சேரல், கடல் பிறக்கோட்டிய செங்குட்டுவன், ஆடுகோட்பாட்டுச் சேரலாதன் கொங்குபுறம் பெற்ற செல்வக்கடுங்கோ வாழியாதன், கழுவுளை வென்ற பெருஞ்சேரலிரும்பொறை என்ற இவர்கள் வழிவந்த நீ, பாசறைக்கண் கவணைப் பொறியும் கள்ளுணவும் உடைய கொங்கர்க்கும், தொண்டியைத் தலைநகராக வுடைய பொறையர்க்கும் தலைவன்; அயிரை மலையிலிருந்து இழிந்து வரும் பேரியாறு போல நின்பால் வரும் இரவலர் பலர்க்கும் ஈயக் குறையாத பெருஞ்செல்வம் மேன்மேல் பெருக அரண்மனைக்கண் மகளிர் நடுவண் ஞாயிறு போலப் பன்னாள் விளங்குவாயாக! நின் விளக்கம் காணவே யான் இங்கு வந்தேன்,"[7] என்று தேனொழுகும் செஞ்சொற்கவியினைப் பாடினர். கேட்டோர் பலரும் பேரின்பத்தால் கிளர்ச்சியுற்றனர். வேந்தனும், அவர்க்கு அவர் வாழும் பெருங்குன்றூரையே இறையிலி முற்றூட்டாகத் தந்து பெருங்குன்றூர் கிழார் என்ற சிறப்பும் அளித்து இன்புற்றான். அது முதல் அவர் பெருங்குன்றூர் கிழார் எனச் சான்றோரால் பெரிதும் பேசப்படுவாராயினர். அதன் விளைவாக அவரது இயற்பெயர் மறைந்து போயிற்று. இன்றும் நாம் பெருங்குன்றூர் கிழார் எனவே நூல்கள் கூறக் காண்கின்றோம்.

இளஞ்சேரல் இரும்பொறை அரசு புரிந்த நாளில் விச்சிக்கோவொடு பொருத இளஞ்சேட்சென்னி இறக்கவும், உறையூரில் கோப்பெருஞ்சோழன் வேந்தாகி அரசு வீற்றிருந்தான். பாண்டி நாட்டு மதுரையில் பாண்டியன் அறிவுடை நம்பி அரசு

செலுத்தினான். தென்பாண்டி நாட்டுத் தண்ணான் பொருநைக் கரையிலுள்ள பழையன் கோட்டையில்[8] இளம்பழையன் மாறன் என்பான் குறுநிலத் தலைவனாய் விளங்கினான். விச்சிக்கோவுடன் கூடிக் கொங்கு நாட்டில் இரும்பொறையோடு போர் தொடுத்துத் தோற்று ஓடியவர், இளஞ்சேட்சென்னியும் அறிவுடைநம்பியும் தூண்டி விடுத்த அரசிளஞ்செல்வராவர்; அப்போர் நிகழ்ந்த சின்னாட் கெல்லாம் இளஞ்சேட்சென்னி இறந்தானாக, பாண்டி நாட்டு அறிவுடை நம்பி மட்டில் மதுரையில் இருந்து வந்தான்.

அறிவுடை நம்பி தன் பெயருக்கேற்ப நல்ல அறிவுடையனே; ஆயினும், குடிகளிடம் வரி வாங்குவதில் அவன் தன் அரசியற்சுற்றத்துக்கே முழுவுரிமை வைத்தான். அதனால், நாடு யானைபுக்க புலம்போலப் பெருங்கேட்டுக்கு உள்ளாயிற்று. அவன் சுற்றத்தாரும் புலவர்பாலும் பிறர்பாலும் பொது நோக்குச் செலுத்தி வரிசையறிந்து ஆற்றும் செயல்திறம் இல்லாதவர்[9]. அதனால் பிசிராந்தையார் முதலிய சான்றோர் தக்காங்கு வேண்டும் அரசியல் நெறிகளை அவனுக்கு அறிவுறுத்தினர். ஆயினும், அச்சான்றோர் உள்ளத்தைப் பிணிக்கும் செங்கோன்மை இல்லையாயிற்று. பிசிராந்தையார் பாண்டி நாட்டிலிருந்தாராயினும், அவர் தமது அன்பெல்லாம் உறையூர்ச் சோழனான கோப்பெருஞ் சோழன்பாலே செலுத்தி வாழ்ந்தார்.

பாண்டியனுடைய ''வரிசையறியாக் கல்லென்'' சுற்றத்தாருள் இளம்பழையன் மாறனும் ஒருவன். அவன் பழையன் கோட்டையிலிருந்து தான் வேட்டபடி நாட்டை ஆட்சி செய்து வந்தான். அவனுக்குக் கொங்கு நாட்டுப் போரில் உண்டான வீழ்ச்சி சேரமான்பால் பகைமையுணர்வை உண்டாக்கிவிட்டது. பழையனுக்குத் தானைத் தலைவனாகவும் அறிவுத் துணைவனாகவும் வித்தை என்பான் இருந்தான். அவன் பாண்டி நாட்டில் இப்போது திருப்பத்தூர் வட்டம் என வழங்கும் பகுதியில் பிறந்தவன்; அவனது வித்தையூர் இப்போது வித்தியூரென விளங்குகிறது. அவன் தொடக்கத்தில் பாண்டி நாட்டு மோகூரிலிருந்து ஆட்சி செய்த பழையன் என்னும் குறுநிலத் தலைவனுக்கு நண்பனாயிருந்து அவன் வழியினனாகிய இளம்பழையனுக்குத் துணையாய் வந்திருந்தான்.

இளம்பழையனும் வித்தையும் இரும்பொறையொடு போர் தொடுக்கக் கருதி நல்லதொரு சூழ்ச்சி செய்தனர். கோப்பெருஞ்

சோழனுக்கு மக்கள் சிலர் உண்டு. அவர்கள் தெளிந்த அறிவும் தகுந்த வினைத்திட்பமும் இல்லாதவர். அவர்களை மெல்ல நண்பராக்கித் தமக்குத் துணை புரியுமாறு அவர்கள் உள்ளத்தைக் கலைத்தனர். அவர்கள் ஒருவாறு உடன்பட்டுக் கோப்பெருஞ் சோழனைக் கலந்தனர். கோப்பெருஞ்சோழன் சான்றோர் சூழவிருக்கும் சால்பும் மானவுணர்வும் மலிந்தவன். அவற்குப் பொத்தியார் என்பவர் அறிவுடை அமைச்சராய் விளங்கினார்; வேந்தற்கு உற்றுழி உயிர் விடுக்கும் பேரன்புடையவர். மக்கள் கூறுவது கேட்ட கோப்பொருஞ்சோழன் இரும்பொறையின் ஆற்றலையும், படைவலி துணைவலி முதலிய வலிவகைகளையும் சீர் தூக்கிப் "பொறையொடு பொருவது நல்வினையாகாது; உயர்ந்த நோக்கமும் உயர்ந்த செய்கையும் உடையவரே உயர்வர்; அவர்கட்கு இம்மையிற் புகழும் மறுமையில் வீடுபேறும் உண்டாகும்; வீடுபேறும் மறுமையும் இல்லையென்றாலும், இம்மையிற் புகழுண்டாதல் ஒருதலை,"[10] என வற்புறுத்தி அவர்கள் கூறிய கருத்தை மறுத்தான். தன் மக்கட்கு அவன் கூறிய நல்லறம் இனிதாகத் தோன்றவில்லை. பழையன் மாறனது சூழ்ச்சி வலைப்பட்ட அவர்களது உள்ளம் தந்தையின் கூற்றையும் புறக்கணித்தது. அவர்களும் பாண்டி நாடு வந்து, பழையன் முயற்சிக்குத் துணையாய் வேண்டுவன செய்யத் தலைப்பட்டார்கள்.

பாண்டி நாட்டுத் தென்காசிப் பகுதியில் கல்லகநாடு என்பது ஒரு பகுதி[11]. அப்பகுதி அரிய காவற்காடமைந்து சீர்த்த பாதுகாப்புடைய இடமாகும். அப்பகுதியில் அவர்கள் ஐந்து இடங்களில் வலிய எயில்களை அமைத்துக்கொண்டு சேர நாட்டவரைப் போர்க்கிழுத்தனர். இளஞ்சேரல் இரும்பொறை, பொறையரும் குட்டுவரும் பூழியரும் பெருகிய பெரும் படையுடன் வந்து, கல்லகப் பகுதியில் பாசறையிட்டான்.

பெருஞ்சோழன் மக்களும் பழையன் மாறனும் கல்லக நாட்டில் அமைத்திருந்த எயில்களைச் செவ்வையாகக் காத்து நின்றனர். போர்க்குரிய செவ்வி எய்தியதும் போர் தொடங்கிற்று. சேரமான் ஒவ்வோர் எயிலாக முற்றி நின்று பொரத் தலைப்பட்டான். அதனால் அவனுடைய பாசறை இருக்கைநாள் நீட்டிப்பதாயிற்று. அவனது பிரிவு மிக நீண்டது கண்ட கோப்பெருந்தேவிக்கு ஆற்றாமை பெரிதாயிற்று. அதனைக் குறிப்பால் உணர்ந்த பெருங்குன்றூர் கிழார் இரும்பொறை பாசறையிட்டிருக்கும் இடத்துக்கு வந்தார். அப்போது பகைவர் எயிலொன்று முற்றப்பட்டிருந்தது.

பாசறைக்கண் களிற்றியானைகள் மதம் மிக்குமறலின; பகைவர் போரெதிராது எயில் காத்தல் ஒன்றே செய்தனர். யானை மறவர், மதம்பட்ட களிறுகளைப் பிடி யானைகளைக் கொண்டு சேர்த்து மதம் தெளிவித்தனர். அவ்வாறு செய்தும் பல களிறுகள் மதம் குன்றாது மைந்துற்று நின்றன. குதிரைகள் போர்க்கோலம் செய்யப்பெற்றும் பகைவர் போர் தொடுக்காமையால் கனைத்துக் கொண்டிருந்தன. கொடியுயர்த்திய தேர்கள் நிரல்பட நின்று திகழ்ந்தன. கிடுகு தாங்கும் வாள் வீரரும் வேல் வீரரும் போர் நிகழாமை கண்டு தாம் ஏந்திய படை விளங்க வேந்தனது ஆணையை எதிர்நோக்கி ஆரவாரித்து நின்றனர். இவ்வண்ணமே நாட்கள் கழிந்தன.

பாசறை இருக்கைக்குப் பெருங்குன்றூர் கிழார் வந்தது வேந்தனுக்குப் பெருவியப்பை உண்டுபண்ணிற்று. வினை முற்றி வெற்றி பெறுங்காலையில் பாணர் முதலியோர் போந்து வேந்தனைப் புகழ்ந்துபாடி இன்புறுத்துவது முறை. அம்முறையன்றி, வினை நிகழ்ச்சிக்கண் வருவது வேந்தற்கு வியப்பாயிற்று. அதனையுணர்ந்துகொண்ட சான்றோரான கிழார், ''வேந்தே, போர் நிகழாமையால் நின் படை முழுதும் போர்வெறி மிகுந்து மைந்துற்றிருக்கிறது; பகைவர்தாமும் போர் எதிர்கின்றிலர்; நாட்கள் பல கழிகின்றன; ஆதலாற்றான், யான் நின்னைக் காணப்பாடி வந்தேன்,''[12] என்றார். வேந்தன் தன் மகிழ்ச்சியைத் தன் இனிய முறுவலாற் புலப்படுத்தினான். சான்றோரும் அவனோடே தங்கினர்.

புலமை மிக்க சான்றோர் உடனிருப்பது சூழ்ச்சித் துணையாதலை நன்கு அறிந்தவன் சேரமான். அதனால், அவன் அவரைத் தன்னோடே இருத்திக் கொண்டான். இரண்டொரு நாட்குப்பின் ஒருபால் போர் தொடங்கிற்று. சேரன் படைமிக்க பெருமிதத்துடன் சென்றது. அவனே அதனை முன்னின்று நடத்தினான். அவனுடைய போருடையும் பெருமித நடையும் பெருங்குன்றூர் கிழார்க்குப் பெருமகிழ்ச்சியைத் தந்தன. அவர் பாசறையிடத்திருந்த பார்வல் இருக்கைக்கண் இருந்து போர் வினையைப் பார்த்துக் கொண்டிருந்தார். பின்னர், வேந்தன் வெற்றி விளங்கத் திரும்பி வந்தான். ''யானைத் தொகுதியும் கொடியசையச் செல்லும் தேர் நிரையும், குதிரை வீரரும், ஏனை மறவரும் ஆகிய தானை நிலையும் அணிகொண்டு செல்லும் செலவு நின்னைக் காண்போர்க்கு மிக்க இன்பத்தையே தருகிறது. ஆனால், ஒன்று;

இனிது சென்று நன்குபோர் உடற்றியவழி மிக்க அருங்கலங்களை நல்குவது போர்வினை; ஆயினும், நின்னை நேர்பட்டுப் பொருது வீழும் பகைவர் கண்கட்கு அச்சத்தையும் அவலத்தையும் அன்றோ அது தருகிறது?''[13] என்று இனிய இசையோடு பாடினார். ''போர்ச் செலவுக்கு அவ்வியல்பு இல்லையாயின், அது நன்மையும் தீமையுமாகிய பயன்களை விளைக்காதன்றோ?'' என வேந்தன் கூறினான். சான்றோரும் ''ஆமாம்'' எனத்தலை அசைத்தனர். ''இது பற்றியே, அறிவுடையோர் போர் வினையைத் தவிர்த்தற்கு எப்போதும் முயன்று கொண்டிருக்கின்றனர்.'' எனச் சேரமான் கூறி முடித்தான்.

மறுபடியும் ஒருபால் போர் தொடங்கிற்று; சேரமான் படைமறவர்களுள் பூழியர் யானைகளைத் தொழில் பயிற்றுவதில் கைதேர்ந்தவர். அவர்களுடைய யானைகள் மழைமுகிலின் முழக்கங் கேட்டாலுமே அதனைப் போர் முரசின் வெம்முழக்க மெனக் கருதி வெளில் கட்டை அறுத்துக் கொண்டு வெளிவரும் வீறுடையவை. அவைகள் ஒருபால் அணி வகுத்துச் சென்றன. குதிரைப்படை கடலலை போல வரிசையாய் வந்தன. வேல் வாள் வில் முதலிய படை மறவர் போர் தொடங்கினர். சிறிது போதிற்கெல்லாம் பகைவர் படை உடைந்தோடலுற்றது.

பெருஞ்சோழன் மக்களும் பழையன் மாறனும் அந்நிலையிலேயே அடி பணிந்து சேரமானது அருளும் நட்பும் பெற்றிருக்கலாம். அது செய்யாது செருக்கொன்றே சீர்த்த துணையாகப் பற்றிக்கொண்டு கடும்போர் உடற்றினர். மண்டிச்சென்று பொருதற்குரிய தண்ணுமை முழக்கம் கேட்டதுமே சேரர் படை மறவர் பகைவரது படையகத்துட் குதிரைகளையும் கொன்று குவித்தனர். தேர்கள் சிதறுண்டு காற்றிற்பறந்தன. இவ்வாறு பகைவர் படைத்திரள் எதிர்க்கும் வலியின்றி ஈடழியக் கண்டதும், நெடிது பெய்யாதிருந்து பின் மழை நன்கு பெய்த விடத்துப் புள்ளினம் ஆரவாரிப்பது போல இரும் பொறையது பாசறையில் மறவர் பேராரவாரம் செய்தனர்[14]. பழையன் மாறன், இந்நிலையில் தான் உயிர் உய்வது அரிதென அஞ்சி, மேலும் தானை கொணர்வதாகச் சோழர்கட்குச் சொல்லிவிட்டு ஓடிவிட்டான். சோழர்களும் தாங்கள் இருந்த எயிலின்கண் இருந்து மானத்தோடு போர் செய்யக் கருதித் தோற்றோடிய பழையன் வரவை எதிர் நோக்கியிருந்தார்கள்.

பாசறையிலிருந்த களிறுகள் போர்க்கருத்தோடு, இங்கு மங்கும் உலாவின; குதிரைகள் வீரரைச் சுமந்துகொண்டு பகைவர் வரவு நோக்கித் திரிந்துகொண்டிருந்தன. தேர்கள் தம் வீரர் குறிப்பின்படி இயங்கின. இரவுப்போதினும் தோளில் தொடி விளங்கப் போரில் முடிந்து புகழ் நிறுவும் வேட்கை கொண்டு அரிய வஞ்சினம் கூறிக் காவல் புரிந்தனர் காவல் மறவர்.[15]

இவ்வகையில் நாட்கள் சில சென்றன. இரவிலும் பகலிலும் ஒற்றர் கூறுவனவற்றை எண்ணிப் பகைவர்களை வேரோடு தொலைக்கவும் அவரது நாட்டை அழிக்கவும் வேண்டிய குறிப்பிலேயே இரும்பொறையின் உள்ளம் ஈடுபட்டது. அதனால், அவனது மனம் வெவ்விய சினத்தீயால் வெந்து கரிந்து அருள் என்பதே இல்லையாமாறு புலர்ந்து விடுமோ என்று பெருங்குன்றூர் கிழார் அஞ்சினர். ஒருகால் அவன் மகிழ்ந்திருக்கும் செவ்விகண்டு அவனோடு சொல்லாடலுற்று, ''வேந்தே, முன்பு, விச்சிக்கோவும் வேந்தர் இருவரும் கூடிச்செய்த கொங்கு நாட்டுப்போரில் பகைவர்பாற்பெற்ற பொற்கலங்களை யுருக்கிக் கட்டிகளாக்கி இரவலர்க்கும் பரிசிலர்க்கும் வரைவின்றி நல்கினை. அங்குள்ள கொல்லி மலைப்பகுதி மணம் மிகுந்த இருள்வாசிப்பூவும் பசும்பிடியும் சிறக்கவுடையது. நின்தேவி அவற்றைத்தன் கூந்தலில் விருப்பத்தோடு சூடிக்கொள்வள். அக்கூந்தல், தன்பால் மொய்க்கும் வண்டினத்தின் நிறம் விளங்கித் தோன்றாவாறு விளங்குவது; கூந்தற் கேற்ற ஒளி திகழும் நுதலும், அழகுமிகும் அணிகளும், குழையளாவும் நீண்டொளிரும் கண்களும், பெருந்தகைமைக்கு இடமெனக் காட்டும் மென் மொழியும், திருமுகமும் பிரிவின்கண் மறக்கத் தகுவனவல்ல. நீ பிரிந்திருப்பதால் நாளும் கண்ணுறக்கமின்றி முகம் வாடி நுதல் ஒளிமழுங்கியிருக்குமாகலின், ஒரு நாளைக்கு நீ நின் தேவியைக் காண்பது குறித்துத் தேரேறுவாயாயின், தேவியும் பிரிவுத்துயர் நீங்கித் தெளிவு பெறுதல் கூடும். பன்னாட்களாய்க் கண்ணுறக்கமின்றி அடைமதிற்பட்டு அலமந்திருக்கும் அரசரும் சிறிது கண்ணுறங்குவர்; பின்னர் அவரும் போரெதிர்வர்; நீயும் வெல்போர் உடற்றி வீறு பெறுவாய்,''[16] என்றார். மனமாறிய வேந்தன் அவ்வாறே வஞ்சி நகர் சென்றான்.

சின்னாட்கெல்லாம் சேரமான் வந்து சேர்ந்தான். அவனுடைய செலவும் வரவும் பிறர் எவரும் அறியாவகையில் நடந்தன.

இவ்வாறே பழையன் மாறனும் துணைப்படையொன்று கொணர்ந்தான். போரும் கடிதில் தொடங்கிற்று. முற்றியிருந்த எயில்கள் பலவும் சேரர் படை வெள்ளத்தின் முன் நிற்கமாட்டாது சீரழிந்தன. புதுப்படையும் பழம்படையும் கலந்து நின்ற பகைவர் படை வலியிழந்து கெட்டது. எஞ்சியவற்றுள் சோழர்படை எதிரே காட்சியளித்தது; சேரமான், ''சென்னியர் பெருமானை என்முன் கொணர்ந்து நிறுத்துக,'' என ஆணையிட்டான். பெருஞ்சோழன் மக்கள் பழையன் மாறனுக்குத் துணை வந்திருப்பது சேரமானுக்கு மிக்க சினத்தை உண்டாக்கிற்று. இச்செய்தியைத் தானைத் தலைவர்கள் படை மறவர்க்குத் தெரிவித்த ஓசை சோழர் படையின் மறவர் செவிப்புலம் புகுந்தது. சோழன் மக்கள் மானமிழந்து இருந்தவிடம் தெரியாதபடி ஓடிவிட்டார்கள். சோழர் படை மறவர், தாம் ஏந்திய வேல்களைக் களத்தே எறிந்துவிட்டு ஓடினர். அவர்கட்குத் தக்கது சொல்லித் தேற்றிச் சந்து செய்விக்கக் கருதிய பெருங்குன்றூர் கிழார் திரும்ப வந்து, ''வேந்தே, நீ நின் தானைக்கிட்ட ஆணை கேட்டதும், சோழர் படையெறிந்து விட்டு ஓடிய வேல்களை எண்ணினேன்; ஒன்று நினைவிற்கு வந்தது: பண்டொரு நாள் நின் முன்னோர், நாடு முழுவதையும் நன்கு காணத்தக்க உயர்ச்சி பொருந்திய குன்றின்கண் உள்ள நறவூரின்கண் இருந்தனர். அவரது நாண் மகிழிருக்கையாகிய திருவோலக்கத்தைக் கபிலரென்னும் சான்றோர் இன்றும் கண்ணிற் காண்பது போல அழகுறப் பாடியுள்ளனர்; அவருக்குக் கொங்கு நாட்டுக் குன்றேறி நின்று கண்ணிற்பட்ட ஊர்களையெல்லாம் கொடுத்தனர். அன்று கபிலர் பெற்ற ஊர்களினும் சோழர் எறிந்த வேல்கள் பலவாகும்,''[17] என்று பாடினர். இரும்பொறை அவர்க்குப் பன்னூறாயிரம் காணம் பொன்னும் நிலமும் தந்து மகிழ்வித்தான்.

இனி, அஞ்சியோடினும் சேரமான் தன்னை இனிதிருக்க விடான் என்று நினைந்து மனங்கலங்கிய இளம்பழையன் மாறன் பெருஞ்செல்வங்களையும் பெறற்கரிய கலங்களையும் திறை தந்துபணிந்து புகலடைந்தான். அவற்றைப் பெற்றுக் கொண்டு பழையனுக்குப் புகலளித்த சேரமான் இளஞ்சேரல் இரும்பொறை அவற்றைத் தன் வஞ்சி நகருக்குக் கொணர்ந்து பரிசிலர்க்கும் இரவலர்க்கும் எல்லார்க்கும் வரைவின்றி வழங்கினான். பழையன் மாறனும் அவன் ஆணை வழி நின்று ஒழுகலானான்.

தன் கருத்துக்கு மாறாகப் பழையனொடு கூடிச் சென்று சேரமானுடன் பொருது தோற்றோடி வந்த மக்கள் செயல் தன்

புகழ்க்கு மாசு தரக் கண்டான் கோப்பெருஞ்சோழன். அவனுக்கு அவர்கள் மேல் அடங்காச் சினமுண்டாயிற்று. அவர்களும் கோப்பெருஞ்சோழனது மானமாண்பை உணராது அவனையே எதிர்த்து நின்றனர். சோழர்குடிக்குரிய பெரும்புகழைக் கொன்ற அவர்களைக் கொல்வதே கருமமென அவன் தானை பண்ணிப் போர்க்கெழுந்தான். உடனே, அங்கிருந்த புல்லாற்றூர் எயிற்றியனார் என்னும் நல்லிசைச் சான்றோர், அவனது பெருஞ்சினத்தைத் தணித்து, அறநெறியை எடுத்துரைத்தனர். மானவுணர்வும் மறமாண்பும் இல்லாத மக்களொடு உயிர் வாழ்வதைவிட அறம் நோற்று வடக்கிருந்தொழிதல் நன்றெனத் தேர்ந்து சோழன் உறையூர்க்கு வடக்கில் காவிரியாற்றின் இடைக்குறையில் தங்கி வடக்கிருந்து உயிர் துறந்தான். எயிற்றியனாரது புல்லாற்றூர் இடைக்காலத்தே, பில்லாறு என மருவி, ''இராசஇராச வளநாட்டுப் பாச்சில் கூற்றத்துப் பில்லாறு''[18] என நிலவி இப்போது மறைந்து போயிற்று. திருவெள்ளறை, கண்ணனூர் முதலியவை இப்பாச்சில் கூற்றத்தைச் சேர்ந்தவை. இது நிற்க.

பின்பொருகால், கொங்கு நாட்டின் வடபகுதியான குறும்பு நாட்டுப் பூவானி யாற்றின் கரைப்பகுதியில் வாழ்ந்த குறுநிலத் தலைவர்கள் சேரமானுக்கு மாறாகக் குறும்பு செய் தொழுகினார்கள். இந்நாளில் பவானியென வழங்கும் பெயர் பண்டைநாளில பூவானியென்றே வழங்கிற்று; சீவில்லிபுத்தூர்ப் பகுதியில் குடமலையில் தோன்றி வரும் சிற்றாறு ஒன்று பூவானியென்ற பெயர் திரியாது இன்றும் நிலவி வருகிறது.

இனி, குறும்பு செய்தொழுகிய குறும்பர்களை அடக்குதற்குப் பெரும்படையொன்று கொண்டு இரும்பொறை அப்பகுதிக்குச் சென்றான். சேரமான் ஓரிடத்தே பாசறை யிட்டிருக்கையில் குறும்பர் தம் படையுடன் போந்து போர் செய்தனர். சிறிது போதிற்கெல்லாம் சேரமான் பாசறையில் ஒரு பேராரவாரம் உண்டாயிற்று. பெருங்குன்றூர் கிழார் விரைந்து அங்கே சென்று அதற்குரிய காரணம் அறிந்து வந்தார். அவர், ''வேந்தே! நின் அடிபணிந்து வாழும் திறமறியாது பொருது நிற்கும் குறுநில மன்னர் களிற்றின் காற்கீழ்ப்பட்ட மூங்கில் முளை போல அழிவது திண்ணம். போர் செய்யுமாறு நின் தானைத் தலைவர் தானை மறவர்க்குத் தண்ணுமை முழக்கினர். உடனே மறவர் பலரும் பகைவரது படைக்குட்புகுந்து மறவர்களையும் களிறு முதலிய மாக்களையும் கொன்று குவித்தனர். அது கண்டு நெடுங்காலம்

பெய்யாதிருந்து மழை பெய்யுமாயின் புள்ளினம் ஆரவாரிப்பது போல நின் பாசறையிலுள்ளார் பேராரவாரம் செய்தனர்; வேறொன்றும் இல்லை,''[19] என்றார்.

போர் நடப்பதைப் பெருங்குன்றூர் கிழார் ஒருபால் இருந்து நோக்கினார். இரும்பொறையின் பெரும் படைமறவர் கடுஞ்சமர் புரிவதும் பகைமறவர் பலர்பலராக மடிந்து வீழ்வதும் கண்டார். அவர் நெஞ்சில், குறுநிலத்தவர்பால் இரக்கம் பிறந்தது. வேந்தனைக் கண்டு, ''வேந்தே, யான் பகைப்படைத்தலைவரிடம் சென்று நினது படைமாண்பை எடுத்தோதி, அவர்களை வந்து நின் திருவடியைப் பணிந்து அருள் பெறுமாறு செய்யக் கருதுகின்றேன்'' எனச் சொல்லி விடை பெற்றுக் கொண்டு சென்றார்; கருதியவாறே, பகை மன்னர்களைக் கண்டு வேண்டுவனவற்றை எடுத்தோதினார். அவர்கள், ''இரும்பொறையோ வெப்புடைய ஆண்டகை; பகைவரை அருளின்றிக் கொலை புரிபவன். அவனுடைய போர்க்களம் மறவரது குருதிதோய்ந்து நெடுநாள் காறும் புலால் நாறிக் கொண்டிருக்கும். அவன் அருளின்றிச் செய்தன பல,'' எனப் பெருங்குன்றூர் கிழார் மனமும் மருளுமாறு மொழிந்தனர். அவர்கட்கு அவர், ''தலைவர்களே, போர்க்களம் குருதிப் புலவு நாறப் பகைவரைக் கொன்றழிக்கும் வெந்திறல் தடக்கை வென்வேற்பொறையன் என்று பலரும் கூற யானும் கேட்டு அவனை வெப்புடைய ஆடவன் என்றே கருதினேன்; பின்பு, யான் அவனை நேரிற் சென்று கண்டேன்; தனது நல்லிசை இந்நிலவுலகில் நிலைபெற வேண்டும் என்ற ஆர்வமும், அதற்கேற்ப இல்லார்க்கு வேண்டுவன நல்கி அவரது இன்மைத்துயரைப் போக்குவதிற் பேரூக்கமும் உடையனாதலைக் கண்டேன். அவன், தான் செய்யும் செய்வினையின் நலந்தீங்குகளை நாடிச் செய்யும் நயமுடையவன்; பாணர் பொருநர் முதலிய பலரையும் பரிவோடு புரக்கும் பண்புடையவன்; சுருங்கச் சொன்னால், புனலிற் பாய்ந்தாடும் மகளிர் இட்ட காதணியாகிய குழை எத்துணை ஆழத்தில் வீழ்ந்தாலும் தன் தெளிவுடைமையால் அவர்கள் எளிதிற் கண்டெடுத்துக் கொள்ளத்தக்க வகையில் தெளிந்து காட்டும் வானியாற்று நீரினும் சேரமான் மிக்க தண்ணிய பண்புடையன்,''[20] என்று கூறித் தெருட்டினர். அவர்களும் அவர் சொல்லிய வண்ணமே இரும்பொறையால் புகலடைந்து, அவனது அருள் பெற்று அவன் ஆணை வழி நிற்பாராயினர்.

இனி, குட்ட நாட்டின் தெற்கிலுள்ள வேணாட்டில் மரந்தை நகரைத் தலைமையாகக் கொண்டு வேளிர் ஆட்சி செய்து வந்தனர்.

இமயவரம்பன், செங்குட்டுவன் முதலிய பேரரசர் காலத்தில் சேரநாடு தென்பாண்டி நாடு முழுதும் பரந்திருந்தமையின், மரந்தையோர் அவர்கட்குக் கீழ்ச் சிற்றரசர்களாய்த் திகழ்ந்தனர். இந்த மரந்தை நகர் மேனாட்டு யவன ஆசிரியர்களால் மருந்தை (Marunda) என்று குறிக்கப்படுகிறது. இப்போது நாஞ்சினாட்டுக் கல்குளம் வட்டத்தில் இருக்கும் மண்டைக்காடு என்பது பண்டை நாளை மரந்தையாக இருக்கலாம் என்று கருதுவோரும்உண்டு. ஒருகால் இம்மரந்தையோர் இளஞ்சேரலிரும்பொறைபால் பிணக்கம் கொண்டு வேறுபட்டனர். அவர்கட்கு அவன் சான்றோரைக் கொண்டு நல்லறிவு கொளுத்தித் தன் ஆணை வழி நிற்குமாறு செய்தான். அதனால், 'மரந்தையோர் பொருநன்' என்ற சிறப்பை நம் இரும்பொறை பெற்றான்.

தான் சென்ற இடங்களிலெல்லாம் சீரியவெற்றி பெற்றது குறித்துத் தன் முன்னோரைப் போலவே இரும்பொறையும் அயிரை மலைக்குச் சென்று கொற்றவையைப் பரவினான். குடவரும் குட்டுவரும் பொறையரும் பூழியரும் கொங்கரும் மரந்தையோரும் பிறரும் வந்திருந்தனர். பெருங்குன்றூர் கிழார், விறலியொருத்தியை நோக்கி, ''பொறையன் சந்தனமும் அகிலும் சுமந்து செல்லும் யாற்றில் ஓடும் வேழப் புணையினும் மிக்க அளியுடையன்; அவன்பாற் செல்க; சென்றால், நல்ல அணிகலன்களைப் பெறுவாய்,''[21] என்ற ஆற்றுப்படைப் பாட்டை பாடி இன்புறுத்தினார்.

சின்னாட்குப்பின் நம் குடக்கோ, அறவேள்வியொன்று செய்தான். பல நாடுகளிலிருந்தும் சான்றோர் பலர் வந்திருந்தனர். அவ்வேள்வியை அவனுடைய அமைச்சருள் ஒருவருரான மையூர் கிழான் என்பான் முன்னின்று நடத்தினான். இந்த மையூர் இப்போது தேவிகுளம் பகுதியில் உள்ளது. இங்கே பழங்காலக் கற்குகைகளும் வேறு சின்னங்களும் உண்டு. வேள்வியாசானாகிய புரோகிதன் வேள்விச் சடங்குகளைச் செய்து வருகையில் தவறொன்றைச் செய்துவிட்டான். மையூர் கிழான் அதனை எடுத்துக் காட்டினான். அது குறித்துச் சொற்போரும் ஆராய்ச்சியும் நடந்தன. மையூர் கிழான் கூறுவதே சிறந்ததாக முடிவாயினமையின் அவனையே வேள்வியாசானாய் இருந்து வேள்வியை முடிக்குமாறு வேந்தன் ஆணையிட்டான்.

அந்நிலையில் பெருங்குன்றூர் கிழாரும் வந்து சேர்ந்தார். அவர் வருகையை வேந்தன் வியப்போடு நோக்கினான். அவன்

நோக்கத்தைப் பெருங்குன்றூர் கிழார் அறிந்துகொண்டு, ''மாந்தரன் மருகனே, நீ இனிய நீர் போலும் தண்மையும், அளப்பரும் பெருமையும், குறையாச் செல்வமும் கொண்டு, விண்மீன்களின் இடைவிளங்கும் திங்கள் போலச் சுற்றம் சூழ இருக்கின்றாய். நீயோ, உரவோர் தலைவன்; கொங்கர் கோ; குட்டுவர் ஏறு; பூழியர்க்கு மெய்ம்மறை; மரந்தையோர் பொருநன்; பாசறையிலிருக்கும் வயவர்க்கு வேந்து; காஞ்சி மறவரான சான்றோர் பெருமான்; ஓங்குபுகழ் கொண்ட உயர்ந்தோன். எல்லாவற்றிற்கும் மேலாக, நீ காவிரி நாடு போன்ற வண்மையும் கற்புறு பொற்பும் கலங்காத நல்லிசையுமுடைய நல்லாளுக்குக் கணவன்; நின் வாழ்நாள் வெள்ள வரம்பினவாக என உள்ளிக் காண வந்தேன்,''[22] என்றார். அப்பாட்டின் நலம் கண்டு சான்றோர் பலரும் அவரது புலமையை வியந்து பாராட்டினர். வேந்தனும் அவர்க்கு மிக்க சிறப்புக்களைச் செய்தான்.

பின்பு, அங்கு நடைபெற்ற வேள்வியில் புரோகிதன் தவறு செய்ததும் மையூர் கிழான் எடுத்துக் காட்டியதும் வேந்தன் முடிவு கூறியதும் சான்றோர்களால் பெருங்குன்றூர் கிழார் அறிந்தார். அவர், வேந்தனை நோக்கி, ''பொறை வேந்தே, வேள்விச் சடங்குகட்குரிய விதி விலக்குரைகளின் பொருள் காண்பதில் பண்டை ஆசிரியர்களின் கருத்தறிவது நம்மனோர்க்கரிது; உண்மை காண வேண்டின், சதுக்கத்தேவரைக் கேட்பது தக்கது;

''தவமறைந் தொழுகும் தன்மையி லாளா
அவமறைந் தொழுகும் அலவற் பெண்டிர்
அறைபோ கமைச்சர் பிறர்மனை நயப்போர்
பொய்க்கரி யாளர் புறங்கூற் றாளர்என்
கைக்கொள் பாசத்துக் கைப்படுவோர் எனக்
காத நான்குங் கடுங்குர லெடுப்பிப்
பூதம் புடைத்துணும் பூதசதுக்கத்தின்''[23]

இயல்பு இது; இத்தெய்வம் காவரிப்பூம்பட்டினத்தில் இருப்பது; பார்ப்பனி மருதியென்பாள் தன் குற்றத்தைத் தானேயறியாது 'யான் செய்குற்றம் யான் அறிகில்லேன்,'[24] என்று சதுக்கப் பூதரைக் கேட்டு உண்மைதெரிந்த வரலாறு நாடறிந்த தொன்று'' என எடுத்துரைத்தார்.

அங்கிருந்த சான்றோரும் வேந்தரும் வஞ்சிநகர்க்கண் பூதசதுக்கம் அமைக்க வேண்டுமென வேந்தனை வேண்டிக்

கொண்டனர். சின்னாட்களில் பூதசதுக்கம் அமைத்துச் சாந்தி விழாவும் செய்யப்பட்டது. விழாவின் இறுதியில் வந்திருந்த சான்றோர் பலரும் குடக்கோ இளஞ்சேரல் இரும்பொறையை வாழ்த்தினர். பெருங்குன்றூர் கிழார், ''மழை தப்பாது பொழிக! கானம் தழைக்க! மாவும் புள்ளும் வண்டினமும் பிறவும் இனம் பெருகப் புல்லும் இரையும் தேனும் இனிதுண்டு இன்புறுக! இவ்வாறு நன்பல வூழிகள் செல்க! கோல் செம்மையாலும், நாட்டவர் நாடோறும் தொழுதேத்தலாலும், உயர்ந்தோர் பரவுதலாலும், அரசு முறை பிழையாது செருவிற்சிறந்து கற்புடைக் காதலியுடன் நோயின்றிப் பல்லாண்டு வேந்தன் வாழ்க!''[25] என்று வாழ்த்தினர்.

இளஞ்சேரல் இரும்பொறை, ''மருளில்லார்க்கு மருளக் கொடுக்க'' என்று உவகையின் முப்பத்தீராயிரம் காணம் கொடுத்து, அவர் அறியாமை, ஊரும் மனையும் வளமிகப் படைத்து ஏரும் இன்பமும் இயல்வரப் பரப்பி, பெருங்குன்றூர் கிழார்க்கு எண்ணற்காகா அருங்கலவெறுக்கையொடு பன்னூறாயிரம் பாற்பட வகுத்துக் காவற்புறம் விட்டான்.

குடக்கோ இளஞ்சேரல் இரும்பொறை பதினாறாண்டு அரசு வீற்றிருந்தான்.

அடிக்குறிப்புகள்

1. புறம். 210.
2. புறம். 211.
3. புறம். 266.
4. புறம். 147.
5. குறுந். 328. விச்சியூர், பின்பு சிறுவிச்சியூர், பெருவிச்சியூர் என இரண்டாயிற்று; அவற்றுள் பெருவிச்சியூர் மறைந்து போகச் சிறுவிச்சியூர் இப்போது சிறுவாச்சூர் என நிற்கிறது.
6. பதிற். 81.
7. பதிற். 88.
8. பழையன் கோட்டை பிற்காலத்தே பளையன்கோட்டைப் பாளையங்கோட்டையாய் மருவி விட்டது; தண்ணான் பொருநை தாம்பிரபரணியாய்விட்டது.
9. புறம், 84.
10. புறம், 214.

11. Ep. A.R.No. 614, 617 of 1917.
12. பதிற். 82.
13. பதிற். 83.
14. பதிற். 84.
15. பதிற். 81.
16. பதிற். 81.
17. பதிற். 85.
18. A.R.No. 126 of 1936-7.
19. பதிற். 84.
20. பதிற். 86.
21. பதிற். 87.
22. பதிற். 90.
23. சிலப். V. *128-34*.
24. மணி. 22:54.
25. பதிற். 89.

13. சேரமான் பாலைபாடிய பெருங்கடுங்கோ

மலையாளம் மாவட்டத்து, இப்போது வயனாடு எனப்படும் பகுதிக்குப் பண்டைக்காலத்திலும் இடைக் காலத்திலும் பாயல் நாடு என்றே பெயர் வழங்கினமை சங்க நூல்களும்[1] கல்வெட்டுக்களும்[2] குறிக்கின்றன. அப்பகுதியிலுள்ள குடமலைத் தொடர்க்குப் பாயல்மலை என்பது பெயர். மலையாளத்துக் குறும்பர் நாடு தாலுக்காவின் ஒரு பகுதிக்கும் பாயனாடென்று பெயர் வழங்குகிறது.

இப்பாயனாட்டின் வேறொரு பகுதிக்குக் கடுங்கோ நாடென்பது பெயர். வள்ளுவ நாடு மாவட்டத்தில் இன்றும் கடுங்கோவூர், கடுங்கோ புரம் எனப்பெயர் தாங்கிய ஊர்கள் இருக்கின்றன. அந்நாட்டிலிருந்து அரசு புரிந்தவர் கடுங்கோ எனப்படுவர். அந்நாடு செல்வக் கடுங்கோ வாழியாதன் காலத்திலோ, அதற்கு முன்னோ, இப்பெயரை எய்தியிருக்கலாம். இந்நிலையில் தென்பாண்டி நாட்டில் கொற்கை, ஆற்றூர் முதலிய ஊர்கள் இருக்கும் பகுதிக்குக் குடநாடு என்றும், கடுங்கோ மண்டலம்[3] என்றும் பெயர் உண்டு; 'குடநாட்டுப் பிரமதேயம் கடுங்கோ மங்கலமான உலகுய்ய வந்த பாண்டிய சதுர்வேதி மங்கலம்' என வரும் ஆற்றூர்க் கல்வெட்டொன்றும்[4] ஈண்டு நினைவுகூரத் தக்கது. வேள்விக் குடிச்செப்பேட்டில்[5] காணப்படும் பாண்டி வேந்தர் நிரலில் முன்னோனாக வரும் கடுங்கோவின் பெயரால் இத்தென்பாண்டி நாட்டுப் பகுதி இவ்வாறு கடுங்கோ மண்டலம் எனப்படுவதாயிற்று. ஈங்கு நாம் காணும் கடுங்கோ பொறை நாட்டுச் சேர வேந்தராவர். தென்பாண்டி நாட்டில் காணப்படும் கடுங்கோ பாண்டியனாவன். தென்பாண்டி நாட்டுப்

பகுதிக்குக் கடுங்கோ மண்டலமென்பதோடு குடநாடு என்ற பெயரும் இருப்பது நோக்கின், பாண்டியனான கடுங்கோ, இப்பொறை நாட்டுக் கடுங்கோ வழியினனாகலாமென்றும், அவனுடைய முன்னோர் தமது நாட்டை நினைவுகூர்தற்பொருட்டு இத்தென்பாண்டி நாட்டுப்பகுதியைக் குடநாடு என்று வழங்கியிருக்கலாமென்றும், கடுங்கோவுக்குப்பின் குடநாடு கடுங்கோ மண்டலமாகியிருக்கலாம் என்றும், எனவே பொறை நாட்டுக் கடுங்கோக்களுக்கும் தென்பாண்டி நாட்டுக் குடநாட்டுப் பகுதியையாண்ட கடுங்கோவுக்கும் தொடர்பிருக்கலாமென்றும் நினைத்தற்குப் போதிய இடம் உண்டாகிறது. இவ்வாறே நாவரசர் காலத்தில் தென்குமரிப் பகுதி கொங்குநாடு எனப் பெயரெய்தி யதற்கும் காரணம் இல்லாது போதற்கு இடனில்லையென அறியலாம். இது நிற்க.

பெருங்கடுங்கோ, இளங்கடுங்கோ, கடுங்கோ என்பன இக்கடுங்கோ நாட்டு வேந்தர் பெயராதலை அறிய வேண்டும். பாலை பாடிய பெருங்கடுங்கோ நன்னனது ஏழில் மலை நாட்டைப் பாராட்டிப் பாடுகின்றார். கொண்கான நாடு பொன்வளமுடைய தென்றும், அந்நாடு நன்னனுக்கு உரியதென்றும், அந்நாட்டில் ஏழில்மலை சிறந்தொரு மலையென்றும், பெறுதற்கரிய பேறுகளுள் ஏழில் மலை சிறந்தது என்றும்[6] கூறுகின்றார். இதனால், இவர் நன்னன் வாழ்ந்த காலத்தவரென்பது பெறப்படும். ஏழிற்குன்றம் பெறற்கரியதொன்று என்பதனால், இவர் அந்நன்னனை வென்று வெருட்டிய களங்காய்க்கண்ணி நார்முடிச்சேரல் காலத்திற்குச் சிறிது முன்னர் இருந்தவரென்பது தெளிவாம்; பின்னிருந்தோராயின், அரிது பெறும் பொருட்கு எல்லையாக ஏழிற்குன்றத்தைக் குறித்துரையார்.

பெருங்கடுங்கோவின் பாட்டுக்களில் வரும் உவமங்களும் கருப்பொருள்களும் கருத்துக்களும் இவரது பரந்த பெரும் புலமையை விளக்குவனவாயுள்ளன. இவரது நுண்மாண் நுழைபுலப் பெருமையை ஒருவன் இனிதெடுத்துக் கூற விரும்பின், அஃது ஒன்றே ஒரு தனித்த பெருநூலாகும் பெருமையுடையது. இவருடைய பாட்டுக்களின் விழுமிய நடையழகும், கருத்துக்களின் பொருட்கவினும், அவற்றை வெளிப்படுத்தும் சொல்வழக்கும், இயற்கைக் காட்சிகளைப் படிப்போர் மனக்கிழியிற்பொறிக்கும் சொல்வளமும், உலகியலறிவும், உயரிய நோக்கங்களும் படிக்குந்தோறும் வற்றாத இன்பம் சுரப்பவையாம். அரசரிற்பிறந்து

அரசரில் வளர்ந்து அரசு முறைக்குரிய கலை பலவும் கற்றுத் துறைபோகிய இப்பெருங்கடுங்கோவின் பெருமை நம் தமிழ் மொழிக்கே சிறப்பாக விளங்குகிறது. 'கற்றறிந்தார் ஏத்தும் கலி' எனப்படும் கலித்தொகையைக் கோத்த நல்லந்துவனார், ஏனைய ஆசிரியர் எவரும் வைக்காதொழிந்த பாலைத் திணைப்பாட்டை முதற்கண் வைத்து முறை செய்து கோத்ததற்குக் காரணம் அப்பாட்டை இப்பெருங்கடுங்கோ பாடியது பற்றியே எனின், அது ஒரு சிறிதும் மிகையாகாது.

வெயில் தெறுதலால் வெம்மை மிகுந்து வெம்பிய வெஞ்சுரத்தைக் கூறக்கருதும் பெருங்கடுங்கோ, "கோல்கோடிய வேந்தன் கொலையஞ்சா வினையாளரைக் கொண்டு அறநெறியைக் கைவிட்டுக் குடிகள் வயிறலைத்துக் கூக்குரலிட்டு அழஅழப் பொருள் கவர்ந்து கொள்வானாயின், அவன் நாடு எவ்வாறு பொலிவழிந்து கெடுமோ, அவ்வாறே உயரிய மரங்கள் உலறிப் பொலிவின்றியிருக்கின்றன,"[7] என்பர். காதலனைப் பிரிந்துறையும் கற்புடைய மகளொருத்தியின் வருத்தத்தை, "ஆள்பவர் கலக்குற அலைவுற்ற நாடுபோல, பாழ்பட்ட முகத்தோடு பைதல் கொண்டு அமைவாளோ?"[8] என்றும், அந்நிலையில் இளவேனிற் காலம் வர, அதனைக் காணும் தோழி அவ்வேனிலை வெறுத்து, "பேதையை அமைச்சனாகவுடைய பீடிலா மன்னனொருவனுடைய நாட்டில் பகையரசர் எளிதில் வந்து புகுவது போல, இளவேனில் வந்தது,"[9] என்றும் கூறுவன அவரது அரசியலுணர்வை வெளியிடுகின்றன.

"உள்ளபொருள் செலவாகித் தொலைந்தமையால் இரப்பவரும், அறவே இல்லாத வறுமையால் இரப்பவரும், வேண்டுமளவு பொருளில்லாமையால் இரப்பவரும் என, இரப்போருள் பல வேறு வகையினர் உண்டு. இப்பெற்றியோர்க்குச் சிறிதள வேனும் ஈத்தொழிவது சிறப்பு; ஒன்று ஈயாமை இழிவு,"[10] என்பது இக்கடுங்கோ கூறும் அறவுரை. பொருளல்லாத செல்வப் பொருளை உயிர்க்கு உறுதுணை யாகும் நிலையுடைய பொருள் என உணர்வது மயக்கவுணர்வு. பொருளில்லாதார்க்குக் காதலர் யாது செய்வர் என்று ஏதிலர் கூறுவர்; அவர்சொல் கொள்ளத் தகுவதன்று. செம்மை நெறியிலன்றிப் பொருள் செய்பவர்க்கு அஃது இருமையும் பகை செய்யும்;[11] வளமை எக்காலத்தும் செய்து கொள்ளப்படும் எளிமையுடையது; இளமையோ, கழிந்த பின் பெறலரிது;[12] "இன்னோர் என்னாது பொருள் தான் பழவினை மருங்கிற் பெயர்பு மறையும்;[13] ஒருவர்பால் கடன் கேட்குங்கால்

கடன் வாங்குவோர் முகம் இருக்கும் இயல்பு வேறு; அக்கடனைத் திரும்பத் தருங்கால் அவர் முகம் இருக்கும் இயல்பு வேறு; இவ்வாறு முகம் வேறுபடுவது முற்காலத்தும் இவ்வுலகில் இயற்கை; இப்போது அது புதுவதாக இல்லை[14]. கண்ணிற்கண்ட போது சிறப்புச் செய்து புகழ் பல கூறி, நீங்கியவழி அச்சிறப்புச் செய்யப்பட்டோருடைய பழியை எடுத்துத் தூற்றுவதும், செல்வமுடையாரைச் சேர்ந்திருந்து, அவரது செல்வத்தைக் கூடியிருந்து உண்டு, அது குறைந்த போது அவர்க்கு உதவாதொழிவதும், நட்புக்காலத்தில் ஒருவருடைய மறை (இரகசியம்) எல்லாம் அறிந்து கொண்டு, பிரிந்த காலத்தில் அவற்றையெடுத்துப் பிறரெல்லாம் அறிய உரைப்பதும் தீச்செயல்களாகும்;[15] முன்பு தமக்கு ஓர் உதவியைச் செய்து தம்மை உயர்த்த முயன்று ஒருவர் தாழ்வெய்துவராயின், இயன்ற அளவு முயன்று கூடியதொன்றைச் செய்பவரே பீடுடையோராவர்''[16] ஆடவர்க்கு உழைப்பே உயிர்; அவர் மனையுறையும் மகளிர்க்கு அவ்வாடவர் உயிர்;[17] தம்பால் உள்ள பொருளைச் சிதைப்பவர் உயிரோடிருப்பவர் எனப்படார்; இல்லாதாருடைய வாழ்க்கை இரத்தலினும் இளிவந்தது;[18] ஒருவர்க்கு அறத்தின் நீங்காத வாழ்க்கையும், பிறன் மனை முன் சென்று உதவி நாடி நில்லாத செல்வமும் உண்டாவது பொருளாலேதான் ஆகும்.[19] நீர் சூழ்ந்த நிலவுலகமுற்றும் அதன் கண் வாழ்வோர் அனைவர்க்கும் பொது என்பதின்றித் தனக்கே சிறப்புரிமையென்ன அமைந்த போதும், ஒருவன்பால் செல்வம் கனவு போல நீங்கி மறையும்;[20] தன்னை விரும்பி ஈட்டிக் கொண்டவரைத் தான் பிரியுங்கால், கொண்ட காலத்துக்கு மாறாகப் பிறர் கண்டு எள்ளி நகையாடுமாறு நீங்குவது செல்வத்தின் இயல்பு; நிலையில்லாத அதனை ஒருவர் விரும்பலாகாது. ஒரு பயனும் நோக்காத தன்மையுடைய அரசன் ஆக்கம் பெற வேண்டுமென முயலும் சான்றோன் ஒருவனை, அவ்வரசன் கண்ணோட்டம் இன்றிக் கொல்வானாயின், அவனது அரசு நிலை பெறாது ஒழிவது போலச் செல்வமும நில்லாது நீங்கும்; அதனை ஒருவர் விரும்பலாகாது[21] என்பன போல்வன பெருங்கடுங்கோவின் அரசியலறிவும் உலகியலறிவும் இப்பெற்றியவென நாம் நன்கறிதற்குச் சான்றாகின்றன.

அவரது உள்ள முற்றும் அறவுணர்வுகளே நிரம்பிக் கிடத்தலால், சொல்லும் சொற்றோறும் அறமே கூறுகின்றார். அவரது செயல் வகைப்பட்ட கட்பார்வையும் அவ்வாறே அறம் கனிந்திருப்பது நாம் அறியற்பாலது. வெவ்விய சுரத்தின் கண்

செல்பவர்க்கு நீர் வேட்கையுண்டாவது இயல்பு. சுரத்தின் கண் நீர் நிலைகள் இரா. சுரங்களில் கள்ளி காரை முதலிய செடிகளும், நெல்லி, பாலை முதலிய மரங்களும் இருக்கும். நிலமும் சிறுசிறு கற்கள் பரந்த முரம்பாகும். வேனிற்காலத்தில் நெல்லி மரங்கள் காய்ப்பது இயற்கை. சுரத்து வழிச்செல்வோர் வேனில் வெப்பத்தால் விடாய்கொண்டபோது நெல்லிக்காயைத் தின்பர். அஃது இனிய நீரூறி வேட்கை தணிவிக்கும். அதனாலே, சுரத்தில் அமைந்த பெருவழிகள், இரு மருங்கும் வரிசையாக அம்மரங்களைக் கொண்டிருக்கின்றன. நெடுஞ்சுரத்தின் வழிச்செல்வோர்க்கு இனிய காயைத் தந்து வேனில் வேட்கை தணிவிக்கும் சிறப்புக் கண்ட நம் கடுங்கோ, ''அறந் தலைப்பட்ட நெல்லியம் பசுங்காய்''[22] என்பாராயின், அவரை நடமாடும் அறக்கோயில் என்பதன்றி வேறு யாது கூறலாம்?

இயற்கையழகில் அவரது உள்ளம் தோய்வது காண்மின்: வேனிலில் ஒருபால் முருக்கமரத்தின் செம்முகைகள் வீழ்ந்து சிதறிக் கிடக்கின்றன: கோங்கு, அதிரல், பாதிரி முதலியன மலர்ந்து கிளைகளில் மலர்களைத் தாங்கி நிற்கின்றன; எங்கும் வண்டினம் தேனுண்டு முரலுகின்றது. இவற்றைக் காணும் கடுங்கோவின் உள்ளம் அக்காட்சியில் ஈடுபடுகிறது.

மராமலர் கொண்டு மனை முழுதும் கோலஞ் செய்து முருகவேளை வழிபடும் செல்வர் மனையொன்றின் உருவம் மனக்கண்ணில் தோன்றுகிறது. உடனே, பெருங்கடுங்கோ தமது தமிழ் கமழும் மனங்கனிந்து ''மராஅ மலரொடு விரா அய்ப்பராஅம், அணங்குடை நகரின் மணந்த பூவின், நன்றே கானம் நயவரும் அம்ம,''[23] என்று பாடுகின்றார். மரங்களின் இடையே இருந்து குயில்கள் கூவுகின்றன. அவற்றின் இன்னிசைக் குரல் அவரது செவியகம் நிறைந்து இன்பம் செய்கிறது. அதன் ஓசை அவர்க்கு ஒரு புதுப்பொருள் தருகிறது. பிரிவு கருதிய காதலர்க்குப் பிரியாதிருக்குமாறு பேசும் பெண்மகள் ஒருத்திக்கு இக்காட்சி எழுப்பும் உணர்வை எண்ணினார். அந்நங்கை, ''குராமரங்கள் அரும்பு தொடுக்கின்றன: ஆகவே, இது முன்பனிக் காலம்: பின்னர் வருவது பின்பனிக் காலம்: அது பிரிந்தார்க்குத் துன்பம் தருவது: ஆதலால், கூடியுறையும் காதலர்களே, நீவிர் பிரியாதிருந்து கூடுமின்,'' என்று கூறுவதாக நினைக்கின்றாள். ''பின்பனியமயம் வருமெனமுன் பனிக் கொழுந்து முந்துறீ இக்குரவரும்பினவே, புணந்தீர் புணர்மினோவென இணர்மிசைச் செங்கண் இருங்குயில்

எதிர்குரல் பயிற்றும், இன்ப வேனிலும் வந்தன்று,"²⁴ என்று கூறுவதாகப் பாடுகின்றார்.

பாலைத்திணை பாடுவதில் வல்லுநராகிய நம் புலவர் பெருந்தகை இக்காட்சி இன்பங்களை நுகர்தற்கெனத் தலைமைக் குணங்களே நிறைந்து இளமை நலம் கனிந்து விளங்கும் தலை மகன் ஒருவனையும் தலைமகள் ஒருத்தியையும் கொணர்ந்து நிறுத்தி, அவர்களிடையே நிகழும் பேச்சுக்களை எடுத்தோதுகின்றார். தலைமகளோடு கூடியுறையும் தலைமகன் கடமை காரணமாகப் பிரியக் கருதுகின்றான்: தன் பிரிவை மெல்லத் தன் காதலிக்குணர்த்தலுற்று. ''அன்பே நின்னுடைய மனையகத்தே நின்னைத் தனிப்ப நிறுத்தி யான் பிரிந்திருப்பது என்பது இயலாது: அவ்வாறு ஒன்று இயலுமாயின், அதனால் என் மனைக்கு இரவலர் வாராத நாட்கள் பல உண்டாகும்!''²⁵ என்று இயம்புகின்றான். பிறிதொருகால் அவன் பிரியவேண்டுவது இன்றியமையாததாகிறது: பிரியக் கருதுகிறான்: பிரிவுக் குறிப்பைத் தோழி அறிகிறாள்: அவள், ''தலைவரே, இளமைச் செவ்வியும் காதல் வாழ்வும் ஒருங்கு பெற்றவர்க்கு அவற்றினும் செல்வம் சிறந்ததாகத் தோன்றுமோ? செல்வம் இல்லாமையால் ஒருவரது ஆடையை மற்றவர் கூறுசெய்து உடுக்கும் அத்துணைக் கொடிய வறுமை உண்டாயினும், ஒன்றினார் வாழ்க்கையே வாழ்க்கை!''²⁶ என்று சொல்லுகிறாள். மடங்காவுள்ளமுடைய அக்காளை பிரிவையே நினைவானாயினன். அவனை நோக்கி, ''ஐய, நீவிர் சென்று வருக: சென்றிருக்குங்கால் இங்கிருந்து வருவோரைக் காண்பீர். கண்டால், எம்மைப்பற்றி அவரைக் கேட்கலாகாது.'' என்றாள். அவன் குறுநகை செய்து, ''ஏன்?'' என்றான்: ''கேட்டால், நீர் மேற்கொண்ட வினை தடைப்படும்: எடுத்த வினை முடியாமை கண்டு மக்கள் நும்மை இகழ்வர்: நுமது தலைமை அதனால் சிதையும்.'' என்பது தோன்ற,

"செல், இனி, சென்றுநீ செய்யும் வினைமுற்றி
'அன்பற மாறியாம் உள்ளத் துறந்தவள்
பண்பும் அறிதிரோ? என்று வரு வாரை
எம் திறம் யாதும் வினவல்: வினவின்
பகலின் விளங்கும்நின் செம்மல் சிதையத்
தவலரும் செய்வினை முற்றாமல், ஆண்டு, ஓர்
அவலம் படுதலு முண்டு.''²⁷

என்று கூறுகின்றாள். காளையுள்ளத்தில் கவலையும் கலக்கமும் கலுழுகின்றன. அவன் கையறவுபடுகின்றான்.

சின்னாட்குப்பின், அவன் தன் காதலிபால் தனது பிரிவுக் குறிப்பைத் தெரிவிக்கின்றாள். அவள் தன் மகனைக் கையில் ஏந்திக் கொண்டு நிற்கிறாள். மகனுடைய தலை எண்ணெயிட்டு நீவிப் பூச்சூடி வனப்புடன் விளங்குகிறது. அவள், "பிரிவது அறத்தாறு அன்று," எனச் சொல்லித் தன் காதலனைச் செலவு விலக்க நினைத்தாள். துயர்மீதூர்ந்து நா எழாவாறு தடுத்தொழிந்தது. ஆயினும், அவ்ள், தனது கருத்தைக் கண்ணாலும் முகத்தாலும் காட்டினாள். அவளது அப்போதைய நிலை அவனுடைய மனக்கிழியில் நன்கு பதிந்து விட்டது. அவள் தன் மகன் தலையில் சூடிய பூவை மோந்து உயிர்த்தாள். அதன் வெப்பமிகுதியால் பூவும் நிறம்மாறி வதங்கிவிட்டது. அதனை நினைந்து தான் பெருங் கடுங்கோ அகப்பாட்டொன்றில் சொல்லோவியம் தீட்டுகின்றது காண்மின்:

"பரல்முரம் பாகிய பயமில் கானம்
இறப்ப எண்ணுதி ராயின், அறத்தாறு
அன்றுஎன மொழித்த தொன்றுபடு கிளவி
அன்ன வாக என்னுநன் போல
முன்னம் காட்டி முகத்தின் உரையா,
ஓவச் செய்தியின் ஒன்றுநினைந்து ஒற்றிப்
பாவை மாய்த்த பனிநீர் நோக்கமொடு
ஆகத் தொடுக்கிய புதல்வன் புன்றலைத்
தூநீர் பயந்த துணையமை பிணையல்
மோயினன் உயிர்த்த காலை மாமலர்
மணியுரு இழந்த அணியழி தோற்றம்
கண்டே கடிந்தனம் செலவே"[28]

என்று அமைகிறது அப்பாட்டு.

அவருடைய பாட்டுக்களில் முன்னர்க் காட்டிய அறங்களேயன்றி, மூவெயில் முருக்கிய முக்கட்செல்வனும், அரக்கு மனையில் அகப்பட்டு வருந்தும் பாண்டவரும் அவரை விரகிற் கொண்டேகும் வீமனும், மீனக்கொடியுடைய காமனும், பிறரும் காட்சி தருகின்றனர். கானமரங்கள் ஞானம் நல்குகின்றன. கான்யாற்றின் கரை மரங்கள் தீதிலான் செல்வத்தைச் சிறப்பிக்கின்றன: இளவேனிலில் மரங்களும் கொம்பும் கிளையும் கொடியும்

புதலும், உணர்ந்தோர் ஈகை, நல்லவர் நுடக்கம், ஆன்றவர் அடக்கம் முதலிய நற்காட்சிகளை[29] மனக்கண்ணிற் காட்டுகின்றன. இயற்கைக் கவிஞர் என ஏனை நாட்டுப் புலவர்களை ஏத்தித் திரியும் அறிஞர் இவரை அறிந்திலரே! என்னே அவரது இயல்பு இருந்தவாறு!

இதோ! கோங்கமரஞ் செறிந்த காடு தோன்றுகிறது: கார்த்திகை விளக்கீடு கடுங்கோவின் நினைவுக்கு வருகிறது. அதனைத் தமிழ் மகள் ஒருத்திக்குக் காட்டுவார் போன்று, ''கண்டிசின் வாழியோ குறுமகள்! நுந்தை, அறுமீன் பயந்த அறஞ்செய் திங்கள், செல்சுடர் நெடுங்கொடி போலப் பல்பூங் கோங்கம் அணிந்த காடே[30], என்று இசைக்கின்றார். கார்த்திகை விளக்கீடு காட்சிக்கு இனிது என்பதை. இடைக்காலத்தில் இருந்த திருஞானசம்பந்தரும், ''தொல்கார்த்திகை நாள், தளந்தேந்திள முல்லைத் தையலார் கொண்டாடும், விளக்கீடு காணாதே போதியோ பூம்பாவாய்!''[31] என்று பாடியுள்ளார். கார்த்திகையைக் கைவிட்டுத் தீபாவளியைத் தீவளியாக்கி இருளிரவில் தோசை தின்றுழலும் இக்காலத் தமிழ்ப் பேதைக்கு இதன் அழகு எங்ஙனம் தெரியப் போகிறது!

அவருடைய பாட்டுக்களில் ஈடுபட்டுப் பேரின்பம் துய்த்த நற்றிணையுரைகாரரான திரு. நாராயணசாமி அய்யர்,[32] தலைமகளைத் தலைமகன் ஒருவன் காண்பது, தான் வழிபடு தெய்வத்தைக் கண்ணெதிர் வரப் பெற்றாற்போன்றது.'' என்று கூறுகின்றார்: இதில், ''தலைமகளை இனிது கூறி நடத்திச் செல்வது வியக்கத் தக்கது!'' என்றும் ''பிரிவுணர்த்தியவழித் தோழி, நாம் முன்பு வந்த கொடிய சுரம் இப்பொழுதும் என் கண்ணெதிரே உள்ளதுபோலச் சுழலாநிற்கும் என இறும்பூதுபடக் கூறுகின்றாள்,'' என்றும். ''பிரிவுண்மை அறிந்த தலைவி தலைவனை மயக்கும் தன்மையுடைய கோலத்தோடு வந்து அவன்மீது சாய்ந்து முயங்கி வருந்துவதாக இவர் கூறியது நீத்தாரை விழைவிக்கும் திறத்ததாகும்.'' என்றும், ''பிரிவோர் பழியுடையரல்லர்: அவரைப் பிணிக்க அறியாத தோள்களே தவறுடையன எனத் தலைவி கூறுவதாக அமிழ்தம் பொழியாநிற்பர்,'' என்றும் கூறி மகிழ்ச்சி கொள்வர்.

''இரவலர் வாரா வைகல் பலவாகுக!'' என்றாற் போலும் சொற்றொடர்களால் பெருங்கடுங்கோ ஈகையிலும் சிறந்து விளங்கினாரென்பது தெளிவாகிறது. மேலும், பெருஞ்செல்வமும், செல்வத்துக்கேற்ற புலமைச் செல்வமும், கொடை நலமும் சிறக்கப் பெற்ற இச்சேரமான் தம்மை நாடி வந்த பரிசிலரை நன்கு சிறப்பித்திருப்பர் என்பது சொல்லாமலே விளங்குவ தொன்றன்றோ!

அடிக்குறிப்புகள்

1. புறம். 398.
2. Coorg. Ins. Vol & I, Introduction, p.3.
3. A.R. No. 391 of 1930.
4. A.R. No. 468 of 1930.
5. Epi. Indi. Vol. XVII, N. 16.
6. நற். 391.
7. கலி. 10.
8. கலி. 5.
9. மேற்படி 27.
10. மேற்படி 1.
11. மேற்படி 14.
12. மேற்படி 24
13. மேற்படி 21.
14. மேற்படி 22.
15. கலி. 25.
16. மேற்படி 34.
17. குறுந். 15.
18. மேற்படி 283.
19. அகம். 155.
20. மேற்படி 879.
21. கலி. 8.
22. குறுந். 209.
23. அகம். 99.
24. நற். 224.
25. குறுந். 137.
26. கலி. 18.
27. மேற்படி 19.
28. அகம். 5.
29. கலி. 32.
30. நற். 202.
31. ஞானசம். திருமயிலை. 3.
32. நற். பாடினோர். ப. 55.

14. யானைக்கண் சேய் மாந்தரஞ்சேரல் இரும்பொறை

குடக்கோ இளஞ்சேரல் இரும்பொறை வழியில் யானைக் கண் சேய் மாந்தரஞ்சேரல் இரும்பொறை தோன்றிச் சேரநாட்டு அரசு கட்டிலேறிச் சேரமானாய் விளங்கினான். 'சேய்' என்பது இந்த இரும்பொறையின் இயற்பெயராகும் தனது சிறு கண்ணைக் கொண்டு பருவுடலைத் தாங்கி நெறியறிந்து இயங்கும் யானை போலச் சிறு முயற்சி செய்து பெரும்பயன் விளைத்துக்கொள்ளும் சிறப்புடையன் என்பது போலும் கருத்துப்பட இவன், யானைக் கண் சேய் மாந்தரஞ்சேரல் இரும்பொறை என்று சிறப்பிக்கப் படுவானாயினன். இவனைப் பாடிய சான்றோர்களும், ''வேழ நோக்கின் விறல்வெஞ் சேஎய்!''[1] என்று பாராட்டிக் கூறுகின்றனர். இச்சேரமானுக்கு மாந்தரன் குடியோடு தொடர்புண்டென்பது இவன் மாந்தரஞ்சேரல் இரும்பொறை எனப்படுவதால் தெரிகிறது.

திருவிதாங்கூர் நாட்டு ஆனை முடிப் பகுதியில் ஆனக்கஞ்சிறா என்பதும், மலையாள மாவட்டத்தைச் சேர்ந்த வள்ளுவ நாடு தாலுக்காவிலுள்ள வெள்ளாத்திரி நாட்டுப் பகுதியில் இருக்கும் ஆனக்கன் குன்னு என்பதும், யானைக் கண் சிறை என்றும், யானைக்கண் குன்று என்றும் பொருள் தருவன. இவை இரண்டுக்கும் இடையிலுள்ள பகுதி பொறை நாடாதலால், இவை யானைக்கண் சேய் மாந்தரஞ்சேரல் இரும் பொறையின் பெயரையும் புழையும் நினைவு கூர்விக்கின்றன. இக்குறிப்புக் களையன்றி, இவ்வேந்தர் பெருமானுடைய பெற்றோர், மக்கள் முதலியோரைப் பற்றிய குறிப்பு ஒன்றும் கிடைக்கவில்லை.

யானைக்கண் சேயினது ஆட்சிக்காலத்தில் சேர நாடு மிக்க சிறப்புற்று விளங்கிற்று. தொண்டி நகரம் தலைநகரமாய் இருந்தது.

பொறையர் கடுங்கோக்கள் காலத்து சேர நாடு

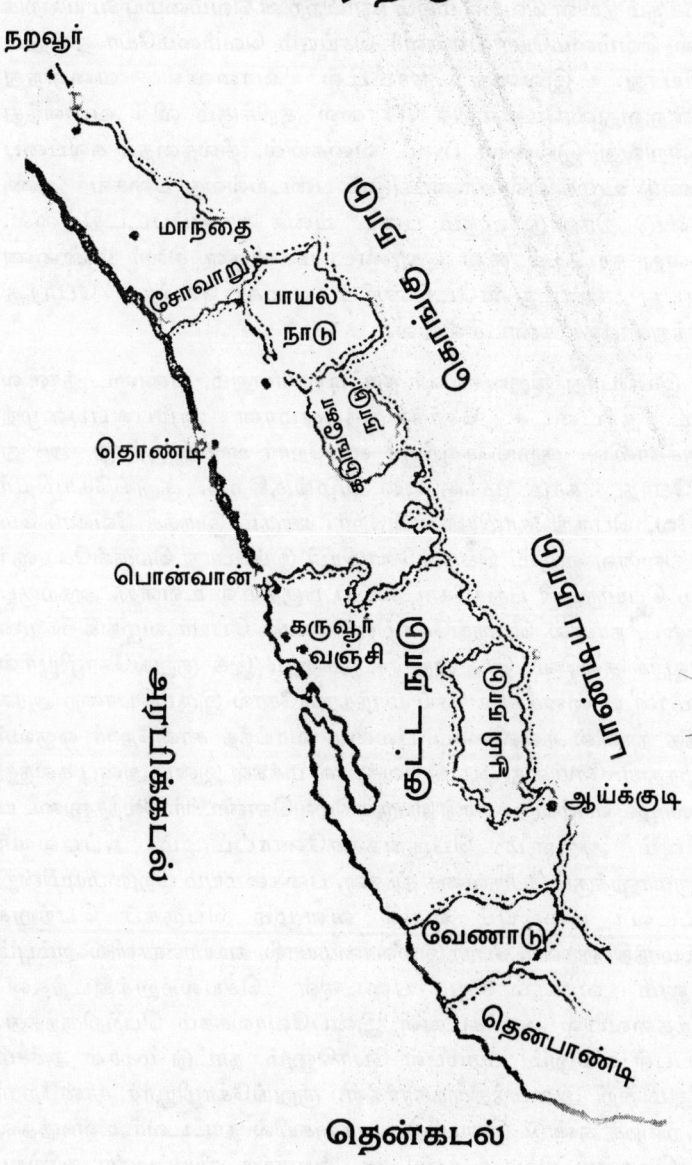

மக்கள் செல்வக் குறைபாடின்றி இனிது வாழ்ந்தார்கள். இவன் காத்த நாடு புத்தேள் உலகம் போல்வது[2] எனச் சான்றோர் புகழும் பொற்புடையதாய் விளங்கிற்று. இவன் நாட்டு மக்கட்குச் சோறு சமைக்கும் தீயின் வெம்மையும் ஞாயிற்றின் வெம்மையுமேயன்றிக் கோல் வெம்மையோ பகைவர் செய்யும் வெம்மையோ ஒன்றும் தெரியாது. இவனது நாட்டில் வானவில் வளைந்து தோன்றுவதுண்டேயன்றிக் கொலை குறிக்கும் வில் வளைந்து தோன்றுவது இல்லை: படை வகையில், நிலத்தைக் கலப்பை கொண்டு உழுங்கால் காணப்படும் படையல்லது பகைவர் அணி கொண்டு திரண்டு வரும் படை வகை காணப்பட்டதில்லை. இவனது நாட்டில் சூல் கொண்ட மகளிருள் சிலர் மண்ணை உண்பது கண்டதுண்டேயன்றிப் பகை வேந்தர் போந்து கவர்ந்துண்ணக் கண்டதில்லை.[3]

இப்போது திருவாங்கூர் நாட்டிலுள்ளதும், பண்டை நாளில் குட்ட நாட்டைச் சேர்ந்திருந்ததுமான அம்பலப்புழைத் தாலுக்காவில், குறுங்கோழியூர் என்றோர் ஊர் இருந்தது. அஃது இப்போது கோழி முக்கு என வழங்குகிறது. குறுங்கோழியூர் எனவே, பெருங்கோழியூர் என்றோர் ஊரும் இருக்க வேண்டுமே என நினைவு எழும்: பெருங்கோழியூர் இப்போது பெருங்கோளூர் என்ற பெயருடன் புதுக்கோட்டைப் பகுதியில் உள்ளது. அதற்குப் பண்டை நாளில் பெருங்கோழியூர் எனப் பெயர் வழங்கிற்றென அவ்வூர்க் கல்வெட்டொன்று[4] கூறுகிறது. இக் குறுங்கோழியூரில் சேரமான் யானைக்கண் சேய் மாந்தரஞ்சேரல் இரும்பொறை அரசு புரிந்த நாளில் நல்லிசைப் புலமை வாய்ந்த சான்றோர் ஒருவர் வாழ்ந்தார்: சேயினது ஆட்சி நலத்தால் மக்கள் இன்ப அன்பு கலந்து அறவாழ்வு வாழ்வது கண்டு பெருமகிழ்வுகொண்டார். வேந்தனுடைய அறிவும் அருளும் பெருங்கண்ணோட்டமும் அப்புலவர் பெருமானுக்குப் பேருவகை தந்தன. பகைமையும் வறுமையுமின்றி நாட்டவர் மழையும் வயல் வளமும் பெருகப் பெற்றுச் செம்மாந்திருந்தனர். போர் இல்லாமையால், கடியரண்களில் அம்பும் வேலும் வாளுமாகிய படைகள் செயலற்றுக்கிடந்தன. வேத்தவையில் அறக்கடவுள் இன்பவோலக்கம் பெற்றிருந்தது. புதுப்புள் வரினும், பழம்புள் போகினும், நாட்டு மக்கள் அச்சம் சிறிதுமின்றி அமைந்திருந்தார்கள். குறுங்கோழியூர்ச் சான்றோர் இவற்றைக் கண்டு இன்புற்று வருகையில் நாட்டவர் உள்ளத்தில் அச்சமொன்று நிலவக் கண்டார். அவர்க்கு வியப்புண்டாயிற்று.

உண்மையை ஆராய்ந்தபோது, மக்கட்கு வேந்தன் பால் உண்டான அன்பு மிகுதியால், ''அவனுக்கு எங்கே இடையூறு உண்டாகி விடுகிறதோ!'' என்ற அச்சம் அவர்களது உள்ளத்தில் நிலவினமை தெரிந்து, அதனால் அவர் வேந்தன் பால் சென்று தாம் கண்ட காட்சிகளைத் தொகுத்து இனிய பாட்டொன்றில் தொடுத்துப் பாடினார். அப்பாட்டின்கண், சேரமான் யானைக்கண் சேயினுடைய அளப்பரிய வலி நிலையை வியந்து, ''வேந்தே, கடலும் நிலமும் காற்று வழங்கும் திசையும் ஆகாயமுமாகிய இவற்றின் அகலம் ஆழம் உயர்வு முதலிய கூறுகளை அளந்தறிவது என்பது அரியதொரு செயல். முயன்றால், அதனையும் செய்து முடிக்கலாம்: ஆனால் உனது வலி நிலையை அளந்தறிவதென்பது மிகவும் அரிது''[5] என்று பாடினார். வேந்தன் முறுவலித்தான்: அரசியற்சுற்றத்தார் அளவு கடந்த மகிழ்ச்சி எய்தினர்.

இவ்வாறு சில ஆண்டுகள் கழிதலும், கொங்கு நாட்டில் பகைவர் சிலர் தோன்றி நாட்டவர்க்கு அல்லல் விளைத்தனர். அங்கிருந்து நாடு காவல் புரிந்த சேர மன்னர், அப்பகைவரை யொடுக்கும் திறமிலராயினர். நாட்டின் பகுதிகள் பல சீரழிந்தன. குடிகளுள் பலர் மிகத் துன்புற்றனர். இச்செய்தி சேரமானுக்குத் தெரிந்தது. அவன் தக்கதொகு படை கொண்டு சென்று குறும்பு செய்த பகைவரை ஒடுக்கினன். கொங்கு நாட்டுத் தலைவர் பலரும் சேரமான் பக்கல் நின்று அரும்போர் உடற்றி, அப்பகுதிகளிற் புகுந்து அரம்பு செய்த பகையிருளை அகற்றினர். பகைவரால் அழிவுற்ற பகுதிகளைச் சேரமான் சீர் செய்து துளங்கு குடி திருத்தி வளம் பெருகச் செய்தான். மக்கட்கு வாழ்வு இன்பமாயிற்று. நீர் வளத்துக்குரிய பகுதிகளில் நெல்லும் கரும்பும் நெடும்பயன் விளைத்தன. மலைபடு பொருளும் காடுபடு பொருளும் பெருகின. அச்சத்துக்கும் அவலத்துக்கும் இடமின்றிப் போகவே எம்மருங்கும் இன்பமே பெருகி நின்றது. அந்நிலை விளங்கக் கண்ட சான்றோர், ''மாந்தரஞ்சேரல் இரும்பொறை ஓம்பிய நாடே, புத்தேளுலகத் தற்று.'' எனப் புகழ்வாராயினர். இப்புகழ் தமிழகமெங்கும் தமிழ்த் தென்றல் போலப் பரவித் தழைத்தது. ''எத்திசைச் செல்லினும் அத்திசைச் சோறே!'' என்னுமாறு எங்கும் சோற்று வளம் பெருகிற்று.

இந்நிலையில் சேரமான் கொங்கு நாட்டில் தான் தங்கியிருந்த பாசறைக் கண்ணே பெருஞ்சோற்று விழா நடத்தினான். சேரநாட்டுப் பல பகுதியினின்றும் சான்றோர் பலர் வந்து

குழுமினர். அவர்கட்கு வேண்டுவன பலவும் கொல்லி நாட்டுத் தலைவர்களே மிக்க அன்போடு செய்தார்கள். யானைகளும் தேர்களும் அணி அணியாகத் திரண்டு வந்து நின்றன. பாடி வந்த பாணர் கூத்தர் முதலிய பரிசிலர் பலர்க்கும் பெற்ற செல்வங்களைப் பெருக நல்கினார்கள்: ஒரு கால் பாடிய அவர் நா பிறர்பால் எப்போதும் சென்று பாடா வண்ணம் மிக்க பொருளை நல்கினார்கள்.

சேரமானுடைய புகழ் குறுங்கோழியூர் கிழாருக்குச் சென்று சேர்ந்தது: அவரைக் கண்ட சான்றோர், "இரும்பொறை ஓம்பிய நாடு புத்தேளிர் வாழும் பொன்னுலகு போல்வது," என்று பாராட்டிக் கூறினர். உளங்கொள்ளலாகாத பேருவகை நிரம்பிய அச்சான்றோர், சேரமான் பாசறையிலிருக்கும் திருவோலக்கத்துக்கு வந்து சேர்ந்தார். வேந்தன் அவரை அன்புடன் வரவேற்றுச் சிறப்பித்தான், கொல்லிநாட்டு வேந்தர் சூழவீற்றிருந்த வேந்தனது காட்சி அவர்க்கு மிக்க இன்பம் செய்தது.

"ஓங்கிய நடையும் மணி கிடந்து மாறிமாறி ஒலிக்கும் மருங்கும், உயர்ந்தொளிரும் மருப்பும், செறல் நோக்கும், பிறை நுதலும் கொண்டு, மதம் பொழியும், மலை பொழியும் மலை போல நின் யானைகள் கந்தணைந்து அசைந்து விளங்குகின்றன. வெண்மதிபோலும் கொற்றக்குடை நீழலில் வாழும் வாள் மறவர் பக்கத்தே நின்று காவல் புரிகின்றனர். ஒரு பால் நெல் வயலும் ஒரு பால் கரும்பு வயலும் விளைந்து விழாக் களம் போல இனிய காட்சி நல்குகின்றன. நெல் குற்றுவோர் பாடும் வள்ளைப் பாட்டும், பனங்கண்ணி சூடிய மறச்சான்றோர் பாடும் வெறிக் குரவைப் பாட்டும் இசைக்கின்றன. இவ்வகையால் கடல்போல முழங்கும் பாசறையில் தங்கிய வேந்தே, நின்னைச் சூழவிருக்கும் வேந்தர் கொல்லி நாட்டுக் கோவேந்தராவர்: பகைப்புலத்தில் தாம் வென்று பெற்ற திறைப் பொருளைத் தம்மைச் சேர்ந்தார்க்கும் அவர் சுற்றத்தார்க்கும் அளித்து உதவும் வண்மையுடையார். அவர்கட்குத் தலைவனாய் நீ விளங்குகின்றாய். யானைக் கண்ணையுடைய சேயே, நின் வரம்பிலாச் செல்வம் பல்லாண்டு வாழ்க! பாடி வந்தோரது நா பிறர்பாற்சென்று பாடாதவாறு நல்கும் வண்மையும் ஆற்றலும் உடைய எம் அரசே, 'மாந்தரஞ் சேரல் ஓம்பிய நாடு புத்தேளுலகத்தற்று.' எனச்சான்றோர் சாற்றக் கேட்டு நின்னைக் காண வந்தேன்: வந்த யான், அவர் கூற்று முற்றும் உண்மையாதல் கண்டு, உள்ளம் உவகை மிகுகின்றேன்! வேற்று

நாட்டிடத்தே தங்கியிருக்கும் நின்தானையால் நாடுவதற்குரிய செயல் வகைகளை மடியாது செய்து எங்கும் சோறுண்டாக வளஞ் செய்கின்றனை. நீ நீடூழி வாழ்க!''[6] என்று பாடி யாவரையும் மகிழ்வித்தனர். பாட்டின் நலங்கண்டு மகிழ்ந்த வேந்தன், அவரைக் குறுங்கோழியூர் கிழார் என்று சிறப்பித்தான். சின்னாட்களில் சேரமான் தொண்டிக்குச் சென்றான். சான்றோர் குறுங்கோழியூர் சென்று சேர்ந்தார்.

பின்னர், யானைக்கண் சேய் மாந்தரஞ்சேரலிரும்பொறை தொண்டி நகர்க்கண் இருந்து வருகையில், பாண்டி நாட்டில் தலையாலங்கானத்துச் செருவென்ற நெடுஞ்செழியன் பாண்டி வேந்தனாகும் உரிமை எய்தினான். அவ்வரசு கட்டிலுக்குப் பாண்டியர் குடியிற்பிறந்த வேறு சிலரும் முயற்சி செய்தனர். அவர்கட்குத் துணையாகத் திதியன், எழினி, எருமையூரன், இருங்கோவேள் என்ற குறுநிலத்தலைவரும், சேரர் குடிச் செல்வரும், சோழர் குடிச் செல்வரும் சேர்ந்து போருடற்றினர். அப்போர் தலையாலங்கானம்[7] என்னுமிடத்தே நடந்தது. அப்போரில் பகைவர் எழுவரையும் வென்று நெடுஞ்செழியன் புகழ் மிகுந்தான். அவன் புகழைக் குட புலவியனார், இடைக்குன்றூர் கிழார் முதலிய பலரும் பாடித் தமிழகமெங்கும் பரப்பினர்.

சேரர்குடித் தலைவனொருவன் பாண்டியனொடு பொருதழிந்த செய்தியைச் சேரமான் கேள்வியுற்றான். அத்தோல்வி சேரர் குடிக்கு மாசு தருவது கண்டு யானைக்கண் சேய் நெடுஞ்செழியன்பால் பகைமை கொண்டான். அவனது பகைமை பாண்டியனுக்கும் தெரிந்தது. இருவருடைய படைகளும் ஓரிடத்தே கைகலந்து பொருதன. சேரர் படையினும் பாண்டிப் படை வலியும் தொகையும் மிகுந்திருந்தமையின், சேரர்படை உடைந்தோடலுற்றது. அதனால், பாண்டியர் படை சேரமானை வளைந்து பற்றிக் கொண்டது. நெடுஞ்செழியன் சேரமானைப் பற்றிச் சிறையிட்டுவிட்டான். இச்செய்தி சேர நாட்டுக்குத் தெரிந்தது. அந்நாட்டுச் சான்றோர் எய்திய துன்பத்துக்கு அளவில்லை. சேர நாடு முழுதும் பெருங்கவலைக்கடலுள் ஆழ்ந்தது.

தலையாலங்கானத்துச் செருவென்ற பாண்டியன் நெடுஞ்செழியன் ஓரிடத்திலே நல்ல அரணமைந்த சிறைக்கூடம் அமைத்து அதன்கட் சேரமானை இருத்தினான். அவ்வரணைச் சூழ ஆழ்ந்த அகழியொன்று வெட்டி, அதன் உண்மை தோன்றாதபடி மேலே மெல்லிய

கழிகளைப் பரப்பி, மணல் கொண்டு மூடிக் காண் பார்க்கும் நிலம் போலக் காட்சி நல்கச் செய்திருந்தான். இச்சூழ்ச்சியை சேரமான் எவ்வண்ணமோ தெரிந்து கொண்டான். சேரமான் ஒற்றர்கள், காண்பார் ஐயுறாதவகையிற் போந்து வேந்தனுடைய நலம் அறிந்து, அவற்கு வேண்டும் உதவிகளைச் செய்து வந்தனர்.

பாண்டியன் செய்தது போன்ற செயலை பூழி நாட்டவர் யானைகளைப் பற்றுவதற்காகச் செய்வது வழக்கம். சேரநாட்டுச் சான்றோர் புகுந்து வேந்தன் இருப்பதை உணர்ந்துகொள்ள முயன்றால், அவர்களை அகழியில் அகப்படுத்திக் கொள்ளுதற்கும், சேரமான் தப்பியோட முயன்றால் அவன் அகப்பட்டு வீழ்தற்குமாக இச்சூழ்ச்சியைப் பாண்டியன் செய்திருந்தான். சேரமான் யானைக்கட்சேய் மாந்தரன் அதனைத் தெரிந்து கொண்டு, பாண்டியர் சூழ்ச்சி பாழ்படுமாறு சீர்த்த முயற்சிகள் செய்தான். தான் இருந்த சிறைக் கோட்டத்துக்குப் பாண்டியர் வந்து போதற்பொருட்டுச் செய்திருந்த கள்ள வழியை அறிந்து, அது வாயிலாகக் காவலர் அயர்ந்திருந்த அற்றம் பார்த்து வெளிப் போந்தான். உடனே அவனுடைய வாள்மறவர் அவ்வழியைத் தூர்த்துவிட்டனர். சிறைக்கோட்டத்தைச் சூழ்ந்திருந்த பாண்டிப் படை மறவர் பற்பன்னூற்றுவர் அகழியை மறைத்திருந்த நிலத்திற் பாய்ந்தனர். அஃது அவரனைவரையும் அகழியில் வீழ்த்திற்று.

சிறிது போதிற்குள் சேரர் படை போந்து, அகழியையழித்து, அரணைச் சிதைத்துச் சிறைக் கோட்டத்தைத் தீக்கிரையாக்கிற்று. உயிருய்ந்த பாண்டி மறவர் சிலர், வையை யாற்று வழியே மதுரைக்குச் சென்று நெடுஞ்செழியனுக்கு உரைத்தனர். சேரமான் பாண்டி நாட்டினின்றும் நீங்கி நேரிமலை வழியாகக் குட்ட நாடு சென்று சேர்ந்தான். இவ்வரலாற்றை அப்பகுதியில் வாழும் முதுவர்கள் திரித்தும் புனைந்தும் வழங்குகின்றரெனத் V. P. R. அரங்கநாத புஞ்சா அவர்கள் கூறுகின்றார்கள். இது கேரளமகான்மியத்தில் வேறுபடக் கூறப்படுகிறது: இவற்றில் சேரமான் யானைக்கட்சேய் மாந்தரஞ் சேரல் இரும்பொறை பெயரும் பாண்டியன் நெடுஞ்செழியன் பெயரும் குறிக்கப்பட வில்லை. ஆயினும், இந்நிகழ்ச்சி மட்டில் விளக்கமாகிறது.

சேரமான் தன் நாடு சென்று சேர்ந்த செய்தி தெரிவதற்குட் பாண்டியன் அவனைத் தேடிப்பற்றிக் கொணருமாறு செய்த முயற்சிகள் பயன்படவில்லை. படை மறவருட்சிலர் சேரநாட்டு மலைக்காடுகளில் தேடிச் சென்று, சேரர் வாட்படைக்கும்

வேற்படைக்கும் இரையாயினர். சேரமான் யானைக்கண் சேய் தனது குட்டநாடு கடந்து பொறை நாட்டுத் தொண்டி நகரை அடைந்து முன்புபோல, அரசுகட்டிலில் விளக்கமுற்றான்.

யானைகளை அகப்படுப்போர், அவை வரும் வழியில் மிக ஆழமான குழிகளை வெட்டி மெல்லிய குச்சிகளை அவற்றின் மேற் பரப்பி மண்ணைக் கொட்டி இயற்கை நிலம்போலத் தோன்றவிடுவார்: அவ்வழியே வரும் யானைகள் அக்குழிகளில் வீழ்ந்து விடின், பழகிய யானைகளைக்கொண்டு அவற்றைப் பிணித்துக் கொள்வர். வரும் யானைகளுள் சில இச்சூழ்ச்சியை அறிந்துகொள்ளுதலும் உண்டு: வலிமிக்கவை அக்குழியில் வீழ்ந்து கரையைத் தம் மருப்பினால் இடித்தழித்துக் கொண்டு வெளியேகுவதும் உண்டு. சேரமான் இச்சூழ்ச்சி முழுதும் நன்கு கண்டுகொண்ட கொல்களிறு போலப் பாண்டியர் செய்த சூழ்ச்சியைச் சிதைத்துப் போந்தமை பற்றி 'யானைக்கண் சேய் மாந்தரன்' என்று சிறப்பிக்கப்படும் தகுதி பெற்றான் என்றற்கும் தக்க இடமுண்டாகிறது. சேர நாட்டுச் சான்றோரும் அக்கருத்து விளங்கவே இவனைப் பாடியிருக்கின்றனர்.

சேரமான் தொண்டி நகர்க்கண் சிறப்புறுவது நன்கறிந்த குறுங்கோழியூர் கிழார் ஒரு கால் அவன்பாற் சென்றார். அவன் பாண்டியன் நெடுஞ்செழியனது பிணிப்பினின்றும் நீங்கிப் போந்த செய்தியைப் பாராட்டுதற்பொருட்டுச் சேரநாட்டின் பல பகுதியிலிருந்தும் வேந்தரும் சான்றோரும் பிறரும் வந்து அவனது திருவோலக்கத்திற் கூடியிருந்தனர். அப்போது, குறுங்கோழியூர் கிழார், சேரமான் சிறை தப்பிப் போந்த செயலை யானையொன்று படுகுழியில் வீழ்ந்து தன் பிரிவெண்ணி வருந்திய ஏனைக் களிறும் பிடியுமாகிய தன் இனம் மகிழப் போந்து கூடிய செய்தியை உவமமாக நிறுத்தி,

> ''மாப்பயம்பின் பொறைபோற்றாது,
> நீடுகுழி யகப்பட்ட
> பீடுடைய எறுழ் முன்பின்
> கோடுமுற்றிய கொல்களிறு
> நிலைகலங்கக் குழிகொன்று
> கிளைபுகலத் தலைக் கூடியாங்கு
> நீபட்ட அருமுன்பின்
> பெருந்தளர்ச்சி பலருவப்ப''

வந்து சேர்ந்தனை: வேந்தே, இதனையறியும் நின் பகைவர் இனி நினக்குப் பணி செய்யத் தொடங்குவரேயன்றிப் பகை செய்யக் கனவிலும் நினையார்: நின் முன்னோர்,

''கொடிதுகடிந்து கோல்திருத்திப்
படுவதுண்டு பகலாற்றி
இனிதுருண்ட சடர்நேமி
முழுதாண்டோர்''[8]

என்று பாராட்டிப் பாடினர். இந்த அழகிய நெடும் பாட்டைக் கேட்டு வேந்தனும் வேத்தியற் சுற்றத்தாரும் மிக்க மகிழ்ச்சி எய்தினர். வேந்தன் அவர்களுக்கு மிக்க பொருளைப் பரிசில் நல்கிச் சிறப்பித்தான்.

மலையாளம் சில்லாவில் பாலைக்காடு தாலுக்காவைச் சேர்ந்த நடுவட்டம் பகுதியில் கூடலூர் என்றோர் ஊர் உண்டு. அவ்வூரில் நல்லிசைப் புலமை மிக்க சான்றோர் ஒருவர் வாழ்ந்து வந்தார். அவர் யானைக்கண் சேய் மாந்தரனுடைய முன்னோர்களாலே நன்கு சிறப்பிக்கப் பெற்றுக் கூடலூர் கிழார் என விளங்கியிருந்தனர். யானைக்கண் சேய் இளைஞனாய் இருந்த காலத்தில் அவர்பால் அவன் கல்வி பயின்றான். அவன் வேண்டுகோட்கிசைந்தே கூடலூர் கிழார் ஐங்குறுநுறு என்னும் தொகை நூலைத் தொகுத்தார். அத்தொகை நூலின் இறுதியில் ''இந்நூல் தொகுத்தார், புலத்துறை முற்றிய கூடலூர் கிழார்.'' என்று தொகுப்பித்தான். கோச்சேரமான் யானைக்கட்சேய் மாந்தரஞ்சேரலிரும்பொறை.'' என்றும் பண்டைச் சான்றோர் குறித்திருக்கின்றனர். இவர் மாந்தரர்க்குரிய மாந்தை நகரத்தைக் குறுந்தொகைப் பாட்டொன்றில்[9] குறித்துள்ளார். தலைமகனோடு கூடி இல்வாழ்க்கை புரியும் தலைமகள், அவற்கு முளிதயிரைப் பிசைந்து புளிக்குழம்பு செய்து உண்பித்தலும், அவன் 'இனிது' எனச் சொல்லிக்கொண்டு உண்பதும், அது கண்டு அவளது ஒண்ணுதல் முகம் ''நுண்ணிதின் மகிழ்ந்ததும்''[10] படிப்போர் நாவில் நீரூறுமாறு பாடியவர் இக்கூடலூர் கிழாரேயாவர். அத்தலைமகள் களவுக்காலத்தில் தலைமகன் விரைந்து வரைந்து கொள்ளாது ஒழுகியது பற்றி மேனி வேறுபட்டாள்: அதற்குரிய ஏது நிகழ்ச்சியை உணராத அவளுடைய தாயார் வெறியெடுக்கலுற்றது கண்டு, தோழி, ''தலைமகன் ஒரு கால் தலை மகளிருந்த புனத்துக்குப் போந்து 'பெருந்தழை யுதவி'யதும், பின்பு 'மாலை சூட்டி'யதும் அறியாது இவ்வூரவர்

வெறி நினைந்து ஏமுறுகின்றனர்.''[11] என அறத்தொடு நிற்பதாக இக்கூடலூர் கிழார் பாடிய பாட்டு தமிழறிஞர் நன்கறிந்ததொன்று.

இவர் வயது மிக முதிர்ந்திருந்ததனால் குறுங்கோழியூர் கிழார் போலச் சேரமானை அடிக்கடி சென்று பாடும் வாய்ப்பின்றி யிருந்தார். இவர் வான நூற்புலமையிலும் சிறந்தவர்: இவ்வாறு இருக்கையில் ஒரு நாள் இரவு விண்ணிலே மீன் வீழக் கண்டார். அதன் பயனாக நாட்டில் வேந்தனுக்குத் தீங்குண்டாகும் என்பது வானநூல் முடிபு ஏழு நாட்களில் அது நிகழுமென்ற அச்சத்தால் இவரும் வேறு சில சான்றோரும் கூடி ஒவ்வொரு நாளையும் கழித்தனர். இவர் எண்ணியவாறே மீன் வீழ்ந்த ஏழாம் நாளன்று யானைக்கட்சேய் மாந்தரஞ்சேரல் இரும்பொறை உயிர் துறந்தான். அது கண்டு பெருந்துயர் உழந்த புலவர் பெருமானான கூடலூர் கிழார்,

> **''ஒருமீன் விழுந்தன்றால் விசும்பினானே: அதுகண்டு,**
> **யாமும் பிறரும் பல்வேறு இரவலர்,**
> **பறையிசை யருவி நன்னாட்டுப் பொருநன்**
> **நோயில னாயின் நன்றுமன் தில்லென**
> **அழிந்த நெஞ்சம் மடியுளம் பரப்ப**
> **அஞ்சினம் எழுநாள் வந்தன்று இன்றே!''**

என்று சொல்லி, ''யானைகள் நிலத்தே கை வைத்து உறங்குகின்றன: முரசம் கண் கிழிந்து உருளுகின்றது: கொற்றவெண் குடை கால் பரிந்து வீழ்கிறது: குதிரைகள் ஓய்ந்து நிற்கின்றன. இத்தீக்குறிகளி னிடையே வேந்தன் மேலோருலக மெய்தினன்''[12] என்று புலம்பினர். ''இவ்வேந்தன் பகைவரைப் பணிக்கும் பேராற்றலும், பரிசிலர்க்கு அளவின்றி நல்கும் ஈகையும், மணி வரை போலும் மேனியும் உடையவன்: மகளிர்க்கு உறுதுணையாகி மாண்புற்றவன்: இன்று தன் துணைவரையும் மறந்தான் கொல்லோ!'' என இவர் வருந்திக் கூறுவன நெஞ்சையுறுக்கும் நீர்மையுடையவாகும்.

இறுதியாக ஒன்று கூறுதும்: இந்த யானைக் கண் சேய் மாந்தரன் சேரன் செங்குட்டுவனுக்கு மகனென்று திரு. கனகசபைப் பிள்ளையவர்கள் கூறினாராக. அவரைப் பின் தொடர்ந்து திரு. Dr S. கிருஷ்ணசாமி அய்யங்கார் அவர்களும், திரு. பானர்ஜி அவர்களும்[13] கூறியுள்ளனர். இவர்கள் கூற்றுக்கு ஓர் ஆதரவும் இல்லை. தமிழ் நாட்டு வரலாறு எழுதிய ஆராய்ச்சியாசிரியர்

பலரும் தமிழ் நூல்களை ஆழ்ந்து நோக்காது தாந்தாம் நினைத்தவாறே தவறான முடிபுகள் கொண்டு, தாம் ஆங்கிலத்தில் எழுதியவற்றுள் புகுத்தியிருக்கின்றனர். இவ்வாறே திரு. K.G. சேஷையரவர்கள் சேரமான் மாந்தரஞ்சேரலிரும் பொறையும் சேரமான் யானைக்கண் சேய் மாந்தரஞ்சேரல் இரும்பொறையும் ஒருவரேயெனக் கூறுகின்றார்.[14] சேரமான் மாந்தரஞ்சேரல் இரும்பொறை காலத்தில் சோழ நாட்டில் இராயசூயம் வேட்ட பெரு நற்கிள்ளியும் பாண்டி நாட்டில் கானப் பேரெயில் கடந்த உக்கிரப் பெருவழுதியும் ஆட்சி செய்தனர். சேரமான் யானைக் கட்சேய் காலத்தில் பாண்டியன் தலையாலங்கானத்துச் செருவென்ற நெடுஞ்செழியன் ஆட்சி செய்தான்: ஆகவே சேரமான்கள் இருவரும் வேறு வேறு காலத்தவர் என்பது தெளிவாம். இவையெல்லாம் நோக்காது. தமிழ் வேந்தர் ஆட்சி நலங்களும் கொள்கையுயர்வுகளும் தவறாகவே பரப்பப் பெறுகின்றன. அதனால், ஏனை நாட்டவர் உண்மை அறியமாட்டாது இருளில் விடப்படுகின்றனர்.

அடிக்குறிப்புகள்

1. புறம். 22.
2. புறம். 22.
3. புறம். 20.
4. P.S. Ins. 701.
5. புறம். 20.
6. புறம். 20.
7. புறம். 22.
8. புறம். 36.
9. புறம். 17.
10. குறுந். 166.
11. மேற்படி 6.
12. குறுந். 24.
13. புறம். 229.
14. Junior History of India, p. 94.
15. Cera Kings of the Sangam Period, p. 62.

15. சேரமான் மாந்தரஞ்சேரல் இரும்பொறை

சேரமான் மாந்தரஞ்சேரல் இரும்பொறை யானைக்கட்சேய் மாந்தரனுக்குப் பின்பு அரசு கட்டிலேறிய சேர வேந்தனாவன். இவனது இயற்பெயர் காணப்படாமையால், இவன் யானைக்கட்சேய் மாந்தரனுக்கு முன்னோனாவான் என்றும், சிலர் யானைக் கட்சேய் மாந்தரனும் இவனும் ஒருவரே என்றும் கருதிவிட்டனர். தலையாலங்கானத்துச் செருவென்ற பாண்டியன் நெடுஞ்செழியன் காலத்தில் யானைக்கட்சேய் மாந்தரனும், இராயசூயம் வேட்ட பெருநற்கிள்ளியின் காலத்தில் இந்தச் சேரமான் மாந்தரனும் இருந்தமையின், இருவரும் வேறு வேறு ஆதலேயன்றி, நெடுஞ்செழியனுக்குப் பின்னர் விளங்கிய இராயசூயம் வேட்ட பெருநற்கிள்ளி காலத்தவனாகிய இச்சேரமான் மாந்தரஞ்சேரலிரும் பொறை யானைக்கட் சேய்க்குப் பின்னோனா தலையும் தெளியவுணர வேண்டும். இம்மாந்தரஞ்சேரல் ஆட்சி நிகழும் போது, திருமுனைப்பாடி நாட்டுத் திருக்கோவலூரில் தேர்வண் மலையன் என்ற குறுநிலத் தலைவன் ஆட்சி செய்துகொண்டு வந்தான்.

மாந்தரஞ்சேரலுடைய ஆட்சி கொங்கு நாடெங்கும் பரந்து, கிழக்கிற் சோழ நாட்டைத் தனக்கு எல்லையாகக் கொண்டிருந்தது. சோழ வேந்தருட் சிலர், காலம் வாய்க்கும்போது தமது நாட்டை யடுத்திருக்கும் கொங்கு நாட்டைக் கைப்பற்றுவதும் உண்டு. இவ்வகையில் கொங்கு நாடு சோழர்க்கும் சேரர்க்கும் கைமாறுவது வழக்கம். இன்றும் கொங்கு நாட்டுக் கல்வெட்டுக்களில் சோழர் கல்வெட்டுக்கள் பல இருத்தலை நாம் காணலாம். பிற்காலத்தே கொங்குச் சோழரென்ற ஒரு குடியினர் இருந்து கொங்கு நாட்டை ஆண்டு வந்தது வரலாற்றாராய்ச்சியாளர் நன்கறிந்தது. இதனால், மாந்தரஞ் சேரலுக்கும் சோழன் இராயசூயம் வேட்ட பெருநற்

கிள்ளிக்கும் எக்காரணத்தாலோ பகைமை உண்டாயிற்று. இருவரும் போர் செய்தற்கும் சமைந்து விட்டனர்.

அந்நாளில் திருக்கோவலூரிலிருந்து மலையமான் நாட்டை ஆண்டுவந்த தேர்வண்மலையன் என்பான் அடல் வன்மையும் படை வன்மையும் மிக்கு, ஏனை முடி வேந்தர் மூவரும் நன்கு மதிக்குமாறு விளங்கினான். அவன் இராயசூயம் வேட்ட பெருநற்கிள்ளிக்குத் துணைவனாயிருந்தான். ஆயினும், அவனுக்குச் சேரரும் பாண்டியரும் பகைவரல்லர். பெருநற்கிள்ளி மாந்தரனோடு போர் செய்யச் சமைந்த காலையில் தேர்வண்மலையன் அவனுக்குத் துணை செய்ய வேண்டியவனானான். மலாடரும் சோழரும் சேரர் படையோடு கலந்து கடும்போர் உடற்றினர். சோழர் வலிகுன்று மிடங்களில் மலாடர் துணை புரிந்து வெற்றி சோழர்கட்கே எய்து வித்தனர். முடிவில் சேரலர் பின்னிட்டு நீங்கவேண்டியவராயினர். வெற்றிப்புகழ் நிறைந்து மலையமான் தன் நாடு திரும்பி வந்தான். அவனது கீர்த்தி நாடெங்கும் பரந்தது. சான்றோர் பலர், மலையன் சிறப்பைப் பாடித் தேரும் களிறும் பிறவும் பரிசிலாகப் பெற்றுச் சென்றனர். வடம வண்ணக்கன் பெருஞ்சாத்தனார் என்னும் சான்றோர், மலையனைக் கண்டு, ''வேந்தே, சோழர்க்கும் மாந்தரனுக்கும் நடந்த போரில் வெற்றி பெற்ற சோழன், நமக்கு வெற்றி எய்துவித்தவன், இவன் அன்றே? இவற்கு நம் நன்றியுரியது எனப்பாராட்டுகின்றான்: அது பெறாது நீங்கிய சேரமானும், வல்வேல் மலையன் துணை செய்யாதிருந்தால், நன்கு வாய்த்த இப்போரை வெல்வது நமக்கு எளிதாகும்: இவ்வகையால் இருபெரு வேந்தரும் ஒருங்கு பரவும் ஒரு நீ ஆயினை, பெரும.''[1] என்று பாராட்டினர். இது நிற்க.

திருவாங்கூர் நாட்டில் நெய்யாற்றங்கரைத் தாலுக்காவில் விளங்கில் என்றோர் ஊர் உண்டு. இப்போது அது விளப்பில் என வழங்குகிறது. பண்டை நாளில் அது வேணாடு என்ற பகுதியில் மாவண் கடலன் என்னும் வேளிர் தலைவனுக்குரியதாய்[2] இருந்தது. அக்காலத்தில் அது செல்வங் கொழிக்கும் சிறப்புடைய ஊராயும் விளங்கிற்று. உயர்ந்தோங்கு பெருமனைகளில் வனப்பு மிக்க மகளிர் வாழ்ந்தனர். அவர்கள் தங்கள் மனைத்தெற்றிக் கண் இருந்து தங்கள் கைவளையொலிப்ப விளையாடுவது இனிய காட்சி நல்கும். இவ்வேணாட்டிற்குத் தெற்கில் தென் பாண்டி நாடு எல்லையாய் இருந்தது. மாந்தரன் சோழரொடு பொருது தோற்றோடி வந்தது. தென்பாண்டி நாட்டவர் வேணாட்டிற் புகுந்து அலைப்பதற்கு இடந்தந்தது. மாந்தரன் போதிய வலியிலன் என

அவர்கள் தவறாக எண்ணி வேணாட்டவர்க்குத் தொல்லை விளைவித்தார்கள். அதனால் விளங்கிலில் வாழ்ந்த மக்கள் பெருவிழுமம் எய்தினர். இச்செய்தி மாந்தரனுக்குத் தெரிந்தது. உடனே, அவன் பெரும்படையொன்று கொணர்ந்து விளங்கிலர் எய்திய விழுமம் போக்கி இன்ப வாழ்வு எய்தச் செய்தான்.

மாந்தரன் விளங்கலில் தங்கியிருக்கையில் அவனைச் சான்றோர் பலர் பாடிப் பாராட்டிப் பரிசில் பெற்றுச் சென்றனர். அப்பகுதியில் பொருந்தில் என்னும் ஊரில் வாழ்ந்த இளங்கீரனார் என்னும் சான்றோர் மாந்தரனைக் கண்டார். மாந்தரனுக்குச் செந்தமிழ் சான்றோர்பால் பேரன்புண்டு. அதனால், அவன் பொருந்தில் இளங்கீரனாரை அன்புடன் வரவேற்று இன்புற்றான்.

மாந்தரனுக்குப் பண்டைப் புலவர் நிரலில் ஒருவராய் நிலவிய கபிலருடைய பாட்டில் பேரீடுபாடு உண்டு. ஓய்வுக் காலங்களில் அவர் பாட்டைப் படித்து மகிழ்வது அவனுக்கு வழக்கம் இளங்கீரனார் அவனுக்குத் தாம் பாடிய பாட்டுக்களிற் சிலவற்றைப் பாடிக்காட்டினார்.

பொருள் கருதிப் பிரிந்தொழுகும் தலைமகன் ஒருவனது நெஞ்சில் அவன் மேற்கொண்ட வினை முடிவில் அவனுடைய காதலியைப் பற்றிய காதல் நினைவுகள் தோன்றி வருத்தும் திறத்தை இரண்டு பாட்டுக்களில் வைத்து அழகுறக் கீரனார் பாடியிருந்தார். வினை முடிந்த பின் தலைமகன் தன் மனைக்கு மீண்டு வருகின்றான். அப்போது, தான் திரும்பி வருவதனைத் தன் காதலி கேட்பின் எத்துணை மகிழ்ச்சியெய்துவள் என நினைக்கின்றான்; நாடோறும் ஆழி இழைத்தும், குறித்த நாளை விரலிட்டு எண்ணியும் கண்ணீர் நனைப்ப அணைமேல் கிடந்து கன்னத்தை அங்கையில் தாங்கிக்கொண்டு பல்லி சொல்லும் சொல்லைக் கேட்டுத் துயர்மிக்கு உறையும் காதலியின் காட்சி அவன் மனக்கண்ணில் தோன்றி அலைகின்றது. பிரிவு நினைந்து பெருந்துயருழக்கும் அவளது நிலையைக் கண்டதும் அவளது நெஞ்சு அத்தலைவிபால் சென்று அவள் பின்னே நின்று அவளுடைய முதுகைத் தழுவித் தேற்றுவதாக நினைந்து, 'இத்துணைப் பெருங்காதற் பணி புரியும் நெஞ்சே, நீ அன்று யான் பிரிந்த காலையில் என்னோடே வாராது அவளிடத்தே நின்றிருக்கலாமன்றோ? என்னோடு வந்தன்றோ பெருந்துன்பம் உழந்தாய்? இப்போது என் பின்னே வருவதைவிட்டு முன்னதாகச் சென்று சேர விரும்பினை: அற்றாயின், செல்க: சென்று சேர்ந்த பின் அங்கே அகல் விளக்கைத் தூண்டிக்கொண்டு அதனெதிரே

நிற்கும் காதலியைக் கண்டு நலம் அளவளாவுங்கால் என்னை மறவாது நினைப்பாயாக.' என்றுமொழிந்து முற்படச் செல்லும் உன் முயற்சி சிறப்புறுக!''[3] என அப்பாட்டில் வாழ்த்துகின்றான். இவற்றைக் கேட்டு இன்புற்ற மாந்தரன், ''அந்நாளில் சிறந்த செய்யுட்களைப் பாடி மேன்மையுற்ற கபிலர், இன்று உளராயின் நன்றன்றோ?; என்று மொழிந்தான்.

வேந்தன் உரைத்த இச்சொற்களைக் கேட்டதும் இளங்கீரனார் திடுக்கிட்டார்: பல்பட நினைந்து, ''இவன் இதுபோது பாடுபவர் கபிலர் போலும் புலமையுடையரல்லர் என்று கருதுகின்றானோ! அன்றி, நம் பாட்டுக்கள் கபிலர் பாட்டுக்களை நினைப்பிக் கின்றனவோ! வேந்தன் கருதுவது யாதோ! கபிலரை யொப்பவோ, மிகவோ, நாம்பாடுவோமென்பதும் பொருந்தாது: ஒருகால் ஒப்பத் தோன்றினும் பழமைக்கே பெருமை காணும் உலகம் ஏலாதே!'' என்று நினைந்தார். ''விளங்கில் என்னும் இவ்வூர்க்கு உற்ற இடுக்கண் களைந்த வேந்தே, கடுமான் உலகம் பொறையனே, நின் புகழை யாங்கள் விரித்துப் பாடலுறின், விரிவிலடங்காது அது விரிந்து கொண்டே போகிறது. தொகுத்துக் கூறுவோமெனின், அப்புகழ் முற்றும் அடங்காது எஞ்சி நிற்கும். அதனால், எமது புலமையுள்ளம் மயங்குகிறது! எம்மனோர்க்கு நின்புகழ் கைம்முற்றுவதன்று. கபிலர் போல ஒளியுடையோர்கள் பிறந்த இப்பரந்த உலகில் யாங்கள் பிறந்து விட்டோம்! இனி அவர்களைப்போல ஒளியுடையராக மாட்டாமையால் இங்கே வாழோம் என்றலும் கூடாது. ஆகவே, சிறிதும் தாழாது பொருள் செறிந்த செய்யுள் பாடும் தீவிய செந்நாவினையும் மிக்க கேள்வியறிவினையும், விளங்கிய புகழினையும் உடைய கபிலர் இன்று உளராயின் நன்று என்று கூறுகின்ற நீ பகைவரை வஞ்சியாது பொருதுவெல்லும் நின்வென்றிக்கு ஒப்பப்பாடுவேன்.''[4] என்று பாடினார். மாந்தரன் தான் எண்ணாது உரைத்ததற்கு மனம் நொந்து கீரனார்க்கு வேண்டிய பரிசில்களைச் சிறப்ப நல்கி மகிழ்வித்தான். இளங்கீரனார் வேந்தன்பால் விடை பெற்றுக் கொண்டு தமது பொருந்திலுக்குச் சென்றார்.

அடிக்குறிப்புகள்

1. புறம். 125.
2. அகம். 47.
3. அகம்.19. மேற்படி, 351.
4. புறம். 53.

16. சேரமான் வஞ்சன்

மலையாளம் மாவட்டத்தில் வயனாடு எனப்படும் தாலுக்காவுக்குப் பண்டை நாளில் பாயல் நாடு என்று பெயர் வழங்கிற்று. இப்போதுள்ள குடகு நாடும் இந்தப்பாயல் நாட்டில்தான் அடங்கியிருந்த தென்று குடகு நாட்டு வரலாறு[1] கூறுகிறது. குடகு நாட்டுக் கல்வெட்டுக்களும் மேற்கு மலைத் தொடரின் இப்பகுதியைப் பாயல் மலையென்று குறிக்கின்றன எனக் குடகுநாட்டுக் கல்வெட்டறிஞரும்[2] எடுத்துரைக்கின்றனர். இப்போதும் மலையாளம் மாவட்டத்தைச் சேர்ந்த குறும்பர் நாடு தாலுக்காவின் ஒரு பகுதி பாயல் நாடு எனவே வழங்குகிறது. கி.பி. 1887இல் ஆங்கிலேயராட்சியில் பாயல்நாட்டின் பகுதிகளான உம்பற்காடு, சேரன் நாடு என்பன நீலகிரி மாவட்டத்தோடு இணைக்கப்பெற்றன.[3]

சேரவேந்தர்குடி வகையில் ஒரு வகையினர் இப்பகுதி யிலிருந்து ஆட்சி செய்தனர். அவருள் சேரமான் வஞ்சன் என்பவன் சிறந்து விளங்கினான். அவன் காலத்தில் திருவாங்கூர் நாட்டு ஆனை முடிப்பகுதியும் அவனது ஆட்சியில் இருந்தது. பண்டை நாளை வஞ்சிக்களம் பிற்காலத்தே அஞ்சைக் களமெனத் திரிந்தாற்போல வஞ்சன் நாடு அஞ்சன் நாடு எனத் திரிந்து வழங்குகின்றது. இவ்வாறே வயனாடு தாலுக்காவிலுள்ள அஞ்சன் குன்னு (அஞ்சு குன்னு) என்பதும் வஞ்சன் குன்று என்பதன் திரிபாகும். இந்த அஞ்சன் நாடு கோடைக்கானற்கு மேற்கில் உளது. ஆகவே, வடக்கே வயனாடு முதல் தெற்கே கோடைக் கானல் வரையிலுள்ள மலைப்பகுதி சேரமான் வஞ்சனுக்கு உரியதாயிருந்ததென்றும், அதற்குத் தென்னெல்லை கண்ணன் தேவன் மலையென்றும் கொள்ளலாம்.

இவ்வாறு பரந்த மலைப்பகுதிக்குத் தலைவனாய் விளங்கிய வஞ்சனது தலைமையான ஊர் இன்ன தென்பது தெரியவில்லை. ஆனால், வஞ்சனைப் பாடிய திருத்தாமனார் அவ்வூரைப்

"பெரும்பெயர் மூதூர்"[4] என்று குறிக்கின்றார். இதனால் அது வஞ்சனுடைய முன்னோர் வாழ்ந்து வந்த தொன்மையும் புகழும் உடைய ஊர் என்பது தெளிவாகிறது. வஞ்சனது பெரும்பெயர் மூதூர் இப்போதுள்ள நீலகிரி எனக் கருதுதற்கு ஏற்ற சான்றுகள் உள்ளன. இப்போதுள்ள குடகு, பாயல் நாட்டின் பகுதியா யிருந்த போது அதன்கண் அடங்கியிருந்த அஞ்சன் குன்று நீலகிரி என்று மாறிற்று. அங்கு அஞ்சனகிரி என்ற ஒரு மாளிகையும் இருந்தது. எனக் குடகு நாட்டில் கல்வெட்டாராய்ச்சியும் புதைபொருளா ராய்ச்சியும் நிகழ்த்திய கண்டலூயி ரைஸ்[5] என்பார் குறித்துள்ளார். கோடைக்கானலின் பழைய வரலாறு, எவ்வாறு அஃது ஆங்கிலேயர் சென்று காண்பதற்கு முன்பே தமிழர் கண்டு வழங்கிய சிறப்புடையதென்பதைக் காட்டுகிறதோ, அவ்வாறே நீலகிரியும் ஆங்கிலர் அறிந்து நகரமைப்பக் கருதியதற்கு முன்பே தமிழர் அறிந்து வழங்கும் சால்புடையதென்பதை அறிஞர் அறிதல் வேண்டும். இதற்கு அந்த ஆங்கில மக்கள் நேர்மையோடு செய்து தந்த ஆராய்ச்சியே சான்றாவதையும் எண்ணுதல் வேண்டும். முதுகுன்றும் குடமூக்கும் முறையே விருத்தாசலமும் கும்பகோணமும் ஆனாற்போல, அஞ்சன் குன்று நீலகிரியாயிற்று. அவ்வூரது காவலருமையும் வஞ்சனுடைய தோள் வன்மையும் தாமனாரது புலமைக்கு விருந்து செய்கின்றன. அவர் அவ்வூரைப் பெரும்பெயர் மூதூரென்றும், வஞ்சனை, "வரையுறழ் மார்பின் புரையோன்" என்றும் புகழ்ந்து புகழ்ந்து பாடுகின்றார்.

ஒருகால், திருத்தாமனார் விடியற்போதில் கிணைப் பொருநர் உடன் வர வஞ்சனது செல்வமனைக்குச் சென்றார். முற்பக்கத்து நிலவு மறைய வெள்ளியாகிய மீன் தோன்றி விண்ணில் விளக்கம் செய்தது. கோழிச்சேவல் எழுந்து கூவத் தொடங்கிற்று. பொய்கைகளில் நெய்தல் முதலிய பூக்கள் மலரத் தொடங்கின. உடன் வந்த பாணர் யாழை இசைக்கத் திருத்தாமனார் அவனுடைய மனை முன்றிலில் பரிசிலர்க்கென நிறுத்தப் பெற்றிருந்த பந்தரை அடைந்து, அவன் மறமாண்பினைப் பாடலுற்றனர். அவ்விடம் பரிசிலர் குறுகுதற்கு எளிதேயன்றிப் பகைவர் புகமுடியாத அரிய காவல் பொருந்தியது. புலி துஞ்சும் மலை முழைஞ்சு ஏனை விலங்கினங்கள் நுழைதற்கு அச்சம் விளைப்பது போல, அவனுறையும் மூதூர், பகைவர்க்குப் பேரச்சம் தந்துகொண்டிருந்தது.

தாமனார் பாடிய பாட்டைப் பாணரும் கிணைப் பொருநரும் கேட்போர் மனம் மகிழுமாறு யாழிசைத்தும் திணைப்பறை கொட்டியும் பாடினர். பாட்டிசை சென்று, உறங்கிக்கொண்டிருந்த

வஞ்சனுடைய செவியகம் புகுந்து, அவனைத் துயிலுணர்வித்தது. அவன் அப்பாட்டிசையைக் கேட்டு மனம் மகிழ்ந்தான். சொற் பெயரா வாய்மையும் தன்னையடைந்த இரவலர்பலர் பேரருளும் உடையனாதலால், வஞ்சன் அவரது பாட்டிசைக்கும் பொருளை நோக்கினான். இரப்புரை கலந்த அப்பாட்டு, "வேந்தே, நின்னை நினைந்து வரும் இரவலர்க்கு வேண்டுவன நல்கிச் சிறப்பிக்கும வள்ளலாகிய நீ, எம்மைப் புறக்கணிக்காத மிக்க அருளுடைய னாதல் வேண்டும்," என வேண்டிற்று.

அவன் உடனே எழுந்து போந்து திருத்தாமனாரை அன்போடு வரவேற்றான். அவர் பாடியது ஒரு சிறு பாட்டேயாயினும், அவனுக்கு அது நல்கிய மகிழ்ச்சியோ பெரிது! அதனால், அவன் முகம் மலர்ந்து அன்பு கனிய நோக்கி, இன்னுரை வழங்கினான்: வறுமையால் வாடி மாசு படிந்திருந்த அவரது ஆடையை நீக்கிப் புத்தாடை தந்து புனைந்துகொள்ளச் செய்தான். இனிய தேறல் வழங்கப் பெற்றது. பின்பு தனக்கெனச் சமைக்கப் பெற்றிருந்த இனிய மான் கறியையும் சோற்றையும் தாமனார்க்கும் அவரோடு வந்த பாணர் முதலியோர்க்கும் நல்கினான்: தன் மார்பில் அணிந்திருந்த மணி மாலையையும் பூத்தொழில் செய்யப்பட்ட மேலாடையையும் தந்து இன்புறுத்தினான்.

திருத்தாமனார் அவன் மனைக்கண்ணே சின்னாள் தங்கியிருந்து, அவன், தமக்கும் ஏனைப் பாணர் பொருநர் முதலிய பரிசிலர்க்கும் பெரும்பொருள் தரப் பெற்றுக் கொண்டு அவன்பால் விடை பெற்று ஊர் வந்து சேர்ந்தார்.

இச்சேரமான் வஞ்சனுடைய குடி வரவு பற்றியும், இவற்குப் பின் வந்த வேந்தரைப் பற்றியும் வேறு குறிப்பொன்றும் தெரியாமலே இவனது வரலாறு நின்று வற்றுகிறது.

அடிக்குறிப்புகள்

1. Imp. Gazzett. Mysore & Coorg, p. 278-9.
2. Coorg, Ins. Int. p, 3.
3. Malabar Series & Wynad, p.5.
4. புறம். 398.
5. R.L. Rice: Coorg. Ino. Vol. I. No. 10.

17. சேரமான் மாவண்கோ

மாந்தரஞ்சேரல் இருஞ்பொறை சேர நாட்டில் இருந்து வருகையில் கடுங்கோக் குடியில் தோன்றிய மாவண்கோ, சேரர்க்குரிய கொங்கு நாட்டுப் பகுதியை ஆண்டு வந்தான். அக்காலத்தில் சோழ நாட்டில் இராயசூயம் வேட்ட பெருநற்கிள்ளி ஆட்சி புரிந்து வந்தது முன்பே கூறப்பட்டது. பாண்டி நாட்டில் கானப் பேர் தந்த உக்கிரப் பெருவழுதி அரசு கட்டிலேறி விளங்கினான். சேரமான் மாவண் கோவை மாரி வெண்கோ எனவும் சில ஏடுகள் கூறுகின்றன.

உக்கிரப் பெருவழுதி பாண்டி வேந்தனாய் வீற்றிருக்கையில் கிழக்கில் முத்தூற்றுக் கூற்றத்தில் வேங்கை மார்பன் என்னும் குறுநிலத் தலைவன் ஆட்சி செய்து வந்தான். முத்தூற்றுக் கூற்றமென்பது இப்போதுள்ள இராமநாதபுரம் மாவட்டத்தின் கடற்கரைப் பகுதியாகும். அந்நாளில் அப்பகுதியிலுள்ள கானப்பேரெயில் சிறந்த அரணமைந்து பாண்டியர்க்குரியதா யிருந்தது. உக்கிரப் பெருவழுதி அரசு கட்டிலேறிய காலத்தில் அதனை வேங்கை மார்பன் என்பான் கைப்பற்றிக்கொண்டு செருக்கினான். கானப் பேரெயில் வெயிற்கதிர் நுழையாவாறு செறியத் தழைத்த காவற்காடும் பகைவர் நுழைதற்கரிய காட்டரணும் உடையது: மதிலரண் வானளாவ உயர்ந்தும் நீரரணாகிய அகழி நிலவெல்லைகாறும் ஆழ்ந்தும் இருந்தன. வானளாவ நின்ற மதிலின் உறுப்புக்கள் வானத்தின்கண் தோன்றும் மீன்போலக் காட்சி அளித்தன. அந்நலங்களைக் கண்ட வேங்கை மார்பன் இதனைத் தனக்கேயுரியதாக்கிக்கொள்ள வேண்டுமென்ற அவா மேலிட்டதால் இதனை அவன் கைப்பற்றிக்கொள்ளலானான். இதனை அறிந்தான் உக்கிரப்பெழுவழுதி: பெரும் படையொன்றைத் திரட்டிக்கொண்டு கானப் பேரெயிலை நோக்கிச் சென்றான். வேங்கை மார்பனும் தனது அரும்படையொடு எயில் காத்து நின்றான். வேங்கையின் படையும் பாண்டிப் படையும் கடும்போர்

உடற்றின. முடிவில் பாண்டிப் படை கானப் பேரெயிலைக் கைப்பற்றிக் கொண்டது. வேங்கை மார்பன் புறந்தந்தோடினான். பின்னர், அவ்வேங்கை மார்பன், ''இனிக் கானப் பேரெயிலை நாம் பெறுவதென்பது ஆகாத செயல்: கருங்கைக் கொல்லன் செந்தீமாட்டிய இரும்புண் நீரினும் மீட்டற்கரிது.''[1] என இரங்கிச் செயலற்றொழிந்தான். அப்போது உக்கிரப் பெருவழுதியின் வெற்றியைப் பாராட்டிய ஐயூர்[2] மூலங்கிழார் என்ற சான்றோர் பெருவழுதியை வியந்து, ''கானப்பேரெயில் இரும் புண் நீரினும் மீட்டற்கரிது என வேங்கை மார்பன் இரங்க வென்ற கொற்ற வேந்தே, இகழுநர் இசையொடு மாய நின்வேல் புகழொடு விளங்கிப் பூக்க!'' என்று வாழ்த்தினர்.

உக்கிரப் பெருவழுதி கானப்பேரெயில் தந்த உக்கிரப் பெருவழுதி என்ற சிறப்புடன் மதுரை நகரையடைந்து வெற்றி விழாக் கொண்டாடினான். அவ்விழாவிற்குச் சான்றோர்களும் சோழன் இராய சூயம் வேட்ட பெருநற்கிள்ளியும், சேரமான் மாவண்கோவும் வந்திருந்தனர்.

விழா முடிவில் சேர சோழ பாண்டியர் மூவரும் ஒருங்கு வீற்றிருப்பச் சான்றோர் பலர் கூடியிருந்தனர். அச்சான்றோர் கூட்டத்தே ஔவையாரும் வந்திருந்தார். அவருக்கு முடி வேந்தர் மூவரும் ஒருங்கே கூடியிருந்த காட்சி பேரின்பம் தந்தது. அவரது வளஞ்சென்ற புலமையுள்ளத்தே உயர்ந்த ஒழுக்கத்துப் பார்ப்பார் வேட்கும் மூவகைத் தீயும் காட்சியளித்தன. ''ஒன்றுபுரிந்து அடங்கிய இரு பிறப்பாளர் முத்தீப் புரைய'' இருந்த மூவரையும் நோக்கி, 'கொடித்தேர் வேந்தர்களே'' என்று சொல்லி, ''விண்ணுலகு போலப் பெருநலம் தரும் இந்நிலவுலகு முற்றும் தமக்கே உரித்தாக உடையராயினும், வேந்தர் இவ்வுலகை விட்டு நீங்குங்கால், இதுவும் அவருடன் செல்வது இல்லை. ஏற்றவர் இருந்த காலையும் தவமுடையார் எவரோ, அவர்பாலே இதுசெல்லும்: அத் தவப்பயனையுடைய நீவிர் மூவரும் செய்யத்தக்கது இதுவே: உங்களையடைந்து இரந்து நிற்கும் பார்ப்பார்க்கு அவர் வேண்டுவனவற்றை நீரொடு பூவும் பொன்னும் சேரச் சொரிமின். மகளிர் பொற்கலங்களில் பெய்து தரும் தேறலையுண்டு மகிழ் கூர்தல் வேண்டும். உங்களை வந்தடைந்து இரக்கும் இரவலர்க்கு அருங்கலன்களைக் குறைவின்றி நல்குமின். இவ்வகையால் உங்கட்கெனப் படைத்தோன் விதித்த நாளெல்லையும் நீவிர் வாழ்தல் வேண்டும். இவ்வாறு வாழச்

செய்த நல்வினையல்லது இறுதியில் துணையாவது பிறிது யாதும் இல்லை. யான் அறிந்த அளவு இதுவே. இனி வானத்தில் தோன்றும் மீன்களினும், எங்கும் பரந்து நின்று பெய்யும் மழைத்துளியினும் உங்களுடைய வாழ்நாள் பெருகிப் பொலிக!''[3] என்று வாயார வாழ்த்தினர். ஏனைச்சான்றோர் பலரும் பெருமகிழ்ச்சி உற்று வாழ்த்தினர்.

சேரமான் மாவண்கோ ஒளவையார் வழங்கிய வாழ்த்தினைப் பெற்றுக்கொண்டு ஏனை எல்லாரிடத்தும் இன்ப விடைபெற்று நீங்கினான்.

அடிக்குறிப்புகள்

1. புறம். 21.
2. ஐயூர். நிலக்கோட்டைப் பகுதியிலுள்ளது.
3. புறம். 67.

18. சேரமான் குட்டுவன் கோதை

சேரவேந்தர் குடியில் கோதையென்னும் பெயர் கொண்ட கிளையொன்று பண்டை நாளில் இருந்திருக்கிறது. இக்கிளையினர் பெயர் கோதையென்றே முடியும். இவர்கள் பெரும்பாலும் குட்ட நாட்டிலேயே இருந்துள்ளனர். இன்றும் குட்ட நாட்டில் கோதைச் சிறை, கோதைக் குறிச்சி, கோதைச் சேரி, கோதை நல்லூர், கோதைக் குளங்கரை, கோக்கோதை மங்கலம் என ஊர்களும், கோதையாறு என ஆறும் உள்ளன. இவ்வாறு கோதையென்ற பெயரோடு கூடிய ஊர்களோ பிறவோ ஏனைக் குடநாட்டிலும் வேணாட்டிலும் இல்லை.

செங்குட்டுவன் காலத்தில் வில்லவன் கோதை என்ற பெயருடைய அமைச்சனொருவன் இருந்தானென இளங்கோவடிகள் குறிக்கின்றார்.[1] இக்கோதையின் வழி வந்தோரே பிற்காலத்தில் குட்ட நாட்டுக்கு வேந்தராயினர் எனக் கருதலாம். இக்கோதை வேந்தர் சங்கத்தொகை நூல் காலத்திலும் கி.பி. ஒன்பதாம் நூற்றாண்டில் வாழ்ந்த சேரமான் பெருமாள் நாயனார் காலத்திலும் இருந்தனரென்பது ஒருதலை. இவருள் குட்டுவன் கோதை என்பவன் மிகவும் பழையோனாயுள்ளான். அவன் காலத்தில் பாண்டி நாட்டில் இலவந்திகைப் பள்ளித் துஞ்சிய பாண்டியன் நன்மாறனும், வெள்ளியம்பலத்துத் துஞ்சிய பெருவழுதியும், சோழ நாட்டில் குராப்பள்ளித்துஞ்சிய பெருந்திருமாவளவனும், இலவந்திகைப் பள்ளித் துஞ்சிய நலங்கிள்ளி சேட்சென்னியும், குளமுற்றத்துத் துஞ்சிய கிள்ளி வளவனும், காரியாற்றுத் துஞ்சிய நெடுங் கிள்ளியும் ஆட்சி செய்து வந்தனர். "ஒளிறுவேற் கோதை ஓம்பிக் காக்கும் வஞ்சி"[2] என்றும், "நெடுந்தேர்க் கோதை திருமா வியனகர்க் கருவூர் முன்றுறை"[3] என்றும் சான்றோர் கூறுவதால், குட்டுவன் கோதையது ஆட்சியில் குட்ட நாட்டு வஞ்சி மாநகரும், அதற்கண்மையிலுள்ள கருவூரும் சிறந்து விளங்கின என்பதை அறிகின்றோம்.

•

குட்டுவன் கோதை பெருவலி படைத்த முடிவேந்தன். அதனால் அவனுடைய குட்டநாடு பகைவர்க்கு மிக்க அச்சம் பயந்து நின்றது. அக்காலத்தே கோனாட்டு எறிச்சிலூர் மாடலன் மதுரைக் குமரனார் என்ற நல்லிசைச் சான்றோர் குட்டுவனை நேரிற்கண்டு பாடியிருக்கின்றார். அப்போது அந்த நாட்டைப்பற்றி ஏனை நாட்டவர் கொண்டிருந்த எண்ணத்தை அவர் நன்கறிந்து, தாம் பாடிய பாட்டில் குறித்துள்ளார். ஏனை நாட்டவர் குட்டுவன் கோதையைப் புலியெனவும், அவனது நாட்டைப் புலி கிடந்து உறங்கும் புலம் எனவும் கருதி, புலி துஞ்சும் புலத்திற்குள் செல்ல அஞ்சும் ஆட்டிடையன் போல அவ்வேந்தர்கள் அஞ்சினரெனவும்[4] குமரனாரது குறிப்புக் கூறுகிறது.

அந்நாளில் குடநாடும் சேர நாடாகவே இருந்தது: கேரள நாடாகவோ, கன்னட நாடாகவோ, மாறிவிடவில்லை. குடநாட்டில் பிட்டங்கொற்றன் என்றொரு குறுநிலத் தலைவன் ஆட்சி செய்து வந்தான். அவனது நாடு குதிரை மலையைத் தன் அகத்தே கொண்டிருந்தது. குதிரைமலை இப்போது சஞ்ச பருவத மென ஒரு சிலரால் மொழி பெயர்க்கப் பட்டிருப்பினும், குதிரை முக்கு என்ற பழைய தமிழ்ப் பெயருடன் தென் கன்னடம் மாவட்டத்தில் உப்பினங்காடித் தாலுக்காவில் வழங்கி வருகிறது. இந்நாட்டில் மேற்கரை என்னும் தமிழ்ப் பெயர் 'மர்க்காரா'' என்றும், வடகரை 'படகரா' என்றும், வானவன் தோட்டி 'மானன்டாடி' என்றும் உருத்திரிந்து வழங்குகின்றன. வடமொழியாளர் குதிரை மலையைச் சஞ்ச பருவதமென்றும், மேற்கு மலைத்தொடரைச் சஹ்யாத்திரி யென்றும் மொழி பெயர்த்துள்ளனர்: ஆனால் மக்கள் வழக்குக்கு வரவில்லை. மேலும், இம்மலை தென் கன்னடத்துக்கும் மைசூர் நாட்டுக்கும் எல்லையாய் நிற்கிறது. இதன் மேற்பெய்யும் மழை ஒருபால் கிருஷ்ணையாற்றையும் ஒருபால் காவிரியாற்றையும் அடைகிறது. இம்மலையை மேலைக்கடலிலிருந்து பார்ப்போமாயின், இது குதிரையின் முகம் போலக் காட்சி தருவது பற்றிக் குதிரை மலை எனப்படுவதாயிற்று.[5]

பிட்டனுடைய இந்தக் குடநாடு மலை நிறைந்தது. மலை யிடையிலும் சரிவிலும் மூங்கில் அடர வளர்ந்து செறிந்திருக்கும் மலைச் சரிவுகளில் அருவிநீர்வீழ்ந்து பெரு முழக்கம் செய்யும். காட்டாற்றின் கரையில் கமுகும் வாழையும் வளர்ந்திருக்கும். அவற்றின் இடையே மிளகுக் கொடிகள் வளர்ந்து அம்மரங்களைச் சுற்றிக்கொண்டிருக்கும், பக்கங்களில் உள்ள புனங்களில் காந்தள் முளைத்துக் கைபோலப் பூத்து மலைப்புறத்தை அழகு செய்யும்.

அங்குள்ள பெருங் காடுகளில் வாழும் காட்டுப்பன்றிகள் காந்தட்புனத்தைத் தம் கொம்பால் உழுது காந்தளின் கிழங்கைத் தோண்டியுண்ணும். அதனால் அங்கே வாழும் குறவர் நிலத்தை உழுவதில்லை. பன்றியுழுத புழுதியின் செவ்விநோக்கி அவர்கள் தினையை விதைத்து விடுவர். அது நன்கு வளர்ந்து உரியகாலத்தில் மிக்க தினையை விளைத்து நல்கும். பொங்கற் புதுநாளன்று, அவர்கள் புதிது விளைந்த தினையரிசி கொண்டு, மரையாவிடத்துக் கறந்த பாலுலையிற்பெய்து அடுப்பிலேற்றிச் சந்தனக் கட்டைகளை விறகாக எரித்துச் சமைத்த சோற்றைக் கூதாளிமரத்தின் கால் நிறுத்தி மலை மல்லிகைக்கொடி படரவிட்டிருக்கும் மனை முன்றிலில் விருந்தினரை இருத்தி, அகன்ற வாழையிலையை விரித்து, அதன்மேற்படைத்து உண்பித்துத் தாமும் உண்பர்.[6] இதனை இப்போது அந்நாட்டவர் 'புத்தரி' (புத்தரிசி: பொங்கற் புதுச் சோறு) என்று வழங்குகின்றனர்.[7] தினை விளையும் பருவம் ஏனற்பருவம் என்றே வழங்குகிறது.

இத்தகைய வளவிய நாட்டில் இருந்து காவல் புரிந்த குறுநிலத் தலைவனான பிட்டங்கொற்றன் தான் பிறந்த குடிக்கு முதல்வனாவன். அந்நாட்டவர் தங்கள் குடியில் முதல்வனாக உள்ளவனைப் பிட்டன் என்பது வழக்கம். இன்றும் வயனாட்டுக் குறிச்சியாளர் பால் இம்முறைமை இருந்து வருகிறது.[8]

இப்பிட்டங்கொற்றனுடைய மலை குதிரையெனப்படுவதால், ஏனைக் குதிரையாகிய விலங்குகளினின்றும் வேறுபடுத்தற் பொருட்டுச் சான்றோர் குதிரை மலையை ''ஊராக்குதிரை'', என்று கூறுவர். ஏனைக் குதிரைகளை மக்கள் ஊர்ந்து செல்வார்கள்: இக்குதிரை அன்னதன்று. அதுபற்றியே இம்மலை ஊராக்குதிரை எனப்படுகிறது: வேந்தனும் ''ஊராக்குதிரைக் கிழவன்'' எனப்படுகின்றான்.

இம்மலை நாட்டில் வாழும் மறவர் பலரும் கூரிய அம்பும் சீரிய வில்லும் உடையவர். சேரநாட்டவர்க்குப் பொதுவாக விற்படை உரியதென்றாலும், இக்குடநாட்டவர்க்கு அது சிறப்புடைய கருவியாகும். இக்காலத்திலும், அவர்களிடையே ஆண் குழந்தை பிறந்தால் முதலில் அதன் கையில் ஆமணக்கின் கொம்பால் வில்லொன்று செய்து, அதன் இலை நரம்பு கொண்டு அம்பு செய்து கொடுப்பது ஒரு சடங்காக நடைபெறுகிறது.[9] ஆடவர் இறந்து போவாராயின், அவர்களைப் புதைக்குங்கால், அவர்களது உடம்போடே அம்பொன்றையும் உடன் கிடத்திப் புதைக்கின்றனர்.[10] இவ்வில்லோர்க்குத் தலைவனாதலால் பிட்டங்கொற்றனைச்

சான்றோர் ''ஊராக் குதிரைக் கிழவ, வில்லோர் பெரும,'' எனச் சிறப்பித்தனர்.

தோளாண்மையும் தாளாண்மையும் ஒருங்கு பெற்றுப் படையொடுக்கி இனியகாவல்புரிந்து வந்த பிட்டனுடைய பெருவன்மையை நன்குணர்ந்தகுட்டுவன் கோதை அவனைத் தனக்குரிய அரசியற் சுற்றமாகக் கொண்டு அன்பு செய்தான். முடிவேந்தனான குட்டுவன் நட்பைப் பிட்டனும் பெரிதென எண்ணி வேண்டும் போதெல்லாம் அவற்குப் பெருந்துணை புரிந்தான். பகையகத்துப் பெற்ற பெருஞ்செல்வத்தைப் பரிசிலர்க்கீயும் பண்பு பண்டைநாளைச் செல்வர்பால் பிறவியிலேயே ஊறியிருந்தது. கொடைமடம் படுவதும் படை மடம் படாமையும் வெல்போர் வேந்தர்க்கு வீறுடைமையாகும். அவ்வழி வந்தவனாதலால் பிட்டங்கொற்றன் வரையாத வள்ளன்மை செய்தொழுகினான்.

அவனைக் குதிரைமலைக் கிழவனாகச் சான்றோர் கூறுவதால், அவன் குடநாட்டின் பண்டைத் தலை நகரமான நறவு என்னும் ஊரை விடுத்துக் குதிரை மலைக்கு அண்மையிலேயே ஓர் ஊரமைத்திருப்பான் எனக் கருதலாம். குதிரைமலைக்கண்மையில் 'ஜமால் பாத்' என்னும் பெயருடைய ஊரொன்றிருக்கிறது. அங்கே பழையதொரு கோட்டையும் இருக்கிறது. அது திப்பு சுல்தான் தன் தாயான ஜமால் பாயினுடைய பெயரால் அமைத்தது என்றும், அதன் பழம்பெயர் நரசிம்மங்காடி என்றும் அப்பகுதி பற்றிய வரலாறு[11] கூறுகிறது. அங்கு வாழ்பவர், அந்நகரம் தொன்றுதொட்டே பழைமையான நகரமென்றும், நரசிம்மவன்மனென்ற கடம்ப வேந்தனொருவன், மிகவும் பழமை பெற்றிருந்த அதனைப் புதுக்கிக் கொத்த கரூர் என்ற பழம்பெயரை மாற்றி நரசிம்மங்காடி எனப் புதுப் பெயரிட்டானென்றும் கூறுகின்றனர். கொங்காணிகளில் பழையோர் அதனைக் கொத்த கனவூரென்பர். இச்செய்திகளை நினைத்துப் பார்க்குங்கால், பண்டை நாளில் அப்பகுதி முற்றும் தமிழ் வழங்கும் நல்லுலகமாய்த் தமிழ் திகழ்ந்ததெனவும், அக்காலத்தில் பிட்டங்கொற்றனால் அது கொற்றன் கருவூரென்றோ கொற்றன் நறவூரென்றோ வழங்கி வந்து, பின்பு வேறு வேறு பெயர் கொண்டதெனவும் நினைத்தற்கு இடமுண்டாகிறது.

இக்கொற்றன் நறவூரிலிருந்து படைமடம் படாது கொடை மடம் பூண்டு புகழ்பெருகி வாழ்வது தமிழகமெங்கும் நன்கு பரவியிருந்தது. அக்காலத்தில் வஞ்சி நகர்க்கு அண்மையிலுள்ள கருவூரில் கதப்பிள்ளை என்றொரு சான்றோர் வாழ்ந்தார். அவர் பெயரைச் சில ஏடுகள் கந்தப்பிள்ளையென்றும் கூறுவதுண்டு.

குடநாட்டில் பிட்டங் கொற்றன் குதிரைமலைக்குரியனாய் ஈதலும் இசைபட வாழ்தலுமே வாழ்வின் ஊதியமெனக் கருதிப் புகழ் பரப்பி நிற்பது கேள்வியுற்றுத் தமது குட்ட நாட்டினின்றும் புறப்பட்டுக் குடநாட்டு குதிரை மலைநாட்டுக்குச் சென்று சேர்ந்தார்: அவன் திருவோலக்கத்தில் நாளும் பரிசில் பெறும் புலவர் முதலிய பரிசிலர் அவனது பொன்றாப் புகழை, ஈத்துப் புகழ் நிறுத்தும் இன்பநெறியறியாத ஏனை வேந்தர் நாணுமாறு தமிழகம் பரவச் செய்துகொண்டிருப்பதை நேரிற்கண்டார். முடிவில் கதப்பிள்ளை அவனது திருவோலக்கத்தையடைந்து, அவன் செய்யும் கொடை வளத்தைப் பார்த்து, ''கைவள்ளீகைக் கடுமான் கொற்ற, ஈயா மன்னர் நாண, வீயாது பரந்த நின் வசையில் வான்புகழ், வையக வரைப்பின் தமிழகம் கேட்பப், பொய்யாச் செந்நா நெளிய நாளும், பரிசிலர் ஏத்திப் பாடுப என்ப''[12] என்று பாடிப் பாராட்டினர். அவர்பால் பேரன்பு கொண்ட பிட்டன் மனம் மகிழ்ந்து பெருஞ்செல்வத்தைப் பரிசிலாகத் தந்து அவரைச் சிறப்பித்தான்.

சில நாட்களுக்குப் பின், சேரர்க்குரிய கொங்கு நாட்டில் வாழ்ந்துவந்த கோசர் என்பார் குட்டுவன் கோதைக்கு மாறாக எழுந்து நாட்டில் குறும்பு செய்யத் தலைப்பட்டனர். பேராற்றல் கொண்டு விளங்கிய நன்னனையே நாட்டினின்று வெருட்டி யோட்டிய தறுகண்மை மிக்கவர் கோசர் என்பது குட்டுவனுக்கு நன்கு தெரிந்த செய்தி. மேலும், அவர்கள் விற்போரில் அந்நாளில் சிறந்து விளங்கினார்கள். அதனால், அவன் வில்லோர் பெருமகனான பிட்டங் கொற்றனைத் தனக்குத் துணை புரியுமாறு வேண்டினான், பிட்டனும் தன் வீரருடன் குட்ட நாடு போந்து, அங்கே குட்டுவன் தன்னுடைய படையுடன் போதரக் கொங்கு நாட்டிற் புகுந்து குறும்பு செய்தொழுகிய கோசரது வின்மைச் செருக்கை வீழ்த்தினான்.

கோசர், தாம் இளமையில் விற்பயிற்சி பெற்றபோது எவ்வண்ணம் அம்பு எய்வரோ அவ்வண்ணமே எய்வதாகப் பிட்டன் கருதினன். அவர் சொரிந்த அம்புகள் பிட்டனுடைய மனநிலையையோ வலியையோ சிறிதும் அசைக்கவில்லை. பிட்டன் அவர்களை மிக எளிதில் வெருட்டிக் குறும்பை அடக்கினான். அவர் செய்த குறும்புகளால் அலைப்புண்ட நாட்டைச் சீர் செய்து கெட்ட குடிகளைப் பண்டுபோல நிலைபெறச் செய்தற்குப் பிட்டன் சில நாட்கள் கொங்கு நாட்டில் தங்கவேண்டியவனானான். அங்கே காவிரிப் பூம்பட்டினத்துக் காரிக்கண்ணனார் என்னும் சான்றோர் அவனைக் காணச் சென்றார்.

அப்போது அவன் பகைவரை அடக்கும் செயலில் ஈடுபட்டிருந்தான். அவன் வினை முடித்து மீளுந்தனையும் அவனிருந்த பெருமனைக்கண் தங்கினார். அவன் வெற்றியோடு திரும்பி வரவும் அவர் பெரு மகிழ்ச்சி கொண்டு பாடினார். அப்போது, அவனது பார்வை, தன்னை அவர் போர் வினை இடைத்தையே கண்டிருக்கலாமென்ற குறிப்பைப் புலப்படுத்திற்று. அதனை யுணர்ந்தார் கண்ணனார்: ''பெரும போர் வினையிடத்தும் நின் செவ்வி கிடைப்பது அரிதாகவுளது. போர்க்களத்தில் பகைவரை எறிதற்கு மேற்செல்லும் நின் வேற்படை வீரரை முன்னின்று நடத்துகின்றாய்: பகைவரது விற்படை எதிர்த்து மேல் வருங்கால் காட்டாற்றின் குறுக்கே நின்று அதன் கடுமையைத் தடுத்து நிறுத்தும் கற்சிறை போல அப்படையைக் குறுக்கிட்டுத் தடுத்து மேன்மையுறுகின்றாய்: ஆகவே, எவ்வழியும் நினது செவ்வி பெறுவது எம்மனோர்க்கு அரிது. செவ்வியும் இப்போதே கிடைத்தது. இது காறும் தாழ்த்தமையால் என் சுற்றத்தார் பசிமிகுந்து வருந்துகின்றனர்: எனக்கு இப்போதே பரிசில் தந்து விடுதல் வேண்டும்.''[13] என வேண்டினார். ''கோசரது விற்போர் அவரது இளமைப் பயிற்சியையே என்னை நினைப்பித்தது. இளமைக் காலத்தில் அவர்கட்கு இலக்கமாய் நின்ற முருக்கமரக் கம்பம் போல நின் மார்பு காணப்பட்டது: அன்று அவர்கள் எய்த அம்புகளுள் பலவற்றில் ஒன்றிரண்டே அக்கம்பத்திற்பட்டது போல இன்றும் மிகச் சிலவே நின்னையடைந்தன: அவர்களால் அக்கம்பம் வீழ்த்தப்படாமை போல, இன்று நீ அவரது வில் வன்மையை விஞ்சி நிற்கின்றாய்.'' என்று அவர் குறிப்பாய் உரைத்தார்: அது கண்டு பிட்டன் பெரிதும் வியந்து அவர்க்கும் பிறர்க்கும் மிக்க பரிசில் நல்கி விடுத்தான்.

அந்நாளிலேயே தமிழகத்தின் அரசியலைச் சீரழித்து, அதன் பரப்பைச் சுருக்கி, அதன் மொழியாகிய தமிழையும் கெடுத்து உருக்குலைக்கக் கருதிய கூட்டம் தோன்றிவிட்டது: அதனுடைய சூழ்ச்சியும் செயல்படத் தொடங்கிவிட்டது. ''நல்ல போலவும் நயவ போலவும், தொல்லோர் சென்ற நெறிய போலவும்'' அச்சூழ்ச்சிகள் தொழில் செய்தன. படை மடம்படாமை ஒன்றையே கைக்கொண்டு ஏனைக் கொடை முதலிய துறைகளில் பெருமடம் பூண்பது பெருமையாக அவர்கட்கு அறிவுறுத்தப் பட்டது: அவ்வகையில் அவர்களும் அறிவறை போயினார்கள். தமிழ்ப்புலமைக் கண்ணுக்கு அஃது அவ்வப்போது புலனாயிற்று. செவ்வி

வாய்க்கும் போதெல்லாம் புலவர்கள் அதனை எடுத்துரைத்துத் தெருட்டி வந்தனர். அத்தகைய நிகழ்ச்சி யொன்று சோழ பாண்டி நாட்டில் தோன்றிற்று. சோழ பாண்டியரது ஒருமை தமிழகத்துக்குப் பேரரணமாகும் என்பதை அச்சூழ்ச்சிக் கூட்டம் உணர்ந்து அதனைக் கெடுத்தற்கு முயன்று கொண்டிருந்தது.

அதனைக் கண்டுகொண்டார், நம் காவிரிப் பூம்பட்டினத்துக் காரிக் கண்ணனார். தமிழ் அரசு வீழின் தமிழர் வாழ்வும், தமிழகத்தின் பரப்பும், தமிழ் மொழியின் மாண்பும் கெட்டழியும் என்பதைச் சால்புற உணர்ந்தொழுகும் அவரது தமிழ் உள்ளம் ஒரு சிறிதும் பொறாதாயிற்று. ஒரு கால், சோழன் குராப் பள்ளித்[14] துஞ்சிய திருமாவளவனையும் பாண்டியன் வெள்ளியம்பலத்துத் துஞ்சிய பெருவழுதியையும் ஒருங்கிருப்பக் காணும் செவ்வியொன்று கண்ணனார்க்கு வாய்த்தது. உடனே அவர், "அன்புடைய உங்கள் இருவர்க்கும் இடை புகுந்து கெடுக்கும் ஏதில் மாக்கள் உளர்: அவருடைய பொது மொழியைக் கொள்ளாது இன்றே போல்க நும் புணர்ச்சி!"[15] என்று பாராட்டிக் கூறினார். இத்தகைய தமிழ்ச் சிறப்புடைய காரிக் கண்ணனார் பிட்டங்கொற்றனைப் பெரிதும் பாராட்டிப் பாடிய குறிப்பு. நல்லிசைச் சான்றோர் பலர்க்குப் பிட்டனைக் காண்டல் வேண்டுமென்ற விருப்பத்தை உண்டு பண்ணிற்று. பலரும் கொங்குநாடு போந்து பிட்டங்கொற்றனைக் கண்டனர். அவர் அனைவர்க்கும் பிட்டன், தன் பெருமையும் அன்பும் விரவிய வர வேற்பளித்து மகிழ்ந்தான். அவர்களுள் ஆனிரையும் நெல் வயலும் வேண்டினாருக்கு அவையும், சிலர்க்கு நெற்குவையும், சிலர்க்குப் பொற்கலங்களும், சிலர்க்குக் களிறும் தேரும் எனப் பரிசில் வகை பலவும் வரிசை பிறழாது நல்கினான்.

இவ்வாறு பிட்டன்பால் வந்த சான்றோருள் உறையூர் மருத்துவன் தாமோதரனாரும் ஒருவர் அவர் வந்திருந்த போது ஒற்றர் சிலர் போந்து பகைவர் தம்முட் பேசிக்கொள்வனவற்றை எடுத்துரைத்தனர். உறையூர் மருத்துவனார் அப்பகை வேந்தரது ஒற்றர் செவிப்படுமாறு, "பகைவர்களே, கூர்வேல் பிட்டன் மலை கெழு நாடன்: அவனைப் பகைத்துக் குறுகுதலைக் கைவிடுவீர்களாக: அவன் தன்பால் உண்மை அன்புடையார்க்கே எளியன்: பகைவர்க்கோ எனின், கொல்லன் உலைக்களத்தில் இரும்பு பயன்படுக்கும் கூடத்துக்கு (சம்மட்டிக்கு) இளையாத உலைக்கல் போல்பவன் என்று உணர்வீர்களாக,"[16] என்று பாடினர்.

வடம வண்ணக்கன் தாமோதரனார் என்ற சான்றோரும், மதுரை மருதன் இளநாகனாரும், ஆலம்பேரி சாத்தனாரும், பிறரும், பிட்டங்கொற்றனைப் பாடிப் பரிசில் பெற்று இன்புற்றனர். அப்போது அவர்களிடையே பிட்டனுடைய வள்ளன்மை பொருளாக ஒரு சொல்லாட்டு நிகழ்ந்தது. 'தன்னைப் பாடி வருவோர்க்கு நம் பிட்டன் நன்கொடை வழங்குவது ஒக்கும்: அவனது கொடைமடம் ஆராயத்தக்கது.' என்ற முடிவு அவர்களிடையே உண்டாயிற்று. அப்போது அங்கே இருந்த காவிரிப்பூம்பட்டினத்துக் காரிக்கண்ணனார், பிட்டனைப் பலகால்கண்டு பயின்றவராதலால், முடிந்த முடிபாகக் கூறலுற்று, ‘‘சான்றீர், இப்பொழுது சென்றாலும், சிறிது போது கழித்துச் சென்றாலும், பிட்டங்கொற்றன் தனது கொடை மடத்தால் முன்னே வந்தவன் என்னாமல் கொடுத்தலைக் கடனாகக் கொண்டு செய்பவன்: எக்காலத்தும் பொய்த்தலின்றி எம் வறுமை நீங்க வேண்டுவன நல்கி விடுவது அவனுக்கு இயல்பு: மேலும் அவன்பால் நம்மனோர் சென்று ஆனிரை விளைக்கும் நெல்லை நெற்களத்தோடே பெறவேண்டினும், நெற்குவையொன்றையே பெறவேண்டினும், அருங்கலம் வேண்டினும், களிறு வேண்டினும், இவை போல்வன பிற யாவை வேண்டினும் தன் சுற்றத்தாராகிய பிறர்க்கு அளிப்பது போலவே நம்மனோர்க்கும் நல்குவன்’’[17] என்று பாடிக் காட்டினர். யாவரும் 'ஒக்கும்! ஒக்கும்!' எனத் தலையசைத்து உவந்தனர்.

பிட்டங்கொற்றன் சான்றோர் அனைவர்க்கும் அவரவர் வரிசைக்கேற்பப் பரிசில் நல்கிவிடுத்தான். அதனால் தம்மை வருத்திய வறுமைத் துன்பம் கெடநின்ற வடம வண்ணக்கன் என்னும் சான்றோர், ‘‘வன்புல நாடனான பிட்டனும், அவனுக்கு இறைவனாகும் குட்டுவன் கோதையும், அவ்விருவரையும் மாறுபட்டெழும் பகை மன்னரும் நெடிது வாழ்க! பகை மன்னர் வாழ்வு எப்போதும் பரிசிலர்க்கு ஆக்கம்,’’[18] என்று பாடினர். இவ்வாறே பிறரும் பாடிய பின்பு, காரிக் கண்ணனார், ‘‘இவ்வுலகத்தில் ஈவோர் அரியர்: ஈவோருள் ஒருவனாய்ச் சிறக்கும் பிட்டன் நெடீது வாழ்க! அவனது நெடிய வாழ்வால் உலகோர் இனிது வாழ்வார்!’’[19] என்று வாழ்த்தினர்.

தலைமகனொருவன் தன் கடமை குறித்துத் தன் காதலியைப் பிரிந்து செல்ல வேண்டியவனானான். அவன் செலவுக்குறிப்பு அறிந்த தலைமகள் ஆற்றாமல் கண் கலுழ்ந்து அவனை

நோக்கினாள். அவன் தனித்திருந்து பிரிவுக்குரியன செய்யுங்கால் அவன் மனக் கண்ணில் காதலியின் கவினிய கண்ணிணை கண்ணிறைந்த நீருடன் காட்சியளித்தது. அக்கட்பார்வையைக் கூறக் கருதிய மருதன் இளநாகனார்க்குப் பிட்டனுடைய வேற்படை நினைவுக்கு வந்தது. உடனே அவர் தலைமகன் கூற்றில் வைத்து, ''வானவன் மறவன் வணங்குவில் தடக்கை, ஆனா நறவின் வண்மகிழ்ப் பிட்டன், பொருந்தா மன்னர் அருஞ்சமத் துயர்த்த, திருந்திலை யெஃகம் போல அருந்துயர் தரும் இவள் பனிவார் கண்ணே,''[20] என்று பாடினர். இவ்வாறே தலைவியது ஆற்றாமை கண்ட தோழி, தலைமகனை அடைந்து ''தலைவ, 'சென்று வருவேன்' என்று நீ சொன்ன சிறு சொல்லைக் கேட்டதும் ஆற்றாளாய்க் கண்ணீர் சொரிந்தாள். தோழி கூற்றைப் பாட்டு வடிவில் தர வந்த ஆலம்பேரி சாத்தனார், கண்ணீரால் நனைந்த தலைவியின் கண்களை நினைத்தலும் பிட்டனுடைய குதிரை மலையிலுள்ள சுனைகளில் மலர்ந்து நீர்த்துவலையால் நனைந்திருக்கும் நீலமலர் நினைவிற்கு வரவே,

> **''வசையில் வெம்போர் வானவன் மறவன்**
> **நசையின் வாழ்நர்க்கு நன்கலம் சுரக்கும்**
> **பொய்யா வாய்வாள் புனைகழல் பிட்டன்**
> **மைதவழ் உயர்சிமைக் குதிரைக் கவாஅன்**
> **அகலறை நெடுஞ்சுனைத் துவலையின் மலர்ந்த**
> **தண்கமழ் நீலம் போலக்**
> **கண்பனி தலுழ்ந்தன நோகோ யானே''[21]**

என்று பாடித் தமது நன்றியினைப் புலப்படுத்தினார்.

அடிக்குறிப்புகள்

1. *சிலப். 25 : 151*
2. *அகம் 263.*
3. *மேற்படி 93.*
4. *புறம். 54.*
5. Imp. Gazett. Madras. Vol. II. p. p. 395-6.
6. *புறம். 168.*
7. Imp. Gazett. Mys. & Coorg. p. 300.

8. Malabar Series. Wynad, p. 62.
9. Imp. Gazett. Mys. & Coorg. p. 299.
10. Malabar Series, Wynad. P. 62.
11. Imp. Gazett. Madras, Vol. II.
12. புறம். 168.
13. புறம். 169.
14. குராப்பள்ளி என்பது இக்காலத்தே திருவிடைக்கழி என வழங்குகிறது. M. Ep.A. R. No. 266 of 1925. வெள்ளியம்பலம் - மதுரை மாடக் கூடலின் ஒரு பகுதி.
15. புறம். 58.
16. புறம். 170.
17. புறம். 171.
18. புறம். 171.
19. புறம். 171.
20. அகம். 77.
21. அகம். 143.

19. சேரமான் கணைக்கால் இரும்பொறை

சங்க காலத்து இரும்பொறை வேந்தருள் சேரமான் கணைக்கால் இரும்பொறையே இறுதியில் இருந்தவன். குட்ட நாட்டின் தென்பகுதி வஞ்சி நகரைத் தலைநகராகக் கொண்டது: வடபகுதியில் தொண்டிநகர் சிறப்புற்று விளங்கிற்று. இச்சேரமான் பெரும்படையும் மிக்க போர்வன்மையும் உடையன்.

இவன் காலத்தே கொங்கு நாட்டில் மூவன் என்றொரு குறுநிலத் தலைவன் வாழ்ந்தான்: அவன், முன்பு ஒருகால், பெருந்தலைச் சாத்தனார் என்னும் சான்றோர்க்குப் பரிசில் கொடாது நீட்டித்து வருந்திய மூவன் வழியில் வந்தவனாவன் இந்த மூவன், சேரமான் கணைக்காலிரும் பொறையை ஒருகால் இகழ்ந்து, அவனது பகைமையைத் தேடிக்கொண்டான். நாகாவாது சேரவேந்தை வைது உரைத்த இவனை, இரும்பொறை போரில் வென்று இவன் வாயிற் பல்லைப் பிடுங்கித் தன் தொண்டி நகர்க்கோயில் வாயிற்கதவில் வைத்து இழைத்துக் கொண்டான். மத்தி யென்பான் ஒரு காலத்தில் சோழ வேந்தனை வைதுரைத்த எழினி என்பவனுடைய பல்லைப் பிடுங்கி வெண்மணி என்னும் நகரத்துக் கோயில் வாயிற் கதவில் வைத்து இழைத்துக் கொண்டதுண்டு.[2] ஆகவே, சேரமான் கணைக்காலிரும்பொறை மூவன் பல்லைப்பிடுங்கிக் கொண்டதில் வியப்பு ஒன்றும் கோடற்கில்லை. பண்டையோர் கொண்டிருந்த பகைத்திறச் செயல் வகையில் அதுவும் ஒன்று போலும்!

இந்த இரும்பொறை காலத்தில் சோழ நாட்டில் சோழன் செங்கணான் அரசு புரிந்து வந்தான். இவன் சிவபெருமான்பால் பேரன்புடையவன். இவன் செய்த கோயில்கள் பல தமிழகத்தில் உள்ளன. திருஞான சம்பந்தர் முதலியோர் இச்செங்கணான் செய்த திருப்பணியைப் பாராட்டிப் பாடியிருக்கின்றனர். திருமங்கை

யாழ்வாரும் இவன் சிவபெருமானுக்குச் செய்த திருப்பணியை வியந்து ''இருக்கிலங்கு திருமொழிவாய் எண்டோள் ஈசற்கு எழில்மாடம் எழுபது செய்து உலகமாண்ட திருக்குலத்து வளச் சோழன்'' (பெரிய திரு. 6:6:8) என்று சிறப்பித்துப் பாடியிருக்கின்றனர்.

இச்சோழன் செங்கணானுக்கும் கணைக்காலிரும்பொறைக்கும் எவ்வகையாலோ பகைமையுண்டாயிற்று. செங்கணான் எவ்வகையாலோ பகைமையுண்டாயிற்று. செங்கணான் பெரும்படை யொன்று கொண்டு பாண்டி நாடு கடந்து குட்டநாட்டுக் கழுமலம் என்னும் ஊரை வளைத்துக் கொண்டு போர் உடற்றினான். சேரமான் கணைக்காலிரும்பொறையும் கடும்போர் உடற்றினான். போர் நடந்து கொண்டிருக்கையில் ஒரு நாள் இரவு, இரும்பொறையின் பாசறையில் களிறொன்று மதங்கொண்டு, ஓய்ந்து உறங்கிக் கொண்டிருந்த சேருடைய படைமறவர்க்குத் தீங்கு செய்யத் தலைப்பட்டது. அவர்களும் திடுக்கிட்டுச் செய்வகை அறியாது திகைப்புற்று அலமரத் தொடங்கினர். இச்செய்தி சேரமானுக்குத் தெரிந்ததும் அவன் சட்டெனப் போந்து மதகளிற்றின் மத்தகத்திற் பாய்ந்து குத்தி அதனை அடக்கி வீறு கொண்டான். பின்னர் அனைவரும் ''திரைதபு கடலின் இனிது கண்படுப்ப''[3] அமைந்தனர்.

இத்துணைப் பேராற்றல் படைத்த இரும் பொறை செங்கணானொடு செய்த போரில் வெற்றி பெறானாயினான்.

ஒரு களிறு மதம் பட்டமைக்குக் கையற்றுக் கலங்கிய சேரமான் படைஞர், மதகளிறு பலவற்றை ஒருங்கு அடக்கவல்ல மாண்புடையனான செங்கணானது படைக்கு எதிர் நிற்க மாட்டாரன்றோ? அதனால், அவர்கள் சோழர் படைக்கு உடைந்து கெட்டனர். களிறும் தேரும் மாவுமாகிய பல்வகைப் படையும் வீழ்ந்தொழிந்தன. சோழர் படையில் இருந்த மாவும்களிறும் உதைத்தலால் சேரர் தலைவர் ஏந்திய குடைகள் ''ஆவுதை காளாம்பி போன்றன.''[4] கடுங்காற்றால் அலைப்புண்ட போது காக்களில் வாழும் களிமயில்கள் வீற்று வீற்றோடுவது போலப் பல திசையிலும் கேள்வரைப் பிரிந்த மகளிர் புலம்பித் திரிந்தனர்.[5] குருதிப் புனல் பாய்ந்து நன்னீர் யாறுகள் பலவும் செந்நீர் யாறுகளாய் மாறின. முடிவில் செங்கணானும் சேரமானும் திருப்போர்ப்புறம் என்னுமிடத்தே நேர் நின்று பொருதனர். இரும்பொறையைச் சோழன் கைப்பற்றிக் கால்யாப்பிட்டுக் கொணர்ந்து குடவாயிற் கோட்டத்திற் சிறையிட்டு அரிய காவலும்

அமைத்தான். திருப் போர்ப்புறம் இப்போது திருவார்ப்பென வழங்குகிறது.

சேர நாட்டுட்புகுந்து சேரமான் கணைக்கால் இரும்பொறையை வென்ற வெற்றி காரணமாக அவன் அந்நாட்டில் முதற்கண் கைப்பற்றிய பகுதி செங்கணான் சேரி என்ற பெயர் பெற்றது போலும்! இப்போது அது செங்கணா சேரி என்ற தாலுக்காவின் தலைநகராய் விளங்குகிறது. பிற்காலத்தே முதல் இராசராச சோழன் சேர நாட்டு வள்ளுவ நாட்டிற் பெற்ற வெற்றி காரணமாக முட்டம் என்னும் ஊரின் பெயரை மாற்றி, மும்முடிச் சோழ நல்லூர் எனத் தன் பெயரிட்ட செய்தியை[6] நோக்குமிடத்து, தான் வென்ற கழுமலத்துக்குச் செங்கணான் சேரி என்று தன் பெயரையே இட்டிருப்பான் என நினைத்தற்கு இடமுண்டு.

குட்ட நாட்டின் வடபகுதியிலுள்ள தொண்டி நகர்க்கண் பொய்கையார் என்றொரு நல்லிசைச் சான்றோர் வாழ்ந்தார். அவர் சேரமான்பால் பேரன்புடையவர். இரும்பொறையைக் ''கானலந் தொண்டிப் பொருநன் வென்வேல், தெறலருந்தானைப் பொறையன்''[7] என்று சிறப்பித்துப் பாடியுள்ளார். சேரமான், சோழன் செங்கணானுக்குத் தோற்றுக் குடவாயிற் கோட்டத்துச் சிறையிலுள்ளான் என்பது பொய்கையார்க்குத் தெரிந்தது. அவர் மனம் எய்திய துன்பத்துக்கு எல்லை இல்லை. அவர் பண்டு கரிகாலனொடு நிகழ்ந்த போரிற் புறப்புண் பட்டதற்கு நாணி வடக்கிருந்து உயிர் துறந்த சேரலாதன் வழித்தோன்றலாதலால், சேரமான் கணைக்காலிரும்பொறை என்னாவனோ என அஞ்சி அலமந்தார்: மிக விரைந்து சோழ நாடு அடைந்து செங்கணானைக் கண்டார்.

புலவர் பெருமான் வரவு கண்ட சோழன் மிக்க சிறப்புடன் வரவேற்று அவர் மனம் மகிழத் தருவனவற்றைச் செய்தான். அவர், செங்கணான் சேர நாட்டுக் கழுமலத்திற்செய்த போரைச் சிறப்பித்துக் களவழி என்னும் நாற்பது பாட்டுக் கொண்ட நூலைச் செய்து சோழன் திருமுன் பாடினார். அமிழ்தம் பொழியும் அவரது தமிழ் நூல் வேந்தர் பெருமானுக்குப் பொழியும் அவரது தமிழ் நூல் வேந்தர் பெருமானுக்குப் பெருமகிழ்ச்சியைத் தந்தது. அவன் அவர்க்குக் களிறும் மாவும் பொன்னும் பொருளும் பரிசிலாக நல்கினான். ஆனால், பொய்கையார் செங்கணானைத் தொழுது, ''வேந்தே பொன்னும் பொருளுமாகிய பரிசில்வேண்டி வந்தேமில்லை யாம் வேண்டுவது வேறு பரிசில்: அரசு காவலின்றி அலமரும் சேர நாட்டுக்கு உரிய வேந்தனைப் பெறுதலின் யாம்

விழையும் பேறு வேறு இல்லை. மக்களுயிரின் இன்ப வாழ்வுக்கு நிலைக்களமாகிய நாட்டை அவர்கள் தங்கள் உயிரிழந்து வருந்தும் கொலைக்களமாக்கும் வல்லரசு ஒழிதல் வேண்டும். அதற்கு ஆவன செய்வதே யாம் பெறும் பரிசில். இதனைக் கருப்பொருளாகக் கொண்டதே எமது இக்களவழி நூல்: அந்த நாட்டிற்கு உரியவனை அரசனாக்குவதே யாம் வேண்டும் பரிசில், என்றார்.'' செங்கணான் பொய்கையாரது புலமை நலம் கண்டு பேருவகை கொண்டு, தன் அரசியற் சுற்றத்தாரை விடுத்துச் சேரமானைச் சிறைவீடு செய்து, மீள அவனைச் சேரமானாக்கி வருமாறு பணித்துப் பொய்கையாருக்கு மேலும் பல பரிசில் நல்கி விடுத்தான்.

செங்கணானது சிறைவீட்டாணை உறையூரிலிருந்து குடவாயிற்கோட்டம் சென்று சேருமுன் அங்கே வேறொரு செய்தி நிகழ்ந்தது: சிறையிலிருந்த சேரமான் சிறைக் காவலரைச் சிறிது நீர் கொணர்ந்து தருமாறு பணித்தான். அவர்கள் அவனது ஆணையை மதியாது சிறிது தாழ்த்துக் கொணர்ந்து தந்தார்கள். மான மிக்க வேந்தனாகிய சேரமானுக்கு அவர்கள் செயல் பெருவருத்தத்தை யுண்டு பண்ணிற்று. அவன் நெஞ்சு சுழலத் தொடங்கிற்று: பற்பல எண்ணங்கள் தோன்றின: வீரமும் மானமும் வீறுகொண்டெழுந்தன: ''குழவி இறப்பினும் ஊன்தடி பிறந்தாலும், 'இவை வாள் வாய்ப்பாட்டு இறந்தாலன்றி மறக்குடி பிறந்தார்க்கு மாண்பு அன்று,' எனக் கருதி எம்மனோர் அவற்றையும் வாளாற்போழ்ந்து அடக்கம் செய்வர். அவர் வயிற்றிற் பிறந்த யான் நாய்போலப் பகைவர் சங்கிலியாற் கட்டுண்டு சிறையிற் கிடப்பது தீது: அதன் மேலும் தம்மை மதியாத பகைவர்பால் தமது வயிற்றுத் தீயைத் தணித்தற்பொருட்டு உண்ணீர் இரந்துண்ணுமாறுமக்களைப் பெறுவாரோ எம்பெற்றோர்? பெறார்காண்!'' என்று எண்ணினான். அப்படியே அஃதொரு பாட்டாய் வெளி வந்தது. அதனை ஒரு ஓலை நறுக்கில் எழுதிப்படித்தான்:[8] கண்களில் நீர் துளித்தது: உடல் ஒரு பால் துடித்தது: உயிரும் உடலின் நீங்கி ஒளித்தது.

சிறிது போதிற்கெல்லாம் அரசியற்சுற்றத்தாரும் பொய்கை யாரும் வந்தனர்: உயிர் நீங்கிய சேரமான் உறங்குவான் போலக் கிடந்தான். வந்தோர் அனைவரும் கண்டு, கரை செய்ய அரியதொரு பெருந்துன்பக் கடலில் மூழ்கிக் கையற்றனர். சோழன் செங்கணான் ஆணைப்படி அரசர்க்குரிய சிறப்புடன் அவனது உடல் அடக்கம் செய்யப்பெற்றது.

பின்னர் அனைவரும் சேரநாடு சென்று அரசியற்குரியாரை ஆராய்ந்து, சேரமான் கோதை மார்பன் உரியனாதல் கண்டு,

அவனை ஏனைச் சேரர் குடிக்குரியோர் முன்பு சேரமானாய் முடி சூட்டினர். கோதை மார்பன் கோக்கோதை மார்பனாய் விளக்கமுற்றான். அவனுடைய அரசவையில் பொய்கையார் வீற்றிருந்தார். அவனும் தொண்டி நகர்க்கண்ணே இருந்து வரலானான்.

தொண்டி நகர் கடற்கரைக்கும் மலைப் பகுதிக்கும் இடையிலுள்ள நகரம். மலைப்பகுதியில் தினைப் புனங்கள் பல உண்டு: புனங்காவல் புரியும் குறிச்சியர் தினையுண்ணும் புள்ளினங்களை ஒப்புதற்குத் தட்டை என்னும் இசைக் கருவியைப் புடைப்பர். கிழக்கிற் புனமும் மேற்கிற் கானற்சோலையும் வடக்கில் முல்லைக்காடும் தெற்கில் மருத வயலும் சூழ்ந்து நானில வளமும் நன்கு பொருந்தியது இத்தொண்டி. கிழக்கிற் குறிஞ்சிக் கொல்லையில் எழும் தட்டை யோசையைக் கேட்டு மேற்கே கானற்சோலையில் தங்கும் புள்ளினம் ஆரவாரித்து எழும்.

ஒருகால் பொய்கையார் கோதை மார்பனைப் பாட விரும்பி வந்தபோது. ''எங்கள் வேந்தனைக் குறிஞ்சி முல்லையாகிய நிலங்களையுடையவனாதலால் நாடன் என்பேனோ, நெய்தல் நிலமுடையவனாதல் பற்றிச் சேர்ப்பன் என்பேனோ, மருதவயல்களை யுடையவனாதல் பற்றி ஊரன் என்பேனோ, யாங்ஙன மொழிகோ ஓங்குவாட் கோதையை?''[9] என்று பாடினார். வேறொருகால் புலவனொருவனை ஆற்றுப் படுத்தலுற்ற பொய்கையார், ''எம் வேந்தனான கோதையிருக்கும் நகரம் தொண்டி, அது கானற் சோலையின் காட்சி மலிந்தது. கழியிடத்து மலர்ந்த பூக்களாலும் கோதைமார்பன் அணிந்த கோதையாலும் அத்தொண்டி தேன் மணம் கமழ்வது: அதுவே எமக்கும் ஊர்: அவன் எமக்கு இறைவன். அவன்பாற் செல்க,''[10] என்று பாடியுள்ளார்.

அடிக்குறிப்புகள்
1. A.R.379 of 1918.
2. அகம். 211.
3. நற். 18.
4. களவழி. 40.
5. மேற்படி. 15.
6. T.A.S. Vol. I.p.292.
7. நற். 18.
8. புறம். 74.
9. புறம். 48.
10. புறம். 49.

முடிப்புரை

தொகை நூல்களுள் பதிற்றுப்பத்து என்னும் நூலைத் துணையாகக் கொண்டு இது வரையும், பண்டை நாளைச் சேர மன்னர்களின் வரலாற்றை ஒருவாறு நிரல்பட வைத்துக் கண்டு வந்தோம். இங்கே நாம் கண்டவர்களின் வேறாக ஏனைத் தொகை நூல்களுள் சிலர் காணப்படுகின்றனர். அவர்களில் குடக்கோ நெடுஞ்சேரலாதன், பெருஞ்சேரலாதன், சேரமான் அந்தை, முடக்கிடந்த சேரலாதன், இளங்குட்டன், நம்பி குட்டுவன், மருதம் பாடிய இளங்கடுங்கோ, கோட்டம்பலத்துத் துஞ்சிய மாக்கோதை என்போர் சிறந்து விளங்குகின்றனர்.

குடக்கோ நெடுஞ்சேரலாதன் காலத்தில் சோழ நாட்டில் சோழன் வேற்பஃறடக்கைப் பெருநற் கிள்ளி ஆட்சி புரிந்தான். இருவர்க்கும் எக்காரணத்தாலோ பகையுண்டாகவே, இருவரும் போர்செய்தனர். போர்முடிவில் நெடுஞ்சேரலாதன் இறந்தொழிந்தான். போர் செய்த இடமும் போர்ப்புறம் என அவர்கட்குப் பின் பெயரெய்துவதாயிற்று. அதனை இப்போது கோவிலடி என்பர்: கல்வெட்டுக்கள்[1] திருப்பேர்த் திருப்புறம் என வழங்குகின்றன. இப்போரில் வென்றோரும் தோற்றோரும் இல்லாதவாறு சேரலாதனும் பெருநற்கிள்ளியும் ஒருவர்பின் ஒருவராய் உயிர் துறந்தனர். அப்பொழுது அவர்களைக் காண்டற்குக் கழாத்தலையார் என்னும் சான்றோர் சென்றார். நெடுஞ்சேரலாதன் மாத்திரம் குற்றுயிராய்க் கிடந்தான். அவன் கழாத்தலையாரையும் அவருடன் போந்த பரிசிலர் சுற்றத்தையும் கண்டு கண்ணீர் சொரிந்து, தன் கழுத்திற்கிடந்த ஆரத்தைப் பெற்றுக்கொள்ளுமாறு குறிப்பால் உணர்த்தினான். உடனிருந்த சான்றோர் பலரும் அவனது வள்ளன்மையை நினைந்து வியந்து வருந்தினர் ''நின் வெற்றிகண்டு பாடிக் களிறு முதலிய பரிசில் பெற வந்தோம். களிறுகள் கணை பட்டுத் தொலைந்தன: தேர்கள் பீடழிந்து நிலஞ்சேர்ந்தன:

குதிரைகள் குருதிப்புனலில் கூர்ந்தொழிந்தன: ஆகவே, யாம் பாடி வந்தது நின் தோளிடைக் கிடந்த ஆரம் பெறற்கே போலும்!''[2] என்று பாடிப் புலம்பினர். சேரலாதனும் சிறிது போதில் உயிர் துறந்தான். அதனைக் கண்ட கழாத்தலையார் மனம் கரைந்து

''அறத்தின் மண்டிய மறப்போர் வேந்தர்
தாம்மாய்ந் தனரே; குடைதுளங் கினவே!''

என்று சொல்லி, இருவரும் ஒருங்கே இறந்ததைச் சுட்டி,

''பன்னூற டுக்கிய வேறுபடு பைஞ்ஞிலம்
இடங்கெட ஈண்டிய வியன்கண் பாசறைக்
களம் கொளற்கு உரியோ ரின்றித் தெறுவர
உடன் வீழ்ந் தன்றல் அமரே''

என்றும், அவ்வேந்தருடைய மனைவியரும் பின்னே உயிருடன் இருந்து கைம்பெண்களாய் வாழ்வதை விரும்பாது உடன் கட்டை ஏறினர் என்ற செய்தியை,

''பெண்டிரும்,
பாசடகு மிசையார் பனிநீர் மூழ்கார்
மார்பகம் பொருந்தி ஆங்கு அமைந்த தனரே!''

என்றும் பாடி வருந்தியுள்ளார்.

பரணர் என்னும் சான்றோர், அவர்களுடைய வீழ்ச்சி கண்டு மனநோய் மிகுந்து, யானைப்படை, குதிரைப்படை, காலாட்படை யாவும் வீழ்ந்தது கூறி, அரசர் இருவரும் வீழ்ந்த நிலையை,

''சாந்தமை மார்பில் நெடுவேல் பாய்ந்தென,
வேந்தரும் பொருதுகளத்து ஒழிந்தனர்.''

என்று எடுத்துரைத்தார்: அப்போது அவர்களை இழந்த நாடுகளின் நலத்தை எண்ணி, அவர்களுடைய நல்லரசால் நல்வாழ்வு பெற்று இனிதிருந்த நாடு என்னாகுமோ என ஏங்கி,

''இனியே
என்னா வதுகொல் தானே கழனி
ஆம்பல் வள்ளித் தொடிக்கை மகளிர்
பாசவல் முக்கித் தண்புனல் பாயும்

யாணர் அறாஅ வைப்பின்
காமர் கிடக்கைஅவர் அகன்றலை நாடே''[4]

எனக் கையறுகின்றார்.

பெருஞ்சேரலாதன்: சேரமான் பெருஞ்சேரலாதன் பெயர் சில ஏடுகளில் பெருந்தோள் ஆதன் எனவும் காணப்படுகிறது. இவன் காலத்தே சோழநாட்டில் கரிகாலன் ஆட்சி புரிந்து வந்தான். யாது பற்றியோ இருவர்க்கும் போர் மூண்டது. பெருஞ்சேரலாதனது பெருமை சோழன் கரிகாலன் முன் சிறுமையடைந்துவிட்டது. அவன் எறிந்த வேல் பெருஞ்சேரலாதனது மார்பில் பாய்ந்து உருவி முதுகிற் புண் செய்துவிட்டது. அதனால், சேரலாதன் உயிர்க்கு இறுதி உண்டாகவில்லை: ஆயினும், சேரலாதன் மானத்துக்கு அது பெரியதோர் இழுக்காயிற்று. போர் நிகழ்ந்த இடமாகிய வெண்ணி என்ற ஊரிலேயே அவன் வடக்கிருத்தல் என்ற நோன்பு மேற்கொண்டு உயிர் துறந்தான். அதனையறிந்த கழாத்தலையார்.

''தன்போல் வேந்தன் முன்புகுறித்து எறிந்த
புறப்புண் நாணி மறத்தகை மன்னன்
வாள்வடக் கிருந்தனன், ஈங்கு
நாள் போற் கழியல ஞாயிற்றுப் பகலே.''[5]

என்று பாடி வருந்தினர்: வெண்ணி என்னும் ஊரவரான குயத்தியார் என்ற புலவர் பெருமாட்டியார், பெரிதும் வியந்து, பெண்மையால் மனங் குழைந்து,

''களியியல் யானைக் கரிகால் வளவ!
சென்றவர்க் கடந்தநின் ஆற்றல் தோன்ற
வென்றோய்! நின்னினும் நல்லன் அன்றே
கலிகொள் யாணர் வெண்ணிப் பறந்தலை
மிகப்புகழ் உலகம் எய்திப்
புறப்புண் நாணி வடக்கிருந் தோனே.''[6]

என்று பாடினர்.

இவ்வாறு இச்சேரமான் புறப்புண் நாணி வடக்கிருந்து உயிர் துறந்த செய்தி சேரநாடு சென்று சேரவும், அந்நாட்டு மறச்சான்றோர் பலர் தாமும் அவன் போலவே உயிர் துறந்தனர் என ஆசிரியர் மாமூலனார் கூறுகின்றார்.

சேரமான் அந்தை: இவர் பெயர் எந்தை என்றும் சில ஏடுகளில் காணப்படுகிறது. அந்தை என்பது இவரது இயற்பெயர். பண்டைநாளில் அந்தை. ஆந்தை என்பன மக்கட்பெயர் வகையாக இருந்துள்ளன. கோட்டையூர் நல்லந்தையார் என்றொரு சான்றோர் சங்க நூல்களில் காணப்படுகின்றார். இவரைப் பற்றிய வரலாற்றுக் குறிப்பு ஒன்றும் கிடைக்கவில்லை. ஆயினும், இவர் பாடிய பாட்டுக்கள் தொகை நூல்களில் உள்ளன.

புதுமணம் செய்துகொண்டு மனைவாழ்வில் இன்புற்றிருக்கும் செல்வக் காதலரிடையே கடமை காரணமாகக் காதலன் பிரிந்து செல்ல வேண்டியனாகிறான். அவனது குறிப்பறிந்த காதலிக்கு அவன் பிரிவு வருத்தம் செய்கிறது. "நீர்வார் கண்ணாய், நீ இவண் ஒழிய யாரே பிரிகிற்பவரே?" என்று தோழி தேற்றுகிறாள். பின்பு ஒருவாறு அவளைத் தேற்றிவிட்டு அவன் சென்று விடுகிறான். சென்ற விடத்தே அக்கட்டிளங்காதலன் கண்ணெதிரே, கானம் தளிர்த்துப்பூத்து இனிய காட்சியால் அவன் உள்ளத்தை ஈர்க்கின்றது. தான் பெறும் இன்பத்தைத் தன் காதலியோடு உடனிருந்து நுகர்தற்கில்லாமையை நினைந்து அவன் வருந்துகிறான். அதனை எண்ணிய இச்சேரமானார்.

"காடணி கொண்ட காண்தகு பொழுதில்
நாம்பிரி புலம்பின் நலச்செலச் சாஅய்
நம்பிரிவு அறியா நலனொடு சிறந்த
நற்றோள் நெகிழ வருந்தினன் கொல்லோ!"

எனக் கூறி வருந்துவதாகப் பாடி நல்லிசைச் சான்றோர் நிரலை எய்திவிடுகின்றார்.

சேரமான் முடக்கிடந்த நெடுஞ்சேரலாதன்: இச்சேரமானை முடம் கிடந்த நெடுஞ்சேரலாதன் என்றும் முடங்கிக் கிடந்த நெடுஞ்சேரலாதன் என்றும் ஏடுகள் குறிக்கின்றன. இதனால் இவன் முடக்கு நோயால் வருந்தினவன் என்பது புலனாகிறது. நோயின் நீங்கினாலன்றித் தெளிவான கருத்தமைந்த அகப்பாட்டு எழாமையால் இவன் முடக்கு நோயை வென்று உயர்ந்தமை தோன்ற நிற்கும் முடக்கு இடந்த நெடுஞ்சேரலாதன் என்ற பாடமே பொருத்தமென மேற்கொள்ளப்பட்டது.

இச்சேரலாதன் வரலாறு ஒன்றும் தெரியவில்லையாயினும், இவன் சீரிய புலமைச் செல்வன் என்பது இவன் பாடிய அகநானூற்று நெய்தற்பாட்டு ஒன்றால் இனிது தெரிகின்றது.

நற்பண்புகளெல்லாம் உருவாகக் காளையொருவன் தன் கண்ணுக்கும் கருத்துக்கும் ஒத்த நங்கையொருத்தி பால் காதல் கொண்டான்: அவளுக்கும் அவன்பால் காதலுண்டாயிற்று. இவ்விருவரும் தம் உள்ளத்தே தோன்றிய காதலைக் களவு நெறியில் வளர்த்து, முடிவில் கடிமணம் செய்துகொள்ளும் கடன் மேற்கொண்டனர். நங்கையின் காதல் முறுகிப் பெருகி அவளையின்றி அமையாத செவ்வி எய்தவும், அவன் கடிமணத்தை விரைந்து நாடாது சிறிது காலம் தாழ்க்கலுற்றான். அவனைக் கடிமணத்தில் கருத்தைச் செலுத்துவிக்கக் கருதுகிறாள் தோழி. அவன் காலம் தாழ்த்துவதால் நங்கையின் மேனி வாடுகிறது. அதனையும் தோழி அவனை நோக்கி,

''பெருமை என்பது கெடுமோ ஒருநாள்
மண்ணா முத்தம் அரும்பிய புன்னைத்
தண்ணறுங் கானல் வந்துநும்
வண்ணம் எவனோ என்றனிர் செலினே?''

என்று வினவுகின்றாள்.

''பெரியோருடைய பெருமை என்பது பிறர் நலம் பாராட்டலும் பிறர்க்கு உளதாகும் குறையறிந்து தாங்கலுமாகும். நாடோறும் இங்கேவந்து இவளது நலம் பாராட்டுவதாகிய பெருமைப் பகுதியை மாத்திரம் மேற்கொண்டு செய்கின்றீர். இந்நங்கைக்கு உண்டாகிய வண்ணக் கேட்டினைக் கேட்டறிதல் பெருமையன்று எனக் கருதுகின்றவர் போல வாளாது போகின்றீர்: ஒரு நாளைக்கேனும் யாங்கள் மனம் தெளியக் கேட்பீராயின், எனக்கு அது மிக்க ஆறுதலையாகும்: உம் பெருமைக்கும் சிறப்பாம்.'' என்றெல்லாம் சொல்லக் கருதிய தோழி, கருங்கிய சொற்களால் ''பெருமை யென்பது கெடுமோ?'' என்று வினவுகிறாள்.

இதனைக் கேட்டதும் அந்தக் காதலன், ''ஏன் இவள் இங்ஙனம் இன்று பேசுகிறாள்?'' என நினைக்கின்றான். தோழி இதனைச் சொல்லுதற்கு முன்பு அவன் உரைத்தவை அவன் நினைவுக்கு வருகின்றன. ''பெருங்கடலுள் கிடக்கின்ற மீன்களை அவ்விடத்தினின்றும் தமது வலையால் நீக்கிக் கரைக்குக் கொணர்ந்து இரப்பவர்க்கும் தம் இனத்தவர்க்கும் வழங்கி, 'மீனாகிய உயிர்களை வருத்தினோமே!' என்ற உணர்ச்சியின்றி மீன் வேட்டுவர் மணற்குன்றிலே உறங்கும் துறைவனே!'' என்ற கருத்துப்பட.

"நெடுங்கயிறு வலந்த குறுங்கண் அவ்வலைக்
கடல்பா டழிய இளமீன் முகந்து
துணைபுணர் உவகையர் பரத மாக்கள்
இளையரும் முதியரும் கிளையுடன் துவன்றி-
பெருங்களம் தொகுத்த உழவர் போல
இரந்தோர் வறுங்கலம் நிறைய வீசிப்
பாடுபல அமைத்துக் கொள்ளை சாற்றிக்
கோடுயர் திணிமணல் துஞ்சும் துறைவ
பெருமை என்பது கெடுமோ?"

என்றாள். 'இதனை நினைத்தபோது பெருங்குடியிற் பிறந்திருக்கின்ற இவளை நின் காதல் வலையால் நின் வயமாக நீக்கி, கடிமணம் புரிந்துகொள்ளக் காலம் தாழ்த்து வருத்தி, இவள் மேனி வேறுபடுவது கண்டுபிறரெல்லாம் பலப்பல சூழும்படி அலராக்கி விட்டுத் துயரமின்றி நின் மனையின் கண் நீ உறங்குகின்றாயே!' என்ற கருத்து உள்ளுறுத்தப்பட்டது தெரிகிறது. பின்னர் அவன் அவளை விரைவில் வரைந்துகொள்கிறான். இங்ஙனம் சிந்திக்குமிடத்துச் சிறந்து செந்தேன் முந்திப் பொழியும் முழுநலம் அமைந்த சொற்களைத் தொகுத்துப் பாடும் இச்சேரமான் பாடல் உள்ளுதோறும் உள்ளம் இனிக்கும் உயர்வமைந்ததாகும்.

சேரமான் இளங்குட்டுவன்: இச்சேரமானுடைய பெயரை நோக்கும் போதே இவன் குட்டநாட்டு அரசர் குடிகளுள் ஒன்றில் தோன்றியவன் என்பதை அது காட்டிவிடுகிறது. இவனைப் பற்றி அரசியல் குறிப்பொன்றும் இதுகாறும் கிடைக்கவில்லை. இளங்கடுங்கோ, இளஞ்சேரல் இரும்பொறை என்றாற்போலச் சேரமன்னர் நிரலுள் இவன் இளங்குட்டுவன் எனப்படுகின்றான். தான் தோன்றிய குட்டுவர்குடியில் இவன் இளையனாதல் பற்றி இவனை இளங்குட்டுவன் என்றனர். இவன் பாடிய பாலைப் பாட்டு ஒன்று அகநானூற்றில் உள்ளது. வேறே இவன் பாடிய பாட்டு இல்லை.

காதலொழுக்கம் பூண்ட பண்டைய இளையர் இருவர் இடையே ஒருவரையொருவர் இன்றியமையாத காதற்பெருக்கு மிகுந்தது. காதலியை மணந்து கோடற்குரிய முயற்சியில் காதலன் ஈடுபட்டிருக்கையில் வேற்றவர் மணப்பேச்சும் பெற்றோர் மகள் மறுப்பரென்ற குறிப்பும் முறப்பட்டெழுந்தன. காதல் மகளின் கற்பறம் அறியாத பெற்றோர்பால் இருந்து அறம் கெடுதலை

விரும்பாத அவள், பெற்றோர் செயலைத் தன் காதலனுக்கு உணர்த்துகிறாள். கற்பறம் காத்தற்கண் மணமாகுமுன்னே காதலனுடன் தனிமையிற் கொண்டுதலைக் கழிதல் கற்புடைய பெண்ணுக்கு அறமாம் என்பது தமிழ் நூல் முடிபு. அதனால் ஒரு நாள் இரவில் யாவர் கண்ணுக்கும் தெரியாமல் இருவரும் கூடி அவனுடைய ஊர்க்குச் சென்று அங்குள்ள சான்றோர் அறிய மணமுடித்துக் கொள்கின்றனர்.

அந்நிலையில் மகட்போக்கிய தாய் செயிலியிடம் மகளியல்பு சொல்லி வருந்துகின்ற துறை அமைந்தது இந்த இளங்குட்டுவனது பாட்டு. தன் மகள் போகிய காட்டு வழியின் கடுமையும் அருமையும், மகளினுடைய மென்மையும் தாய் சொல்வதாக இந்தச் சேரமான் வகுத்துரைக்கும் இப்பாட்டு நம்மை இன்புறுத்துகிறது. மகளின் ''இளமையையும் மென்மையையும் நினைந்த தாய்,

''நோகோ யானே; நோதகும் உள்ளம்
அந்தீங் கிளவி ஆயமொடு கெழீஇப்
பந்து வழிப் படர்குவ ளாயினும் நொந்து, நனி
வெம்பும்மன்; அளியள் தானே!''

என்று சொல்லிக் கண்ணீர் வடிக்கிறாள். ''இத்துணை மென்மையுடையவள் உம்மைப் பிரியும் மனவன்மையை எவ்வாறு பெற்றாள்? தன் பிரிவால் நீவிர் வருந்தும் வருத்தத்தை அவள் எப்படி நினையாளாயினாள்?'' என்பன போன்ற வினாக்கள் கேட்போர் உள்ளத்தில் எழும் அன்றோ? அவற்றிற்கு விடை கூறுவாள் போல, ''அவள் மிக்கமென்மையுடைய வளாகவே இதுவரை இருந்தாள்: அந்த வன்கணாளனால் (காதலன்) இப்போது இவ்வளவு வன்மையும் ஊட்டப்பெற்று எமது துன்பத்தை நினையாமல் அக்காளை பின்னே செல்வாளாயினாள்.'' என்று சொல்லுவாளாய்.

''நனிவெம் பும்மன் அனியன் தானே: இனியே
வன்க ணாளன் மார்புற வளைஇ
இன்சொல் பிணிப்ப நம்பி, நங்கண்
உறுதரு விழுமம் உள்ளாள்''

என்று தாய் மொழிகின்றாள்: காதலனாகிய வன்கணாளன் தன் மகட்கு வன்மை ஊட்டிய திறத்தை, ''மார்புற வளைஇ இன்சொல்

பிணிப்ப நம்பி'' என்பதனால் மிக அழகுறச் செப்புகின்றாள். மகளை நினைக்குந்தோறும் தன் மனத்தெழுந்து மிகும் துயரத்தை ''நங்கண் உறுதருவிழுமம்'' என்று சொல்வது மிக்க நயம் வாய்ந்தது. உறுதரு என்பது, உண்டாகி மிகும் என்று பொருள்படும்.

''நின் மகளைக் கொண்டு சென்றவன் வன்கணாளன் என்று சொல்லுகின்றாய்: ஆகவே, வழியில் உண்டாகும் ஏதங்களை அவன் தனது வன்கண்மையால் போக்கி அவளை மகிழ்விப் பனன்றோ?'' என்று இதனடியாகக் கேட்போர் உள்ளத்தில் ஒரு கேள்வி எழும்: அதனையும் அவன் எண்ணியே, ''வழியில் ஆறலை கள்வராலும் விலங்குகளாலும் ஒரு தீங்கும் உண்டாகாது என்பதை அறிவேன்: பகை போக்குவதில் அவனது வன்கண்மை ஒப்புயர் வற்றது: அவன் செல்லும் பாலை நிலத்தின் கொடுமை தான் என் நெஞ்சை நீராக உருக்குகின்றது!'' என்பாளாய்.

''ஒய்யெனத்
தெறுகதிர் உலைஇய வேனில்வெங்காட்டு
உறுவளி ஒலிகழைக் கண்ணுறுபு நீண்டலின்
பொறிபிதிர்பு எடுத்த பொங்கெழு கூஉரெரிப்
பைதறு சிமையப் பயம்நீங்கு ஆரிடை''

என்றும் உடல் வியர்த்து வருந்துகிறாள். ''தெறுகதிர் உலைஇய வேனில்'' என்றதனால், வெயில் வெம்மையும், ''உறுவளி ஒலிகழைக்கண் உறுபு தீண்டலின் பொறி பிதிர்பு எடுத்த பொங்கெழு கூஉரெரி'' என்றதனால், மூங்கில் காற்றால் ஒன்றோடொன்று உராய்வதால் எழுகின்ற தீயின் தீமையும், ''பைதறு சிமையப் பயம் நீங்கு ஆரிடை'' என்றதனால், வழியின் செலவருமையும் கூறுகின்றாள்.

இந்நினைவுகளால் அவள் உள்ளத்தில் தன் மகள் சென்ற வழியின் வெம்மையும் அருமையும் தோன்றவே, அவற்றைப் பொறுக்கலாகாத மகளது மென்மையும் உடன் தோன்றுவதாயிற்று. அதனால் உளம் புழுங்கி, இவ்வழிகள் அவளுடைய நல்லடிக்கு அமைந்தன அல்ல, மெல்லியல், வல்லுநள் கொல்லோ?'' என்று சொல்லிக் கதறிக் கண்ணீர் சொரிகின்றாள். அதனை, தன் நெஞ்சில் தோன்றிய முறையிலேயே, அவள்,

''ஓங்குவரை அடுக்கத்து உயர்ந்த சென்னி
மீனொடு பொலிந்த வானின் தோன்றித்

தேம்பாய்ந்து ஆர்க்கும் தெரியிணர்க் கோங்கின்
காலுறக் கழன்ற கள்கமழ் புதுமலர்
கைவிடு சுடரின் தோன்றும்
மைபடு மாமலை விலங்கிய சுரனே.''[8]

என்று சொல்லுகின்றாள். இதனைக் கேட்டுக் கொண்டிருந்த செவிலியோ, மகளது காதலொழுக்கத்தை அறிந்தவள். ''தெரியிணர்க் கோங்கின், காலுறக் கழன்ற கள்கமழ் புதுமலர், கைவிடு சுடரின் தோன்றும்'' என்று அவள் கூறியதையே எடுத்துச் சொல்லி, ''காற்று வீச இணர்களிலிருந்து கழன்று வீழும் புதுப்பூக் கைவிளக்குச் சுடர்வதுபோல ஒளிவிடும் என்றாயன்றோ! கோங்கு போன்ற நின்பால் தோன்றி முதுக்குறைவு முற்றிய நின்மகள் காதற் செவ்வி யலைத்தலால் தனது பிறந்த இல்லினின்றும் நீங்கித் தன் காதலுடன் சென்றது யாவரும் புகழ்தற்குரிய சிறந்த கற்பொழுக்கமாயிற்று.'' என்று இயம்பித் தாயைத் தேற்றினாள். இச்செய்தியை உய்த்துணருமாறு வைத்த இந்த இளங்குட்டுவனது புலமை நலத்தை நோக்கின். இச்சேரமான் நல்லரசு நடத்தி நல்லோர் பரவ வாழ்ந்த பெருந்தகை என்பது தெளிய விளங்குகிறது. தான் கூறுவதைக் கேட்போர் உள்ளத்தில் எழக்கூடிய கருத்துக்களை அந்நெறியிலே முன்னுணர்ந்து அவற்றுக்கு ஏற்ற சொற்களைத் தொடுப்பது ஒன்றே இதற்குப் போதிய சான்று பகர்கின்றது.

சேரமான் நம்பி குட்டுவன்: செல்கெழு குட்டுவன், வேல்கெழு குட்டுவன், செங்குட்டுவன், இளங்குட்டுவன் என்றாற்போல, இச்சேரமான் நம்பி குட்டுவன் எனப்படுகின்றான். இவனும் இளங்குட்டுவன் போல ஏற்றமான புலமைச் சிறப்புடையவன், இவன் பாடியனவாக நற்றிணை, குறுந்தொகை முதலிய தொகை நூல்களில் சில பாட்டுக்கள் தொகுக்கப்பட்டுள்ளன. இவன் வரலாற்றை அறிதற்குரிய சான்றுகள் கிடைக்கவில்லையாதலால், இக்குட்டுவனுடைய பாட்டுக்களின் நலத்தை அறிவது இவனைப் பற்றி ஓரளவு அறிந்தவாறாகும்.

தலைமைப் பண்புகள் நிறைந்த தக்கோன் ஒருவனும் அவ்வியல்பேயுடைய நங்கையொருத்தியும் தனிமையிற்கண்டு காதலுற்றுக் களவொழுக்கம் மேற்கொண்டுள்ளனர். விரைய வரைந்துகொள்ளாது. தலைமகன் கனவின்பத்தையே விரும்பி யொழுகுவது அவளுக்கு வருத்தம் பயக்கின்றது. அதனைத் தோழி அறிகிறாள். வரைவு என்பது இன்னானுக்கு இன்னவள் உரியவள்

என்று பெற்றோரும் சான்றோரும் கூடிப் பலரும் அறிய உறுதி செய்வது. அதன் பின்னரே கடி மணம் நடைபெறும். அதனைப் பழந்தமிழ் நூல்கள் வதுவை மணம் என்று குறிக்கின்றன. வடநூல் கூறும் காந்தருவ மணத்துக்குப் பலரும் அறிய நிகழ்த்தும் வதுவை மணம் நடந்தே தீரவேண்டுமென்ற கட்டுப்பாடு இல்லை. தமிழ்நூல் கூறும் களவுக்குக் கடி மணம் நடந்தே தீர வேண்டும்: அதன் பின்பே இருவரும் உடனுறைந்து செய்யும் மனையறம் தொடங்கும். வரைவு இடையீடு படுகிற போதுதான் உடன் போக்கு நிகழும். அவ்வுடன் போக்கும் முடிவில் கடிமணத்தாலேதான் முற்றிக் கற்பு நெறியாகும். தனித்துக் கண்டு காதலுறும் வகையில் களவும் காந்தருவமும் ஒன்றாய்த்தோன்றுதல் பற்றிக் களவு காந்தருவம் போன்றது என்பர்: என்றாலும், முறையும் பயனும் வேறுபட்டுப் போவதால், களவு காந்தருவமென்றும் காந்தருவம் களவு என்றும் கருதுவது குற்றம்.

மேலும், களவுக் காலத்தில் தன் உள்ளத்துக் காதலைப் பிறர்க்குத் தெரிவிப்பதில் ஆண்மகனுக்கு உரனும் வாய்ப்பும் உண்டு. பெண் மகளோ எனின், அதனை வெளியிடமாட்டாள். அவளுடைய மேனியும் செய்கையும் எய்தும் வேறுபாடு கண்டு உரியவரால் அஃது உய்த்துணரப்படும். இந்நிலையில், காதலித்த பெண்ணை முற்பட முயன்று வரைந்து கொள்வதற்கு ஆண் மகனுக்கு ஏற்ற தகுதியுளதென்றாலும் வரைவு பற்றிய தூண்டுதலை அவன் தன் காதலிபால் எதிர் பார்க்கின்றான். அது வாயிலாக அவன் அவள் உள்ளத்துக் காதல் இயல்பை நன்கு அறியும் நிலைமை உண்டாகிறது: அதனை அறிவதற்கே அவன் நெஞ்சும் அவாவிநிற்கிறது. அதனால், அவன் விரைய வரைவதை விரும்பாதான் போலக் களவொழுக்கத்தை நீட்டிக்கின்றான். அவன் கருத்து அறியாமையால், அது தலைமைக்குணம் சிறந்த தலைமகட்கு வருத்தம் தருகிறது. அதனை அறிந்த தோழி, ஒருகால் தலைமகன் இருக்கும் பெருமனையின் ஒரு சிறையில் வந்து நிற்கக் காண்கின்றாள்: தான் கூறுவதைக் கேட்டு வரைவின்கண் அவன் கருத்தைச் செலுத்தக் கருதுகிறாள்: தலைமகளோடு உரையாடுபவள் போல அவன் கேட்கத் தக்கதோர் இடத்தே நின்று, ''தோழி, நம் காதலர் நம்மை விரைந்து வரைந்து கொள்ளாமையால் நமக்கு அவரது நட்பு மனத்தில் அச்சத்தை எழுப்புகின்றது. முன்பெல்லாம் நம்மிடத்தில் அவருக்கிருந்த காதல் இப்பொழுது குறைந்திருக்கிறது: அவ்வாறு இருக்க அறவுணர்வில்லாத அன்னை. அவர் நம்பால் பேரன்பால் கூடினவர் போல நினைத்து, 'அவன் யாங்கு உளன்?' என்று கேட்கின்றாள். இனி அவர் வருவது அறிந்து நாம் எழுவோமாயின், நமது களவை

அவள் அறிகுவள்: ஆனால், அவரது தேரிற்கட்டிய மணியின் ஓசை நள்ளிரவில் நம் ஊரின்கண் கேட்கின்றதே! இதற்கு என் செய்வேன்! என்று சொல்லலுற்றாள்.⁹

இதனைக் கேட்டுக்கொண்டிருந்தான் தலைமகன், அன்னை அறிந்தமையும், காதலியும் தோழியும் மனைக் காவலால் தன்னை வந்து காணமாட்டாமையும் எண்ணி, அவள் மனையோர் அறிவரென்றஞ்சி நீங்குகின்றான். நீங்குபவன் வரைந்து கோடலே இனி செய்தற்குரியதென அதற்கு வேண்டிய முயற்சியில் ஈடுபடுகின்றான்: காலம் சிறிது நீளுகிறது. அவனைச் சின்னாளாய்க் காணப்பெறாமையால் காதலியாகிய தலைமகள் மனநோய் மிகுந்து மேனி வாடுகின்றாள். "சில நாட்களாய் நாம் அவரைக் காணப் பெறாமையால் வரைவிற்குரிய முயற்சி மேற்கொண்டுள்ளார். அவர் என்பது மெய்யேயாகும்: நீ அது வரை பொறுத்திருக்க வேண்டும்." எனத்தோழி சொல்லுகிறாள். இந்நிலையில் ஒருகால் அவன் வந்து தலைவியினுடைய மனையின் சிறைப்புறத்தே நிற்கின்றான் அதனைக் கண்டுகொள்கிறாள் தலைமகள். அவன் செவிப்படுமாறு தன் தோழிக்கு உரைப்பவள் போல, "தோழி, நமது வருத்தமும் கைம்மிக்கு விட்டது. மெய்யும் தீயுமிழ் தெறலின் வெய்தாயிற்று. நீ பையச் சென்று அன்னையிடம் 'இவளை நம்மனை முற்றத்தில் கொண்டு கிடத்தினால் இவள் பெரிதும் நந்துவள்.' என்று சொல்லுக: அதனால், இந்நோயைச் செய்த தலைமகனது குன்றத்து நெடிய பக்கத்திற் படிந்து வரும் காற்று என் மேனியிற் படிந்த பசலையைச் சிறிது தீண்டும்"¹⁰ என்று சொல்லாடுகின்றாள். இதனால், தலைமகளது காதல் மிகுதியைத் தலைமகன் செவ்வையாக உணர்ந்து ஊக்கம் மிகுகின்றான்.

இவ்வண்ணம் நாட்கள் சில செல்ல, ஒருநாள் தலைமகன் தானே தலைவிக்குத் தான் கடிதில் வரைய இருப்பதாகவும் அதுகாறும் அவள் ஆற்றியிருக்க வேண்டுமெனவும் நேரிற்கூறல் வேண்டி வருகின்றான். அவனைத் தோழி எதிர்ப்பட்டு, கருத்தறிந்து கொண்டு, "அன்ப, என்றும்

"அளிய பெரிய கேண்மை: நும்போல்
சால்பு எதிர் கொண்ட செம்மை யோரும்
தேறா நெஞ்சம் கையறுபு வாட
நீடின்று விரும்பா ராயின்
வாழ்தல் மற்று எவனே? தேய்கமா தெளிவே.:"¹¹

என்று சொல்லி அவன் கூற்றை மறுக்கின்றாள்.

இதன்கண், மற்றொரு செய்தியையும் அவள் கூறாமல் கூறுகின்றான் ''நின் நாட்டுக் கழிகளில் ஆம்பல்கள் நிறைய உள்ளன. கானலில் காய்த்த கண்டல்களின் பகங்காய் கழன்று கழியில் வீழ்கின்றன: அதனால், மலரும் பருவத்தில் இல்லாத ஆம்பற் போதுகள் காய்களால் மோதுண்டு வாய் விரிகின்றன காண்!'' என்பாளாய்.

''கானற் கண்டல் கழன்றுகு பைங்காய்
நீனிற இருங்கழி உட்பட வீழ்ந்தென
உறுகால் தூக்கத் தூங்கி ஆம்பல்
சிறுவெண் காக்கை ஆவித் தன்ன
வெளிய விரியும் துறைவ!''

என்று எடுத்துரைக்கின்றாள். ''அயலார் அலர் தூற்றுவர் என்ற அச்சத்தால் இது வரை நாணம் முதலிய பண்புகளால் வாய் திறவாதிருந்த இவள், இப்போது வாய் விட்டே புலம்பத் தொடங்கி விட்டாள்,'' என்ற கருத்து இதன் கண் உள்ளுறுத்தப்பட்டிருக்கிறது.

பிறிதொருகால் தோழி, அவனைக் கண்டு, ''தலைவியின் மேனி வேறுபாட்டால் ஊரில் அவர் தோன்றிவிட்டது. இனி இது என்னாய் முடியுமோ!'' என்பாளாயினாள். அப்போது அவள், தலைமகளை நோக்கி உரைக்கலுற்று,

''முடக்கால் இறவின் முடங்குபுறப் பெருங்கிளை
புணரி இகுதிரை தரூஉம் துறைவன்
புணரிய இருந்த ஞான்றும்
இன்னது மன்னோ நன்னுதல் கவினே!''[12]

என்று சொல்லுகின்றாள். ''நுதல் கவின் இன்னது'' என்றது. ''நினது நுதலழகு பசலையுற்றுப் பிறர் அலர் தூற்றுதற்கு ஏதுவாயிற்று.'' என்பதாம்.

இவ்வண்ணம் தலைமகளும் தோழியும் அவ்வப்போது கூறிய வரவுக்குறிப்புக்கள் அவர்களது காதல் நலத்தை எடுத்துக் காட்டவே, அவனும் சான்றோரைக் கொண்டு வரைந்து வதுவை மணம்செய்து கொண்டு மனையறம் புரிவானாயினன்.

மனைவாழ்வில் வினை குறித்தும் பொருள் கருதியும் ஆண்மகன் மனையின் நீங்கி வேற்றூர்க்குச் செல்வது இயல்பு. அப்போது களில் மனைவியாகிய காதலி அவன் பிரிவாற்றாது

கண்துயில் இன்றிக் கையற்று வருந்துவள். அதனை அறியும் தோழி, ''வினையே ஆடவர்க்கு உயிர்: அவர்கள் அதனை முடித்து வரும் துணையும் நீ ஆற்றியிருத்தல் வேண்டும்.'' என வற்புறுத்துவள். அது கேட்கும் தலைவி, ஆற்றாளாய்,

> ***''மான் அடி யன்ன கவட்டிலை அடும்பின்***
> ***தார்மணி அன்ன ஒண்பூக் கொழுதி***
> ***ஒண்டொடி மகளிர் வண்ட லயரும்***
> ***புள்ளிமிழ் பெருங்கடல் சேர்ப்பனை***
> ***உள்ளேன், தோழி படீஇயாஎன் கண்ணே.''***[13]

என்று சொல்லுகிறாள்.

இதன்கண். ''யான் இது வரையும் கடற்சேர்ப்பனாகிய நம் காதலனை நினைத்த வண்ணம் இருந்தேன்: அதனால் என் கண்கள் உறக்கம் கொள்ள வில்லை. இனி அவனை மனத்தால் உள்ளுவதைக் கைவிடுகிறேன். என் கண்கள் உறங்குக,'' என்பாளாய்.'' பெருங்கடல் சேர்ப்பனை உள்ளேன். தோழி! என் கண் படீஇயர்.'' என்று இசைக்கின்றாள். மேலும், இதனுள் நம் சேரமான் வேறொரு பொருளையும் அமைத்துள்ளார்: 'ஒண்டொடி மகளிர் அடும்பின் பூக்களைக்கொழுதி வண்டல் விளையாட்டயர்வர்' என்றது, ''மகளிர் விளையாட்டு ஒன்றையே கருதி அடும்பின் பூக்களை அலைப்பது போல நம் தலைவன் தான் மேற்கொண்ட வினையும் பொருளுமே கருதி என்னைப் பிரிந்து வருத்துகின்றாள். இதனை நீ அறியவில்லையா?'' என்ற கருத்து ஒன்று பொதிந்து கிடப்பதைக் காணலாம்

மருதம் பாடிய இளங்கடுங்கோ: குட்டுவர், பொறையர் என்ற சேரர் குடிகள் தேய்ந்த பின் கடுங்கோக்குடி வகையில் தோன்றி நல்லிசைப் புலமையுலகில் சிறந்து பாலைப் பாட்டுக்கள் பாடிப் புகழ் பரப்பி வாழ்ந்த பெருங்கடுங்கோவுக்குப் பின்பு அக்குடியில் இந்த இளங்கடுங்கோ புலமையுலகில் தோன்றுகின்றார். இவர் மருதத்திணைக்குரிய பாட்டுக்கள் பாடியதனால், மருதம் பாடிய இளங்கடுங்கோ எனப்படுகின்றார் பெருங்கடுங்கோவின பாட்டுக்களைப்போல இவர் பாடியனவாக அகத்தில் இரண்டும் நற்றிணையில் ஒன்றுமே கிடைத்துள்ளன.

சோழ நாட்டில் வாழ்ந்த வேளிர் குடியில் அஃதை என்பவள் தோன்றி உருநலத்தால் உயர்ந்து விளங்கினாள். அவளை மணக்க

விரும்பிப் பாண்டியர் குடியிலும் சேரர் குடியிலும் தோன்றிய செல்வர்கள் அவள் தந்தையை அணுகினார்கள். அந்நாளில் அவர்கள் நிலை தாழ்ந்திருந்த காரணத்தாலோ, எதனாலோ, அவன் மகள் மறுத்தான். அதனால், இருவரும் சேர்ந்து அஃதை தந்தைபால் போர் தொடுத்தனர். அவனுக்குத் துணையாகச் சோழ வேந்தன் நின்று போர் செய்தான்: அப்போர் சோழநாட்டுப் பருவூரில் நடைபெற்றது. சேர பாண்டியர் குடித்தோன்றல்கள் போர்ப்பரிசு அழிந்து தோற்றோடினர். தோற்ற வேந்தரின் யானைகளைச் சோழர் கைப்பற்றியபோது அங்கு உண்டான ஆரவாரம் தமிழகம் முற்றும் பரவி, இருபெருவேந்தர் குடிக்கும் இளிவரவைப் பயந்தது. சேர பாண்டிய செல்வர்கள் செயலின் புன்மை கண்ட இந்த இளங்கடுங்கோவின் புலமையுள்ளம் வருந்திற்று. பரத்தைமை பூண்ட ஒருவன் மனைக்கு வாயில்வேண்டி வந்தானாக, தோழி அவன் மனைவி பக்கல் நின்று அவனை மறுக்கத் தொடங்கினாள். அப்போது அவள் வெகுண்டுரைக்கும் சொல்லின் கண் அச்செல்வர்கள் செயலை உவமமாக நிறுத்தி, 'ஐய, நீ இப்போது ஒரு பரத்தையைக் கைப்பற்றியுள்ளாய் எனப் பலரும் கூறுவர். அதனால் உண்டான அலர், அஃதைபொருட்டுப் போர் செய்து தோற்ற சேரபாண்டியர் யானைகளைச் சோழர் கைக்கொண்ட போது எழுந்த ஆரவாரம்போல ஊரெங்கும் பரவிவிட்டது: அதனை இனி மறைப்பதில் பயனில்லை.'' என்று எடுத்தோதுகின்றாள். அவ்வுரையில் தோற்றோடிய சேர பாண்டியர் இயற்பெயரைக் குறியாது குடிப்பழி மறைக்கும் இவரது செயல் இவருடைய மான மாண்பைக் காட்டுகிறது.

தலைமைக்கு இழுக்குத் தோன்றுதற்குக் காரணம் அவனது பரத்தைமையும் அதன்கண் அவனை உய்த்த பாணனுமாம் என்ற கருத்தைத் தமது பாட்டில் உய்த்துணர வைக்கும் இளங் கடுங்கோவின் புலமைத்திறம்[14] நமக்கு இன்பம் தருகிறது.

கோட்டம்பலத்துத் துஞ்சிய சேரமான் மாக்கோதை: சேர மன்னர் குடி நிரலில் இறுதியில் நின்றது கோதையர் குடி. அக்குடியில் தோன்றிய வேந்தர்களான குட்டுவன் கோதை, கோக்கோதை மார்பன் என்போர் வழியில் இச்சேரமான் மாக்கோதை மார்பன் என்போர் வழியில் இச்சேரமான் மாக்கோதை காணப்படுகின்றான். இவன் முடிவில் இறந்து பட்ட இடம் கோட்டம்பலம் என்பது. அஃது இப்போது கொச்சி நாட்டு முகுந்தபுரம் தாலுக்காவில் அம்பலக்கோடு என்ற பெயரைத் தாங்கிக்கொண்டு உள்ளது.

இந்த மாக்கோதை தன் மனத்துக்கினிய மங்கை யொருத்தியை மணந்து, உயிரொத்த காதலாற் பிணிப்புண்டு, இனிது வாழ்ந்தான். அவள் இறந்து போகவே, இவன் கொண்ட துயரத்துக்கு எல்லையில்லை. 'ஒருவனுக்கு மனைவியை இழப்பதால் உண்டாகும் துன்பம் மிகப்பெரிது: அதனிற் பெரியது பிறிதில்லை.' என அறிஞர் கூறினர். "அத்துணைப் பெரியதாயின். இங்கே என் மனைவியின் உடல் புறங்காட்டில் அடுக்கிய ஈமத்தில் எழுந்த தீயில் எரிந்து போயிற்று: அவளும் மறைந்தாள்: அதனைக் கண்டிருந்தும் என் உயிர் நீங்கவில்லை: இன்னும் யான் உயிர் வாழ்கின்றேனே! என்னை இதன் பண்பு!" என்று அவன் எண்ணினான். அந்த எண்ணம் ஒரு பாட்டாய் உருக்கொண்டது.

> "யாங்குப்பெரி தாயினும் நோய்அளவு எனைத்தே
> உயிர்செகுக் கல்லா மதுகைத்து அன்மையின்?
> கள்ளி போகிய களரியம் பறந்தலை
> வெள்ளிடைப் போகிய விளைவிறகு ஈமத்து
> ஒள்ளழற் பள்ளிப் பாயல் சேர்த்தி
> ஞாங்கர் மாய்ந்தனன் மடந்தை:
> இன்னும் வாழ்வல்! என் இதன் பண்பே"[15]

என்பது அப்பாட்டு. தன் உயிரை உண்ணமாட்டாமையால் மனைவியை இழந்ததால் உண்டாகிய துயரத்தை இகழ்ந்து, "யாங்குப் பெரிதாயினும் நோய் அளவு எனைத்தே" என்பது அவனது கையறவை எத்துணை மிகுத்துக் காட்டுகிறது! 'எனக்கும் அவட்கும் உயிர் ஒன்று என்பது உண்மையானால், அவளது உயிர் நீங்கிய போதே எனது உயிரும் நீங்கவேண்டும்: நீங்கவில்லையே! உயிர் வாழ்கின்றேனே!' என்பானாய். "இன்னும் வாழ்வல்!" என்று நோக்கினான்.

இப்பெற்றியோன் சின்னாட்கெல்லாம் உடல் நலம் குன்றிக் கோட்டம்பலத்தே இருந்து இறந்து போகின்றான். வஞ்சி நகர்க்கண் இவன் உறைந்த பகுதி மாக்கோதை என்ற பெயர் எய்திற்று. இவனைப் பள்ளி படுத்த இடம் மாக்கோதைப் பள்ளி என வழங்குவதாயிற்று. பின் வந்தோர் இவனைப் புத்த சமயத்தவனாக்கி அதனைப் பொளத்தப் பள்ளி என மாற்றிக் கல்லில் பொறித்துவிட்டனர்.[16]

இவ்வாறே காவிரி நாட்டிலும் பிற சமயத்தவர்க்குரிய சிராப்பள்ளி, குராப்பள்ளி என்பன சைவ சமயத்துக்கு உரியவாக மாறியது காணும் வரலாற்றறிஞர்க்கு இது புதுமையாகத் தோன்றாது.

இம்மாக்கோதை வழியில் இறுதியாக இருந்தவர் பெரு மாக்கோதையாராவர். இவர்காலத்தே வஞ்சிக்களம் வஞ்சிக் குளம் எனவும், அஞ்சைக்களம் எனவும்; மாக்கோதை மகோதை எனவும் மக்கள் வழக்கில் மருவத் தலைபட்டுவிட்டன. வஞ்சி மாநகரிடத்தே கொடுங்கோளூர் தோன்றிவிட்டது. முசிறி கடலில் மூழ்கி மறைந்தது.

இப்பெருமாக்கோதையார் சைவசமயக் குரவருள் ஒருவராகிய நம்பியாரூரர் காலத்தில் இருந்து சிவநெறியிற்சிறந்த சேரமான் பெருமாள் நாயனாராய்த் திகழ்ந்தவர். இவர் பாடியருளிய நூல்கள் சில சைவத் திருமுறைகளில் தொகுக்கப்பட்டிருப்பதையும் இவரது வரலாறு சேக்கிழாரால் செந்தமிழாற் பாடப்பட்டிருப்பதையும் அறியாமல், மிக்க பிற்காலத்தே தோன்றிய கேரளமான்மியம் கேரளோற்பத்தி என்ற நூல்கள் இவர் முகமதியராகி மெக்காவுக்குப் போய்விட்டார் எனப் பொய்யெழுதிவிட்டன. பிற்காலக் கல்வெட்டுக்கள் அவர்கள் கண்ட மகோதையை "மகோதையார் பட்டினம்"[17] எனச் சிறிது மாற்றின. அதன் பிறகு அது மகாதேவர் பட்டணம் ஆக்கப்பட்டது.[18] எல்லாவற்றிற்கும் முடிவில் மகாதேவர் என் பெயரும் போய்க் 'கழுதை தேய்ந்து கட்டெறும்பு ஆயிற்று' என்றாற்போல மகோத்தியா பட்டினமாகி, இதிகாசத்தோடு தொடர்புபடுத்திக் கூறப்படுவதாயிற்று.

டாக்டர் சேய்சு (Dr. Sayce), ஈவிட்டு (Hewitt) என்பார் கூறுவது[19] போலக் கிறித்துப் பிறப்பதற்கு மூவாயிரம் ஆண்டுகட்கு முன்பிருந்தே சால்டியர், கிரேக்கர், யவனர், எகிப்தியர், சிரியர், பாபிலோனியர், கோசியர், பாரசிகர் முதலிய மேனாட்டவரும் வடபுல ஆரியரும் வந்து மக்களிடையே கலந்துகொண்டதனால், சேரநாட்டவர்களுடைய மொழியும் நடையும் உடற்கூறும் திரிந்து, தமிழ் நாட்டின் கூறு என்ற குறிப்பே தோன்றாதவாறு மாறிவிட்டன.

இதுகாறும் கூறியவற்றால் பண்டைநாளைச் சேர மன்னர்கள் அறிவு, ஆண்மை, புலமை நலம் பெற்றுப் புலவர் பாடும் புகழ் பெற்று விளங்கியதும் நாடு காவல் புரிந்து நல்லிசை நிறுவியதும் ஒருவாறு காட்டப்பட்டமை விளங்கும். அவ்வேந்தர் செயல்

வகைகளில் தமிழ் மொழிபால் அவர்களுக்கிருந்த பற்று மிகுந்திருந்தது. அரசுக்குரிய வெற்றி முரசு இருக்கும் கட்டிலில் பிறர் யாரும் ஏறியிருத்தல் கூடாது: அஃது அரசைக் கைப்பற்றியது போலும் செயலாகும் எனவும். அப்படிச் செய்வோர் கொலைத் தண்டத்துக்கு உரியர் எனவும் தமிழரசு கருதியிருந்தது. தகடூர் எறிந்த பெருஞ்சேரல் இரும்பொறை காலத்தில் மோசி கீரனார் என்ற தமிழ் சான்றோர் முறைமை தெரியாமல் முரசு கட்டிலில் கிடந்து உறங்கிவிட்டார். செய்தி தெரிந்ததும் வேந்தன் சினத்துடன் அவரை நெருங்கினான். தமிழ் முழுதறிந்த சான்றோர் என்பது தெரிந்து அவருக்கு அவன் தன் கையில் விசிறிகொண்டு வீசலுற்றான். சான்றோர் விழித்தெழுந்து, அவனுடைய தமிழன்பை வியந்து பாராட்டி அரசியல் அறிவுரை பல வழங்கினார் என்ற வரலாறு நாடறிந்த தொன்று. இதனால், சேர வேந்தரின் செந்தமிழ்ப் பற்று எத்துணை சிறந்திருந்தது என்பது தெற்றென விளங்கும். சங்கத் தொகை நூல்களில் காணப்படும் சான்றோர் நிரலில் சேர நாட்டுச் சான்றோர் பலர் இருப்பதே மேலே கூறிய தமிழ் வளத்துக்குச் சான்று பகரும்.

இவ்வேந்தர் காலத்து அரசியல் வாணிகம், சமயம், சமுதாயம் முதலிய கூறுகள் தனித்தனியே ஆராயத் தகுவன, இவ்வரசர் பெருந்தகைகளின் வரலாற்றுக் குறிப்பும், அவை வழங்கும் கருத்துக்களும் நுணுகி நோக்கின். சேரநாட்டு அரசின் கீழ் வாழ்ந்த செந்தமிழ்க் குடிகளின் சிறப்பு நமக்குப் புலனாகாது மறையவில்லை. விரிவஞ்சிப் பரிபாடல் கூறும் பாட்டொன்றைக் காட்டி அமைவாம்:

"மாயோன் கொப்பூழ் மலர்ந்த தாமரைப்
பூவோடு புரையும் சீரூர்: பூவின்
இதழகத் தனைய தெருவம்: இதழகத்து
அரும்பொகுட்டு அனைத்தே அண்ணல் கோயில்:
தாதின் அனையர் தண்டமிழ்க் குடிகள்."

அடிக்குறிப்புகள்

1. S.I.I. Vol. VII No.497.
2. புறம். 368.
3. புறம். 62.

4. புறம். 63.
5. புறம். 65.
6. புறம். 66.
7. குறுந்தொகை, 22.
8. அகம். 153.
9. நற். 245.
10. நற். 236.
11. நற். 345.
12. குறுந். 109.
13. குறுந். 243.
14. நற். 50.
15. புறம். 245.
16. Ep. A.R. No. 609 of 1912.
17. A.R. No. 481 of 1929-30.
18. w. Longan's Malabar, p.207.
19. The Origin and growth of religion among the Babylonians of Dr. Sayce & Hibbert Lectures for 1887.

இந்நூலின் ஆக்கத்துக்குத் துணை செய்த நூல்கள்

1. தமிழ்

நற்றிணை (நற்.)
குறுந்தொகை (குறுந்)
ஐங்குறுநூறு (ஐங்)
பதிற்றுப்பத்து (பதிற்)
பரிபாடல் (பரி)
கலித்தொகை (கலி)
அகநானூறு (அகம்)
புறநானூறு (புறம்)
திருமுருகாற்றுப்படை (சிறுபாண்.)
சிறுபாணாற்றுப்படை (சிறுபாண்.)
மதுரைக்காஞ்சி (மதுரை)
மலைபடுகடாம் (மலைபடு.)
தொல்காப்பியம் பொருளதிகாரம் புறத்திணையியல் (தொல். பொ. புறத்.)
செய்யுளியல் (தொல்.செய்.)
சொல்லதிகாரம் - தெய்வச்சிலையார் உரை (தொல். சொல். தெய்)
திருஞானசம்பந்தர் தேவாரம் (ஞானசம்)
சுந்தரர் தேவாரம் (சுந்)
சிலப்பதிகாரம் (சிலப்)
திருத்தொண்டர் புராணம் : விறன்மிண்ட நாயனார் புராணம் (விறன்மிண்டர்)

கழறிற்றறிவார் புராணம் (திருத்தொண்.கழறிற்)
சேரன் செங்குட்டுவன் (மு.இராகவையங்கார்)
சேரவேந்தர் செய்யுட் கோவை (மு.இராகவையங்கார்)
கோசர் (கீ,இராகவையங்கார்)
பிற்காலச் சோழர் சரித்திரம் (சதாசிவப்பண்டாரத்தார்)
பெருந்தொகை. (R. இராகவையங்கார்)

2. வடமொழி

ரிக்வேதம் (R.V.)
தைத்திரிய ஆரணிகம் (Tilt.Aranya)
வியாசபாரதம்
Ramayanam & R.C. Dutt.

3. கல்வெட்டுக்களும் செப்பேடுகளும்

South Indian Inscription/ Epigraphica Indica (Ep.Ind)
Epigraphica Carnatica (Ep.Car) Pudukkottai State Inscriptions
Travancore Archaeological Series (T.A.S.)
Archaeological Survey of India : Coorg Inscriptions/(L.Rice) List of Antiquities (R. Sewell)
Annual Reports of the Madras Epigraphy (A.R.M.Ep.A.R.)

4. வரலாறுகளும் ஆராய்ச்சியுரைகளும்

Malabar (W.Logan)
Malabar Manual
Malabar Series Wynad (C.Gopalan Nair)
History of Kerala (K.P.P.Menon)
History of the Tamils (P.T. Srinivasa Iyengar)
Chera Kings of the Sangam Period (K.G. Sesha Iyer)
Travancore Manual (Nagan Iyer)
Travancore State Manual (Velu Pillai)
Mysore and Canara (Buchanam)
Mysore (L. Rice)

Madras Manual

Historians History of the world.

Junior History of India/ (Banerji)

Bombay Gazetteer & Kanara

Imperial Gazeteer of India

(Mysore and Coorg.)

Heritage of Karnataka

South of India & Wilki

Ancient Greek Mariners (W. Woodburn)

Translation of the PuriPlus of the Erythrean sea & Ptolemy & M'Crindle

Madras Discourses of Sri Sankarachariyar

Comparative Grammar of the Dravidian Languages, Rev. Caldwell

Journal of the Bombay Branch of the Royal Asiatic Society (B.B.R.A.S.)

The Kadamba Kula & George M. Moraes.

Proceedings and Transactions of the 3rd Oriental Conference, Madras